ಕುಟ್ಟವಲಕ್ಕಿ

ಪ್ರಹಸನಗಳು

ಪ್ರಶಾಂತ ಆಡೂರ

ಛಂದ ಪುಸ್ತಕ

KUTTAVALAKKI-
Collection of essays in Kannada by Prashantha Adur,
Published by Chanda Pustaka,
I-004, Mantri Paradise, Bannerughatta Road, Bangalore-76
ISBN: 978-81-967248-6-3

ಮೊದಲ ಮುದ್ರಣ: 2012
ಎರಡನೆಯ ಮುದ್ರಣ: 2023

ಮುಖಪುಟ ವಿನ್ಯಾಸ: ವಿನಯ ಕುಮಾರ ಸಾಯ
ಮುಖಪುಟ ಫೋಟೋ: ಪ್ರತೀಕ್ ಮುಕುಂದ
ಒಳಪುಟ ವಿನ್ಯಾಸ: ಶೀಲ ಪ್ರಭಾಕರ್
ಒಳಚಿತ್ರಗಳು: ಸೃಜನ್

ಪುಟಗಳು: 140 ಬೆಲೆ: ₹ 170
ಕಾಗದ: ಎನ್‌ಎಸ್ ಮ್ಯಾಪ್ಲಿತೊ 70 ಜಿಎಸ್‌ಎಂ, 1/8 ಡೆಮಿ

ಪ್ರತಿಗಳಿಗಾಗಿ ಸಂಪರ್ಕಿಸಿ

ಛಂದ ಪುಸ್ತಕ
ಐ-004, ಮಂತ್ರಿ ಪ್ಯಾರಡೈಸ್
ಬನ್ನೇರುಘಟ್ಟ ರಸ್ತೆ
ಬೆಂಗಳೂರು-76
ಸೆಲ್: 98444 22782
me@vasudhendra.com

ಮುದ್ರಣ
Pustaka Digital Media Pvt Ltd, Dindigal - 624005

ಪ್ರಶಾಂತ ಆಡೂರ

ಹುಟ್ಟಿದ್ದು 1973ರಾಗ. ಹೆಸರಿಗೆ ಹುಟ್ಟಿದ್ದು ಶಿವಮೊಗ್ಗಾ ಆದರೂ, ಬೆಳದಿದ್ದು-ಬಲತಿದ್ದು ಎಲ್ಲಾ ಹುಬ್ಬಳ್ಳಿ ಒಳಗ. ಕಲತಿದ್ದು ಬಿ.ಎಸ್ಸಿ, ಎಮ್.ಬಿ.ಎ. (ಸಿಂಬಾಯ್ಸಿಸ್). ಅಲ್ಲೆ ಹುಬ್ಬಳ್ಳ್ಯಾಗ ಒಂದ ಪ್ರಾವೇಟ ಕಂಪನಿ ಒಳಗ ಸಿ.ಇ.ಒ. ಅಂತ 14 ವರ್ಷದಿಂದ ಕೆಲಸಾ. ಆವಾಗ-ಇವಾಗ ಬ್ಲಾಗಿನಾಗ ಬರಿಯೋದು, ತಿಂಗಳಿಗೆ ಒಂದೆರಡ ಸಲಾ ವಿಜಯ ಕರ್ನಾಟಕಕ್ಕ ಅಂಕಣ ಬರೆಯೋದು, ತಲ್ಯಾಗ ತಿಳದಾಗ ಒಮ್ಮೆ ಪೇಂಟಿಂಗೂ. ಉಳದದ್ದ ಟೈಮನಾಗ ಊರ ಹಿರೇತನ, ಅಂದರ ಸಮಾಜ ಸೇವಾ.

prashantadur@gmail.com | 93791 01596

ನಮ್ಮ ಅವ್ವಾ, ಅಪ್ಪಾ
ಮತ್ತ
ನನ್ನ ಪ್ರಹಸನದಾಗ ನಾಯಕಿ ಪಾತ್ರ ಮಾಡಿ
ನನಗ ಬರಿಲಿಕ್ಕೆ ಪ್ರೇರಣೆಯನ್ನ ಕೊಟ್ಟಂತ
ನನ್ನ ಹೆಂಡತಿ 'ಪ್ರೇರಣಾ'ಳಿಗೆ
ಹಾಗೂ
'ನೀ ಏನರ ಹಾಳಗುಂಡಿ ಬೀಳ್ಕೋ' ಅಂತ
ನನಗ ಸುಮ್ಮನ ಬರೀಲಿಕ್ಕೆ ಬಿಟ್ಟ ನನ್ನ ಮಕ್ಕಳು 'ಪ್ರಥಮ' – 'ಪ್ರಶಸ್ತಿ'ಗೆ

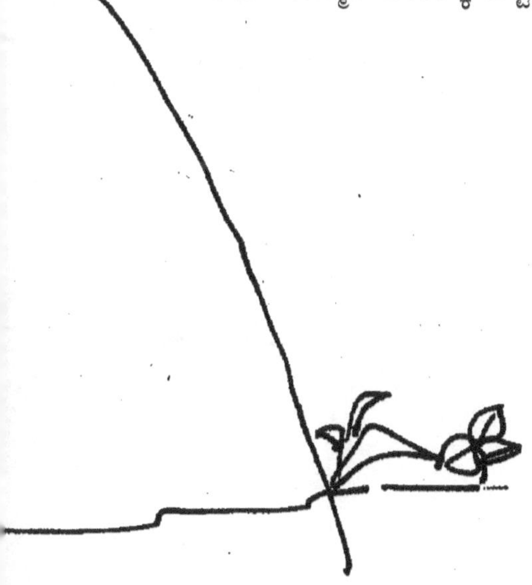

ಓದುಗರ ಜೊತೆಗೆ

'ಕುಟ್ಟವಲಕ್ಕಿ' ಅನ್ನೊ ಈ ನನ್ನ ಪ್ರಹಸನಗಳ ಸಂಗ್ರಹವನ್ನ ಛಂದ ಪುಸ್ತಕದವರು ಅಗದಿ ಛಂದಾಗಿ ಪ್ರಕಟಿಸಲಿಕತ್ತಾರ, ಅವರಿಗೆ ನಾ ಆಭಾರ ಇದ್ದೇನಿ. ಹಂಗ ನಾ ಒಂದ ಪ್ರಹಸನ ಹಾಳ್ಯಾಗ ಬರದ ಓದಿ ಹೇಳಿದಾಗ, 'ಅಡ್ಡಿಯಿಲ್ಲ ದೋಸ್ತ, ಸ್ವಲ್ಪ ತ್ರಾಸ ತೊಗೊಂಡ ಟೈಪ್ ಮಾಡ' ಅಂತ ಹೇಳಿದ ಋಷಿಕೇಶ ಬಹಾದ್ದೂರ ದೇಸಾಯಿಗೆ,

'ಮಾತಾಡೋದ ಒಂದ – ಬರೆಯೋದ ಒಂದ' ಮಾಡಬಾರದು ಅಂತ ಅನ್ಕೊಂಡ ನನ್ನ 'ಆಡು' ಭಾಷೆ ಒಳಗ ಬರದ ಲೇಖನಗಳನ್ನ ಓದಿ ತಲಿ ಆಡಿಸಿ ಪ್ರಕಟಿಸಿದ 'ಕೆಂಡಸಂಪಿಗೆ'ಯ ಸಂಪಾದಕ ಅಬ್ದುಲ್ ರಶೀದರನ್ನೂ ನಾ ಮರೆಯಂಗಿಲ್ಲಾ.

'ಲೇ, ನಿನ್ನೌನ, ನಾ ಭಾಳ ಸಾಹಿತ್ಯ ಓದ್ಕೊಂಡಾಂವ, ನನ್ನಂತ ಛಲೋ ವಿಮರ್ಶಕ ನಿಂಗ ಎಲ್ಲೂ ಸಿಗಂಗಿಲ್ಲಾ. ನಿಂದ ಶೈಲಿ ಭಾರಿ ಅದ, ಹಿಂಗ ಬರೀತಿರ ಮಗನ' ಅಂತ ಹೊಟ್ಟಿ ಕಿಚ್ಚ ಪಡದೆ ಹವಾ ಹಾಕಿದ ನನ್ನ ದೋಸ್ತ ಹರ್ಷಾ ಗಾಂವಕರನ ನೆನಸಲಿಲ್ಲಾ ಅಂದರ ಆ ಮಗಾ ಸಿಟ್ಟಿಗೇಳ್ತಾನ.

ಹಂಗ ನನ್ನ ಉತ್ತರ ಕರ್ನಾಟಕದ ಭಾಷೆ ಒಳಗ ಬರದ ಲೇಖನಗಳನ್ನ 'ಹಾಳ–ಹರಟೆ' ಅನ್ನೋ ಹೊಸ ಅಂಕಣದೊಳಗ ಪ್ರಕಟಿಸಿದ 'ವಿಜಯ ಕರ್ನಾಟಕ'ದ ಸಂಪಾದಕರಿಗೂ ಧನ್ಯವಾದ. ಹಂಗ ಹಾಳ–ಹರಟೆ ಅಂಕಣದ ಸಣ್ಣ– ಸಣ್ಣ ಲೇಖನಗಳನ್ನ ಈ ಪುಸ್ತಕದಾಗ ಪ್ರತಿ ಎರಡ ಪ್ರಹಸನಗಳ ನಡಕ ತುರಕೇನಿ.

ಇನ್ನ ಈ ಪ್ರಹಸನಗಳದಾಗ ಬರೊ ಪಾತ್ರಗಳ ಒಳಗ ನಮ್ಮ ಮನಿ ಮಂದಿದ ಬಿಟ್ಟ ಉಳದೆಲ್ಲಾ ಪಾತ್ರಗಳು, ಘಟನೆಗಳು ಕಾಲ್ಪನಿಕನ. ಇನ್ನ ಈ ಪ್ರಹಸನಗಳು ಜೀವಂತ, ಜೀವಿಸಿದ್ದ ವ್ಯಕ್ತಿಯನ್ನ ತಲ್ಯಾಗ ಇಟಗೊಂಡ ಬರದದ್ದ ಅಲ್ಲಾ ಅಂತ ಅನ್ಕೊಂಡರೂ ನನ್ನ ಭಾಳಷ್ಟು ಪ್ರಹಸನದೊಳಗ ನನ್ನ ಹೆಂಡತಿದ ಪ್ರಮುಖ ಪಾತ್ರ ಇರೋದರಿಂದ ಆಕಿ ಕಾಲ್ಪನಿಕಂತೂ ಅಲ್ಲೆ ಅಲ್ಲಾ. ಹಂಗ ಜೀವಂತ ಇರೋ ನನ್ನ ಹೆಂಡ್ತಿನ್ನ ಕಾಲ್ಪನಿಕ ಅಂತ ಅನ್ನಲಿಕ್ಕೂ ಬರಂಗಿಲ್ಲಾ, ಅನ್ನೋ ಧೈರ್ಯಾನೂ ನನಗ ಇಲ್ಲಾ.

ಆದ್ರೂ ನಾ ನನ್ನ ಜೀವನದಾಗ ಬರೀತೇನಿ ಅನ್ನಕೊಳ್ಳಲಾರದಂವಾ ಇವತ್ತ ಒಂದ ಪುಸ್ತಕ ತುಂಬೊ ಅಷ್ಟ ಬರದೆ. ಅವನ್ನೆಲ್ಲಾ ಓದಿ ತಿದ್ದುಪಡಿ ಮಾಡಿ, ನಾಲ್ಕು ಮಂದಿ ತಪ್ಪಲಾರದ ಓದೋಹಂಗ ಮಾಡಿದ ಅನಂತ ಹುದೆಂಗಜೆಗೆ ನನ್ನ ನಮನ.

ನನ್ನ ಪ್ರಹಸನಗಳ ಬೆನ್ನತ್ತಿ ಸಂಗ್ರಹ ಮಾಡಿ ಪುಸ್ತಕ ರೂಪದಾಗ ಮಾಡ್ತಾ ಇರೋ ಈ ಛಂದ ಪುಸ್ತಕದವರಿಗೆ ಇನ್ನೊಮ್ಮೆ ವಂದಿಸಿ, ಇವುಗಳನ್ನು ಓದಿ ನಿಮ್ಮ ಹೊಟ್ಯಾಗ ಹಾಕೋರಿ ಅಂತ ಕೇಳ್ಕೋತೇನಿ.

ಪ್ರಶಾಂತ ಆಡೂರ

ಪ್ರಬಂಧ ಪಟ್ಟಿ

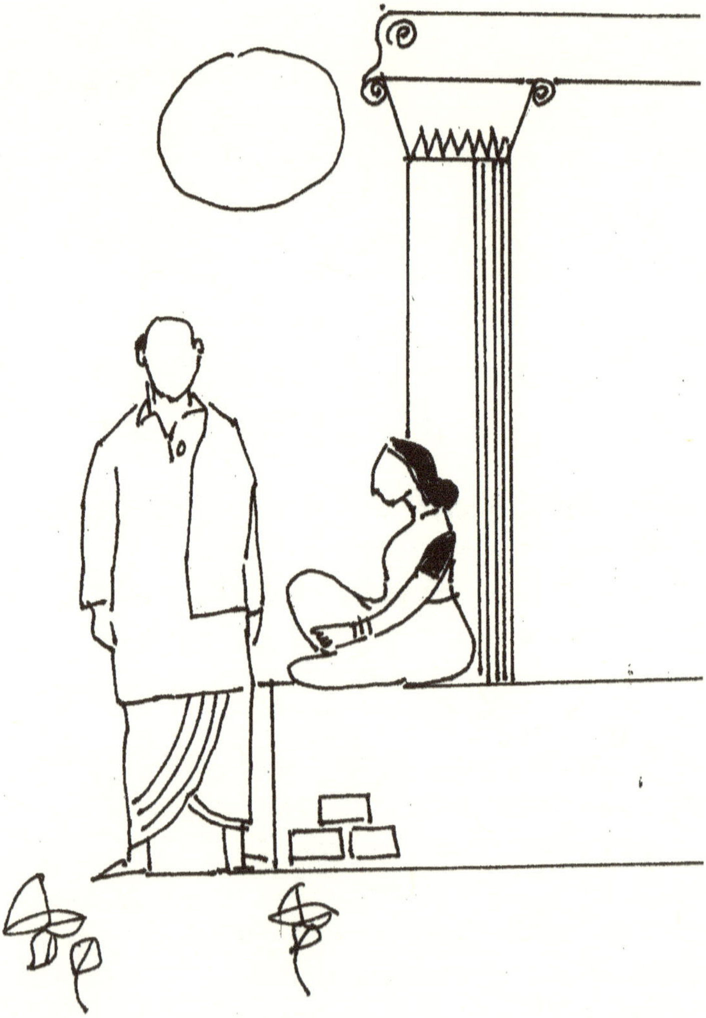

ಗ್ರಹಣಾ ಭೂಮಿ ಮ್ಯಾಲೆ... ಅದರ್ ಫಲಾ ನನ್ನ ರಾಶಿ ಮ್ಯಾಲೆ

ಒಂದ ರವಿವಾರ ಭವಾನಿ ನಗರ ರಾಯರ ಮಠಕ್ಕ ನಮ್ಮ ಗೆಳ್ಯಾ ಪಚ್ಯಾನ ಮಗನ ಜವಳಕ್ಕ ಹೋಗಿದ್ದೆ. ಹೋಗೋದರಾಗ ಜವಳ ಮುಗದು ರಾಯರ ಕನಕಾಭಿಷೇಕ ಬಾಕಿ ಇತ್ತು. ಕನಕಾಭಿಷೇಕ ಆದ ಮ್ಯಾಲೇನ ಎಲಿ ಹಾಕೋದು ಅಂತ ಧಾಬಳಿ ಉಟಗೊಂಡ ಭಟ್ಟರು ಹೇಳಿದ ಮ್ಯಾಲೆ, ಹಂಗರ ರಾಯರ ದರ್ಶನಾನರ ಮಾಡಿ ಬರೋಣ. ಅನಾಯಸ ಇಲ್ಲಿ ತನಕ ಬಂದೇನಿ ಅಂತ ಹೋದೆ. ಮೊದ್ಲಿಂದ ನನಗೂ ರಾಯರಗೂ ಅಷ್ಟ – ಕಷ್ಟ, ಆದ್ರೂ ನಾ ನಮ್ಮ ಶಂಕರ ಮಠದಕ್ಕಿಂತಾ ವೈಷ್ಣವರ ರಾಯರ ಮಠಕ್ಕ ಜಾಸ್ತಿ ಹೋಗಿರ್ತೇನಿ. ಎಲ್ಲಾ ಸಂಗದೋಷ. ಹಿಂಗ ಒಂದ ಸುತ್ತ ಪ್ರದಕ್ಷಿಣಿ ಹೊಡದ ಬರಬೇಕಾರ ಕಣ್ಣು ಎದರಗಿದ್ದ ವೈಟ್ ಬೋರ್ಡ್ ಮ್ಯಾಲೆ ಹೋತು. ಅದರ ಮ್ಯಾಲೆ ನೀಲಿ ಬಣ್ಣದ ಮಾರ್ಕರ ಪೆನ್‌ಲೆ ಬರದಿದ್ದರು: ದಿನಾಂಕ್ 15, ಬುಧವಾರ್ ರಾತ್ರಿ ಖಗ್ರಾಸ ಚಂದ್ರಗ್ರಹಣ ಅಂತ. 'ರಾತ್ರಿ ಖಗ್ರಾಸ ಚಂದ್ರಗ್ರಹಣ' ಅನ್ನೊ ಶಬ್ದ ಓದಿ ನಗು ಬಂತು, ನಾ ಅಂತು ಹಗಲ ಹೊತ್ತನ್ಯಾಗ ಚಂದ್ರಗ್ರಹಣ ಆಗೋದು ಕೇಳಿಲ್ಲ, ಆಗಿದ್ರೂ ಅದು ನಮಗ ಗೊತ್ತಾಗಂಗಿಲ್ಲ. ಜನಾ ಯಾಕ ತಲಿ ಕೆಡಿಸ್ಕೊಳ್ಳತಾರೋ ಅನ್ನಸ್ತ. ಹಂಗ ನೋಡಿದ್ರ ಗ್ರಹಣ ಏನ ನಮಗ ಹೊಸಾದಲ್ಲ ಬಿಡ ಅಂತ ಎರಡನೇ ಮತ್ತ ಲಾಸ್ಟ್ ಸುತ್ತ ಪ್ರದಕ್ಷಿಣೆ ಶುರು ಮಾಡಿದೆ. ಇತ್ತೀಚಿಗೆ ಅಂತೂ ಮೀಡಿಯಾದವರು ಎಲ್ಲಾ ಗ್ರಹಣಕ್ಕೂ ಇದು ಶತಮಾನದ ಗ್ರಹಣ, ದಶಮಾನದ ಗ್ರಹಣ, ಇಂತಹ ಗ್ರಹಣ ನಿಮ್ಮ ಜೀವಮಾನದಾಗ ಇನ್ನೊಮ್ಮೆ ಬರಂಗಿಲ್ಲಾ ಹಂಗ – ಹಿಂಗ ಅಂತ ಸ್ಟೋರಿ ಮ್ಯಾಲೆ ಸ್ಟೋರಿ ಮಾಡಿ ತೋರಸ್ತಾರ. ಗ್ರಹಣದ ಬಗ್ಗೆ ಕುತೂಹಲದಿಂದ ನೋಡೋರಿಗೆ ಗ್ರಹಣ ಹಿಡಿಯೋ ಹಂಗ ಕಥಿ ಕಟ್ಟತಾರ ಅಂತ ಮನಸ್ಸಿನ್ಯಾಗ ಅನ್ಕೊಂಡೆ, ಅಷ್ಟರಾಗ ಪೂಜ್ಯಾಯ ರಾಘವೇಂದ್ರಾಯ ಮನದಾಗ ಮುಗದಿತ್ತೊ ಅಥವಾ ಮರತಿತ್ತೊ ಗೊತ್ತಿಲ್ಲ, ಪ್ರದಕ್ಷಿಣಿ ಅಂತು ಮುಗೀಲಿಕ್ಕೆ ಬಂದಿತ್ತು. ನನ್ನ ದೃಷ್ಟಿ ಮತ್ತ ಆ ವೈಟ್ ಬೋರ್ಡ್ ಮ್ಯಾಲೆ ಹೋತು, ಈ ಸಲಾ ಕೆಳಗಿನ ಲೈನ್ ಓದಿದೆ. ಗ್ರಹಣದ ರಾಶಿ ಫಲಾ ಅಂತ ಬರದಿದ್ದರು. ಒಂದನೇ ಸಾಲಿನ ರಾಶಿಗಳಿಗೆ ಶುಭ ಫಲ, ಎರಡನೇ ಸಾಲಿನ ರಾಶಿಗೆ

ಮಿಶ್ರ ಫಲ ಮತ್ತ ಕೆಳಗಿನ ಸಾಲಿನ ರಾಶಿಗೆ ಅಶುಭ ಫಲ ಅಂತ ಬರದಿದ್ದರು. ಸಟಕ್ಕನ ನನ್ನ ರಾಶಿ ಯಾವುದು ಅಂತ ವಿಚಾರ ಮಾಡಿದೆ. ಲಗೂನ ನೆನಪಾಗಲಿಲ್ಲ. ಫ್ಲ್ಯಾಶ್ ಬ್ಯಾಕ್‌ಗೆ ಹೋದೆ. ಲಾಸ್ಟ್ ಗ್ರಹಣದ ಟೈಮ್‌ನಾಗ ನಮ್ಮಪ್ಪ ನಂದ ರಾಶಿ 'ಮೇಷ' ಅಂತ ಹೇಳಿದ್ದ ನೆನಪಾತು. ರಾಘವೇಂದ್ರ ಸ್ವಾಮಿಗೆ ನಮಸ್ಕಾರ ಮಾಡಿ, ತೀರ್ಥಾ ತಗೊಂಡ ತಲಿ ಮ್ಯಾಲೆ ಮಂತ್ರಾಕ್ಷತೆ ಹಾಕ್ಕೊಂಡ ಬೋರ್ಡ್ ಮ್ಯಾಲೆ ಮತ್ತ ನೋಡಿದೆ. ಮೇಷ ರಾಶಿ ಅಶುಭ ಫಲದ ಲಿಸ್ಟ್‌ನಾಗ ಇತ್ತು... ಮುಂದ ಓದ್ಲಿಲ್ಲ, ಓದಿದ್ದರ ಅಶುಭ ಫಲಕ್ಕ ಪರಿಹಾರನೂ ಬರದಿರತಾರ ಅಂತ ಗೊತ್ತಿತ್ತು. ಪರಿಹಾರದ ಖರ್ಚ ನಮಗ ಇರುವ ಅಶುಭ ಫಲದ ಮೊದಲ ಸಂಕೇತ ಅಂತ ಗೊಣಗಿ ಸುಮ್ಮನ ಹೋಗಿಬಿಟ್ಟೆ. ಹೆಂಗಿದ್ರೂ ಗ್ರಹಣ ಇನ್ನೂ ಹನ್ನೊಂದ ದಿವಸ ಇತ್ತು, ಅಷ್ಟರಾಗ ಎಲ್ಲಾ ಮರಿತೇನಿ ಅನ್ನೋ ವಿಶ್ವಾಸನೂ ಇತ್ತು.

ಮೊನ್ನೆ ಬುಧವಾರ 15ನೇ ತಾರೀಖ, ಎದ್ದ ಇನ್ನು ಮಾರಿ ತೊಳ್ಕೊಂಡಿದ್ದಿಲ್ಲಾ, ನಮ್ಮವ್ವಾ ಅಡಗಿ ಮನ್ಯಾಗಿಂದ ದೇವರ ಮಂತ್ರಾ ಬ್ರೇಕ್ ಮಾಡಿ ಒದರಿದ್ಲು "ಪ್ರಶಾಂತಾ, ಇವತ್ತ ಗ್ರಹಣ, ನಿನ್ನ ರಾಶಿ ಮ್ಯಾಲೆ ಬಂದದ, ನಿನಗ ಅಶುಭ ಫಲಾ ಅದ" ಅಂತ. ಇಷ್ಟ ದಿವಸ ಮರತ ಹೋಗಿದ್ದ ವಿಷಯಾನ ನಮ್ಮವ್ವಾ ಟೋಟಲ್ ರೀಕಾಲ್ ಮಾಡಿದ್ಲು. ಇಂಥಾ ಸುದ್ದಿ ನಮ್ಮವ್ವಗ ಎದ್ದ ಕೂಡ್ಲೆನ ಹೇಳ್ಲಿಕ್ಕೆ ಭಾಳ ಖುಷಿ. ನಮ್ಮವ್ವಾ ಹಂಗ ಮುಂದವರದ ಗ್ರಹಣದ ವರದಿ ಶುರು ಮಾಡಿದ್ಲು, ಮನ್ಯಾಗ ಇರೋ ಆರ ಮಂದಿ ಒಳಗ ಯಾರಿಗೆ ಶುಭಾ, ಯಾರಿಗೆ ಅಶುಭಾ ಮತ್ತ ಯಾರಿಗೆ ಮಿಶ್ರ ಫಲಾ ಅಂತ ರಾಯರ ಮಠದಾಗ ಬರದಂಗನ ಬಡಬಡಿಸಿದ್ಲು. ಅಷ್ಟರಾಗ್ ನನ್ನ ಹೆಂಡತಿ ಬಚ್ಚಲದಾಗಿಂದ "ರ್‍ರಿ ನನಗ ಶುಭ ಫಲ" ಅಂತ ಒದರಿದ್ಲು. ನಾ ಅನ್ಕೊಂಡೆ ಇದ ಯಾ ಆಚಾರ್ಯರ ಬರದದ್ದ ಪಂಚಾಂಗ ಅಂತ. ಗಂಡಗ ಅಶುಭ ಫಲ ಇದ್ದರ ಹೆಂಡತಿಗೆ ಶುಭ ಫಲ ಹೆಂಗ ಇರತದ ಅಂತ. ಬಹುಶಃ ಗಂಡಗ ಅಶುಭ ಇರೋದ ಹೆಂಡತಿಗೆ ಶುಭ ಇರಬೇಕು ಅಂತ ಅನ್ಕೊಂಡ ಸುಮ್ಮನಾದೆ. ಇಷ್ಟಕ್ಕ ನಮ್ಮವ್ವನ ಗ್ರಹಣ ಪುರಾಣಾ ಮುಗಿಲಿಲ್ಲಾ. ಮತ್ತ, "ಮಧ್ಯಾಹ್ನ 12.30ರ ವಳಗ ಎಲ್ಲಾರು ಊಟಾ ಮಾಡಬೇಕು, ನಾಳೆ ಬೆಳಿಗ್ಗೆ ತನಕ ಏನೂ ತಿನ್ನಂಗಿಲ್ಲಾ" ಅಂದ್ಲು. ವಯಸ್ಸಾದವರು, ಚಿಕ್ಕಮಕ್ಕಳು, ಅಶಕ್ತರು ಮತ್ತ ಆರಾಮ ಇಲ್ಲದವರು ಸಂಜಿ 7.30ರ ತನಕ ತಿನ್ನಬಹುದು ಅಂತ ರಿಯಾಯಿತಿ ಘೋಷಣೆ ಮಾಡಿದ್ಲು. ನನ್ನ ನಿದ್ದಿಗಣ್ಣಾಗ ಇರೋ ಕ್ಯಾಮಾರಿ ಮಾರಿ ನೋಡಿ "ನೀ ಬೇಕಾರ ಸಂಜೆ 7 ಘಂಟೆಕ್ಕ ಬಂದ ಮ್ಯಾಲೆ ಊಟಾ ಮಾಡು" ಅಂದ್ಲು. ಅಂದರ ನಾ ಏನ ಅಶಕ್ತನೊ, ಅನಾರೋಗ್ಯದವನೋ ಅಂತ ಕೇಳ್ಲಿಕ್ಕೆ ಹೋಗ್ಲಿಲ್ಲಾ. ಸುಮ್ಮನ ಆ ವಿಷಯ ತಲಿ ಕೆಡಿಸಿಕೊಳ್ಳದ ಸ್ನಾನಕ್ಕ ಹೋದೆ. ಸ್ನಾನ ಮಾಡಿ ದೇವರಿಗೆ ಹಾಜರಿ ಕೊಟ್ಟ ಕಪಾಟನಾಗಿಂದ ಶರ್ಟ್ ತಕ್ಕೊಬೇಕಾರ ಸಟಕ್ಕನ ಒಂದ ಹಲ್ಲಿ ಮರಿ ಎದಿ ಮ್ಯಾಲೆ ಬಿದ್ದ ಹೋತು. ಛಟ್ಟನ ಮೈ ಝಾಡಿಸಿದೆ, ನನ್ನ ಹೆಂಡತಿ ಕೇಳಿದ್ಲು, 'ಏನಾತರಿ?' ಅಂತ. ಹಲ್ಲಿ ಮರಿ ಮೈ ಮ್ಯಾಲೆ ಬಿತ್ತು ಅಂದೆ. ಅದಕ್ಕ ಆಕಿ ಕೈಕಾಲ ತೊಳ್ಕೊಂಡು

ದೇವರಿಗೆ ನಮಸ್ಕಾರ ಮಾಡ್ರಿ ಅಂದ್ಲು. ನಾ ಅಂದೆ "ಈಗರ ಸ್ನಾನ ಮಾಡಿ, ಅದೂ ಅಭ್ಯಂಗ ಸ್ನಾನ ಮಾಡಿ, ನವಗ್ರಹ ಮಂತ್ರಾ ಹೇಳಿ ದೇವರಿಗೆ ನಮಸ್ಕಾರ ಮಾಡಿ ಬಂದೇನಿ. ಮತ್ತ ಕೈಕಾಲ ತೊಳ್ಕೊಳ್ಳಿ?"

"ಅದ ಏನರ ಆಗಲಿ, ಇನ್ನೊಮ್ಮೆ ಕೈಕಾಲ ತೊಳ್ಕೊಳ್ರಿ" ಅಂದ್ಲು. ಮೊದ್ಲ ಇವತ್ತ ಗ್ರಹಣ ಬ್ಯಾರೆ, ಅದು ನಿಮ್ಮ ರಾಶಿ ಮ್ಯಾಲೆ ಬಂದದ ಅಂತ ಮತ್ತ ನೆನಪ ಮಾಡಿಕೊಟ್ಲು. ಆಕಿ ಜೊತಿಗೆ ನಮ್ಮವ್ವನೂ ಸೋ ಅಂದ್ಲು. ಅಂತು-ಇಂತು ನಾ ನಂಬಲಿ ಬಿಡಲಿ, ಯಾಕ ರಿಸ್ಕ್ ತೊಗೋಬೇಕು ಅಂತ ದೇವರಿಗೆ ಅಡ್ಡ ಬಿದ್ದು ಆಫೀಸ್ ದಾರಿ ಹಿಡದೆ. ಎಂಟ ತಾಸ ಆಫೀಸನಾಗ ಗ್ರಹಣದ ಬಗ್ಗೆ ಎಷ್ಟ ಮರತರೂ ಮನಸ್ಸಿನ ಒಂದ ಮೂಲ್ಯಾಗ ಇವತ್ತ ಎನರ ಅಶುಭ ಆಗ್ತದ ಏನೋ ಅಂತ ಕಾಯ್ತಿದ್ದೆ. ಹಂತಾದ ಏನೂ ಆಗ್ಲಿಲ್ಲ. ಪಂಚಾಂಗ ಬರದ ಆಚಾರ್ಯರಿಗೆ ನಿರಾಶೆ ಆತೇನೋ.

ಸಂಜಿಗೆ ಸೀದಾ ಮನಿಗೆ ಬಂದೆ, ಇನ್ನು ಒಳಗ ಕಾಲ ಇಡೊ ಮುಂಚೆನ ನನ್ನ ಹೆಂಡತಿ,

"ರ್ರಿ ಲಗೂನ ಬೂಟ ತಗದ ಕೈ ಕಾಲ ತೊಳ್ಕಳ್ರಿ, ನಾ ನಮಸ್ಕಾರ ಮಾಡಬೇಕು" ಅಂದ್ಲು. ನಾ ಒಮ್ಮೆಲೇ ಗಾಬರಿಯಾದೆ. ಆಕಿ ಮೈಮ್ಯಾಲೂ ಬಹುಶಃ ಹಲ್ಲಿ ಬಿದ್ದಿರಬೇಕು ಅನ್ಕೊಂಡೆ. ಅಲ್ಲಾ ಹಂಗ ನನಗ ದೇವರಂತ ತಿಳ್ಕೊಂಡ ನಮಸ್ಕಾರ ಮಾಡವಳ್ಯಾಕ ಆದರ ನಾ ಯಾಕ ಕೈಕಾಲ ತೊಳ್ಕೊಳ್ಳಬೇಕು? ತಿಳೀಲಿಲ್ಲಾ. ಆದರ ಹಂಗ ಕೇಳಲಿಕ್ಕೆ ಆಗದ "ಯಾಕವಾ ನಮಸ್ಕಾರ?" ಅಂದೆ "ರ್ರಿ ಇವತ್ತ ಕಾರ್ ಹುಣ್ಣಿಮೆ, ನಾ ವಟ ಸಾವಿತ್ರಿ ಪೂಜಾ ಮಾಡೇನಿ" ಅಂದ್ಲು. ಅದಕ್ಕ ಏನು ಅಂದೆ, ಅದಕ್ಕ ಗಂಡಗ ನಮಸ್ಕಾರ ಮಾಡಬೇಕು ಅಂದ್ಲು. ಇದು ಒಂದು ಗ್ರಹಣದ ಅಶುಭ ಸಂಕೇತನ ಇರಬೇಕು ಅಂತ ಸುಮ್ಮನಾದೆ. ದಿವಸಾ ಮನಿಗೆ ಬಂದ ಕೂಡ್ಲೇನ ವಟಾ ವಟಾ ಅಂತಿದ್ದ ನನ್ನ 'ವಟ ಸಾವಿತ್ರಿ' ಇವತ್ತ ವಟ-ಸಾವಿತ್ರಿ ಪೂಜಾ ಮಾಡ್ಯಾಳ ಅಂತ ಹೇಳಿ ನನಗ ನಮಸ್ಕಾರ್ ಮಾಡಿಸಿಕೊಳ್ಳುವ ಭಾಗ್ಯ ಒದಗಿ ಬಂತು. ಪಾಪ, ಅಲ್ಲೆ ನಿಂತಿದ್ದ ನನ್ನ ಎರಡ ವರ್ಷದ ಮಗಳು ಏನೂ ತಿಳಿಯದ ಅವರವ್ವ ಹಿಂಗ್ಯಾಕ ಮಾಡ್ಲಿಕತ್ತಾಳ ಅಂತ ಗಾಬರಿಯಾಗಿ ಆಕಿನೂ ನನಗ ನಮಸ್ಕಾರ ಮಾಡಿಬಿಟ್ಲು. ಬಹುಶಃ ಕೂಸ ಅವರವ್ವ ನನಗ ನಮಸ್ಕಾರ ಮಾಡಿದ್ದ ನೋಡೇ ಇರಲಿಲ್ಲ ಅನಸ್ತದ. ವರ್ಷಕ್ಕೊಮ್ಮೆ ಆವಾಗ ಇವಾಗ ಮಾಡಿದ್ರ ಪಾಪ ಕೂಸಿಗರ ಏನ ಗೊತ್ತಾಗಬೇಕು?

"ಸರಿ ನನಗ ಈಗ ಭಾಳ ಹೊಟ್ಟಿ ಹಸ್ತದ. ಮಧ್ಯಾಹ್ನ ಬ್ಯಾರೆ ಊಟಾ ಮಾಡಿಲ್ಲಾ. ಊಟಕ್ಕ ಹಾಕು" ಅಂದೆ. "ಒಂದ ಎರಡ ನಿಮಿಷ ತಡ್ಕೊಳ್ಳಿ, ಇಲ್ಲೇ ಒಂದ್ಯಾರಡ ಮನಿಗೆ ಅರಷಣಾ - ಕುಂಕಮಕ್ಕ ಕರದಾರ. ಹೋಗಿ ಬಂದ್ ಊಟಕ್ಕ ಹಾಕತೇನಿ" ಅಂದ್ಲು. "ಲೇ, ನಾ ಇಲ್ಲೆ ಹೊಟ್ಟಿ ಹಸ್ತ ಸಾಯಲಿಕ್ಕೆ ಹತ್ತೇನಿ, ನೀ ಅರಷಣಾ -ಕುಂಕಮಕ್ಕ ಹೊಂಟಿಯಲ್ಲಾ, ಊಟಕ್ಕ ಹಾಕಿ ಹೋಗು" ಅಂದೆ. ಅಷ್ಟರಾಗ ನಮ್ಮವ್ವ ಒಳಗಿಂದ ಬಂದ, 'ಇಲ್ಲೆ, ಎರಡ ಮನಿಗೆ ಹೋಗಿ ಬರ್ತೇವಿ, ಸ್ವಲ್ಪ ತಡ್ಕೊ' ಅಂದ್ಲು. ಏನ್

ಬಂತಪಾ ಇದು ಅನ್ಕೊಂಡೆ, ಮುಂಜಾನೆದ್ದ ಯರಕೊಂಡ, ವಟ-ಸಾವಿತ್ರಿ ಪೂಜಾ ಮಾಡಿ, ಗಂಡನ ಬಗ್ಗೆ ಏನೆಲ್ಲಾ (ಏನೇನರ) ಬೇಡ್ಕೊಂಡ, ಹಸದ ಬಂದ ಗಂಡ ಬಡ್ಕೊಂಡರೂ ಊಟಕ್ಕ ಹಾಕಲಾರದ ಮಂದಿ ಮನಿಗ ಅರಷಣಾ-ಕುಂಕಮಕ್ಕ ಹೊಂಟಾಳಲಾ, ಏನ್ ಹೇಳ್ಬೇಕು? ಯಾರಿಗೆ ಹೇಳ್ಬೇಕು? ಒಂದೂ ತಿಳಿಲಿಲ್ಲಾ. ಬಹುಶಃ ಇದೂ ಒಂದ ಗ್ರಹಣದ ಅಶುಭ ಫಲನ ಇರಬೇಕು ಅಂತ ಸುಮ್ಮನ ನಾನ ತಾಟ ಹಾಕ್ಕೊಂಡ ಊಟಾ ಮಾಡಿದೆ.

ರಾತ್ರಿ ಕನಸಿನಾಗ ಯಾರೋ 'ಗ್ರಹಣ ಬಿಡ್ತು ಗ್ರಹಣ' ಅಂದಂಗ ಆತು. ಖುಷೀಲೆ ಎದ್ದೆ, ಹೊರಗ ನೋಡಿದ್ರ ಬೆಳಕ ಆಗಿತ್ತ. ಹಳೇ ಅರಬಿ ಒಯ್ಯೋಕಿ ಗ್ರಹಣ ಬಿಡ್ತು ಗ್ರಹಣ ಅಂತ ಎಲ್ಲಾರ ಮನ್ಯಾಗು ಎಬ್ಬಸಲಿಕತ್ತಿದ್ಲು. ನನ್ನ ಹೆಂಡತಿ ಕೇಳಿದ್ಲು, "ರ್ರಿ, ನಿಂಬದ ಯಾ ಹಳೆ ಅರಬಿ ಕೊಡ್ಲಿ?" ನಾ ಅಂದೆ, "ಹಾಕ್ಕೊಂಡಿದ್ದ ಅಂಡರವೇರ್ ಬನಿಯನ್ ಬಿಟ್ಟ ಬೇಕಾದ್ದ ಕೊಡವಾ.."

ವಟ್ಟ ಗ್ರಹಣ ಬಿಟ್ಟರ ನನಗ ಸಾಕಾಗಿತ್ತ.

§

ಇಲ್ಲಾ... ಆಕಿ ಬರೋಹಂಗ ಇದ್ದಿದ್ದಿಲ್ಲಾ

ಸುಮಾರ ಮೂರ ವರ್ಷದ ಹಿಂದಿನ ಮಾತು, ಶ್ರಾವಣ ಮಾಸದಾಗ ಒಂದ ಸಂಡೆ ನಮ್ಮ ಚಂದಕ್ಕ ಮೌಶಿ ಮನ್ಯಾಗ ಪವಮಾನ ಹೋಮ ಮತ್ತ ಸತ್ಯನಾರಾಯಣ ಪೂಜಾ ಇಟ್ಕೊಂಡಿದ್ದರು. ಇದ ಬ್ರಾಹ್ಮಣರಾಗ ಕಾಮನ್, ಅವರಿಗೆ ಶ್ರಾವಣ - ಭಾದ್ರಪದ ಮಾಸ ಬಂದಾಗ ಗೊತ್ತಾಗೋದು ಅವರ ಬ್ರಾಹ್ಮಣರಂತ, ವರ್ಷದಾಗ ಇನ್ನ ಹತ್ತ ತಿಂಗಳ ಮರತ ಬಿಟ್ಟಿರತಾರ ಅನಸ್ತ.

ನಮ್ಮವ್ವ ಹೇಳಿದ್ಲು, "ಈ ಸಲಾ ಸತ್ಯನಾರಾಯಣ ಪೂಜಾಕ್ಕ ನೀನ ಹೋಗಿ ಬಾ, ಆಕಿ ಇಷ್ಟ ಸಲಾ ಕರದಾಗೂ ಬರೇ ನಾವ ಹೋಗಿ ಬಂದೇವಿ, ನೀ ಒಮ್ಮಿನೂ ಹೋಗಿಲ್ಲಾ, ನಾವ್ ಹೋದಾಗೊಮ್ಮೆ ಎಲ್ಲಾರು ನಿನ್ನ ಕೇಳೇ ಕೇಳ್ತಾರ."

ನಂಗ ಏನ್ ಬ್ಯಾರೆ ಕೆಲಸ ಇಲ್ಲನ ಅನ್ನೋವಿದ್ದೆ. ಆದರ ಖರೇನ ಆ ಸಂಡೆ ಏನೂ ಕೆಲಸ ಇದ್ದಿದ್ದಿಲ್ಲಾ, ಮಳಿ ಬ್ಯಾರೆ ಹತ್ತಿದ್ದರಿಂದ ಕ್ರಿಕೆಟ ಆಡೋದು ಡೌಟ್ ಇತ್ತ. ಅದು ಶ್ರೀ ಸತ್ಯನಾರಾಯಣ ಪೂಜಾ ಅದ ಅಂತ ಗೊತ್ತಿದ್ದಾಗ ಸುಳ್ಳ-ಸುಳ್ಳ ನೆಪಾ ಮಾಡಿ ತಪ್ಪಸ ಬ್ಯಾಡಾ ಆಂತ ನಮ್ಮವ್ವ ಅಂದದ್ದಕ್ಕ ನಾನ ಹೋಗೊದು ಅಂತ ಡಿಸೈಡ್ ಮಾಡಿದೆ.

"ಮಳೆಗಾಲ ಬ್ಯಾರೆ, ನಿ ಒಬ್ಬನ ಗಾಡಿ ಮ್ಯಾಲೆ ಹೋಗಿ ಬಾ, ಆಕೀ ಏನ್ ಬರಂಗಿಲ್ಲ" ಅಂದ್ಲು.

ನನಗೂ ಅಷ್ಟ ಬೇಕಾಗಿತ್ತು, ಇನ್ನ ನನ್ನ ಹೆಂಡತಿನ್ ಕರಕೊಂಡ ಹೊಂಟರ ಮಗನೂ ಫ್ರೀ ಬರತಾನ, ಮೂರ ಮಂದಿ ಬೈಕ್‌ನಾಗ ಸಾಲಂಗಿಲ್ಲ - ಸಾತರೂ ನನಗ ಬರೋಬ್ಬರಿ ಹೊಡ್ಯಾಕ ಬರಂಗಿಲ್ಲಾ. ಇನ್ನ ರಿಕ್ಷಾ ಮಾಡ್ಕೊಂಡ್ ಹೋದರ, ಹೊಗ್ತ ನೂರ-ಬರತ ನೂರ್. ಮದ್ಲ ತುಟ್ಟಿ ಕಾಲ, ಅವರೇನ ನನಗ ಅಲ್ಲೆ ದಕ್ಷಿಣಿ ಕೊಡುದು ಅಷ್ಟರಾಗ ಅದ ಅಂತ ಒಬ್ಬನ ಹೋಗೋದ ಛಲೋ ಅನ್ಕೊಂಡೆ.

ಮುಂಜಾನೆ ಒಂಬತ್ತುವರಿ ಹತ್ತರ ಸುಮಾರಿಗೆ ಅವರ ಮನಿಗೆ ಹೋದೆ. ಎಲ್ಲಾರು ಅದ-ಇನ ಅಷ್ಟೋತ್ತರ ಮುಗಿಸಿ ಟಿಫಿನ್‌ಗೆ ಕೂತಿದ್ದರು. ಈ ವೈಷ್ಣವರ ಮನ್ಯಾಗ ಏನ ಕಾರ್ಯಕ್ರಮ ಇರಲಿ, ಅಷ್ಟೋತ್ತರ ಇದ್ದ ಇರತದ. ಅಷ್ಟೋತ್ತರ ಅಂದರ ಒಂದ ಥರಾ ರಾಯರಿಗೆ ಅಲಾರಾಂ ಇದ್ದಂಗ. ಇವರ ಅಷ್ಟೋತ್ತರ ಮಾಡಿದಾಗ ಅಷ್ಟ ರಾಯರು ಏಳ್ತಾರ ಅಂತ ತಿಳ್ಕೊಂಡಿರತಾರ. ಓಣ್ಯಾಗ ಒಂದ ನಾಲ್ಕ ರಿಟೈರ್ಡ್ ಮಂದಿ ಸೇರಿ ಮುಂಜಾನೆ ಖಾಲಿ ಇರೋ ಇನ್ನೊಂದ ಎಂಟ-ಹತ್ತ ಮಂದಿ ಸೇರಿಸಿಕೊಂಡ ಒಂದ ಅಷ್ಟೋತ್ತರ ಮಂಡಳಿ ಮಾಡಿರತಾರ, ಮುಂಜ-ಮುಂಜಾನೆ ಎದ್ದ "ಇವತ್ತ ನಿಮ್ಮ ಮನ್ಯಾಗ್ ಅಷ್ಟೋತ್ತರ, ನಾಳೆ ಅವರ ಮನ್ಯಾಗ್" ಅನಕೋತ ತಿಂಗಳದಾಗ ಇಪ್ಪತ್ತ ನಾಷ್ಟಾ ಅಂದರ ಬ್ರೇಕ್ ಫಾಸ್ಟ್ ಬ್ಯಾರೇವರ ಮನ್ಯಾಗ್ ಮಾಡ್ತಾರ. ಶ್ರಾವಣ ಮಾಸದಾಗ್

ಅಂತೂ ಇವರನ್ನ ಹಿಡಿಯೋಹಂಗ ಇಲ್ಲಾ. ಖರೇ ಹೇಳ್ಬೇಕಂದರ ಅಷ್ಟೋತ್ತರ ಶುರು ಆದಾಗ್ ನಾಲ್ಕ ಮಂದಿ ಇರತಾರ್, ಮುಂದ ತಿಂಡಿ ರೆಡಿ ಆಗೋಮಟಾ ಅಂದರ ಇನ್ನ ಎಂಟ-ಹತ್ತ ಮಂದಿ ಬಂದ ಸೇರತಾರ.

ನಾ ಇನ್ನೂ ಕಾಲ ಒಳಗ ಇಟ್ಟಿದ್ದಿಲ್ಲ, ನಮ್ಮ ಉಮೇಶ್ ಮಾಮಾ ಒಳಗಿಂದ ಒದರಿದಾ, "ಬಾ ಪಾ, ರಾಜಕುಮಾರಾ ಏನ್ ಭಾಳ ಅಪರೂಪ ಆಗಿ ಬಿಟ್ಟಿ ಎಲಾ."

"ಏ ಪಶ್ಯಾ ಬಂದಾನ ಅವಂಗು ಒಂದ ಎಲಿ ಹಾಕರಿ" ಅಂದ. ಯಾವಾಗರ ಒಮ್ಮೆ ಹೋದರ ಹೆಂತಾ ಸ್ವಾಗತ ಸಿಕ್ಕತಪಾ ಅನ್ಕೊಂಡೆ. ನಾ ಅಂದೆ, 'ನಂದ ಟಿಫಿನ್ ಆಗೇದ, ನೀವ ಮಾಡರಿ.'

ಅಷ್ಟರಾಗ ನಮ್ಮ ಚಂದಕ್ಕ ಮೌಶಿ "ಏನಪಾ ಜೋಕಮಾರ, ಕೈ ಬೀಸಗೊಂಡ ಒಬ್ಬನ ಬಂದಿಯಲ್ಲಾ, ಹೆಂಡ್ತಿ ಮಗನ ಎಲ್ಲೆ ಬಿಟ್ಟಿ?' ಅಂದ್ಲು. ಬಂದವರನ್ನ ಬಿಟ್ಟ ಬರಲಾರದವರನ್ನ ಕೇಳೋದ ಎಲ್ಲಾರ ಮನ್ಯಾಗಿನ ಸಂಪ್ರದಾಯ ಆಗಿಬಿಟ್ಟದ. ಇಷ್ಟ ದಿವಸ ನಮ್ಮವ್ವಗ "ಏನವಾ ಸಿಂಧು, ನಿನ್ನ ಮಗಾ ಏನ್ ಎಲ್ಲೂ ಬರಂಗಿಲ್ಲೇನ್? ಭಾಳ ದೊಡ್ಡ ಮನುಷ್ಯಾ ಆಗ್ಯಾನ ಬಿಡು." "ಅವಂಗೇನ ಬಂಧು-ಬಳಗ ಯಾರೂ ಬ್ಯಾಡೇನು? ಮದುವಿಯಾದ್ ಮ್ಯಾಲೆ ಭಾಳ ಬದಲಾಗೇನ್ ಬಿಡವಾ."

ಅಂತೆಲ್ಲಾ ಅನ್ನೋರು ಇವತ್ತ ನಾ ಬಂದ ಮುಂದ ನಿಂತರ, "ನಿಮ್ಮವ್ವಾ ಯಾಕ್ ಬಂದಿಲ್ಲಾ, ನಿಮ್ಮಪ್ಪಾ ಯಾಕ್ ಬಂದಿಲ್ಲಾ, ನಿನ್ನ ಹೆಂಡ್ತಿಗೆಲ್ಲೆ ಬಿಟ್ಟಿ" ಅಂತೆಲ್ಲಾ ಕೇಳ್ತಾರ. ಹೆಂಡ್ತಿಗೇನ್ ಅಷ್ಟ ಸರಳ ಬಿಡಾಕ ಬರತದ ಏನ್? ಬರತಿದ್ದರ ಎಷ್ಟ ಮಂದಿ ಇಷ್ಟೊತ್ತಿಗೆ ಬಿಟ್ಟಿರತಿದ್ದರೋ? ನಾನ ಎಷ್ಟ ಸಲಾ ಬಿಟ್ಟಿರತಿದ್ದೇನೊ? ಆ ಸತ್ಯನಾರಾಯಣಗ ಗೊತ್ತ ಅನ್ಕೊಂಡೆ.

"ಲೇ ನಿನಗ ಕೇಳಲಿಕತ್ತೇನಿ, ಪ್ರೇರಣಾಗ ಯಾಕ ಕರಕೋಂಡ ಬಂದಿಲ್ಲಾ" ಅಂದ್ಲು.

"ಇಲ್ಲಾ ಮೌಶಿ ಆಕಿ ಬರೋಹಂಗ ಇದ್ದಿದ್ದಿಲ್ಲಾ" ಅಂತ ಅಂದೆ.

"ವಟ್ಟ್ ಒಂದ ಏನರ ನೆವಾ ಮಾಡ್ತಾಳ್ ನೋಡ್ ನಿನ್ನ ಹೆಂಡ್ತಿ, ನಮ್ಮ ಮನ್ಯಾಗ ಫಂಕ್ಷನ್ ಇದ್ದಾಗ ಕುತಗೋಬೇಕಿತ್ತೇನ್ ಆಕಿಗೂ" ಅಂತ ಜೋರ್ ಮಾಡಿದ್ಲು. 'ಅದೇನ್ ಆಕಿ ಕೈಯಾಗ ಇರತದ ಏನ್' ಅನ್ನೋವ ಇದ್ದೆ, ಸುಮ್ಮನ ಯಾಕ ವರಟ ಹರಿಬೇಕ ಅಂತ ಬಿಟ್ಟೆ. ಬ್ಯಾರೇ ಏನರ ಕಾರಣ ಹೇಳ ಬಹುದಿತ್ತೇನೋ. ಆದರ ವೈಷ್ಣವರ ಮನಿಗೆ ಇದ ವ್ಯಾಲಿಡ್ ರೀಸನ್ ಅನಸ್ತು. ಆರಾಮ್ ಇರಲಿಲ್ಲಾ ಅಂತನೂ ಹೇಳಬಹುದಿತ್ತು. ಆದರ ಗುಂಡಕಲ್ಲನಂಗ ಗಟ್ಟಿಮುಟ್ಟ ಇರೊ ಹೆಂಡ್ತಿಗೆ ಹಂಗ ಹೇಳಲಿಕ್ಕೆ ಮನಸ್ಸಾದರೂ ಹೆಂಗ ಬರತದ?

ಇಷ್ಟಕ್ಕ ಮುಗಿಲಿಲ್ಲ, ಸಾಲಕ ಒಬ್ಬರಾದ ಮ್ಯಾಲೆ ಒಬ್ಬರಂತೆ ಎಲ್ಲಾರೂ ಕೇಳವರ "ಆಕಿ ಯಾಕ್ ಬರಲಿಲ್ಲ?" "ಆಕಿನ್ಯಾಕ್ ಬಿಟ್ಟ ಬಂದಿ?" ಎಲ್ಲಾರಿಗೂ 'ಅಕೀ ಬರೋಹಂಗ ಇದ್ದಿದ್ದಿಲ್ಲಾ' ಅಂತ ಹೇಳಿ ಹೇಳಿ ಸಾಕಾಗಿ ಹೋತ. ಸನ್ನಿ-ಸೂಕ್ಷ್ಮ ತಿಳಿಲಾರದವರು

'ಆಕಿ ಬರೋಹಂಗ ಇದ್ದಿದ್ದಿಲಾ' ಅಂದಾಗ "ಯಾಕ ಆರಾಮ್ ಇಲ್ಲೇನು? ಡಾಕ್ಟರಗೇ ತೋರಿಶಿಯಿಲ್ಲೋ?" ಅಂತನೂ ಕೇಳಿದರು. ಅಷ್ಟ ಮಂದಿ ಒಳಗ ಅಪ್ಪಿ-ತಪ್ಪಿ ಬಾಯಿ ಬಿಟ್ಟ ಒಬ್ಬರನು, "ನೀ ಬಂದಿ ಭಾಳ್ ಭಲೋ ಆತ ನೋಡ ಪ್ರಶಾಂತಾ" ಅನ್ನಲಿಲ್ಲ. ಎಲ್ಲಾರು ಬರಲಾರದವರನ್ನ ಕೇಳೋರು. ಅಷ್ಟರಾಗ ಒಳಗ ಪವಮಾನ ಹೋಮಾ ಶುರು ಆಗಿ ಕಟ್ಟಿ ಆಚಾರ್ಯರ ಮಂತ್ರ ಹೋಮದ ಹೊಗಿ ಜೊತಿಗೆ ಎಲ್ಲಾ ರೂಮ್ ಒಳಗೂ ಹರದಾಡಲಿಕ್ಕೆ ಹತ್ತಿತ್ತು. ಕಣ್ಣಾಗ ನೀರ ಬರಲಿಕ್ಕೆ ಹತ್ತು ಅಂತ ಎದ್ದ ಹೊರಗ ಗ್ಯಾಲರಿ ಒಳಗ ಬಂದ ನಿಂತೆ, ಎದರಗಿಂದ ನಮ್ಮ ಬಾಬು ಮಾಮಾ ಬಂದಾ.

"ಏನಲೇ, ಏನ್ ಆಶ್ಚರ್ಯ ನೀ ಬಂದ ಬಿಟ್ಟಿ" ಅಂದ.

'ಯಾಕ ಬರಬಾರದಾಗಿತ್ತೇನ?' ಅನ್ನೋವ ಇದ್ದೆ, ಅಷ್ಟರಾಗ, "ಎಲ್ಲೇ ನಿನ್ನ ಹೆಂಡ್ತಿ, ಒಳಗಿದ್ದಾಳೇನ್?" ಅಂದ.

"ಇಲ್ಲಾ, ಆಕಿ ಹೊರಗ ಆಗ್ಯಾಳ" ಅಂದೆ. "ಹೌದಾ... ಭಲೋ ಆತ್ ಬಿಡು" ಅಂದ. 'ಅದರಾಗ ಏನ ಭಲೋ ಆತು?' ಅಂದೆ.

"ಅಲ್ಲಲೇ, ನೀನರ ಬಂದೇಲಾ, ಅದು ಭಾಳ ಭಲೋ ಆತು" ಅಂತ ನಕ್ಕಾ. ನಾ ಬಂದಿದ್ದಕ್ಕ ಒಬ್ಬರರ ಖುಶಿಪಟ್ಟರಲ್ಲಾ ಅಂತ ನನಗೂ ಸ್ವಲ್ಪ ಸಂತೋಷ ಆತ. ಅಷ್ಟರಾಗ ಕಟ್ಟಿ ಆಚಾರ್ಯರು ಝಾಂಕಟಿ ಬಾರಿಸಿ ಎಲ್ಲಾರೂ ಪೂರ್ಣಾಹುತಿಗೆ ಬರ್ರಿ. ನಾ ಲಗೂನ್ ಹೋಗಬೇಕು. ಇನ್ನು ಎರಡ ಹೋಮ, ಮೂರ ಸತ್ಯನಾರಾಯಣ ಅವ ಅಂದರು. ಅವರಿಗೂ ಒಂದ ತರಹ ಶ್ರಾವಣ ಮಾಸ ಅಂದರ ಐ.ಪಿ.ಎಲ್. ಸೀಸನ್ ಇದ್ದಂಗ. ದಿನಕ್ಕ ಎರಡ ಮ್ಯಾಚ್, ನಾಲ್ಕ ಇನ್ನಿಂಗ್ಸ್. ಎಲ್ಲಾದಕ್ಕು ಇವರ ಥರ್ಡ್ ಅಂಪೈರ್. ಹೋಮಾ ಮುಗಿಸಿ ಶ್ರೀ ಸತ್ಯನಾರಾಯಣ ಪ್ರತಿಷ್ಠಾನ ಮಾಡಿ ಆಚಾರ್ಯರು ನಮ್ಮ ಕಾಕಾಗ 'ನೀವ ಇನ್ನ ಕಥೆ ಓದರಿ, ನಾ ಆಮ್ಯಾಲೆ ಬಂದ ಪ್ರಸಾದ, ದಕ್ಷಿಣಾ ಒಯ್ತೇನಿ' ಅಂತ ತಮ್ಮ ಮುಂದಿನ ವಿಸಿಟ್‌ಗೆ ಹೋದರು.

ಊಟಕ್ಕ ಕುತಗೊಂಡಾಗ ಮತ್ತ ಒಂದಿಬ್ಬರು ಅದನ್ನ ಕೇಳಿದರು, 'ಯಾಕ ಬಂದಿಲ್ಲಾ ನಿನ್ನ ಹೆಂಡ್ತಿ?' ಹಾಡಿದ್ದ ಹಾಡ ಕಿಸ್‌ಬಾಯಿ ದಾಸ ಅಂದಂಗ ನಾನು ಹೇಳಿದ್ದ ಹೇಳಿದೆ. ಅಷ್ಟರಾಗ ನನ್ನ ಕಸಿನ್ ಒಬ್ಬವ ಮತ್ತ 'ವೈನಿ ಯಾಕ್ ಬಂದಿಲ್ಲಾ' ಅಂದ. ಅವಂಗ 'ಆಕಿ ಬರೋಹಂಗ ಇದ್ದಿದ್ದಿಲ್ಲ' ಅಂದದ್ದು ತಿಳಿದಿದ್ದಿಲ್ಲಾ. ಬಹುಷಃ ಇಂವಾ ಜಾಬಿನ್ ಸೈನ್ಸ್ ಕಾಲೇಜನಾಗ ಹಿಸ್ಟರಿ ಮೇಜರ್ ಮಾಡಿರಬೇಕು ಅನಕೊಂಡೆ. ಅವನ ಕಿವ್ಯಾಗ ಮಂತ್ರ ಹೇಳದಂಗ "ಶಿ ಈಸ್ ಹ್ಯಾವಿಂಗ್ ಪೀರಿಯಡ್ಸ್" ಅಂದೆ. "ಹೋ! ಐ ಸೀ" ಅಂದ. ನನ್ನ ಪುಣ್ಯಾ ಯಾ ಪಿರಿಡು, ಎಷ್ಟನೇ ಪಿರಿಡು ಅಂತ ಕೇಳಲಿಲ್ಲ. ನನಗ ನನ್ನ ಹೆಂಡ್ತಿ ಮ್ಯಾಲೇ ಎಲ್ಲಾರದು ಕಣ್ಣು ಅನಸಲಿಕತ್ತು. ಅಂತು ಇಂತು ಊಟಾ ಮಾಡಿ ಬರಬೇಕಾರ ಅನಸ್ತು ಸುಮ್ಮನ ನಮ್ಮವ್ವನ, ನನ್ನ ಹೆಂಡತಿನ ಕಳಿಸಿದ್ರ ಎಷ್ಟ ಭಲೋ ಇತ್ತಲಾ ಅಂತ. ಆವಾಗ ಇದ ಮಂದಿ ಅವರ ಜೀವಾ ತಿಂತಿದ್ರು, "ಯಾಕ... ಪ್ರಶಾಂತ ಬಂದಿಲ್ಲಾ?" ಆದರ ಪಾಪ ನನ್ನ ಹೆಂಡತಿಗೆ 'ಅವರು ಬರೋಹಂಗ ಇದ್ದಿದ್ದಿಲ್ಲರಿ' ಅಂತ

ಹೇಳಲಿಕ್ಕೂ ಬರತಿದ್ದಿಲ್ಲ.

ಇದ ಮುಗದ ಒಂದ 15 ದಿವಸ ಆಗಿತ್ತೇನೋ. ನಮ್ಮ ಕಾಕುನ ತಂಗಿ ಮಗಳದ ಎಂಗೇಜ್‌ಮೆಂಟ್ ಫಿಕ್ಸ್ ಆತು. ಬೀಗರೊಂದ 25 ಮಂದಿ ಬರ್ತಾರ, ನಾವ ಒಂದ 40 ಮಂದಿ, ನೀವ ಎಲ್ಲಾರೂ ಬರ್ರಿ ಅಂತ ಕರದ ಹೋದರು. ಅದರ ಅರ್ಥ ಮನಿಗೊಬ್ಬರ ಬರ್ರಿ ಅಂದಂಗ. ಇನ್ನ ಒಬ್ಬನ ಕೈ ಬೀಸ್ಗೊಂಡ ಹೋಗೊಂವಾ ಅಂದರ ನಮ್ಮ ಮನ್ಯಾಗ ನಾ ಒಬ್ಬನ ಅಲಾ, ನಾನ ಹೋದೆ. ಅಲ್ಲೆ ನೋಡಿದ್ರ ನಮ್ಮ ಚಂದಕ್ಕ ಮೌಶಿ, ಬಾಬು ಮಾಮಾ ಎಲ್ಲಾ ಬಂದಿದ್ರು. 'ಅರೇ ಏನ್ ನೀವು ಇಲ್ಲೆ?' ಅಂದೆ. ಅವರು ಗಂಡಿನ ಕಡೆಯಿಂದ ಬಂದಿದ್ದರು ಅಂತ ಗೊತ್ತಾತು. ಬ್ರಾಹ್ಮಣರ ಬಳಗ ಅಂದರ ಒಂಥರಾ ಕಿಲ್ಲೇದಾಗಿನ ಸಂಧಿ ಇದ್ದಂಗ. ಯಾವದು ಎಲ್ಲೇ ಕೂಡತದ ಗೊತ್ತಾಗಂಗಿಲ್ಲ. ಅಷ್ಟರಾಗ ನಮ್ಮ ಕಾಕುನು ಅಲ್ಲೆ ಬಂದ ಹರಟಿ ಶುರು ಮಾಡಿದ್ಲು. ಅದು-ಇದು ಅಂತ ಎಲ್ಲಾರು ಸೇರಿ ಊರ ಉಸಾಬರಿ ಮಾಡಿದ್ರು. ಒಮ್ಮಿಂದೊಮ್ಮೆಲೆ ನಮ್ಮ ಕಾಕುಗ ಏನ್ ನೆನಪಾತೋ, ಯಾಕ ನೆನಪಾತೋ. "ಮತ್ತೇನಪಾ ಪ್ರಶಾಂತಾ, ನಿನ್ನ ಹೆಂಡತಿದು ವಿಶೇಷ ಅಂತಲಾ" ಅಂದ್ಲು. ಒಂದಥರಾ ಬ್ರೆಕ್ಕಿಂಗ್ ನ್ಯೂಸ್ ಹೇಳ್ದಂಗ ಕೇಳಿದ್ಲು. ನಾ 'ಹೌದಾ?' ಅನ್ನೋವ ಇದ್ದೆ, ಅಂದಿದ್ದರ ನನಗ ಗೊತ್ತಿಲ್ಲೇನಪಾ ಅನ್ನಸ್ತಿತ್ತು ಎಲ್ಲಾರಿಗು. ನಾ ಸುಮ್ಮನ ನಕ್ಕು 'ಹೌದು' ಅಂದೆ. ನಮ್ಮ ಮೌಶಿ, ನಮ್ಮ ಮಾಮಾ ಎಲ್ಲಾರು ನನ್ನ ಬೆನ್ನ ಚಪ್ಪರಿಸಿ "ಏನಲೇ ಮಗನ ನಮಗ ಹೇಳೇಲಾ, ಎಷ್ಟ ತಿಂಗಳಾತು?" ಅಂದ್ರು. ನಾ, 'ನನಗ ಗೊತ್ತಾಗಿ ಎಂಟ-ಹತ್ತ ದಿವಸ ಆತು, ಈಗ ಒಂದ ಮುಗದ ಎರಡರಾಗ ನಡಿಲಿಕತ್ತದ' ಅಂದೆ. ಎಲ್ಲಾರು ಖುಶಿಪಟ್ಟರು, ಹೆಂಗಿದ್ರೂ ಇದು ಎರಡನೇದು. ಅವರಗೇನ ಕುಬಸಾ ಮಾಡೋ ಟೆನ್ಶನ್ ಇರಲಿಲ್ಲ. ಪಾಪ, ಟೆನ್ಶನ್ ಏನ ಇದ್ದರು ಅದು ನನ್ನ ಹೆಂಡತಿ ಒಬ್ಬಕಿಗೆ, ಯಾಕಂದರ ಹಡಿಯೋಕಿ ಆಕಿನ ಅಲಾ.

ಅಷ್ಟರಾಗ ನಮ್ಮ ಬಾಬು ಮಾಮಾಗ ಸಡನ್ ಆಗಿ ಏನೋ ಹೊಳೀತು. ಎಲ್ಲಾರ ಮುಂದನ, "ಲೇ ನಿನ್ನ ಹೆಂಡತಿಗೆ ಎಷ್ಟ ತಿಂಗಳಾ ಅಂದಿ?" ಅಂದಾ. 'ಎರಡರಾಗ, ಯಾಕ ಏನಾತ?' ಅಂದೆ. "ಮಗನ ಹದಿನೈದ ದಿವಸದ ಹಿಂದ ಚಂದಕ್ಕನ ಮನಿಗೆ ಸತ್ಯನಾರಾಯಣ ಪೂಜಾಕ್ಕ ಬಂದಾಗ ನನ್ನ ಹೆಂಡತಿ ಮುಟ್ಟ ಆಗ್ಯಾಳ, ಬರೋಹಂಗ ಇದ್ದಿದ್ದಿಲ್ಲಾ ಅಂತೆಲ್ಲಾ ಹೇಳಿ ಈಗ 15 ದಿವಸದಾಗ ಎರಡನೇ ತಿಂಗಳ ಶುರು ಆತೇನ? ಆಕೀದೇನ ಇಂಟೆಲ್ ಡ್ಯೂಲ್ ಕೋರ್ ಪ್ರೊಸೆಸ್ಸರಾ?" ಅಂತ ಒಂದ ಉಸರಿನಾಗ ಕೇಳಿದ.

ನನ್ನ ಮಾರಿ ಒಮ್ಮಿಂದ ಒಮ್ಮಲೇ ತಾಳಿಸಿದ್ದ ಬದನಿಕಾಯಿ ಆದಂಗ ಆತು. ರೆಡ್ ಹ್ಯಾಂಡ್‌ನಾಗ ನನ್ನ ಸುಳ್ಳು ಸಿಕ್ಕಬಿತ್ತು. ಬಸರಾಗಿದ್ದ ಸುಳ್ಳು ಅಂತ ಹೇಳಲಿಕ್ಕೆ ಈಗ ಅಂತೂ ಬರಂಗಿಲ್ಲಾ. ನಾ ಸಿಟ್ಟಿಗೆದ್ದ ಹೇಳಿದೆ, "ನನ್ನ ಹೆಂಡ್ತೀದ ವಿಶೇಷ ಅಂತ ನನಗ ಗೊತ್ತಾಗಿದ್ದ ಎಂಟ ದಿವಸದ ಹಿಂದ, ಇಲ್ಲಾಂದರ ಆಕಿ ಬಸರಿದ್ದದ್ದ ಗೊತ್ತಿದ್ದರೂ ಕಡಿಗಾಗ್ಯಳ ಅಂತ ಆವಾಗ ಹಂಗ ಹೇಳಲಿಕ್ಕೆ ನನಗೇನ್ ಹುಚ್ಚ ಹಿಡದಿತ್ತೇನ್?"

"ಅಲ್ಲಾ ಆಕೀನರ ನನಗ ಒಂದ ಮಾತ ಹೇಳ್ಬೇಕೋ ಬ್ಯಾಡೋ?" ಅಂತ ಎಲ್ಲಾ ಸಿಟ್ಟು, ತಪ್ಪು ನನ್ನ ಹೆಂಡತಿ ಮ್ಯಾಲೇ ಹಾಕಲಿಕ್ಕೆ ಪ್ರಯತ್ನ ಮಾಡಿದೆ.

ಅವತ್ತ ನಮ್ಮವ್ವಾ 'ನೀ ಒಬ್ಬನ ಗಾಡಿ ಮ್ಯಾಲೆ ಹೋಗಿ ಬಾ, ಆಕೀ ಏನ್ ಬರಂಗಿಲ್ಲ' ಅಂದದ್ದನ್ನ ನಾ 'ಆಕೀ ಬರೋಹಂಗ ಇದ್ದಿದ್ದಿಲ್ಲ' ಅಂತ ಹೇಳಿ ಇಷ್ಟ ಗದ್ಲಾ ಮಾಡ್ಕೊಂಡಿದ್ದೆ. ನಮ್ಮ ಮೌಶಿ ಅಂದ್ಲು, "ಈಗ ಆಗಿದ್ದ ಆಗಿ ಹೋತು ಬಿಡ, ಭಾಳ ಶಾಣ್ಯಾ ಇದಿ. ನಮ್ಮ ಪುಣ್ಯಾ –ಇವತ್ತ ಯಾಕ ಹೆಂಡ್ತಿನ ಕರಕೊಂಡ ಬಂದಿಲ್ಲಾ ಅಂತ ಯಾರರ ಕೇಳಿದ್ದರ... ಇಲ್ಲಾ... ಆಕೀ ಬರೋಹಂಗ ಇದ್ದಿದ್ದಿಲ್ಲಾ ಅಂತ ಅನ್ಲಿಲ್ಲಲಾ" ಅಂತ ಹೇಳಿ ನನ್ನ ಮಾರಿ ತಿವದು ನಕ್ಕಳು. ನಾ ನಗಲಿಲ್ಲ.

§

ಯಪ್ಪಾ... ಬೈಲಕಡಿ ಹತ್ತೈತಿ, ಬೇಲ್ ಕೊಡಸೊ

ನಮ್ಮ ಪಕ್ಯಾ ಯಾ ಮೂಹೂರ್ತದಾಗ ಮಾಡಬಾರದ ಕಿತಾಪತಿ ಮಾಡಿ ಸಿಕ್ಕೊಂಡ ಜೇಲ ಸೇರಿದ್ನೋ ಏನೋ, ಆಮ್ಯಾಲೆ ಹೆಂತಿತಾವರ ಜೇಲ ಸೇರಿದ್ರು. ಎದ್ದ ಕ್ಯಾಮಾರಿಲೇ ಬಂಗಾರದ ಕುರ್ಚಿ ಮ್ಯಾಲೇ ಕುಂತ ಹಲ್ಲ ತಿಕ್ಕೊಳ್ಳೋರಿಂದ ಹಿಡದ, ವತ್ರ ವಂದಕ್ಕ ಬಂದ್ರ ಫಾರೆನ್‌ಗೆ ಹೋಗಿ ಡಯಾಲಸಿಸ್ ಮಾಡಿಸಿಕೊಂಡ ಬರೋರ ತನಕ ಎಲ್ಲಾರು ಇವತ್ತ ಒಳಗ ಇದ್ದಾರ, ಕೋಟಿಗಟ್ಟಲೆ ನುಂಗಿದವರು ಇದ್ದಾರ, ಎಕರೆಗಟ್ಟಲೆ ಗುಳಂ ಮಾಡಿದವರು ಇದ್ದಾರ. ಹಂಗ ನೋಡಿದ್ರ ಪಕ್ಯಾ 'ನೊಣಾ ತಿಂದ ಜಾತಿ ಕೆಡಸಗೊಂಡರು' ಅಂತಾರಲ ಹಂಗ, ಬರೇ ಒಂದ ನಾಲ್ಕ ಗುಂಟೆ ಸರ್ಕಾರಿ ಜಮೀನ ಮಾರ್ಕೊಂಡ ತಿಂದ ಸಿಕ್ಕೊಂಡಾಂವ. ಆದರ ಇವತ್ತ 'ಕೋಣಾ ನುಂಗಿ ಕುಲಗೇಡಿಯಾದವರೂ' ಭಾಳ ಮಂದಿ ಜೇಲನಾಗ ಖೋಲಿ ಹಿಡದಾರ.

ಮನ್ನೆ ಪಕ್ಯಾಗ ನೋಡಾಕ ಅವನ 'ಕರೆ ಕೋಟ' ಗೆಳ್ಯಾ ಪಚ್ಯಾ ಜೇಲಗೆ ಹೋಗಿದ್ದಾ. ಅವನ್ನ ನೋಡಿದವನ ಪಕ್ಯಾ,

"ಯಪ್ಪಾ ದೇವರ, ಹೆಂಗರ ಮಾಡಿ ನನಗ ಜಾಮೀನ ಕೊಡಸೋ ಮಾರಾಯಾ, ದುಡ್ಡ ಎಷ್ಟರ ಖರ್ಚ ಆಗಲಿ, ಇಲ್ಲೇ ಜೀವಾ ಸಾಕ ಸಾಕಾಗಿ ಹೋಗೈತಿ" ಅಂತ ಕೈಕಾಲ ಹಿಡಕೊಂಡಾ.

"ಲೇ ಎಲ್ಲಿ ಜಾಮೀನ ಮಗನ? ದುಡ್ಡ ಕೊಟ್ಟರ ಜಾಮೀನ ಕೊಡತಾರ ಅಂತ ತಿಳ್ಕೊಂಡಿ ಏನ? ಅದ ಅಷ್ಟ ಹಗರ ಇಲ್ಲ" ಅಂತ ವಕೀಲಾ ತಿಳಸಾಕ ಹೋದಾ.

"ಯೇ ಕರೇ ಕೋಟ, ಇಲ್ಲೆ ಊಟಾ ಹೊಟ್ಟಿಗೆ ಹತ್ತವಲ್ತು,... ಇಲ್ಲಿದ ಉಂಡ ಬೈಲಕಡಿ ಹತ್ತೈತಿ, ಬೇಲ್ ಕೊಡಸೋ ದೇವರ... ಅದರಾಗ ಇಲ್ಲೇ ಪಾಳೆದಾಗ ನಿಂತ ತಡಕೊಳ್ಳಾಕೂ ಆಗಕಿಲ್ಲ. ಆ ಕಡೆ ಬಯಲಾಗ ಹೋಗಬೇಕಂದ್ರ ಕಾಂಪೌಂಡ್ ಬ್ಯಾರೆ ಸಿಕ್ಕಾಪಟ್ಟೆ ಎತ್ತರ ಐತಿ."

"ಲೇ ನೀ ಕಾಂಪೌಂಡ್ ಹಾರಿ ಮತ್ತೊಂದ ಕೇಸ್ ಮಾಡ್ಕೋಬ್ಯಾಡಾ ಮಗನ, ಬೈಲಕಡಿ ಹತ್ತೈತಿ ಅಂದರ, ಬೇಲ್ ಕೊಡತಾರ ಏನ್? ಅಲ್ಲೇ ಮ್ಯಾಲೆ ದಿಲ್ಯಾಗ ನೋಡಿಯಿಲ್ಲ, ಕಿಡ್ನಿ ಕೆಟ್ಟಾವ ರಿಪೇರಿ ಮಾಡಸಾಕ ಫಾರೆನ್ ಹೋಗತೇನಿ. ಬೇಲ್ ಕೊಡ್ರಿ ಅಂದ್ರ, ಇಲ್ಲೇ ಲೋಕಲ್‌ನಾಗ ರಿಪೇರಿ ಮಾಡಿಸಿಗೋ ಅಂತ ಹೇಳ್ಯಾರ, ಈಕಡೆ ಕೆಳಗ ಬೆಂಗಳೂರಾಗ ನಮ್ಮ ಉಣ್ಣಿ ಟೋಪಿಗಿ ಧಣ್ಯಾರಗ ಹೊಟ್ಯಾಗ ಹುಣ್ಣ ಆಗೇತಿ, ನಾ ಲಂಡನ್‌ಗೆ ಹೋಗಬೇಕ ಅಂದ್ರ ಇಲ್ಲೇ ಬಾಂಬೆದಾಗ 'ಖುರಾ' ನೋಡೊ ಡಾಕ್ಟರ್‌ಗೆ ತೋರಸು ಅನ್ನಲಿಕತ್ತಾರ. ಇನ್ನ ಬಳ್ಳಾರಿ ಒಳಗ ಮಣ್ಣ ಮಾರಿದವರು ಹೆಂಗ ಜೇಲನಾಗ ಹಣ್ಣ ಆಗ್ಯಾರ ಅಂತ ನಿನಗ ಗೊತ್ತ ಐತಿ, ಹಂತಾವರಿಗೆ ಬೇಲ್ ಸಿಗವಲ್ತು, ಇನ್ನ ನಿನ್ನ ಬೈಲಕಡಿಗೆ ಹೆಂಗ ಸಿಗತೈತಲೇ?"

"ಯಪ್ಪಾ ವಕೀಲಾ, ಯಾವದರ ಡಾಕ್ಟರ್ ಕಡೆಯಿಂದ ನನಗ ಒಂದ ದೊಡ್ಡ ಜಡ್ಡ ಐತಿ ಅಂತ ಒಂದ ಸರ್ಟಿಫಿಕೇಟರ ಕೊಡಿಸಿ ದವಾಖಾನೆದಾಗರ ಹಾಕೋ ನಮ್ಮಪ್ಪಾ, ಪುಣ್ಯಾ ಬರ್ತೈತಿ."

"ಲೇ ಹಂಗೆಲ್ಲಾ ನೀ ಹಳ್ಯಾಗ ವಾರಸಾ ಕೊಟ್ಟಂಗ ಸರ್ಟಿಫಿಕೇಟ್ ಕೊಟ್ಟರ ಮುಗದ ಹೋತ, ನಿನ್ನ ಕೂಟ ಡಾಕ್ಟರನೂ ಇಲ್ಲೇ ಬರತಾನ. ಮದ್ಲ ಮನ್ನೆ ಬೇಕಾಬಿಟ್ಟಿ ಸರ್ಟಿಫಿಕೇಟ್ ಕೊಟ್ಟಿದ್ದಕ್ಕ ಜಡ್ಜ ಸಾಹೇಬರು ಡಾಕ್ಟರಗೆ ಬೇದಾರ. ನಾಳೆ ನಿಮ್ಮಂತಾವರಿಗೆ ಬೇಲ್ ಕೇಳಾಕ ಹೋದರ ನಮ್ಮಂತಾ ವಕೀಲರಿಗೂ ಒಳಗ ಹಾಕಿದರೂ ಹಾಕಿದರ ಮತ್ತ. ಹೇಳಾಕ ಬರಂಗಿಲ್ಲಾ. ಮನ್ನೇ ನೋಡಿದಿಲ್ಲ, 'ಇವರು ಪಾರ್ಲಿಮೆಂಟ್‌ನಾಗ ಓಟ ಹಾಕಾಕ ಲಂಚಾ ಕೊಟ್ಟಾರೂ' ಅಂತ ಕಂಪ್ಲೇಂಟ್ ಕೊಟ್ಟವರನ ಒಳಗ ಹಾಕ್ಯಾರ, ಏನ್ಮಾಡತಿ?"

"ಯಪ್ಪಾ ವಕೀಲಾ, ಏನರ ಮಾಡ... ಇಲ್ಲೆ ಉಂಡ ಬೈಲಕಡಿ ಹತ್ತೈತಿ... ಬೇಲ್ ಕೊಡಸೋ."

"ಯಪ್ಪ ಇಲ್ಲಾ, ಯವ್ವ ಇಲ್ಲಾ... ನಮ್ಮ ಯ.ಪ್ಪಾ.ರಗ ಬೇಲ್ ಸಿಗಲಿಲ್ಲಾ ಇನ್ನ ನೀ ಯಾವಲೇ... ದೊಡ್ಡವರ ತೆಪ್ಪಗ ಬಾಯಿ ಮುಚಗೊಂಡ ಒಳಗ ಹೊಂಟಾರ. ನೀ ಸುಮ್ಮ ಗಪ್ಪ ಕುಂದರ."

ಆದ್ರ ಒಂದ ಅಂತೂ ಖರೆ. ಇವತ್ತ ಹೆಂತಿತಾವರ ತಾವ ಮಾಡಿದ್ದ ತಪ್ಪಿಗೆ ಜೇಲ್ ಸೇರ್ಯಾರ. ನಾವು ಕನಸನಾಗೂ ಅನಕೊಂಡಿದ್ದಿಲ್ಲಾ ಹಿಂತಾವರೂ ಒಳಗ ಹೋಗ್ತಾರ ಅಂತ. ಈ ದೇಶಾ ಅಂದರ ಅವರಪ್ಪನ ಮನಿ ಆಸ್ತಿ ಅಂತ ತಿಳ್ಕೊಂಡ ತಿಂದ ತೇಗಿದವರೆಲ್ಲಾ ಅಜೀರ್ಣಾಗಿ ಈಗ ಜೇಲ್‌ನಾಗ ವಾಂತಿ, ಬಯಲಕಡಿ ಮಾಡಕತ್ತಾರ. ಉಳದದ್ದ ಇನ್ನೊಂದಿಷ್ಟ ಗಿರಾಕಿನೂ ಇವತ್ತಿಲ್ಲಾ ನಾಳೆ ಒಳಗ ಹೋಗತಾವ. ಪಾಪ, ಹಿಂತಾವರಿಗೆಲ್ಲಾ ಜೇಲನಾಗಿನ ಊಟಾ ಹೊಟ್ಟಿಗೆ ಹತ್ತಿರಾಕ್ಕಿಲ್ಲಾ, ಆದ್ರ ಏನ್ ಮಾಡೋದು? 'ಮಾಡಿದ್ದ ಉಣ್ಣೋ ಮಾರಾಯ...' ಸುಮ್ಮನ ಬಾಯಿ ಮುಚಗೊಂಡ ತಿನ್ನಬೇಕ ಅಷ್ಟ.

ಯಾಕ ಸರ್ಕಾರದವರು ಜೇಲನ್ಯಾಗ ಇರೋವರಿಗೂ 'ಬಿಸಿ ಊಟದ' ಯೋಜನೆ ಲಗೂ ಮಾಡಬಾರದು? ಹೆಂಗಿದ್ರೂ ಸರ್ಕಾರನೂ ನಮ್ಮ ಯಪ್ಪಾರದ ಐತಿ. ಪಾಪ, ಅವರ ಇಷ್ಟ ದಿವಸ ತಿಂದಿದ್ದ ಎಲ್ಲಾ ಬೈಲಕಡ್ಯಾಗ ಹೋದರ ಹೆಂಗ ಮತ್ತ.

§

ಬ್ರಾಹ್ಮಣರಾಗ ಕನ್ಯಾನ ತೀರಿ ಹೋಗ್ಯಾವ ಅಂತ... ಭಾಗ-1

ಬ್ರಾಹ್ಮಣರಾಗ ಕನ್ಯಾ ತೀರಿ ಹೋಗ್ಯಾವ ಅಂದರ ಎಲ್ಲಾ ತೀರಕೊಂಡಾವ ಅಂತಲ್ಲಾ, ಖಾಲಿ ಆಗ್ಯಾವ ಅಂದರ ಮುಗದಾವ ಅಂತ ಅರ್ಥ. ಮುಗದಾವ ಅಂದರ ಏನ ಎಲ್ಲಾ ಪೂರ್ತಿ ಖಾಲಿನೂ ಆಗಿಲ್ಲಾ, ಆದರ ತಳಕ್ಕ ಅಂತೂ ಹತ್ಯಾವ. ಆ ಉಳದ ತಳದಾಗಿನ ಕನ್ಯಾಗಳಿಗೆ ಈಗ ಎಲ್ಲಿಲ್ಲದ "ಡಿಮಾಂಡ್, ಡಿಮಾಂಡ್".

ನಮ್ಮ ಪೈಕಿ ಏನಿಲ್ಲಾಂದರೂ ಒಂದ 8-10 ವರಾ ಅವ. ಒಂದಿಷ್ಟ ಅಗದೀ ಎಳೇವ ಅವ, ಒಂದಿಷ್ಟ ಈಗಾಗಲೇ ಬಲತ ಬಿಟ್ಟಾವ. ಪಾಪ, ಅವಕ್ಕ ಒಂದೂ ಸರಿಯಾದ ಕನ್ಯಾ ಸಿಗವಲ್ಲು. ತಿಂಗಳಿಗೆ 15 ಸಾವಿರ ಪಗಾರದಿಂದ ಹಿಡದ 60 ಸಾವಿರ ಗಳಸೋ ವರಾ ಇದರಾಗ್ ಇದ್ದಾರ. ಆದರೂ ಇವರನ್ ಮೂಸ ನೋಡರಿಲ್ಲದಂಗ ಆಗ್ಯೆದ. ಅವರ ಅವ್ವಾ-ಅಪ್ಪಾ ಅಂತೂ ಏನ ಬಂತಪಾ ಹಣೆಬರಹ ಅಂತ ಹಣಿ ಹಣಿ ಬಡಕೊಳೊ ಹಂಗ ಆಗೇದ. ಜೀವನದಾಗ್ 'ಸೊಸಿ ಕೈಲೆ ಒಂದ ತುತ್ತ್ ತವಿ ಅನ್ನಾ ಮಾಡಿಸಿಕೊಂಡ ಉಣ್ಣೋದು ದೂರ ಉಳೀತು, ತಿವಿಸಿಗೊಳ್ಳೊ ನಸೀಬನೂ ಇಲ್ಲಲಾ' ಅಂತ ಕೊರಗಲಿಕ್ಕ ಹತ್ತಾರ. ವೈಷ್ಣವರು ಸ್ಮಾರ್ತರದ ನಡೀತದ ಅಂತಾರ, ಸ್ಮಾರ್ತರು ಹವ್ಯಕ ಇದ್ದರೂ ಸೈ ಅಂತಾರ, ಚಿತ್ಪಾವನರು ಕರಾಡೆ ಇದ್ದರೂ ಜೈ ಅಂತಾರ. ಲಗ್ನಾ ಮಾಡ್ಕೊಳು ಹುಡುಗರು ಅಂತು ಒಟ್ಟ ಫ್ರೆಶ್ ಹುಡುಗಿ ಇದ್ದರ ಸಾಕು ಅನ್ನೋ ಪರಿಸ್ಥಿತಿ ಬಂದ ಬಿಟ್ಟದ.

ಹಿಂಗ ಯಾಕ ಆಗೇದ ಅಂದರ ಎಲ್ಲಾರಿಗೂ ತಮ್ಮ ಅಳಿಯಾ ಕಂಪ್ಯೂಟರ್ ಇಂಜಿನಿಯರ್ ಬೇಕ್ರಿಪಾ, ಫಾರೆನ್ನಾಗ್ ಇರಬೇಕು, ಮುಂದ ಹೆಂಡತಿನ್ನೂ ಕರಕೊಂಡ್ ಹೋಗಬೇಕು, ಒಂದನೇ ಬಾಣಂತನಕ ಇವರೂ ಫಾರೆನ್‌ಗೆ ಹೋಗೋರು. ಒಂದ ಕಾರು, ಬೆಂಗಳೂರ ಅಥವಾ ಪುಣೆ ಒಳಗ ಒಂದ ಅಪಾರ್ಟಮೆಂಟ್ ಅಂತೂ ಸೈ ನ ಸೈ (ಅಂದರ ಇದ್ದ ಇರತದ ಅಂತ ಇವರಿಗೆ ಖಾತ್ರಿ). ಇವರ ಬೀಗತನ ಏನಿದ್ರು ನಾರಾಯಣಮೂರ್ತಿ(ಇನ್ಫೋಸಿಸ್), ಅಜಿಮ್ ಪ್ರೇಮಜಿ (ವಿಪ್ರೊ) ಅಥವಾ ರತನ ಟಾಟಾ (ಟಿ.ಸಿ.ಎಸ್.) ಅಂಥಾವರ್ ಜೊತೀನ. ನಿಮ್ಮ ಮಗ ಅಲ್ಲೆ ಕೆಲಸಕ್ಕ ಇದ್ರ ನಿಮ್ಮನ್ನ ಮಾತಾಡಸ್ತಾರ್, ಅದು ನೀವು ನಾಂದಿ ಇಟಗೊಳ್ಳಿಕ್ಕೆ ಬೇಕು ಅಂತ ಹೇಳಿ. ಇತ್ತೀಚಿಗಂತೂ ಇವರಿಗೆ ಇನ್ಫೋಸಿಸ್, ವಿಪ್ರೊ, ಟಿ.ಸಿ.ಎಸ್. ಇವೆಲ್ಲಾ ಗೋತ್ರಕ್ಕಿಂತಾ ಇಂಪಾರ್ಟೆಂಟ್ ಆಗೇದ. ಅದರಾಗ ಬ್ಯಾರೆ ಹುಡುಗಿನೂ ಏನರ ಜರ ಕರತಾ ಐ.ಟಿ. ಇಂಡಸ್ಟ್ರಿ ಒಳಗ ಇದ್ದರ ಮುಗದ ಹೋತ, ಆವಾಗ ಸ್ವ-ಗೋತ್ರ ನ ಬೇಕ (ಐ.ಟಿ. ಅನ್ನೊ ಗೋತ್ರ). ಇನ್ನೊಂದ ಸ್ವಲ್ಪ ದಿವಸ ತಡೀರಿ ಬರಬರತ ಈ ಐ.ಟಿ. ಕಂಪನಿ ಎಚ್.ಆರ್. ಡಿಪಾರ್ಟ್‌ಮೆಂಟ್‌ನವರು ವರ್ಷಕ್ಕ ಎರಡ-ಮೂರ ಸಲ ವಧು-ವರರ

ಸಮಾವೇಶ ಮಾಡತಾರ. 'ಇನ್ಫೋಸಿಸ್ ವಧು-ವರರ ಸಮಾವೇಶ' 'ವಿಪ್ರೊ ವಿವಾಹ ಕೇಂದ್ರ' ಅಂತೆಲ್ಲಾ ಹುಟ್ಟಲಿಲ್ಲಾ ಅಂದರ ಹೇಳ್ರಿ ನಂಗ. ಬ್ರಾಹ್ಮಣರಿಗೆ 'ರೆಸ್ಯೂಮ್' ಜೊತಿ 'ಕುಂಡ್ಲಿ' ಅಟ್ಯಾಚ ಮಾಡ್ರಿ ಅಂತ ಹೇಳ್ತಾರ.

ಇರೋ ಒಂದ ಕನ್ಯಾದ ಕುಂಡ್ಲಿನ ಹತ್ತ ಮಂದಿಗೆ ಕೊಡ್ತಾರ, ಕುಂಡ್ಲಿ ಕೂಡಿ ಬಂದ ನಾಲ್ಕು ವರಗಳ ಪೈಕಿ ಆಮೇಲೆ ಕೂತ ಒಂದ ಆರಸ್ತಾರ.

'ಅಂವಾ ಇಲ್ಲೆ ಬೆಂಗಳೂರಾಗ ಕೋರಮಂಗಲ ಅಂತ, ಅಬ್ರಾಡ್ ಚಾನ್ಸ ಭಾಳ ಕಡಿಮಿ ಅಂತ'

'ಇಂವಾ ನ್ಯೂ ಜೆರ್ಸಿ ಒಳಗ ಇದ್ದಾನಂತ, ಅಲ್ಲೆ ಭಾಳ ಥಂಡಿ ಬ್ಯಾರೆ ಇರತದ ಅಂತ, ಮೊದಲ ನನಗ ಅಸ್ತಮಾ ಅದ, ಇದ ಬ್ಯಾಡ ಬಿಡ್'

"ಈ ವರಾ ನೋಡ್ರಿ, ವರ್ಷದಾಗ ಆರ ತಿಂಗಳ ಲಂಡನ್ನಾಗ ಆರ ತಿಂಗಳ ಇಂಡಿಯಾದಾಗ, ವರ್ಷಾ ಬ್ಯಾರೆ ಬ್ಯಾರೆ ದೇಶಕ್ಕ ಕಳಸ್ತಾರಂತ, ಪ್ರೊಜೆಕ್ಟ್ ಮ್ಯಾನೇಜರ್ ಬ್ಯಾರೆ, ಇಂವಾ ಅಡ್ಡಿಯಿಲ್ಲಾ ಅನಸ್ತದ, ಯಾಕರಿ?"

ಅಂತ ಹುಡಗಿ ಅವ್ವಾ ಹುಡುಗರನ್ನ ಅಕ್ಕಿ ಒಳಗಿನ ಬೆಂಚಳ್ಳ ಆರಿಸಿದಂಗ ಆರಸಾತಾಳ.

ಹಿಂತಾ ಪರಿಸ್ಥಿತಿ ಬಂದರ ಮುಂದ ಹೆಂಗ ಅಂತೇನಿ? ಎಲ್ಲಾರಿಗೂ ಸಾಫ್ಟ್‌ವೇರ್ ಅಳಿಯಾನ ಬೇಕಂದ್ರ ಬ್ಯಾರೇ ಹಾರ್ಡ್‌ವೇರ್ ಮಂದಿ ಎಲ್ಲೆ ಹೋಗ್ಬೇಕು? ಏನ ಮಾಡ್ಬೇಕು?

ಅದರಾಗ ಈ ಬ್ರಾಹ್ಮಣರ ವಧು-ವರರ ಮಾಹಿತಿ ಕೇಂದ್ರದಾಗ ಅಂತೂ ಯಾವಾಗಲೂ ಜನ ತುಂಬಿ ತುಳಕ್ಯಾಡತಿರತಾರ್. ಒಂದ ಕನ್ಯಾದ್ದ ಹತ್ತ-ಹತ್ತ ಮಂದಿ ಒಮ್ಮೆ ಅಡ್ರೆಸ್ ಒಯ್ತಾರ್. ಈಗ ಏನಿದ್ದರೂ ಓಪನ್ ಕಾಂಪಿಟೇಷನ್.

"ನೀವ ನೋಡಿ ಪಸಂದ ಆಗಲಾರದ ಕನ್ಯಾ ಯಾವರ ಅವ ಏನ್ರಿ?"

"ಆ ದೀಕ್ಷಿತವರ ಕನ್ಯಾ ಮುರಕೊಂಡ್ರೆಂತ, ಭಾಳ ಛಲೋ ಆತ ತಗೊರಿ, ನಮ್ಮ ಹುಡುಗ್ ಕುಂಡ್ಲಿ ಕೇಳೇವಿ" ಅಂತ ಬಾಯಿ ಬಿಟ್ಟ ಕೇಳ್ತಾರ / ಹೇಳ್ತಾರ ಅಂದರ ಯಾ ಮಟ್ಟಕ್ಕ ಕನ್ಯಾದ ಬರಾ ಬಂದದ ನಮ್ಮಂದ್ಯಾಗ ನೀವ ವಿಚಾರ ಮಾಡ್ರಿ.

ನಮ್ಮ ಹುಬ್ಬಳ್ಳ್ಯಾಗೂ ಒಂದ ಇಂಥಾ ಕೇಂದ್ರ ಅದ. 'ಸುಯೋಗ ವಧು-ವರರ ಸಹಾಯಕ ಕೇಂದ್ರ' ಅಂತ ಅದರ ಹೆಸರು. ಅದನ್ನ ನಡೆಸೋರ ಹೆಸರನು 'ಆಡೂರ' ಅಂತನ ಅದ. ಹಿಂಗಾಗಿ ವಾರದಾಗ್ ಆವಾಗ - ಇವಾಗ ನಮ್ಮ ಮನಿಗೆ ಒಂದ ಮೂರ - ನಾಲ್ಕ್ ಫೋನ್ ತಪ್ಪಿ ಬರತಾವ. ನಮ್ಮನಿ ಫೋನ್ ನನಗ ಎತ್ತಲಿಕ್ಕೆ ಬ್ಯಾಸರ ಆಗಿರ್ತದ. ಅದರಾಗ ಫೋನ್ ಎತ್ತಿದ ಮ್ಯಾಲೆ ಇದು 'ಸುಯೋಗ ವಧು-ವರರ ಕೇಂದ್ರ ಏನ್ರೀ? ಯಾವರ ಕನ್ಯಾ ಅವ ಏನ್ರಿ?' ಅಂತ ಕೇಳಿದಾಗ ನನಗ ಸಿಟ್ಟ ಭಾಳ ಬರತದ.

ಒಂದ ಸಂಡೆ ಮಧ್ಯಾಹ್ನ ಅದ ಇನ್ನ ಊಟಾ ಮಾಡಿ ಹಿಂಗ ಅಡ್ಡಾಗಿದ್ದೆ.

ಫೋನ್ ಹೊಡ್ಕೊಳ್ಳಿಕ್ಕೆ ಹತ್ತು. ಯಾರರ ಎತ್ತಾರ ಬಿಡು ಅಂತ ಸುಮ್ಮನಿದ್ದೆ, ಯಾರೂ ಎತ್ತಲಿಲ್ಲ. ಉಳದವರೆಲ್ಲಾ ಊಟಕ್ಕ ಕೂತಿದ್ರು. ಹಿಂಗಾಗಿ ನಾನ ಫೋನ್ ಎತ್ತಬೇಕಾತು. ಫೋನ್ ಮಾಡಿದವರು ಎತ್ತಿದ ತಕ್ಷಣ ಸೀದಾ ವಿಷಯಕ್ಕ ಬಂದ್ರು. "ಯಾವದರ ಕನ್ಯಾ ಅವ ಏನ್ರಿ?" ಅವರು ಇದು ವಧು-ವರರ ಕೇಂದ್ರ ಹೌದೊ ಅಲ್ಲೊ ಅಂತನೂ ಕೇಳಲಿಲ್ಲ.

ನಾನೂ ತಲಿಕೆಟ್ಟ, 'ಕನ್ಯಾ ಅದ' ಅಂದೆ

"ಹೌದಾ, ಭಾಳ ಛಲೋ ಆತು, ಯಾ ಗೋತ್ರ" ಅಂದರು. ನಾ ಸ್ವಲ್ಪ ನೆನಪ ಮಾಡ್ಕೊಂಡು 'ಕಶ್ಯಪ' ಅಂದೆ.

"ಹೌದಾ, ಭಾಳ ಛಲೋ ಆತು, ನಂಬದ ಜಮದಗ್ನಿ, ಗೋತ್ರ ಬಿಡತದ. ಅನ್ನಂಗ ನಿಂಬದು ರಾಯರ ಮಠಾನೊ? ಉತ್ತರಾದಿ ಮಠಾನೊ?"

ನಂಬದು 'ಸಿದ್ಧಾರೂಢ ಮಠ' ಅನ್ನೋವಿದ್ದೆ. ಬ್ಯಾಡ ಬಿಡ ಅಂತ 'ಶಂಕರ ಮಠಾ' ಅಂದೆ.

"ಹೌದಾ, ಭಾಳ ಛಲೋ ಆತು, ನಮಗ ಸ್ಮಾರ್ತರದ್ದ ಇದ್ದರೂ ನಡೀತದ, ಅನ್ನಂಗ ಹುಡಗಿ ಏನ ಮಾಡತಾಳ ಅಂದರಿ?"

ನಾ ಬಗ್ಗಿ ಅಡಗಿ ಮನ್ಯಾಗ ನೋಡಿದೆ, ನನ್ನ ಮಗಳ ಏನ ಮಾಡ್ಲಿಕ್ಕತ್ತಾಳ ಅಂತ. ಅವರವ್ವ ಆಕಿಗೆ ಊಟಾ ಮಾಡೋದನ್ನ ಕಲಸಲಿಕ್ಕತ್ತಿದಳು.

"ಈಗ ಇನ್ನೂ ಕಲೀಕತಾಳ" ಅಂದೆ. ಮುಂದ ಇನ್ನು ಹೇಳೊದರಾಗ, "ಹೌದಾ, ಭಾಳ ಛಲೋ ಆತು, ಏನ ಲಗ್ನಾದ ಮ್ಯಾಲೇನು ಗ್ರ್ಯಾಜುವೇಷನ್ ಮುಗಸಬಹುದು ತೊಗಳ್ರಿ, ಅನ್ನಂಗ ಹುಡುಗಿಗೆ ಎಷ್ಟ ವಯಸ್ಸು ಅಂದರಿ?"

'ಈಗ ಎರಡ ಮುಗದ ಮೂರರಾಗ ನಡೀಲಿಕ್ಕತ್ತದ. ಈ ಸಲ ನರ್ಸರಿಗೆ ಹಚ್ಚೇವಿ' ಅಂತ ಒತ್ತಿ ಹೇಳಿದೆ. ಬಹುಶಃ ಈಗ ಅವರಿಗೆ ತಿಳಿತ ಕಾಣಸ್ತದ.

"ಮದ್ಲ ಹೇಳಬಾರದ ಏನ್ರಿ, ರಾಂಗ್ ನಂಬರ್ ಅಂತ" ಅಂತ ಹೇಳಿ ಫೋನ್ ಕುಕ್ಕರಿಸಿದರು.

ಮತ್ತೊಂದ ಸಲಾನು ಹಿಂಗ ಆಗಿತ್ತ. ಒಮ್ಮೆ ಸಂಜಿ ಮುಂದ ಫೋನ್ ಬಂತು. "ಲೇ, ಫೋನ್ ಎತ್ತ" ಅಂತ ನನ್ನ ಹೆಂಡತಿಗೆ ಒದರಿದೆ. ಆಕಿ ಫೋನ್ ಎತ್ತಿ ಮತ್ತ ನನಗ ಕರದ್ಲು. "ರ್ರಿ, ನಿಂಬದ ಫೋನ್" ಅಂದ್ಲು. 'ಯಾರದು?' ಅಂದೆ.

"ಯಾರೋ 'ಆಡೂರವರಿಗೆ ಕರಿರಿ' ಅನ್ಲಿಕತ್ತಾರ" ಅಂದ್ಲು. ಯಾರದಪಾ ಫೋನ್ ಮುರಸಂಜಿ ಹೊತ್ತನಾಗ ಅಂತ ತೊಗೊಂಡೆ. ಫೋನ್ ಮಾಡಿದವರು, "ಇದು ಸುಯೋಗ ಆಡೂರ ಅವರ ನಂಬರ್ ಏನ್ರಿ?" ಅಂದರು. ಈ ಸಲಾ "ಅಲ್ಲಾ, ರಾಂಗ್ ನಂಬರ್" ಅಂದೆ.

"ಇಲ್ಲಾ, ಪರವಾಗಿಲ್ಲ ಬಿಡಿ, ನೀವು ಜನಿವಾರದವರ ಏನು?" ಅಂತ ಸಾವಕಾಶ ಕೇಳಿದರು. "ಇಲ್ಲಾ, ನಾವು ಉಡದಾರದವರು" ಅನ್ನೋವ ಇದ್ದೆ. ಆದರ ಯಾಕ

ಸುಮ್ಮನ ಅಂತ ಎದಿಮ್ಯಾಲೆ ಕೈ ಆಡಿಸಿಕೊಂಡ, ಮುಟ್ಟಿ ನೋಡ್ಕೊಂಡ 'ಹೌದು' ಅಂದೆ.

"ನಿಮ್ಮ ಮನ್ಯಾಗ ಯಾರಾದರು ಕನ್ಯಾ ಇದಾರಾ?" ಅಂದರು. ನಾ ಯಾವುದೂ ಇಲ್ಲಾ ಅಂದೆ.

"ಅಲ್ಲಾ, ಮತ್ತ, ಈಗ ಯಾರೋ ಹುಡುಗಿ ಫೋನ್ ಎತ್ತಿದ್ರಲಾ?"

'ಅಕಿ ನನ್ನ ಹೆಂಡತಿ, ಆಕಿದ ಲಗ್ನ ಆಗೇದ' ಅಂದೆ.

"ಹೌದಾ! ಹುಡುಗಿ ಧ್ವನಿ ಅನಸ್ತು, ಅದಕ್ಕ ಕೇಳಿದೆ."

'ನಾ ಮದುವಿ ಆಗಿದ್ದ ಹುಡಗಿನ್ನ, ಮುದಕಿನ್ನಲ್ಲಾ' ಅಂತ ಈ ಸಲಾ ನಾ ಫೋನ್ ಕುಕ್ಕರಿಸಿದೆ.

ಒಂದ ಸಲಾ ಇದಕ್ಕೆಲ್ಲಾ ಕಾರಣ ಏನು? ಅಂತ ವಿಚಾರ ಮಾಡಿದಾಗ, ತಪ್ಪು ನಮ್ಮಪ್ಪನ ಜನರೇಶನ್ ಮಂದಿದ ಅಂತ ಭಾಳ ಕ್ಲಿಯರ್ ಅದ. ಆವಾಗ ನಮಗ 'ಆರತಿಗೊಬ್ಬ ಮಗಳು – ಕೀರ್ತಿಗೊಬ್ಬ ಮಗಾ ಸಾಕ' ಅಂತ ಒಂದೊಂದ, ಎರಡೆರಡ ಹಡಕೋತ ಹೋದರು. ಕೆಲವರಂತು 'ನೀರ ಬಿಡಲಿಕ್ಕೆ ಒಬ್ಬ ಮಗಾ ಸಾಕು' ಅಂತ ಬರೆ ಒಂದ ಗಂಡ ಹಡದ ಕೈಬಿಟ್ಟರು. ಇನ್ನೊಂದಿಷ್ಟ ಮಂದಿ ಆರಿಸಿ–ಆರಿಸಿ (ಅಂದರ ಹೆಣ್ಣ ಬಾಜು ಸರಿಸಿ–ಸರಿಸಿ) ಬರೇ ಗಂಡ ಹಡದ್ರು. ಏನ ಇವರಪ್ಪಂದ ಒಂದ ಎಪ್ಪತ್ತ ಎಕರೆ ಹೊಲಾ ಇದ್ದವರ ಗತೆ ಇವರಿಗೆ ಬರೆ ಗಂಡಸ ಮಕ್ಕಳ ಬೇಕಾಗಿತ್ತು. ಮುಂದ ಆ ಗಂಡಸ ಮಕ್ಕಳಿಗೆ ಹೆಣ್ಣ ಯಾವ ಹೊಲದಾಗ ಹುಟ್ಟತಾವ ಅಂತ ವಿಚಾರನೂ ಮಾಡಲಿಲ್ಲ. ಆದನ್ನ ಈಗ ನಮ್ಮ ಜನರೇಶನ್ ಹುಡುಗರು 'ನಿಮ್ಮಪ್ಪ ಮಾಡಿದ್ದನ್ನ ಉಣ್ಣೊ ಮಗನ' ಅಂದಂಗ ಅನುಭವಿಸೋ ಹಂಗ ಆಗೇದ.

ಅದೇನ ಪುಣ್ಯಾನೋ ಏನೋ, ನಂದಂತು ಲಗ್ನ ಆತು. ಆ ಮಾತಿಗೆ ಈಗ 11 ವರ್ಷ ಮುಗಿಲಿಕ್ಕು ಬಂತು. ಇನ್ನೊಂದ ವರ್ಷ ಮುಗದರ ಒಂದ ರೌಂಡ್ ವನವಾಸನೂ ಮುಗದಂಗ ಆಗತದ. ನೋಡಿದ್ದ ಒಂದ ಕನ್ಯಾ, ಆಕಿನ್ನ ಗಂಟ ಹಾಕ್ಕೊಂಡ ಬಿಟ್ಟೆ. ಅಕಸ್ಮಾತ್ ನಾನು ಎನರ ಕನ್ಯಾ ಆರಿಶಗೋತ ಕೂತಿದ್ರ ನಂದ ಲಗ್ನನ ಆಗತಿದ್ದಿಲ್ಲಾ ಅಂತ ಈಗ ಅನಸಲಿಕ್ಕತ್ತದ. ಹಿಂತಾ ಐ.ಟಿ., ಬಿ.ಟಿ. ಮಂದಿ ಜೊತಿ ನನಗ ಕಾಂಪಿಟೇಷನ್ ಮಾಡ್ಲಿಕ್ಕೆ ಆಗತಿದ್ದಿಲ್ಲಾ, ನಾ ಮಾಮೂಲಿ ಒಂದ ಮಾರ್ವಾಡಿ ಕಂಪನ್ಯಾಗ ಕೆಲಸಾ ಮಾಡೋವಾ, ಏನೋ ನಮ್ಮ ಅವ್ವಾ–ಅಪ್ಪನ ಹಣೆಬರಹದಾಗ 'ಸೊಸಿಗೆ ಕೂಡಿಸಿ ಮಾಡಿ ಹಾಕೋದ' ಬರದಿತ್ತ ಅಂತ ನಂದ ಲಗ್ನ ಆತು.

ಒಂದಂತು ಖರೆ, ಇದ ಇದೇ ರೀತಿ ಮುಂದವರದರ ಭವಿಷ್ಯದೊಳಗ ಹೆಣ್ಣು ಹಡದವರು ತಮ್ಮ ಮಗಳನ ಕೊಡಬೇಕಾರ ಟೆಂಡರ್ ಕರೀತಾರ ಇಲ್ಲಾ ಐ.ಪಿ.ಎಲ್. ಗತೆ ಹರಾಜ ಮಾಡತಾರ. ಒಂಥರಾ ಸ್ವಯಂವರ ಪದ್ಧತಿ ಶುರು ಆಗ್ತದ. ದ್ವಾಪರ ಯುಗದ ಪಾಂಡವರ ಗತೆ ಒಬ್ಬಕ್ಕಿನ ಐದ – ಐದ ಮಂದಿ ಮಾಡ್ಕೊಳೊ ಪ್ರಸಂಗ ಬಂದರೂ ಬರಬಹುದು, ದ್ರೌಪದಿಯರ ಪುನರ್ಜನ್ಮ ನಿಶ್ಚಿತ ಅಂತ ಅನಸಲಿಕ್ಕತ್ತದ. ಗಂಡ ಹಡದವರು 'ಕನ್ಯಾದ ಗೋತ್ರ ಬಿಟ್ಟರ ಸಾಕು ಎಲ್ಲಿ ಜಾತಕ' ಅಂದರ ಅವರ

ಮಗಾ 'ಲಿಂಗ ಬಿಟ್ಟರ ಸಾಕು ಯಾ ಜಾತಿ ಇದ್ದರ್ ಏನು' ಅನ್ನೋ ಕಾಲ ಬಂದಬಿಟ್ಟದ.

ಈ ವಿಷಯ ಎಷ್ಟ ಬರದರೂ ಕಡಿಮಿನ ಅನ್ರಿ. ನಾ ಅಂತೂ ನಮ್ಮ ಪೈಕಿ ಇರೋ ಅಷ್ಟು ವರಕ್ಕು ಕನ್ಯಾ ಸಿಗೋಮಟಾ ಹೆಣ್ಣ ಹಡದವರ ಬಗ್ಗೆ ಬರದ ಬರದ ಜೀವಾ ತಿನ್ನೋದ ಬಿಡಂಗಿಲ್ಲಾ. ಈಗ ನೀವ ಹೇಳ್ರಿ ಬ್ರಾಹ್ಮಣರಾಗ ಕನ್ಯಾ ತೀರಿ ಹೋಗ್ಯಾವೊ, ಇಲ್ಲಾ... ತೀರಕೊಂಡಾವೊ? ಅಲ್ಲಾ ಇದ್ದದ ಯಾವ ಕನ್ಯಾನೂ ನಮ್ಮ ಸಾಮಾನ್ಯ ಹಾರ್ಡ್‌ವೇರ್ ವರಕ್ಕ ಉಪಯೋಗನ ಇಲ್ಲಾ ಅಂದ ಮ್ಯಾಲೆ ಅವು 'ಇದ್ದರೇನು... ಬಿಟ್ಟರೇನು?'

ಅನ್ನಂಗ ಮುಖ್ಯ ವಿಷಯಾನ ಮರತ ಬಿಟ್ಟೆ, ನಿಮ್ಮ ಪೈಕಿ ಯಾವದರ ಕನ್ಯಾ ಇದ್ದರ ಹೇಳ್ರಿ. ಯಾ ಗೋತ್ರ ಇದ್ದರೂ ಸರಿ. ನಮ್ಮ ಪೈಕಿ 8–10 ವರ ಅವ. ನಿಮ್ಮ ಕಮೆಂಟ್ ಜೊತಿ ಗೋತ್ರಾ ಬರ್ಯೋದನ್ನ ಮರೀಬ್ಯಾಡ್ರಿ ಮತ್ತ. ಮುಂದ ಗೋತ್ರ ಬಿಟ್ಟರ ಕುಂಡ್ಲಿ ಕೂಡಿಸಿ ನೋಡೋಣಂತ.

॥ ಇತಿ ಶ್ರೀ ವಿಪ್ರವಿವಾಹ ಪುರಾಣೆ ಕನ್ಯಾನ್ವೇಷಣೇ ವಿವಾದೇ ಪ್ರಥಮೋಧ್ಯಾಯಃ ॥

§

ಬ್ರಾಹ್ಮಣರಾಗ ಕನ್ಯಾ ತೀರಿ ಹೋಗ್ಯಾವ ಅಂತ... ಭಾಗ–2

"ರ್ರಿ... ರ್ರಿ... ಏಳ್ರಿ... ಎಷ್ಟ ಒದರಬೇಕರಿ, ಹತ್ತ ಸಲಾ ಆತು ಎಬ್ಬಸಲಿಕತ್ತಿ, ರಾತ್ರಿ ಲೇಟಾಗಿ ಬರೋದು, ಮುಂಜಾನೆ ಲಗೂನ ಏಳಂಗಿಲ್ಲಾ. ಅದರಾಗ ಸಂಡೆ ಇದ್ದರಂತೂ ಮುಗದ ಹೋತು" ಅಂತ ನನ್ನ ಹೆಂಡತಿ ಕಿವ್ಯಾಗ ಶಂಖಾ ಊದಿದ್ಲು. ನಾ ಗಾಬರಿ ಆಗಿ ಎದ್ದ ಕೂತೆ.

"ಏಳ್ರಿ, ಎದ್ದ ರೆಡಿ ಆಗರಿ, ಕೊಪ್ಪಳದಿಂದ 'ಬನು'ನ ಅಪ್ಪಾ ಬರೋರಿದ್ದಾರ, ಮರತ ಬಿಟ್ಟಿರೇನ? ಅವರ ಜೊತಿ ಹೋಗಬೇಕಲಾ" ಅಂತ ನೆನಪ ಮಾಡಿದ್ಲು.

ಅಯ್ಯೋ ಖರೇನ ಮರತಬಿಟ್ಟಿದ್ದೆ. ಮೊನ್ನೆ ಅಚಾನಕ್ಕಾಗಿ ಕೊಪ್ಪಳ ಬೀಗರು (ಅವರ ಮನಿಗೇ ನಮ್ಮ ತಮ್ಮನ್ನ ಕೊಟ್ಟಿದ್ದು) ಫೋನ್ ಮಾಡಿದ್ರು.

"ಏನಿಲ್ಲಾ ನಮ್ಮ ಹುಡುಗರದು ಇಲ್ಲೇ ಹುಬ್ಬಳ್ಳ್ಯಾಗ 'ಸುಯೋಗ ವಧು ವರರ ಕೇಂದ್ರ'ದಾಗ ಹೆಸರ ಹಚ್ಚಬೇಕು. ಅದಕ್ಕ ನಿಮ್ಮನ್ನ ಕರಕೊಂಡ ಹೋದರಾತು ಅಂತ ಫೋನ್ ಮಾಡಿದ್ದೆ" ಅಂದಿದ್ದರು. ಅವರ ಮನ್ಯಾಗೂ ಮೂರ ವರಾ ಅವ, ಭಾಳ್ ಛಲೋ ಹುಡುಗರು, ಬೆಂಗಳೂರಾಗ ದೊಡ್ಡ ನೌಕರಿ ಮಾಡತಾರ, ಇವತ್ತಿಗೂ ಇಷ್ಟ ಕಲತರೂ ದಿವಾಸ ಸಂಧ್ಯಾವಂದನಿ ಮಾಡ್ತಾರ, ಅವ್ವಾ ಅಪ್ಪಾ ಹಾಕಿದ ಗೆರಿ ದಾಟಂಗಿಲ್ಲ, ಪಾಪ, ಅಂಥಾ ಹುಡುಗರಿಗೂ ಕನ್ಯಾ ಸಿಗವಲ್ವಲ್ಲಾ ಅಂತ ಕೆಟ್ಟ ಅನಸ್ತು.

ಬೀಗರ ಬ್ಯಾರೆ ಮನಿತನಕ ಬರೋರಿದ್ದಾರ. ಇಲ್ಲಾ ಅನ್ನಲಿಕ್ಕೆ ಬರಂಗಿಲ್ಲಾ. ಅದರಾಗ ಒಂದ ಸಲಾ ಆ 'ಸುಯೋಗ'ದವರನ್ನು ನೋಡಿದಂಗ ಆತು ಅಂತ ಅವರ ಜೊತಿ ಹೋಗಲಿಕ್ಕೆ 'ಹೂಂ' ಅಂದಿದ್ದೆ. ಆವಾಗ ನನ್ನ ಹೆಂಡತಿ, "ಭಾಳ ಶಾಣ್ಯಾರ ಇದ್ದೀರಿ ತಗೊಳ್ರಿ... 'ಊರ ಚಿಂತಿ ಮಾಡಿ ಮುಲ್ಲಾ ಸೊರಗಿದ್ದನಂತ' ... ನಿಂಬದ ಒಂದ ಲಗ್ನಾ ಆಗೆದಿಲ್ಲೋ ಸಾಕ. ಅದ ರಗಡ ಆತು. ಇನ್ನ ಊರ ಮಂದಿಗೆಲ್ಲಾ ಕನ್ಯಾ ನೋಡಲಿಕ್ಕೆ ಹೋಗಬ್ಯಾಡರಿ" ಅಂತ ಬಯ್ದಿದ್ಲು.

'ನಿಂಬದ ಒಂದ ಲಗ್ನಾ ಆಗೇದಿಲ್ಲೋ ಸಾಕ. ಅದ ರಗಡ ಆತು' ಅಂತ ಅಂದದ್ದರ ಅರ್ಥ ನಾ ಆಕೀನ ಕೇಳಲಿಕ್ಕೆ ಹೋಗಲಿಲ್ಲ. ಮೊದಲ ಒಂದನೇ ಸಂಬಂಧಕ್ಕ ಇಲ್ಲೆ ಬ್ರಾಹ್ಮಣರಾಗ ಕನ್ಯಾ ಸಿಗವಲ್ವು, ಇನ್ನ ನನಗ ಎರಡನೇ ಸಂಬಂಧಕ್ಕ ಯಾರ ಕನ್ಯಾ ಕೊಡ್ತಾರ ಅಂತ ಆಕಿ ಜೊತಿ ಜಗಳಾಡಲಿಕ್ಕೂ ಹೋಗಲಿಲ್ಲ.

"ಲೇ ಹಂಗ ಅಂದರ ಹೆಂಗ? ನೀನೂ ಒಂದ ಗಂಡ ಹಡದಿ, ನಾಳೆ ಅವಂಗ ಎಲ್ಲಿಂದ ಕನ್ಯಾ ತರತಿ? ಸಮಾಜದಾಗ ನಾಲ್ಕ ಮಂದಿಗೆ ಹಚ್ಚಗೊಬೇಕ" ಅಂತ ನಾ ಅಂದಿದ್ದಕ್ಕ, "ನೀವೂ ಒಂದ ಹೆಣ್ಣ ಹಡದಿರಲಾ, ಯಾರ ನನ್ನ ಮಗ್ಗ ಕನ್ಯಾ ಕೊಡ್ತಾರೋ ಅವರ ಮನಿಗೆ ನಿಮ್ಮ ಮಗಳನ ಕೊಡೋದು" ಅಂತ ಸದ್ದೇಕ್ ಇರೋ ಎರಡ

ಮಕ್ಕಳನ್ನ ಹಿಸೆ ಮಾಡಿದ್ಲು.

ನಾ ಹಿಂಗ ಸ್ನಾನ ಮಾಡಿ ತಯಾರ ಆಗಲಿಕ್ಕ ಹತ್ತಿದ್ದೆ, ಕೊಪ್ಪಳ ಬೀಗರು ಬಂದಬಿಟ್ಟರು. ಸರಿ ಇಬ್ಬರೂ ನಾಷ್ಟಾ ಮಾಡಿ ಹೊಂಟವಿ. ಮುಂದ ದಾರಿ ಒಳಗ ಮಾತಾಡ್ತ – ಮಾತಾಡ್ತ ನಮ್ಮ ಕೊಪ್ಪಳ ಬೀಗರು ಹೇಳಿದರು, "ಮೂರ ಹೆಣ್ಣ ಮದುವಿ ಮಾಡಿದಾಗೂ ಇಷ್ಟ ಕಷ್ಟ ಆಗಿರಲಿಲ್ಲ, ಆದರ ಈ ಗಂಡಸ ಮಕ್ಕಳಿಗೆ ಹೆಣ್ಣ ಹುಡುಕೋದರಾಗ ನಾವ ಹಣ್ಣ ಆದಿವಿ" ಅಂತ ತಮ್ಮ ದುಃಖ ತೋಡ್ಕೊಂಡರು. ನಾ, 'ಧೈರ್ಯಾ ತೊಗೊಳ್ರಿ, ದೇವರು ದೊಡ್ಡಂವ ಇದ್ದಾನ' ಅಂದೆ.

ವಿಠೋಭ ಗಲ್ಲಿ ಹಳೇ ವಿಠೋಭ ದೇವರ ಗುಡ್ಯಾಗ ಈ ಸುಯೋಗ ಕೇಂದ್ರ, ಎದುರಿಗೆ ವಿಠೋಭಾ–ರುಕ್ಮಿಣಿ ಜೋಡಿಲೇ ನೋಂದಣಿ ಮಾಡ್ಕೊಳ್ಳಿಕ್ಕೆ ನಿಂತಿದ್ದರು. ಆ ವಿಠೋಭನ್ನ ನೋಡಿದ ಕೂಡಲೇನ ಅನಸ್ತು, 'ಅಲೆ... ಅಲೆ... ಎಲ್ಲಿ ಹೋಗ್ಯಾವ ಎಲ್ಲಾ ಬ್ರಾಹ್ಮಣರ ಕನ್ಯಾ ಅಂತ. ಹಿಂದ ದ್ವಾಪರ ಯುಗದಾಗ ಸಾವಿರಗಟ್ಟಲೆ ಕನ್ಯಾ ತಾ ಒಬ್ಬನ ಮಾಡ್ಕೊಂಡಾ, ಅದರ ಪರಿಣಾಮ ಇವತ್ತ ಕಲಿಯುಗದಾಗ ನಮಗ ಕನ್ಯಾ ಇಲ್ಲದಂಗ ಆಗೇದ. ಇಲ್ಲೆ ನೋಡಿದ್ರ ಇವನ ಕನ್ಯಾ ಕಾಯಲಿಕ್ಕೆ ನಿಂತಾನ, ಇವನ ಕೈಯಾಗಿಂದ ಪಾರಾಗಿ ನಮಗ ಕನ್ಯಾ ಯಾವಾಗ ಬರಬೇಕು?' ಅನಸ್ತು. ಆದರೂ ದೇವರು. ಹಂಗೆಲ್ಲಾ ಅನ್ನೋಬಾರದು ಅಂತ ಕೈ ಮುಗದ ಬಲಗಾಲ ಒಳಗಿಟ್ಟ ಹೋದವಿ. ಒಂದ ಟೇಬಲ್ ಮ್ಯಾಲೆ ಕನ್ಯಾದ್ದ ಒಂದೆರಡ ಫೈಲು ಇನ್ನೊಂದ ಟೇಬಲ್ ಮ್ಯಾಲೆ ವರದ್ದ ಒಂದ ಹತ್ತ – ಹನ್ನಾರಡ ಫೈಲು ಇಟ್ಟಿದ್ದರು. ಕನ್ಯಾದ ಫೈಲ್ ಮುಂದ ರೇಶನ್ ಅಂಗಡ್ಯಾಗ ಚಿಮಣೀ ಎಣ್ಣಿಗೆ ಪಾಳೇ ಹಚ್ಚಿದಂಗ ವರನ ಅವ್ವಾ–ಅಪ್ಪಾ ಸಾಲಾಗಿ ನಿಂತಿದ್ದರು. ವರನ ಫೈಲ್ ಮ್ಯಾಲೆ ಬರೇ ನೊಣಾನ ಮುಕರಿದ್ದವು. ಬಹುಶಃ ಅವೂ ಗಂಡ ನೊಣಾನ ಇರಬಹುದು. ವರನ್ನೆಲ್ಲಾ ಅವರವರ ಡಿಗ್ರಿ ತಕ್ಕ ಫೈಲ್ ಮಾಡಿದ್ರು. 'ವರಗಳು ಬಿ.ಇ.' ಅನ್ನೋ ಫೈಲ್ ಮಾತ್ರ ಟೇಬಲ್ ಟೇಬಲ್ ತಿರಗಲಿಕ್ಕೆ ಹತ್ತಿತ್ತು. ಉಳಿದದ್ದ ವರಗಳ ಫೈಲ್ ಮ್ಯಾಲೆ ಧೂಳ ಮುಕರಿತ್ತು. ಅಷ್ಟರಾಗ ನನ್ನ ಕಣ್ಣ ಎದುರಿಗೆ ಕಂಬದ ಮ್ಯಾಲೆ ಹಾಕಿದ್ದ ನೋಟಿಸ್ ಮ್ಯಾಲೆ ಹೋತ. ಅದರಾಗ "ಎಸ್.ಎಸ್.ಎಲ್.ಸಿ., ಪಿ.ಯು.ಸಿ., ಬಿ.ಎ., ಬಿ.ಕಾಮ್., ಬಿ.ಎಸ್ಸಿ. ಮತ್ತು ಡಿಪ್ಲೊಮಾ ಕಲಿತ ಮತ್ತು ಖಾಸಗಿ ನೌಕರಿ ಮಾಡುವ ವರಗಳ ನೋಂದಣಿ ಮಾಡಿಕೊಳ್ಳುವುದಿಲ್ಲ, ಯಾಕಂದರೆ ಬ್ರಾಹ್ಮಣ ಸಮಾಜದಲ್ಲಿ ಕನ್ಯಾ ಸಂಖ್ಯೆ ಕಡಿಮೆ ಇವೆ. ಸಹಕರಿಸಿ" ಅಂತ ಬರೆದಿದ್ದರು. ಅದನ್ನ ನೋಡಿ 'ಏನಪಾ ದೇವರ, ಏನ ಬಂತಪಾ ಕಾಲ' ಅನಕೊಂಡೆ. 'ಅಲ್ಲಾ, ಬಿ.ಎ., ಬಿ.ಕಾಮ್., ಬಿ.ಎಸ್ಸಿ. ಮಾಡಿದವರ ಏನ ಗಂಡಸರು ಅಲ್ಲೇನು? ಖಾಸಗಿ ನೌಕರಿ ಮಾಡೋವ ಏನ ಹೆಂಡತಿ ಚಾಕರಿ ಮಾಡಂಗಿಲ್ಲೇನ್' ಅನಸ್ತು.

ಅಷ್ಟರಾಗ ನಮ್ಮ ನೋಂದಣಿ ಪಾಳಿ ಬಂತು. 'ಒಂದ ವರಕ್ಕ ಎಷ್ಟರಿ?' ಅಂತ ಕೇಳಿದೆ.

"200 ರೂಪಾಯಿ" ಅಂದರು.

"ನಮ್ಮವು ಮೂರ ವರಾ ಅವ, ನೋಡಿ ತೊಗೊಳ್ರಿ" ಅಂದೆ.

"ಗಾಂಧಾರಿ ಬಂದರನು ಒಂದ ವರಕ್ಕ ಎರಡ ನೂರ" ಅಂದ್ರು. ಅದರ ಅರ್ಥ ನೂರ ಹಡದವರ ಮುಂದ ಮೂರ ಹಡದವರದು ಏನು ಅಂತ.

"ಆಷಾಢ ಮಾಸ ಅಲಾ, ಅದಕ್ಕ ಏನರ ಡಿಸ್ಕೌಂಟು ಅಂತ ಕೇಳಿದೆ, ಹಂಗ್ಯಾಕ ಸಿಟ್ಟಿಗೇಳ್ತೀರಿ" ಅಂದೆ.

"ಅಂದರ ಪಕ್ಷ ಮಾಸದಾಗ ಪುಕಶೆಟ್ಟೆ ಹೆಸರ ಹಚ್ಚಕೋ ಬೇಕಾಗ್ತದ" ಅಂದರು. ಇವರೂ ಹೆಣ್ಣಿನವರ ಪೈಕಿನ ಅಂತ ಅನಸ್ತು.

'ಕನ್ಯಾಕ್ಕ ನೋಡಿ ತೊಗೋತೇವಿ. ವರಕ್ಕಲ್ಲಾ. ಕನ್ಯಾ ಇದ್ದರ ತೊಗಂಬರಿ' ಅಂದರು. ಕನ್ಯಾ ನಮ್ಮ ಕಡೆ ಇದ್ದರ ಇಲ್ಲಿಗೆ ಯಾಕ ಬರತಿದ್ವಿ ಅಂತ ಸುಮ್ಮನ ನಮ್ಮ ಬೀಗರು 600 ರೂಪಾಯಿ ತಗದಕೊಟ್ಟರು. ಈ ವರಾ – ಕನ್ಯಾದ ಅನುಪಾತನರ ತಿಳ್ಕೊಳೋಣಾ ಅಂತ,

"ಅಲ್ಲಾ, ಅಜಮಾಸ ಒಂದ ವರಕ್ಕ ಎಷ್ಟ ಕನ್ಯಾ ಅವ" ಅಂದೆ. ಅವರು ಒಂದ ಸಲಾ ನನ್ನ ಮಾರಿ ನೋಡಿ, "ಆರ ವರಕ್ಕ ಒಂದ ಕನ್ಯಾನೂ ಹುಟ್ಟವಲ್ವು" ಅಂದರು. ಅರೇ! ಕರ್ಣನೂ ಪಾಂಡವರ ಕಡೇನ ಬಂದನಲಾ ಅನಸ್ತು.

"ಹಿಂಗಾದರ ಮುಂದ ಹೆಂಗರಿ" ಅಂದೆ. ಮತ್ತೊಮ್ಮೆ ನನ್ನ ಮಾರಿ ನೋಡಿದ್ರು.

"ನೀವು ಬರೇ ಹೆಣ್ಣ ಹಡೀರಿ, ಎಲ್ಲಾ ಸರಿ ಹೋಗ್ತದ" ಅಂತ ನಕ್ಕರು.

"ಅನ್ನಂಗ ನಿಮ್ಮ ಹುಡುಗರು ಏನ ಮಾಡತಾರ?" ಅಂತ ಕೇಳಿದ್ರು, ನಮ್ಮ ಮಾವಾ 'ಮೂರು ಮಂದಿ ಬೆಂಗಳೂರಾಗ ಸಾಫ್ಟ್‌ವೇರ್ ಇಂಜಿನಿಯರ್ ಇದ್ದಾರಿ' ಅಂದ್ರು. ನಮ್ಮ ಹಿಂದ ಪಾಳೆ ಹಚ್ಚಿದವರು ಯಾರೋ ಒಬ್ಬರು 'ಲೊಚ್ಚ್' ಅಂದರು. ನಾ 'ಯಾಕ ಏನಾತರಿಪಾ' ಅಂದೆ.

"ಅಲ್ರಿ ಒಂದ ಮನ್ಯಾಗ ಮೂರ್-ಮೂರ್ ವರಾ, ಅದು ಎಲ್ಲಾರೂ ಸಾಫ್ಟ್‌ವೇರ್ ಇಂಜಿನಿಯರು. ಹಿಂಗಾದರ ಉಳದ ಗಂಡ ಹಡದವರು ಏನ ಮಾಡಬೇಕು? ಈಗ ನೋಡ್ರಿ, ಮೂರ ಕನ್ಯಾ ನಿಮ್ಮ ಮನಿಗೇ ಹೋಗತಾವ" ಅಂತ ಮತ್ತೊಮ್ಮೆ 'ಲೊಚ್ಚ್' ಅಂದರು. ನನಗ ತಲಿ ಗಿರ್ರ್ ಅಂತು.

"ಯಾಕ ಆವಾಗ ಬರೇ ಗಂಡ ಹಡಿಬೇಕಾರ ತಿಳೀಲಿಲ್ಲ ಏನ, 20–25 ವರ್ಷದ ಹಿಂದ ನಿಮ್ಮಂತಾವರ ಮಾಡಿದ್ದ ತಪ್ಪ ಈಗ ನಾವ ಅನುಭವಿಸಲಿಕ್ಕೆ ಹತ್ತೇವಿ. ಸಮಾಜದಾಗ ಕನ್ಯಾ ಕಡಿಮಿ ಆಗಿದ್ದ ನೀವ ಕಡಿಮಿ ಹೆಣ್ಣ ಹಡದಿದ್ದಕ್ಕ. ಆವಾಗ ಹೆಣ್ಣ ಹಡ್ಯೊ ವಯಸ್ಸನಾಗ ಹುಡುಗಾಟ ಮಾಡಿ ಬರೇ ಗಂಡ ಹಡದ್ರಿ, ಈಗ ಅದ ಹೆಣ್ಣ ಸಂಬಂಧ ಹೊಡದಾಡಲಿಕ್ಕೆ ಹತ್ತೀರಿ. ಮುಂದ ಹೆಂಗ ಅಂತ ಆವಾಗ ಏನರ ವಿಚಾರ ಮಾಡಿದ್ರೇನ್? ಆವಾಗ ಹಡಿಬೇಕಾರ ಎಲ್ಲಾರು ಒಂದ ಗಂಡು – ಒಂದ ಹೆಣ್ಣು ಹಡದಿದ್ದರ ಇವತ್ತ ಈ ಪ್ರಸಂಗ ಬರತಿತ್ತೇನ್? ಇನ್ನೊಂದ ಸ್ವಲ್ಪ ದಿವಸ ತಡೀರಿ, ನಿಮ್ಮ ಮಗಾ ಅವರ ಮಗನ ಜೊತಿ ಓಡಿ ಹೋಗ್ತಾನ, ಹೆಂಗಿದ್ದರೂ ಈಗ ಸಲಿಂಗ

ಮದುವಿಗೆ ಸರ್ಕಾರನೂ ಸೈ ಅಂದದ" ಅಂತ ಒಂದ ಉಸಿರನಾಗ ಭಾಷಣ ಮಾಡಿದೆ. ಯಾರೂ ಚಪ್ಪಾಳಿ ಹೊಡೀಲಿಲ್ಲಾ. ಎಲ್ಲಾರು ನನ್ನ ಮಾರಿನ ನೋಡ್ಕೋತ ನಿಂತರು.

ಸರಿ, ಮೂರು ವರಾ ನೋಂದಣಿ ಮಾಡಿ ಕನ್ಯಾದ್ದ ಫೈಲ್ ನೋಡ್ಲಿಕ್ಕೆ ಕ್ಯೂದಾಗ ನಿಂತವಿ. ಹಂಗ ಮಾತಾಡ್ತಾ – ಮಾತಾಡ್ತಾ ಉಳದ ಗಂಡ ಹಡದ ಮಹಾನುಭಾವರ ದುಃಖ ಹಂಚಗೊಳ್ಳಿಕ್ಕೆ ಶುರು ಮಾಡಿದ್ವಿ. ಹೆಣ್ಣ ಹಡದವರು ಕನ್ಯಾದ ಜಾತಕ ಕೊಡೋಕ್ಕಿಂತ ಮುಂಚೆನ ಹೆಂಗ–ಹೆಂಗ ಕೇಳ್ತಾರ ಅನ್ನೋ ವಿಷಯ ಬಂತು. ಒಂದಿಷ್ಟು ಹೆಣ್ಣ ಹಡದವರ ನುಡಿಮುತ್ತುಗಳು ಹೊರಗ ಬಂದವು.

'ಈ ವರಕ್ಕ ಅವ್ವಾ–ಅಪ್ಪಾ ಇದ್ದಾರೇನು? ಅವರದು ಭಾಳ ವಯಸ್ಸ ಆಗ್ಯಾವೇನು? ಕೈ ಕಾಲ ಘಟ್ಟೆ ಅವನೋ ಇಲ್ಲೊ? ಮತ್ತ ಶುಗರು, ಬಿ.ಪಿ. ಎಲ್ಲಾ ಹೆಂಗದ?'

'ಈ ವರಕ್ಕ ಅಕ್ಕಾ– ತಂಗಿ ಎಷ್ಟ ಮಂದಿ?' 'ನಿಮ್ಮ ಅಳಿಯಂದರ ಏನ ಮಾಡ್ತಾರ್?' 'ಒಟ್ಟ ಎಷ್ಟ ಮಂದಿ ಮೊಮ್ಮಕ್ಕಳು?'

'ನಿಮ್ಮ ಮನ್ಯಾಗ ಮಡಿ–ಮೈಲಗಿ ಭಾಳ ಏನ ಮತ್ತ?'

'ಲಗ್ನ ಆದ ಮ್ಯಾಲೆ ಅವ್ವಾ–ಅಪ್ಪನ ಜೊತಿನ ಇರೋರೊ? ಇಲ್ಲಾ ಬ್ಯಾರೆ ಮನಿ ಮಾಡೋರೊ?'

'ಅಲ್ಲಾ, ನಿಮ್ಮ ಮನ್ಯಾಗ ಜೀನ್ಸ್, ಟಿ–ಶರ್ಟ್ ನಡೀತದ ಇಲ್ಲೋ?'

ಇನ್ನು ಹರಾ ಇಲ್ಲಾ ಶಿವಾ ಇಲ್ಲಾ, ಈಗ ಇಷ್ಟ ಪ್ರಶ್ನೆ, ಇನ್ನ ಏನರ ಕನ್ಯಾ ಪಸಂದ ಬಂದರ ಎಷ್ಟ ಪ್ರಶ್ನೆ ಕೇಳಬಹುದು – ವಿಚಾರ ಮಾಡ್ರಿ. ಯಾ ಮಟ್ಟಕ್ಕ ಬಂದದ ಅಂದ್ರ, ಹೆಣ್ಣಿನವರು 'ನಿಮ್ಮ ಮನ್ಯಾಗ ತಿಂಗಳಿಗೆ ಮೂರ ದಿವಸ ಕೂಡಸ್ತೀರೇನು?' ಅಂತ ಸಹಿತ ಕೇಳ್ತಾರ.

ಅಂತು – ಇಂತು ನೋಂದಣಿ ಕಾರ್ಯಕ್ರಮ ಮುಗಿಸಿಕೊಂಡ ವಿಠೋಭಗ ಇನ್ನೊಮ್ಮೆ ಕೈ ಮುಗದ, 'ನಾ ಮನಸ್ಸನಾಗ ಮಾತಾಡಿದ್ದನ್ನ ಮನಸಿಗೆ ಹಚ್ಚಗೊ ಬ್ಯಾಡಪಾ, ನಮ್ಮ ಹುಡುಗರಿಗೂ ಕನ್ಯಾ ಹುಡಕಿ ಕೊಡು' ಅಂತ ಹೇಳಿ ಅಲ್ಲಿಂದ ಹೊಂಟವಿ. ಮಧ್ಯಾಹ್ನ ಊಟಾ ಮಾಡಿ ಕೊಪ್ಪಳ ಬೀಗರು ಬಸ್ ಹತ್ತಬೇಕಾರ ತಮ್ಮ ಮಕ್ಕಳ ಬಗ್ಗೆ ಭಾಳ ಆಶಾವಾದಿಯಾಗಿದ್ದರು. ಇವತ್ತಿಲ್ಲಾ ನಾಳೆ ಅವರ ಮಕ್ಕಳಿಗೆ ಕನ್ಯಾ ಸಿಕ್ಕ–ಸಿಗತದ ಅನ್ನೋ ವಿಶ್ವಾಸ ಅವರ ಮನಸ್ಸನಾಗ ಮೂಡಲಿಕತ್ತಿತ್ತು. ಯಾಕಂದರ ಅವರ ಮಕ್ಕಳು ಬಿ.ಇ. ಮಾಡಿ ಸಾಫ್ಟ್‌ವೇರ್ ಕಂಪನ್ಯಾಗ ಕೆಲಸಾ ಮಾಡೋದು. ಇನ್ನ ಅವರಿಗೆ ಕನ್ಯಾ ಸಿಗಲಿಲ್ಲಾ ಅಂದರ ಹೆಂಗ?

ಈ ಸಾಫ್ಟ್‌ವೇರ್ ವರಾ ಅಂದಾಗ ಇನ್ನೊಂದ ಪ್ರಸಂಗ ನೆನಪಾತು. ಸುಮಾರ ಎರಡ ವರ್ಷದ ಹಿಂದಿನ ಮಾತು. ನಮ್ಮ ಬೀದರ ಬಹಾದ್ದೂರ ದೇಸಾಯಿ ಹೆಂಡತಿ ವೀಣಾ ಒಂದ ದಿವಸ ಮಟ–ಮಟಾ ಮಧ್ಯಾಹ್ನದಾಗ ಫೋನ್ ಮಾಡಿ, 'ನಿಮ್ಮ ಕಡೆ ಯಾವರ ಕನ್ಯಾ ಇದ್ದರ ಲಗೂನ ಹೇಳಪಾ, ನಮ್ಮ ತಮ್ಮಾ ಈ ಸಲ ಕಾರ್ತಿಕ ಒಳಗ 15 ದಿವಸ ರಜಾ ತೊಗಂಡ ಬರೋಂವ ಇದ್ದಾನ, ಅವಂದ ಲಗ್ನ ಮಾಡಿನ ಕಳಸಬೇಕು'

ಅಂದ್ಲು. ಅವರ ತಮ್ಮ ಲಂಡನ್ ಒಳಗ ಟಿ.ಸಿ.ಎಸ್.ನಾಗ ಕೆಲಸಾ ಮಾಡತಿದ್ದ.

ನಾ ಅಂದೆ, 'ಮದ್ಲ ಇಲ್ಲೇ ಕನ್ಯಾನ ಇಲ್ಲಾ, ಅದರಾಗ 15 ದಿವಸದಾಗ ಲಗ್ನ ಅಂತಿ, ಹೆಂಗ ಸಾಧ್ಯ?'

"ಅದರಾಗ ಏನ್, ನಮ್ಮ ತಮ್ಮ ಸಾಫ್ಟ್‌ವೇರ್ ಇಂಜಿನಿಯರ್, ಕನ್ಯಾ ಸಿಕ್ಕ ಸಿಗತಾವ. ಆದರ ನಂಬದ ಒಂದ ಕಂಡಿಶನ್, 15 ದಿವಸದಾಗ ಲಗ್ನ ಆಗಬೇಕು."

"ಅಲ್ಲವಾ, 15 ದಿವಸದಾಗ 3–4 ಕನ್ಯಾ ನೋಡಿ, ಒಂದ ಫಿಕ್ಸ್ ಮಾಡ್ಕೊಂಡ, ನಿಶ್ಚಯ ಮಾಡಿ, 2–3 ಗಡಿಗ ನೀರ (ಇಳೆ), ದೇವರ ಊಟಾ, ಸೋಡ ಮುಂಜವಿ ಆಮೇಲೆ ಲಗ್ನ, ಎಲ್ಲಾ ಹೆಂಗ ಸಾಧ್ಯವಾ ನಮ್ಮವ್ವಾ" ಅಂದೆ.

"ಯಾಕ ಆಗಂಗಿಲ್ಲಾ? ಎಲ್ಲಾ ಆಗತದ. ಎಲ್ಲಾ ಕಾರ್ಯಕ್ರಮ ಮನಿ ಪೂರ್ತೇಕ ಮಾಡೋದಪಾ ಮತ್ತ್" ಅಂದ್ಲು.

ನಾ ಅಂದೆ – "ಸುಮ್ಮನ ಒಂದ ಕೆಲಸಾ ಮಾಡ, ನಿನ್ನ ಮಗಳನ್ನ ಕೊಟ್ಟ ಮದುವಿ ಮಾಡ ನಿನ್ನ ತಮ್ಮಗ. (ಆಕಿಗ ಒಂದ 5 ವರ್ಷದ ಮಗಳ ಇದ್ದಾಳ) ಮದುವಿನೂ ಮನಿ ಒಳಗ – ಮನಿ ಪೂರ್ತೇಕ ಆಗತದ".

"ಏ ನೀ ಸುಮ್ಮನಿರ, ಏನರ ಹುಚ್ಚರಂಗ ಮಾತಾಡಬ್ಯಾಡ, ಸೀರಿಯಸ್ಸಾಗಿ ಒಂದಿಷ್ಟ ಕನ್ಯಾ ನೋಡ" ಅಂತ ಆರ್ಡರ್ ಮಾಡಿದ್ಲು.

ನಾ 'ಆತ ತಗೊವಾ ನೋಡ್ತೇನಿ' ಅಂದೆ. ಹುಡುಗನ ಹಿಸ್ಟರಿ ತೊಗೊಂಡೆ.

ಕೊನೆಗೆ ಫೋನ್ ಇಡಬೇಕಾರ, "ಅಲ್ಲಾ, ನಿನ್ನ ತಮ್ಮಾ ಇನ್ನೊಂದ ವಾರ ಜಾಸ್ತಿ ರಜಾ ತಗೊಂಡರ ಕುಬಸಾನು ಮುಗಿಸಿಕೊಂಡ ಹೋಗಬಹುದಿತ್ತು" ಅಂದೆ.

"ಯಾರದು?" ಅಂದ್ಲು.

"ಅವನ ಹೆಂಡತಿದ, ಮತ್ತ್ಯಾರದು? 15 ದಿವಸದಾಗ ಲಗ್ನಾನ ಮಾಡಲಿಕ್ಕೆ ಹೊಂಟಿರಿ. ಇನ್ನೊಂದ ವಾರದಾಗ ಕುಬಸಾನೂ ಮಾಡಿ ಕಳಸರಿ ಮತ್ತ. ಪಾಪ, ಅವಂಗ ಮುಂದ ಕುಬಸಕ್ಕ ರಜಾ ಸಿಗಂಗಿಲ್ಲಾ" ಅಂದೆ. ಆಕಿಗೆ ಸಿಟ್ಟ ಬಂತ. ಬೈಕೋತ ಫೋನ್ ಇಟ್ಟಳು. ಆ ಹುಡುಗಂದ ಲಗ್ನ ಮೊನ್ನೆ ಒಂದ ಆರ ತಿಂಗಳ ಹಿಂದ ಆತು. ನನಗೇನ ಕರೀಲಿಲ್ಲ. ನಾನೂ 'ಆಯೆರ' ಉಳೀತ ಬಿಡ ಅಂತ ಸುಮ್ಮನಾದೆ. ಹಿಂಗೂ ಇರತಾವ ಸಾಫ್ಟ್‌ವೇರ್ ವರಾ.

ಪಾಪ, 'ಬೇಡಿ–ಬಯಸಿ' ಗಂಡ ಹಡದವರದು ಎಂಥಾ ಹಣೆಬರಹ ಬಂತಪಾ, ಅದರಾಗ ಬಿ.ಎ., ಬಿ.ಕಾಮ್., ಬಿ.ಎಸ್ಸಿ. ಮಾಡಿ ಖಾಸಗಿ ನೌಕರಿ ಮಾಡೊ ಹುಡುಗರು ಎಲ್ಲೇ ಒಂದ ದಿವಸ 'ಜೀವನದಲ್ಲಿ ಜಿಗುಪ್ಸೆ' ಹೊಂದತಾರೋ ಅಂತ ಅನಸಲಿಕತ್ತದ. ನಾ ಎಷ್ಟ ಪುಣ್ಯಾ ಮಾಡೇನಿ! 'ಬಿ.ಎಸ್ಸಿ. ಮಾಡಿ ಖಾಸಗಿ ನೌಕರಿ ಮಾಡ್ಕೊಂಡೂ ಎರಡ ಮಕ್ಕಳನ್ನ ಹಡೆಯುವ ಸೌಭಾಗ್ಯ ಸಿಕ್ಕತಲ್ಲಾ!' ಅಂತ ಸಮಾಧಾನ ಪಟ್ಟೆ.

ಈ ವಿಷಯ ಸದ್ಯೇಕ ಇಲ್ಲಿಗೆ ಮುಗಸೋಣ, ಮತ್ತ ಪ್ರಸಂಗ ಬಂದಾಗ ತಗ್ಯೋಣ ಅಂತ. ನೀವ ಏನಂತೀರಿ? §

ನಾ ಸತ್ತಂಗ ಮಾಡ್ತೇನಿ... ನೀ ಅತ್ತಂಗ ಮಾಡ...

ಡಿಸೆಂಬರ್ 29ರ ರಾತ್ರಿ ನಮ್ಮ ಎಮ್.ಎಲ್.ಎ. ಮಾಮಾ ಹನ್ನೆರಡ ಆದ್ರೂ ಮಲ್ಕೊಳ್ಳಲಾರದ ಟಿ.ವಿ. ಮುಂದ ಕೂತಿದ್ದಾ.

"ಮಾಮಾ ಇವತ್ತ ಹೊಸ ವರ್ಷ ಅಲ್ಲಾ., ಹೋಗಿ ಮಲ್ಕೊ. ಹೊಸಾ ವರ್ಷಕ್ಕ ಇನ್ನೂ ಎರಡ ದಿವಸ ಅದ" ಅಂದೆ.

"ಲೇ, ನೀ ಸುಮ್ಮನ ಮಲ್ಕೊ ಮಗನ, ಇವತ್ತ ರಾತ್ರಿ ರಾಜ್ಯಸಭಾದಾಗ ಲೋಕಪಾಲ್ ಬಿಲ್ ಬಿತ್ತಂದರ ನಮಗೆಲ್ಲಾ ಇವತ್ತ ಹೊಸ ವರ್ಷ ಇದ್ದಂಗ" ಅಂದಾ. ಕಡಿಕೂ ಅವತ್ತ ರಾಜ್ಯಸಭಾದಾಗ ಲೋಕಪಾಲ್ ಬಿಲ್ ಬಿದ್ದ ಮ್ಯಾಲೆ ನಮ್ಮ ಮಾಮಾ ಟಿ.ವಿ. ಬಿಟ್ಟ ಎದ್ದಾ. ಹಂಗ ನಮ್ಮ ದೇಶದಾಗ ಲೋಕಪಾಲ್ ಬಿದ್ದ ಮ್ಯಾಲೆ ಎಷ್ಟ ಮಂದಿ ಖುಷಿಲೇ ಎದ್ದ ಕೂತರೋ ಆ ಭಾರತಮಾತಾಗ ಗೊತ್ತ. ಆದ್ರ ಒಂದ ಅಂತೂ ಖರೆ. ಈ ಲೋಕಪಾಲ್ ಬಿಲ್ ಯಾ ಪಕ್ಷದವರಿಗೆ ಬೇಕಾಗಿತ್ತು, ಯಾರಿಗೆ ಬ್ಯಾಡಾಗಿತ್ತು ಅನ್ನೋದ ಒಂದೂ ಕಡಿತನಕ ಗೊತ್ತಾಗಲಿಲ್ಲ. 'ನಾ ಸತ್ತಂಗ ಮಾಡ್ತೇನಿ. ನೀ ಅತ್ತಂಗ ಮಾಡ' ಅಂತ ಆಡಳಿತ ಪಕ್ಷದವರೂ - ವಿರೋಧ ಪಕ್ಷದವರು ಇಬ್ಬರೂ ಸೇರಿ ಇಡಿ ದೇಶಕ್ಕ ಮೂರ್ಖ ಮಾಡಿದರು. ಲೋಕಪಾಲ್ ತಿಳದವರು ತಿಳಿಲಾರದವರೂ ಎಲ್ಲಾ ಸೇರಿ ಪಾರ್ಲಿಮೆಂಟ್‌ನಾಗ ಲೋಕಪಾಲ್ ಬಿಲ್ಲಿಗೆ ತಲಿಗೊಂದೊಂದ ತಿದ್ದುಪಡಿ ಮಾಡರಿ ಅಂತ ಗಂಟ ಬಿದ್ದು ಕಡಿಕೆ ಅದನ್ನ ತಡದ ಬಿಟ್ಟರು. ಇತ್ತಲಾಗ ನಮ್ಮ 'ಅಣ್ಣಾ' ದೇಶದ ಆರೋಗ್ಯ ಸುಧಾರಸಲಿಕ್ಕ ಹೋಗಿ ತನ್ನ ಆರೋಗ್ಯ ಹಾಳ ಮಾಡ್ಕೊಂಡಾ. ಲೋಕಪಾಲ್ ಬಂದ್ರ ನಮ್ಮ ದೇಶದಾಗಿನ ಭ್ರಷ್ಟಾಚಾರ ಎಲ್ಲಾ ಹೋಗೆ ಬಿಡತದ ಏನೋ ಅನ್ನೋರಗತೆ ಅಣ್ಣಾನ ಜೊತಿ ಉಪವಾಸ ಹೋರಾಡಲಿಕತ್ತವರು ಎಲ್ಲಾ ತಲಿ ಕೆಟ್ಟ ನಮ್ಮ ದೇಶದ ಹಣೆಬರಹ ಇಷ್ಟ ತೊಗೋ ಅಂತ ಹೊಟ್ಟಿ ತುಂಬ ಉಂಡ ತಮ್ಮ-ತಮ್ಮ ಕೆಲಸಕ್ಕ ಹತ್ತಿದ್ರು.

"ಲೇ ಹಂಗ ಮಾತ - ಮಾತಿಗೆ ನಾ ಉಪವಾಸ ಮಾಡ್ತೇನಿ ಅಂತ ಹೆದರಿಸಿದರ ಏನ ಲೋಕಪಾಲ್ ಬರ್ತದೇನ ಮಗನ? ನಾಳೆ ಯಾರೋ ಕಾಶ್ಮೀರ ಬೇಕಂತ ಉಪವಾಸ ಮಾಡ್ತಾರ, ಮತ್ತೊಬ್ಬರ ನಂಗ ತೆಲಂಗಾಣ ಬೇಕ ಅಂತ ಉಪವಾಸ ಮಾಡ್ತಾರ. ಹಂಗ ಉಪವಾಸ ಮಾಡ್ತಾರಂತ ಅವರ ಕೇಳಿದ್ದ ಎಲ್ಲಾ ಕೊಡೊಂಗಿತ್ತಂದ್ರ ನಮಗ ಪಾರ್ಲಿಮೆಂಟ, ಸರ್ಕಾರ ಅಂತ ಯಾಕ ಬೇಕು?" ಅಂತ ನಮ್ಮ ಮಾಮಾ ಅಂತಿದ್ದಾ. "ನಮ್ಮ ದೇಶದಾಗ ಭ್ರಷ್ಟಾಚಾರ ಅಂಬೋದ 'ರಕ್ತದಾಗಿನ ಬಿಳಿ ರಕ್ತಕಣ' ಇದ್ದಂಗ, ಜಾಸ್ತಿ ಇದ್ದರೂ ತ್ರಾಸ್, ಕಡಿಮೆ ಆದ್ರೂ ತ್ರಾಸ. ಅದ ಇಲ್ಲದ ಬದುಕಲಿಕ್ಕೆ ಸಾಧ್ಯ ಇಲ್ಲಾ" ಅಂತ ಭಾಷಣಾ ಬ್ಯಾರೆ ಮಾಡ್ತಿದ್ದಾ.

ಕಡಿಕೂ 'ಲೋಕಪಾಲೆ ಭಿನ್ನ ರುಚಿಃ' ಅನ್ನೊ ಹಂಗ ಎಲ್ಲಾ ರಾಜಕೀಯ

ಪಾರ್ಟಿಯವರು ತಮ್ಮ ತಲ್ಯಾಗ ತಿಳಿದಂಗ ಅದರ ಬಗ್ಗೆ ಮಾತಾಡಿ, ಅವರ ಮ್ಯಾಲೆ ಇವರು – ಇವರ ಮ್ಯಾಲೆ ಅವರು ಹಾಕ್ಕೋತ 'ಲೋಕಪಾಲ್ ಬಚಾವೋ, ಭ್ರಷ್ಟಾಚಾರ ಹಟಾವೋ' ಇದ್ದದ್ದನ್ನ 'ಲೋಕಪಾಲ್ ಹಟಾವೋ – ಲೋಕತಂತ್ರ ಬಚಾವೋ' ಅಂತ ನಡರಾತ್ರ್ಯಾಗ ನಾಟಕ ಮಾಡಿದರು. "ಏ ಹಂಗ ಭ್ರಷ್ಟಾಚಾರ ಬಂದ ಆಗ್ಬೇಕಂದ್ರ ಮೊದ್ಲ ನೀವು, ಅಂದರ ಜನಾ ಸುಧಾರಸಬೇಕು. ನಾ, ಏನ ಬರಲಿ ಲಂಚ ಕೊಡಂಗಿಲ್ಲಾ, ನಾ ಮನಿ ಕಟ್ಟಲಿಲ್ಲಾ ಅಂದ್ರು ಅಡ್ಡಿಯಿಲ್ಲಾ, ಲಂಚಾ ಕೊಟ್ಟ ಸೈಟ್ ತೊಗಳ್ಳಂಗಿಲ್ಲಾ, ನನಗ ಸರ್ಕಾರಿ ನೌಕರಿ ಸಿಗದಿದ್ದರೂ ಅಡ್ಡಿಯಿಲ್ಲಾ, ನಾ ಯಾ ಮಂತ್ರಿಗೂ ರೊಕ್ಕಾ ಕೊಡಂಗಿಲ್ಲಾ. ಕಡಿಕೆ ನಾ ಬದುಕಲಿಲ್ಲಾಂದರೂ ಅಡ್ಡಿಯಿಲ್ಲಾ ಭ್ರಷ್ಟಾಚಾರ ಮಾಡಂಗಿಲ್ಲಾ ಅಂತ ಆ ನಿಮ್ಮ 'ಜನಲೋಕಪಾಲ್' ಮುಟ್ಟಿ ಆಣಿ ಮಾಡರಿ. ಆವಾಗ ಇಡಿ ದೇಶನ ಸುಧಾರಸ್ತದ, ಈ ಲೋಕಪಾಲರ ಯಾಕ ಬೇಕು?" ಅಂತ ಪ್ರವಚನನ ಶುರು ಮಾಡಿದಾ.

"ಹೌದ ಬಿಡಪಾ, ನೀ ಹೇಳೋದು ಖರೇ ಅದ. ನಿಮ್ಮ ಕಣ್ಣಾಗ ಬರೆ ಜನರ ತಪ್ಪ ಎದ್ದ ಕಾಣ್ತದ. ನೀ ಮುಂದಿನ ಸರತೆ ವೋಟ್ ಕೇಳಲಿಕ್ಕೆ ಹೋದಾಗ ಇದ ಭಾಷಣಾ ಮಾಡು, ಜನಾ ನಿನ್ನ ಮಾರಿಗೆ ಮಂಗಳಾರತಿ ಮಾಡಲಿಲ್ಲಂದ್ರ ಹೇಳು" ಅಂದೆ.

"ಲೇ, ಹುಚ್ಚಾ. ಮಂದಿ ಮುಂದ ಹಂಗ ಯಾರ ಹೇಳ್ತಾರಲೆ? ನಾಳೆ ಇಲೆಕ್ಷನ್ ಬರಲಿ ನೋಡ, ನಾವೂ ನಿಮ್ಮ ಅಣ್ಣಾಗ ಜೈ ಅಂತೇವಿ. 'ನಮಗ ಅಧಿಕಾರ ಕೊಡ್ರಿ, ನಾವ ಲೋಕಪಾಲ್ ತರತೇವಿ' ಅನ್ನೋದ ನಮ್ಮ ಮುಂದಿನ ಇಲೆಕ್ಷನ್ ಆಶ್ವಾಸನೆ" ಅಂದಾ.

ಆತ ತೊಗೊ. ಇನ್ನ ಈ ರಾಜಕೀಯ ಮಂದಿ 'ಭ್ರಷ್ಟಾಚಾರ ಹಟಾವೋ' ಅಂದೋಲನ ಇದ್ದದ್ದನ್ನ 'ಸರ್ಕಾರ ಹಟಾವೊ' ಮಾಡಿ ತಮ್ಮ ಬ್ಯಾಳಿ ಬೇಸ್ಗೊಂಡ 'ಲೋಕಪಾಲ್ ಭೂಲ್ ಜಾವೋ' ಮಾಡ್ತಾರ ಅಂತ ಗ್ಯಾರಂಟೀ ಆತ.

§

ಸುಖ ಸಂಸಾರಕ್ಕ ಒಂದ ಸೂತ್ರ... ಗಂಡಸರಿಗೆ ಅಷ್ಟ ಮತ್ತ

ನಮ್ಮ ಸುಮಕ್ಕನ ಮಗಾ ನಿಖಿಲಂದ ಮೊನ್ನೆ ಔರಂಗಾಬಾದನಾಗ ಮದುವಿ ಆತು. ನಾವು ಇಲ್ಲಿಂದ ಗಾಡಿ ಖರ್ಚ ಮೈಮ್ಯಾಲೆ ಹಾಕ್ಕೊಂಡ ಹೋಗಿ ಸಾವಿರಗಟ್ಟಲೆ ಉಡುಗೊರೆ ಕೊಟ್ಟ ಲಗ್ನ ಅಟೆಂಡ್ ಮಾಡಿ ಬಂದ್ವಿ, ಲಗ್ನಾದ ದಿವಸ ಮಧ್ಯಾಹ್ನನ ಸುಮಕ್ಕಾ ಮದುಮಕ್ಕಳನ್ನ ಕರಕೊಂಡ ಪುಣಾಕ್ಕ ಹೋಗೊಕಿ ಇದ್ದಳು. ನಾವು ಹೆಂಗಿದ್ರೂ ಇಷ್ಟ ದೂರ ಅನಾಯಸ ಗಾಡಿ ಖರ್ಚ ಮಾಡಕೊಂಡ ಬಂದೇವಿ, ಇನ್ನೊಂದ ಎರಡ ದಿವಸ ಅಲ್ಲೆ ಇದ್ದ ಅಜಂತಾ - ಎಲ್ಲೋರಾ ಎಲ್ಲಾ ನೋಡಿ ಹುಬ್ಬಳ್ಳಿ ಹಾದಿ ಹಿಡಿಬೇಕು ಅಂತ ಅನ್ಕೊಂಡಿದ್ವಿ. ನಮ್ಮ ನಿಖಿಲ ತಾ ಲಗ್ನ ಮುಗಿಸಿಕೊಂಡ ಹೆಂಡ್ತಿ ಕರಕೊಂಡ ಹೋಗೊಕಿಂತ ಮುಂಚೆ ನಂಗ ಸೈಡಿಗೆ ಕರದ,

"ಪ್ರಶಾಂತಣ್ಣಾ ಇಲ್ಲೆ ಬಾ, ನಿನ್ನ ಜೊತಿ ಸ್ವಲ್ಪ ಮಾತಾಡೋದ ಅದ" ಅಂತ ಅಂದಾ.

ನಮ್ಮ ಸುಮಕ್ಕ ಮರುದಿವಸ ಪುಣಾದಾಗ ಸತ್ಯನಾರಾಯಣ ಕಮ್ ರಿಸೆಪ್ಶನ್ ಇಟಗೊಂಡ ಅಲ್ಲಿನೂ ಒಂದಿಷ್ಟ ಲೊಕಲ್ ಉಡುಗೊರೆ ತೊಗಂಡ ಆಮೇಲೆ ಅವತ್ತ ರಾತ್ರಿನ ನಿಖಿಲಂದ ಪ್ರಸ್ಥದ ವ್ಯವಸ್ಥೆ ಮಾಡಿದ್ಲು. ಬಹುಶಃ ನಿಖಿಲ ಪ್ರಸ್ಥದ ಸಂಬಂಧ ನನ್ನ ಕಡೆ ಏನರ ಸಜೆಶನ್, ಟಿಪ್ಸ್, ಹಿಂಟ್ಸ್ ಕೇಳಬಹುದು ಅನಸ್ತು. ಪಾಪ, ಸಣ್ಣ ಹುಡುಗಾ, ನನಗ ತಿಳದದ್ದು, ನಾ ಈ ಹನ್ನೊಂದ ವರ್ಷದಾಗ ಇದರಾಗ ತಿಳ್ಕೊಂಡಿದ್ದು ಎಲ್ಲಾ ಹೇಳಿದರಾತು ಅಂತ ಅನ್ಕೊಂಡೆ. ಹಂಗ ನಾ ಈ ವಿಷಯದಾಗ ಎಕ್ಸ್‌ಪರ್ಟ್ ಏನ ಅಲ್ಲಾ, ನಂದು ಪ್ರಸ್ಥ ಅಂತ ಆಗಿದ್ದ ಒಂದ, ಆದ್ರ ನಮ್ಮ ಇಡಿ ಬಳಗದಾಗ ಛಂದಾಗಿ "ಒಂದ ಗಂಡು-ಒಂದ ಹೆಣ್ಣು" ಅಂತ ಎರಡು ಹಡಿಯೋದ ಹೆಂಗ ಅಂತ ಗೊತ್ತ ಇದ್ದೊಂವಾ ನಾ ಒಬ್ಬನ. ಉಳದವರಿಗೆಲ್ಲಾ ಒಂದ ಹಡದ ಮ್ಯಾಲೆ ಇನ್ನೊಂದ ಹೆಂಗ ಹಡಿಬೇಕಂತ ಗೊತ್ತಾಗಲಾರದ ಅಷ್ಟಕ್ಕ ಕೈ ತೊಳ್ಕಂಡ ಬಿಟ್ಟಾರ. ಇರಲಿ, ಅಂವಾ ಅದ ಏನ ಕೇಳ್ತಾನೋ ಕೇಳಲಿ, ಮುಚ್ಚು ಮರಿಯಿಲ್ಲದ ಹೇಳಿಬಿಡೋಣ, ಪುಣ್ಯಾದ ಕೆಲಸಾ ಅಂತ ನಾ ಅವನ ರೂಮಿಗೆ ಹೋದೆ.

"ಏನ ಆತೋ ನಿಖಿಲಾ, ನೀ ಏನ ಟೆನ್ಶನ್ ತೊಗೊಬ್ಯಾಡಾ, ನಾಳೆ ಎಲ್ಲಾ ಕಾರ್ಯಕ್ರಮ ಸರಳ ಆಗತದ, ಧೈರ್ಯಾ ತೊಗೊ" ಅಂತ ಅಂದೆ.

ಅಂವಾ, "ಯಪ್ಪಾ, ಅದ ಅಲ್ಲೋ ಮಾರಾಯ, ಸದಾಶಿವಗ ಅದ ಧ್ಯಾನ ಅನ್ನೊ ಹಂಗ ನೀ ಬರೆ ಹಿಂತಾದರ ಬಗ್ಗೆ ವಿಚಾರ ಮಾಡ್ತಿ ನೋಡ. ಅದನ್ನೆಲ್ಲಾ ನಾ ಸಂಭಾಳಸ್ತೇನಿ, ನಾನೂ ಸೈನ್ಸ್ ಕಲ್ತೇನಿ, ನನಗ ಎಲ್ಲಾ ಗೊತ್ತಾಗತದ. ನಿನ್ನ ಹತ್ರ ಬ್ಯಾರೆ ವಿಷಯ ಮಾತೋಡದದ ಅದ ಬಾ" ಅಂತ ಅಂದಾ.

ನಾ ಏನೇನೋ ವಿಸ್ತಾರವಾಗಿ ಪ್ರಸ್ಥದ ಬಗ್ಗೆ ಉಪ್ಪು-ಖಾರಾ-ಹುಳಿ ಹಚ್ಚಿ ಹೇಳ್ಬೇಕು ಅಂತ ಅನ್ಕೊಂಡಿದ್ದೆ, ನಂಗ ಭಾಳ ನಿರಾಶೆ ಆತ. ಆದ್ರೂ ಇಂವಾ ಏನ ಕೇಳೊಂವಾ ಇದ್ದಾನ ನನ್ನ ಕಡೆ ಅಂತ ವಿಚಾರ ಮಾಡಲಿಕತ್ತೆ, ಅಂವಾ ಹಗರಕ ವಿಷಯಕ್ಕ ಬಂದಾ.

"ನೋಡಣ್ಣಾ, ಈಗ ನಾ ಮದುವಿ ಆಗಿದ್ದ ಮರಾಠಿ ಹುಡುಗಿ, ಪಾಪ, ಆಕಿಗ ಮದ್ಲ ಕನ್ನಡ ಅಜಿಬಾತ ಬರಂಗಿಲ್ಲಾ, ನಾವ ಮನ್ಯಾಗಿಷ್ಟ ಕನ್ನಡಾ ಮಾತೊಡೊ ಮಂದಿ, ಆಕಿಗೆ ಸ್ವಲ್ಪ ಹೊಂದಕೊಳೋದು ತ್ರಾಸ ಆಗಬಹುದು. ಅದರಾಗ ನಿಂಗ ನಮ್ಮವ್ವಂದ ಸ್ವಭಾವ ಅಂತೂ ಗೊತ್ತ ಅದ. ಆಕಿಗೆ ತಾ ಮಾಡಿದ್ದ ಕೆಲಸನ ಸರಿ ಬರಂಗಿಲ್ಲಾ ಇನ್ನ ಮಂದಿ ಮಾಡಿದ್ದಂತೂ ತೀರೇ ಹೋತ. ಇನ್ನ ನಮ್ಮಪ್ಪಂತೂ, ತಾ ಆತೂ ತನ್ನ ಫ್ಯಾಕ್ಟರಿ ಆತು, ಯಾರ ಉಸಾಬರಿಗೂ ಹೋಗಂಗಿಲ್ಲಾ. ನಾಳೆ ಏನ ಸಮಸ್ಯೆ ಬಂದರೂ ಅತ್ತಿ-ಸೊಸಿ ನಡಕ ಸಿಕ್ಕೊಂಡ ಸಾಯೋಂವಾ ಅಂದರ ನಾ ಒಬ್ಬನ" ಅಂತ ಶುರು ಮಾಡಿದಾ.

"ಅದ ಖರೆಪಾ, ಇದ್ರಾಗ ನಾ ಏನ ಮಾಡ್ಬೇಕು? ನಿಮ್ಮವ್ವನ ಏನ ಕರಕೊಂಡ ಹೋಗಿ ನಾ ಹುಬ್ಬಳ್ಳ್ಯಾಗ ಇಟ್ಗೊಳ್ಳ್ಯಾ? ನಮ್ಮವ್ವನ ಇಟಗೊಳೋದ ನನಗ ರಗಡ ಆಗೇದ, ಈಗ ನನ್ನಿಂದ ನಿನಗ ಏನ ಆಗ್ಬೇಕ ಹೇಳ?" ಅಂದೆ.

"ಏ, ನಮ್ಮವ್ವನ ನಿಮ್ಮ ಮನಿಗೆ ಕಳಸಿದರ ನಮ್ಮನಿ ಕೆಲಸ ಏನ ನನ್ನ ಹೆಂಡ್ತಿ ಒಬ್ಬಕಿನ ಮಾಡ್ಬೇಕಾ? ನಮ್ಮವ್ವ ಕೈ ಕಾಲ ಗಟ್ಟಿರೋತನಕ ನಮ್ಮ ಮನ್ಯಾಗ ಇರಲಿಪಾ. ಈಗ ನಿನ್ನ ಹತ್ರ ಏನ ಕೇಳೋದ ಅಂದ್ರ, ನಮ್ಮ ಬಳಗದಾಗ ಲಗ್ನಾಗಿ ಇಷ್ಟ ವರ್ಷ ಆದರೂ ಇದ್ದದ್ದರಾಗ ಖುಷಿ-ಖುಷಿಲೇ ಸಂಸಾರ ಮಾಡಲಿಕತ್ತಂವಾ ಅಂದ್ರ ನೀ ಒಬ್ಬಂವನ. ನಾನೂ ಇಷ್ಟ ವರ್ಷದಿಂದ ನೋಡಲಿಕತ್ತೇನಿ, ನಿಮ್ಮ ಮನ್ಯಾಗ ಅತ್ತಿ ಸೊಸಿ ಅಂತೂ ತಾಯಿ - ಮಗಳೂ ಇದ್ದಂಗ ಇದ್ದಾರ. ಒಬ್ಬರ ಅರಬಿ ಒಗದರ, ಮತ್ತೊಬ್ಬರ ಹಿಂಡತಾರ. ಒಬ್ಬರ ಭಾಂಡೆ ತಿಕ್ಕಿದರ, ಇನ್ನೊಬ್ಬರ ತೊಳೀತಾರ. ನೀ ಅಂತೂ ನೋಡಿದವರಿಗೆ ಸಂಕಟಾ ಆಗೋಷ್ಟ ಛಂದಾಗಿ ಲಗ್ನಾದರೂ ಇನ್ನೂ ಬದಲಾಗದ, ಹೆಂಡತಿನ ಇಟಗೊಂಡ ಇದ್ದಿ. ಇದ ಹೆಂಗ ಸಾಧ್ಯ? ಇದರ ಹಿಂದಿನ ಗುಟ್ಟು ಏನು? ನಾನು ಈಗಿಂದ ನಿನ್ನಂಗ ಕರೆಕ್ಟ್ ಇದ್ದನೆಂದರ ಮುಂದ ತಾಯಿ - ಹೆಂಡತಿ ಇಬ್ಬರನ್ನೂ ಸಂಭಾಳಿಸಿಕೊಂಡ ಹೋಗಬಹುದು" ಅಂದಾ. ನನ್ನ ಪುಣ್ಯಾಕ್ಕ 'ಒಬ್ಬರ ಹಡದರ ಇನ್ನೊಬ್ಬರ ಬಾಣಂತನಾ ಮಾಡ್ತಾರ' ಅನ್ನಲಿಲ್ಲಾ.

ಇರಲಿ, ಅಡ್ಡಿಯಿಲ್ಲಾ. ಹುಡುಗ ಲಗ್ನಾಗಿ ಎರಡ ತಾಸ ಆಗಿಲ್ಲಾ, ಭಾರಿ ಬುದ್ಧಿವಂತರ ಗತೆ ವಿಚಾರ ಮಾಡಲಿಕತ್ತಾನ ಅನಸ್ತು. ನಮ್ಮಲ್ಲೆ ಇನ್ನೂ ಎಷ್ಟೋ ಜನಾ ಲಗ್ನಾಗಿ ಹತ್ತ ವರ್ಷ ಆದರನೂ ಇನ್ನೂ ಯಾರು - ಯಾರನ ಹೆಂಗ ಸಂಭಾಳಸಬೇಕು ಅಂತ ಗೊತ್ತಿಲ್ಲದ ಹಂಗ ಸಂಸಾರ ಮೈಮ್ಯಾಲೆ ಹಾಕ್ಕೊಂಡ ಮ್ಯಾಲಿಂದ ಕೆಳಕ್ಕ ಬಿಳ್ಕೋತ್ತ ಹೊಂಟಾರ. ಅದರಾಗ ಇಂವಾ ಹಿಂತಾ ಸಾಂಸಾರಿಕ ವಿಷಯದಾಗ ನನ್ನ ಸಜೆಶನ್

ಕೇಳಿದನಲಾ ಅಂತ ನಂಗ ಸ್ವಲ್ಪ ತಲ್ಯಾಗ ಕೊಂಬ ಮೂಡಿದ್ವು ಅಂದ್ರು ಅಡ್ಡಿಯಿಲ್ಲಾ. ಪಾಪ, ಹುಡುಗಗ ಸರಿಯಾಗಿ, ಪ್ರಾಮಾಣಿಕವಾಗಿ ನಾ ಪಾಲಿಸಿದ್ದ ಸಾಂಸಾರಿಕ ಸೂತ್ರ ಹೇಳೋಣ ಅಂತ ಶುರು ಮಾಡಿದೆ.

"ನೋಡ ತಮ್ಮಾ, ಮೊದಲ ಸಾಂಸಾರಿಕ ಜೀವನದಾಗ ಏನ ಡಿಸಿಜನ್ ತೊಗೋಬೇಕಾರ, ಅವು ಯಾವುದು ಸಂಸಾರಕ್ಕ ಆವಶ್ಯಕ, ಯಾವುದು ಅನಾವಶ್ಯಕ ಅಂತ ನೀವಿಬ್ಬರೂ ಗಂಡಾ-ಹೆಂಡತಿ ಕೂಡಿ ಡಿಸೈಡ್ ಮಾಡಬೇಕು. ಮುಂದ, ನಿಮ್ಮಿಬ್ಬರಾಗ ಯಾರು ಆವಶ್ಯಕ ಇದ್ದದ್ದನ್ನ ಡಿಸೈಡ್ ಮಾಡಬೇಕು, ಯಾರ ಅನಾವಶ್ಯಕ ಇದ್ದದ್ದನ್ನ ಡಿಸೈಡ್ ಮಾಡಬೇಕು ಅಂತ ಡಿಸೈಡ್ ಮಾಡಿ ಅದರ ಪ್ರಕಾರ ಡಿಸಿಜನ್ ತೊಗೋತ ಹೋದರ ಜೀವನದಾಗ ಏನ ಸಮಸ್ಯೆನ ಇರಂಗಿಲ್ಲಾ" ಅಂದೆ.

"ಹಂಗ ಅಂದ್ರ ಏನಪಾ, ನಿ ಬಿಡಿಸಿ ಹೇಳೋ" ಅಂದಾ.

"ಈಗ ನೋಡ, ನಮ್ಮ ಸಂಸಾರದಾಗ ಏನ ಎಸೆನ್ಶಿಯಲ್ ಡಿಸಿಜನ್ ಇದ್ದರೂ ನಾನ ಮಾಡತೇನಿ, ಅದರಾಗ ನನ್ನ ಹೆಂಡತಿ ತಲಿ ಹಾಕಂಗಿಲ್ಲಾ. ಇನ್ನ ಅನಾವಶ್ಯಕ ಡಿಸಿಜನ್ ಎಲ್ಲಾ ಆಕಿನ ಮಾಡ್ತಾಳ. ಅಲ್ಲೇ ನಾ ತಲಿ ಹಾಕಂಗಿಲ್ಲಾ, ಅಲ್ಲೆ ಆಕಿ ಹೇಳಿದ್ದಕ್ಕೆಲ್ಲಾ ನಾ ಹೂಂನ. ಇನ್ನ ಜೀವನದಾಗಿನ ಆವಶ್ಯಕ ಡಿಸಿಜನ್ ಏನಪಾ ಅಂತ ಬಿಡಿಸಿ ಹೇಳ್ಬೇಕಂದರ - ಈಗ ನೋಡ ನಮ್ಮ ರಾಜ್ಯದ ಮುಖ್ಯಮಂತ್ರಿಯಾಗಿ ಗೌಡರು ಮುಂದವರೆಯೋದ ಛಲೋನೊ ಇಲ್ಲೋ? ಧೋನಿ ಕ್ಯಾಪ್ಟನ್ಸಿ ಫೇಲ್ ಆಗೇದ, ಅವನ್ನ ಚೇಂಜ್ ಮಾಡಬೇಕೇನು? ನಮ್ಮ ದೇಶಕ್ಕ ಲೋಕಪಾಲ್ ಬೇಕೊ ಬ್ಯಾಡೋ? ಹಿಂತಾವೆಲ್ಲಾ ನಾ ಡಿಸೈಡ್ ಮಾಡಿ ನನ್ನ ಅನಿಸಿಕೆ ಹೇಳ್ತೇನಿ. ಇಲ್ಲೆ ಆಕಿ ನನ್ನ ಒಪಿನಿಯನ್‌ಗೆ ಕರೆಕ್ಟ್ ಅಂತಾಳ.

ಇನ್ನ ನನ್ನ ಪ್ರಕಾರ ಸಂಸಾರದಾಗಿನ ಸಣ್ಣ-ಪುಟ್ಟ ವಿಚಾರ ಎಲ್ಲಾ ಅನಾವಶ್ಯಕ. ಅವನ್ನೆಲ್ಲಾ ಮೊದ್ಲಿಂದ ನನ್ನ ಹೆಂಡತಿನ ಡಿಸೈಡ್ ಮಾಡೋದ. ಅಂದ್ರ, "ನಾವು ಒಟ್ಟ ಎಷ್ಟ ಮಕ್ಕಳನ್ನ ಹಡಿಬೇಕು? ಯಾವಾಗ ಹಡಿಬೇಕು? ಮುಂದ ಮಕ್ಕಳನ್ನ ಯಾವ ಸಾಲಿಗೆ ಹಾಕಬೇಕು? ಬಳಗದಾಗ ಯಾರನ ಹಚಗೋಬೇಕು? ಯಾರನ ಬಿಡಬೇಕು? ಇದ ಮನ್ಯಾಗ ಅವ್ವಾ - ಅಪ್ಪನ ಜೊತಿನ ಇರೋದೊ, ಇಲ್ಲಾ ನಾವ ಬ್ಯಾರೆ ಮನಿ ಮಾಡಿ ಗಂಡಾ - ಹೆಂಡತಿ ಅಷ್ಟ ಇರೋದ ಛಲೋನೋ? ಸುಮ್ಮನ ಹುಬ್ಬಳ್ಳಿ ನೌಕರಿ ಬಿಟ್ಟ, ಅವ್ವಾ -ಅಪ್ಪನ್ನೂ ಇಲ್ಲೆ ಬಿಟ್ಟ ನಾವು ಬೆಂಗಳೂರಿಗೆ ಹೋಗಿ ಸೆಟ್ಲ್ ಆದರ ಹೆಂಗ? ಸಾಯೋತನಕ ಇದ ಭಾಡಗಿ ಮನ್ಯಾಗ ಇರೋಣೋ ಇಲ್ಲಾ ಒಂದ ನಮ್ಮದು ಅಂತ ಸಣ್ಣ ಮನಿ ಕಟ್ಟಸೋಣೋ? ಹಿಂತಾವೆಲ್ಲಾ ನನ್ನ ಹೆಂಡತಿನ ಇಷ್ಟ ದಿವಸ ನಿರ್ಣಯ ಮಾಡ್ಯಾಳ, ಇದರಾಗ ನಾ ಒಟ್ಟ ತಲಿ ಹಾಕಿಲ್ಲಾ - ಮುಂದನೂ ತಲಿ ಹಾಕಂಗಿಲ್ಲಾ, ಆಕಿ ಹೇಳಿದ್ದಕ್ಕೆಲ್ಲಾ ನಾ ಕೌಲೆತ್ತಿನ ಗತೆ ಗೋಣ ಹಾಕಿದಾಂವ. ಹಿಂಗಾಗಿ ನಮ್ಮಲ್ಲೆ ಏನೂ ಸಮಸ್ಯೆ ಬರದ ಸುಖವಾಗಿ ಸಂಸಾರ ನಡಿಸಗೋತ ಹೊಂಟೇನಿ" ಅಂದೆ. ಅಷ್ಟರಾಗ ಅಂವಾ ನನ್ನ ಅರ್ಧಾಕ್ಕ ತಡದ,

"ಅಲ್ಲಾ ಅಣ್ಣಾ, ನೀ ತೊಗೊಳೋ ಡಿಸಿಜನ್, ನಿನ್ನ ವಿಚಾರ ಯಾವೂ ಸಂಸಾರಕ್ಕ ಸಂಬಂಧ ಪಟ್ಟದ್ದ ಅಲ್ಲೇ ಅಲ್ಲಾ, ನೀ ಜಗತ್ತಿನ ವಿಷಯಗಳ ಬಗ್ಗೆ ತಲಿ ಕೆಡಿಸಿಕೊಂಡ ನಿನ್ನ ಅಭಿಪ್ರಾಯ ಕೊಟ್ಟರ ಏನ ಉಪಯೋಗ?" ಅಂದಾ.

"ನಾ ಅದ ಹೇಳೋದಲೆ, ನಾ ಯಾಕ ಸಂಸಾರದ್ದ ಬಗ್ಗೆ ತಲಿ ಕೆಡಿಸ್ಗೋಬೇಕ? ಅದಕ್ಕ ಆಕಿ ಇದ್ದಾಳಲಾ. ನಾವು ಸ್ವಲ್ಪ ನಮ್ಮ ಲೇವಲ್ ವಿಚಾರ ಮಾಡಬೇಕಪಾ, ಸಂಸಾರದ ಜಂಜಾಟ ಎಲ್ಲಾ ಆಕಿಗೆ ಬಿಟ್ಟರ ಆತು" ಅಂದೆ.

"ಏ ಹಂಗಂದರ, ಒಂದ ಮಾತನಾಗ ಹೇಳ್ಬೇಕಂದ್ರ ನೀ ಇಷ್ಟ ದಿವಸ ಹೆಂಡತಿ ಹೇಳದಂಗ ಕೇಳ್ಕೊಂಡ ಇದ್ದಿ ಬಿಡ, ಯಾಕಂದರ ಎಲ್ಲಾ ವೈನಿನ ಡಿಸಿಜನ್ ಮಾಡೋರು ಮನ್ಯಾಗ ಅಂದರ ನಿಂದ ಏನೂ ನಡೆಂಗಿಲ್ಲಾ ಅಂತ ಅಂದಂಗ ಆತು" ಅಂದಾ.

"ಲೇ ಹಂಗ್ಯಾಕ ಅಂತಿ ಮಗನ? ನಮ್ಮ ದೇಶಾ, ನಮ್ಮ ರಾಜ್ಯ - ಇವು ನಮ್ಮ ವೈಯಕ್ತಿಕ ಜೀವನದಕ್ಕಿಂತಾ ಮುಖ್ಯ ಹೌದಲ್ಲೋ? ಜೀವನದಾಗ ಯಾವುದು ಆವಶ್ಯಕ ಅದರ ಬಗ್ಗೆ ಇಷ್ಟ ತಲಿ ಕೆಡಿಸಿಕೊಂಡರ ಆತು. ನಮ್ಮ ಸಂಸಾರದಾಗ ಯಾರ ಯಾವದನ್ನ ಡಿಸೈಡ್ ಮಾಡಿದರ ಏನ ಆತಲೇ, ನಾವು ಇಷ್ಟ ದಿವಸ ಗಂಡಾ - ಹೆಂಡತಿ ಇಬ್ಬರು ಒಟ್ಟ ಖುಷ್ ಇದ್ದೇವಿಲ್ಲೊ?" ಅಂದೆ.

"ಯೇ, ನೀ ಭಾಳ ಶಾಣ್ಯಾ ಇದ್ದಿ ಬಿಡ. ಒಟ್ಟ ನನಗೂ ನಿನ್ನಂಗ ಹೆಂಡ್ತಿ ಹೇಳದಂಗ ಕೇಳ್ಕೊಂಡ 'ಜೋರು ಕಾ ಗುಲಾಮ' ಆಗ ಅನ್ನೋಂವಾ" ಅಂತ ಎದ್ದಬಿಟ್ಟಾ, ನಾ ಇನ್ನೂ ಏನೇನೋ ಹೇಳಬೇಕು ಅನ್ನೋವಿದ್ದೆ. ಆದರ ಅಷ್ಟರಾಗ ಅವರದ ಪುಣಾಕ್ಕ ಹೋಗೊ ಟೈಮ್ ಆಗಿತ್ತು.

ನಾನೂ ಹಂಗರ ಔರಾಂಗಬಾದನಾಗ ಇದ್ದಿದ್ದ 'ಬಿಬಿ ಕಾ ಮಕಬರಾ' ಒಂದ ನೋಡಿದ್ರಾತ ಅಂತ ಎದ್ದೆ. ನಾ ಇದನ್ನ ಮೊದ್ಲ 'ಬಿವಿ ಕಾ ಮಕಬರಾ' ಅಂತ ತಿಳ್ಕೊಂಡಿದ್ದೆ. ಹಂಗ ನನಗ ಲಗ್ನಾದಾಗಿಂದ 'ಹೆಂಡಂದರ ಗೋರಿ' ನೋಡೋ ಚಟಾ, ಏನೋ ವಟ್ಟ 'ಹೆಂಡಂದರ ಗೋರಿ'ಗೆ ಹೋಗಿ ಕೂತರ ಒಂದ ಸ್ವಲ್ಪ ಮನಸಿಗೆ ಸಮಾಧಾನ, ಅದ ಯಾರ ಹೆಂಡತಿದರ ಮಕಬರಾ ಇರವಲ್ತಾಕ. ಆದ್ರ ಅಲ್ಲೆ ಹೋದ ಮ್ಯಾಲೆ ಗೊತ್ತಾತು, ಇದು 'ಬಿವಿ ಕಾ' ಅಲ್ಲಾ 'ಬಿಬಿ ಕಾ ಮಕಬರಾ', ಹಡದ ತಾಯಿನ್ನ ಆಕಿ ಸತ್ತ ಮ್ಯಾಲೂ ನೆನಪ ಇಟಗೊಂಡ ಕಟ್ಟಿಸಿದ್ದು ಅಂತ.

ಹಿಂಗ ಅದನ್ನ ನೋಡಿ ಅಲ್ಲೆ ಕಟ್ಟಿ ಮ್ಯಾಲೆ ಕೂತಾಗ ನನಗ, "ಅಲ್ಲಾ, ಅಲ್ಲೆ ಆಗ್ರಾದಾಗ ಶಹಜಹಾನ ತನ್ನ ಹೆಂಡತಿ ನೆನಪನ್ಯಾಗ ಆಕಿ ಸತ್ತಹೋದ ಮ್ಯಾಲ ತಾಜಮಹಲ್ ಕಟ್ಟಸಿದಾ ಅಂದರ, ಅವನ ಹೆಂಡತಿ ಅವನ್ನ ಎಷ್ಟ ಪ್ರೀತಿಸ್ತಿದ್ಲು, ಆಕಿ ಎಷ್ಟ ಛಲೋ ಇದ್ದಿರಬಹುದು. ಹಂತಾ ಹೆಂಡಂದರು ಇದ್ದರಾ ಒಂದ ಕಾಲದಾಗ, ಇಲ್ಲಾ ಅವನೂ ನಮ್ಮಂಗ ಹೆಂಡ್ತಿ ಕೈಯಾಗ ಸಿಕ್ಕ ಒದ್ಯಾಡಿ ಆಕಿ ಸತ್ತ ಮ್ಯಾಲೆ 'ಯಪ್ಪಾ ಅಂತೂ ಸತ್ಲಪಾ' ಅಂತ ಖುಷಿಲೆ ತಾಜಮಹಲ ಕಟ್ಟಿಸಿದ್ನಾ?" ಅಂತ ವಿಚಾರ ಬಂತು.

ಇಲ್ಲೆ ನೋಡಿದ್ರ ಈ 'ಬಿಬಿ ಕಾ ಮಕಬರಾ'ನ ಔರಂಗಜೇಬನ ಮಗಾ

ತಾಜಮಹಲ ಗತೆನ ತಮ್ಮವ್ವನ ನೆನಪನಾಗ ಕಟ್ಟ್ಯಾನ. ಅಲ್ಲಾ, ಒಬ್ಬ ಗಂಡಸ ಮನುಷ್ಯಾ, ಅದು ಲಗ್ನ ಆದೊಂವಾ, ಅವನ ಹೆಂಡತಿ ಇನ್ನೂ ಜೀವಂತ ಇದ್ದಾಗ, ಆಕಿ ಮುಂದನ ಅವರವ್ವನ ನೆನಪನಾಗ ಇಷ್ಟ ದೊಡ್ಡ ಇಮಾರತ ಕಟ್ಟತಾನ ಅಂದ್ರ ಅದ ಹೆಂಗ ಸಾಧ್ಯ ಅಂತೇನಿ. ಅವನ ಹೆಂಡತಿ ಅವಂಗ ಹೆಂಗ ಕಟ್ಟಲಿಕ್ಕೆ ಬಿಟ್ಲು? ಅದ ಅರ್ಥಾ ಆಗಲಿಲ್ಲಾ. ಇವತ್ತ ನಮ್ಮ ಪೈಕಿ ಕೆಲವಬ್ಬರ ಮನ್ಯಾಗ ವರ್ಷಕ್ಕೊಮ್ಮೆ ಗಂಡಗ ಅವರವ್ವ ಸತ್ತ ಮ್ಯಾಲೆ ಆಕಿ ಶ್ರಾದ್ಧಾ ಮಾಡಲಿಕ್ಕೂ ಹೆಂಡತಿ ಕೊಡಂಗಿಲ್ಲಾ.

"ನೀ ಎಲ್ಲರ ಮಠದಾಗ ಮಾಡ್ಕೊಂಡ ಬಾ ನಿಮ್ಮವ್ವನ ಶ್ರಾದ್ಧಾ, ಮನ್ಯಾಗ ಮಾತ್ರ ಮಾಡಂಗಿಲ್ಲಾ" ಅಂತ ಕಡ್ಡಿ ಮುರದಂಗ ಹೇಳಿ ಬಿಡೋ ಹೆಂಡಂದರ ಇದ್ದಾರ. ಎಷ್ಟ ಫರಕ ಅದ ನೋಡ್ರಿ ಆ ಕಾಲದಾಗಿನ ಹೆಂಡಂದರಿಗೂ ಈ ನಮ್ಮ ಸಮಕಾಲೀನ ಹೆಂಡಂದರಿಗೂ. ಹೆಂಡತಿ ಅಂದ್ರ ಹೆಂಗ ಇರಬೇಕರಿ, ಅವನೌನ ಸತ್ತರ ಆಕಿ ನೆನಪನಾಗ ಇನ್ನೊಂದ 'ತಾಜಮಹಲ' ಕಟ್ಟೋ ಹಂಗ ಇರಬೇಕರಿಪಾ.

ಈಗ, ಇವತ್ತ ನಮ್ಮ ನಿಖಿಲಗ ಬಂದಿರೋ ಸಮಸ್ಯೆ ನಮಗೂ ಹಿಂದ ಬಂದ ಹೋಗ್ಯಾವ, ಇಂವಾ ಲಗ್ನಾಗಿ ಎರಡ ತಾಸ ಆದ ಮ್ಯಾಲೆ ಇದರ ಬಗ್ಗೆ ವಿಚಾರ ಮಾಡಿದ್ದೂ ಭಾಳ ಲೇಟ್ ಆತ ಅಂತ ನನಗ ಅನಸ್ತದ. ಈಗಾಗಲೇ ಇಂವಾ ಲಗ್ನದಕಿಂತಾ ಮುಂಚೆ ಒಂದ ಹತ್ತ ಸರತೆ ಪುಣಾ – ಔರಾಂಗಾಬಾದ ಅಡ್ಡಾಡಿ ತನ್ನ ಆಬ್ರು – ಇಜ್ಜತ್ ಎಲ್ಲಾ ಕಳಕೊಂಡ ಬಿಟ್ಟಿರತಾನ. ಇನ್ನ ಮ್ಯಾಲೆ ಏನ ಗುದ್ದಾಡಿದ್ರೂ ಉಪಯೋಗ ಇಲ್ಲಾ.

ನನ್ನ ಪ್ರಕಾರ ನಮ್ಮ ಸಂಸಾರದ್ದ ಬಗ್ಗೆ ನಾವ ಪ್ರಿಕಾಶನ್ ತೊಗೊಬೇಕಾಗಿದ್ದ ಮದುವಿ ಆದ ಮ್ಯಾಲೆ ಅಲ್ಲಾ, ನಮಗ ಕನ್ಯಾ ಗೊತ್ತಾಗಿ, ಇದ ಹುಡುಗಿ ಅಂತ ಫೈನಲ್ ಆಗತದಲಾ, ಆವಾಗ. ಒಮ್ಮೆ ನಾವ ಏನರ ಈ ಪಿರಿಯಡ್ ಒಳಗ 'ಕಂಡೆನೋ ಇಲ್ಲೊ' ಅನ್ನರಂಗ ಮಾಡಿ, ಹುಡುಗಿನ ತಲಿ ಮ್ಯಾಲೆ ಕೂಡಿಸ್ಕೊಂಡವಿ, ಮುಂದ ಸತ್ತವಿ ಅಂದಂಗ. 'ಪ್ರಿವೆನ್ಶನ್ ಈಸ್ ಬೆಟರ್ ದ್ಯಾನ್ ಅಬಾರ್ಶನ್' ಅಂತಾರಲಾ, ಅದು ಇದ ಸ್ಟೇಜನಾಗ ಲಾಗೂ ಆಗೋದ ಮತ್ತ. ಯಾವಾಗ ನಾವು ಫೋನು, ಇ–ಮೇಲ್, ಹಂಗ ಹಗರಕ ಕದ್ದು ಮುಚ್ಚಿ ಭೆಟ್ಟಿ ಆಗೋದು ಶುರು ಮಾಡತೇವೂ, ಅವಾಗ ನೋಡ್ರಿ ನಾವ ಎಡವೋದು. ಹಂಗ ಹುಡುಗಿನೂ ನಮ್ಮ ಜೊತಿ ಎಡವಿರತಾಳ, ಆ ಮಾತ ಬ್ಯಾರೆ, ಆದ್ರ ನಾವು ಎಡವಿದರ, ಮುಂದ ಲಗ್ನ ಆದ ಮ್ಯಾಲೆ ಕಡೆ ತನಕ ಕುಂಟೋರೂ ನಾವ. ನಾವ ಏನ್ ಈ ಪಿರಿಯಡ್ ಒಳಗ ಆಕಿ ಹೇಳಿದ್ದಕ್ಕೆಲ್ಲಾ 'ಹೌದು–ಹೌದು' ಅಂತ ಆಕಿ ಕಂಟ್ರೋಲ್ನಾಗ ಬಂದ ಬಿಟ್ಟವಿ ಅಂದರ ಮುಗದ ಹೋತ. ಮುಂದ ಮದುವಿ ಆಗಿ, ಮಕ್ಕಳಾಗಿ, ಮೊಮ್ಮಕ್ಕಳ ಹುಟ್ಟಿ ಮುದಕಾದರೂ ನಾವ 'ಅಮ್ಮಾವ್ರ ಗಂಡನ'. ಕಡಿಕೆ ವಯಸ್ಸಾದ ಮ್ಯಾಲೆ ಈಗ ಏನ ಮಾಡೋದು, ನಮ್ಮ 'ಪಾಲಿಗೆ ಬಂದಿದ್ದು ಪಂಚಾಮೃತ' ಅದು 'ಪಂಚಗವ್ಯ'ನಾ ಯಾಕ ಆಗವಲ್ತಾಕ, ದಿವಸಾ ಅನುಭವಿಸಿಗೋತ ಸಂಸಾರ ದುಗಿಸಿಕೋತ ಹೋಗಬೇಕು.

ಇಷ್ಟ ದಿವಸೆಲ್ಲಾ ನಾವ ಅನುಭವಿಸಿ, ಈಗ ಹೊಸದಾಗಿ ಲಗ್ನ ಆದವರಿಗೆ ಹಂಗ ಮಾಡರಿ, ಹಿಂಗ ಮಾಡರಿ, ಆಕಿ ಮಾತ ಕೇಳಬ್ಯಾಡರಿ, ಅದು - ಇದು ಅಂತ ಹೇಳಿದರ, ಇಲ್ಲಾ ಅದರ ಮ್ಯಾಲೆ ಲೇಖನಾ ಬರದರ ಏನ ಪ್ರಯೋಗ? ಅನುಭವಸೋದು, ಅನುಭವಿಸಿದವರು ಎಲ್ಲಾ ನಾವ ಅಲಾ... ಮಂದಿ ಏನ, ನಾವ ಹೆಂಗ ಇದ್ದರೂ ಕಮೆಂಟ್ ಮಾಡತಾರ.

ಅನ್ನಂಗ ಒಂದ ಮುಖ್ಯ ಸೂತ್ರಾ ಹೇಳೋದ ಮರತೆ. 'ಜೀವನದಾಗ ಖುಷಿಲೆ ಬದಕೋದ ಎಸೆನ್ಶಿಯಲ್, ಅದಕ್ಕ ಹೆಂಡ್ತಿ ನಾನ್- ಎಸೆನ್ಶಿಯಲ್. ಜೀವನಕ್ಕ ಹೆಂಡ್ತಿ ಬೇಕಾಗಬಹುದು, ಆದರ ಹೆಂಡ್ತಿನ ಜೀವನ ಅಲ್ಲಾ.' ಇದನ್ನ ಬರದ ಮನ್ಯಾಗ ಗೋಡಿ ಮ್ಯಾಲೆ ತೂಗ ಬಿಡರಿ, ಪಾಪ, ಯಾರರ ಓದಿದವರರ ಸುಧಾರಿಸಿದರೂ ಸುಧಾರಸಬಹುದು.

§

ಬಾರ್‌ನಾಗ ಬರೇ ನಮ್ಮಂದಿನ

ಒಂದ 10–15 ದಿವಸ ಆತು. ಮಳಿ ಹಿಡದ ಬಿಟ್ಟದ, ಎಲ್ಲಿನೂ ಹೊರಗ ಹೋಗೋಹಂಗಿಲ್ಲ, ಯಾವಾಗ ಮಳಿ ಬರತದ ಯಾವಾಗ ಇಲ್ಲಾ ಅಂತ ಗೊತ್ತ ಆಗಂಗಿಲ್ಲ, ಮೊನ್ನೆ 2–3 ಸಲ ಮಳ್ಯಾಗ ತೋಯ್ಸಕೊಂಡ ನೆಗಡಿ ಬ್ಯಾರೆ ಆಗಿತ್ತು. ಒಂದ ಸ್ವಲ್ಪ ಮೈಯಾಗ ಬ್ಯಾರೆ ಕಣಿ–ಕಣಿನು ಅನಸ್ತಿತ್ತು. ಅದರಾಗ ನನಗ ನೆಗಡಿ ಬಂದರ ಲಗೂನ ಹೋಗಂಗನೂ ಇಲ್ಲಾ. ಯಾವಾಗಲೂ ಮೂಗ ಸುರ್–ಸುರ್ ಅಂತಿರ್ತದ.

"ಲೇ ಒಂದ ಸಿಕ್ಸ್ಟೀ ಹೊಡಿ ಎಲ್ಲಾ ಆರಾಮ ಆಗತೈತಿ" ಅಂತ ಏನಿಲ್ಲಾ ಅಂದರು ಮೂರ–ನಾಲ್ಕ ಮಂದಿ ಗೆಳ್ಯಾರೂ ಮೂರ–ನಾಲ್ಕ ಸರತೆ ಹೇಳಿದ್ರು, ಆದರ ನಾನ ಯಾಕ ರಿಸ್ಕ್ ತೊಗೊಳೋದು ಅಂತ ಸುಮ್ಮನ ಬಿಟ್ಟಿದ್ದೆ. ಅದರಾಗ ನನಗ ಈ ನೆಗಡಿ ಹೀಟಿಂದೋ, ತಂಪಿಂದೋ ಅನ್ನೋದು ಲಗೂನ ಗೊತ್ತಾಗಂಗಿಲ್ಲಾ, ತಂಪಿಂದ ನೆಗಡಿ ಇದ್ರ ಒಂದ ಸಿಕ್ಸ್ಟೀ ಹಾಟ್ ಹೊಡಿಬಹುದು, ಇಲ್ಲಾಂದ್ರ ಇಂತಹ ಮಳೆಗಾಲದಾಗ ಹೆಂಗ ಚಿಲ್ಡ್ ಬೀರ್ ಕುಡೀಬೇಕು? ಹಿಂಗಾಗಿ ಒಂದ ವಾರತನಕ ಬರೇ ನಮ್ಮವ್ವಂದ ಮೂರ ಹೊತ್ತು ಥರ್ಟಿ – ಥರ್ಟಿ ಕಷಾಯದ ಮ್ಯಾಲೇ ದೂಡಿದೆ. ಆದರೂ ಏನ ಬದಲಾಗಲಿಲ್ಲ. ಸರಿ ಹಂಗರ ಒಂದ ರೌಂಡ್ ಹೋಗಿ ಬರೋಣ ಅಂತ 3–4 ಮಂದಿ ದೋಸ್ತರನ್ನ ಕಟಕೊಂಡ ನಮ್ಮ ರೆಗ್ಯೂಲರ್ ಬಾರ್‌ಗೆ ಹೋದೆ.

ಇನ್ನೂ ಒಳಗ ಕಾಲಿಡತನ ಎದುರಿಗೆ ನಮ್ಮ ಟೇಬಲ್‌ನ ಕಾಯಂ ಸಪ್ಲಾಯರ ಶಿವಣ್ಣಾ, "ಬರ್ರೀ ಸರ್, ಏನ ಬಾಳ ದಿವಸಾತ, ಕಂಡೆಯಿಲ್ಲಾ? ಎಲ್ಲಿ ನಮ್ಮ ಬಾರ್ ಮರತರಿ ಅನಕೊಂಡಿದ್ದೆ" ಅಂದಾ. ಅಂವಾ ಕರದದ್ದ ನೋಡಿದ್ರ ಬೀಗರ ಮನಿಗೆ ಹೋದಾಗ ನಮ್ಮ ಅಳಿಯಾ ಹಿಂಗ ಕರಿಯಂಗಿಲ್ಲ, ಅಷ್ಟ ಛಂದ ಕರದಾ ಅನಸ್ತು. "ಏನಿಲ್ಲಾ, ಆರಾಮ ಇದ್ದಿದ್ದಿಲ್ಲಾ, ಹಿಂಗಾಗಿ ಬಂದಿದಿಲ್ಲಾ" ಅಂದೆ.

"ಇಲ್ಲೇ ಬರ್ಕೊತ್ತಿರ್ರಿ ಸರ್, ಎಲ್ಲಾ ಆರಾಮ ಇರತೀರಿ. ಅಲ್ಲೇ ನಾಲ್ಕ ನಂಬರ್ ಟೇಬಲಗೆ ಕೂಡ್ರಿ ಸರ್, ಅಲ್ಲೇ ನಂದ ಸರ್ವಿಸ್" ಅಂತ ನಮಗ ಟೇಬಲ್ಲೂ ಬುಕ್ ಮಾಡಿದಾ. ನಮ್ಮ ಪುಣ್ಯಾ ಟೇಬಲ್ ಸಿಕ್ಕತಲಾ ಅನ್ಕೊಂಡೆ. ಇಲ್ಲಾಂದ್ರ ಯಾವಾಗಲೂ ಬಾರ್‌ನಾಗ ಸಿಕ್ಕಾಪಟ್ಟಿ ಗದ್ಲ ಇರತದ, ಸರ್ವೀಸ್ ಸರಿಯಾಗಿ ಸಿಗಂಗಿಲ್ಲಾ, ಒಂದಂದ ಐಟಂಗೆ ಹತ್ತ–ಹತ್ತ ಸಲ ಕರದ ಸಪ್ಲಾಯರನ ಮರ್ಜಿ ಹಿಡಿಬೇಕು.

"ಓ ರಾಜಾ ಬಾ ಪಾ", "ಶಿವಣ್ಣಾ ಲಗೂನ ತಾ ಪಾ," "ಓ ಹಲೋ, ಡ್ರಿಂಕ್ಸ್ ಮುಗಿಲಿಕ್ಕೆ ಬಂತ, ಇನ್ನೂ ಸ್ನ್ಯಾಕ್ಸ್ ಬಂದಿಲ್ಲಲ್ಲೋ." "ಎ, ಮೂರ ಐ.ಟಿ.ಸಿ. ಕಿಂಗ್ ಹೇಳಿದ್ದೆ, ಏನಾತ?" "ಕಡ್ಡಿ ಪೆಟಗಿ ತೊಗಂಬಾ ಪಾ"

ಅಂತ ಬೇಡ್ಕೋ ಬೇಕು. ಪಾಪ ಅವರರ ಏನ ಮಾಡಬೇಕು? ಟೇಬಲ್ಲೂ ಅಷ್ಟ ಅವ, ಸಪ್ಲಾಯರೂ ಅಷ್ಟ ಇದ್ದಾರ. ಆದರ ಬರೋ ಜನ ಬರ–ಬರತ ಜಾಸ್ತಿ

ಆಗಲಿಕತ್ತಾರ. ಒಮ್ಮೊಮ್ಮೆ ಅನಿಸ್ತಿತ್ತು, ಸಂಬಂಧ ಇಲ್ಲಾ ಸಾಟಿ ಇಲ್ಲಾ, ಇಲ್ಲೇ ಬಂದ ಸಪ್ಲಾಯರ್ ಮರ್ಜಿ ಹಿಡಿಯೂದ್ಕಿಂತ 'ಮನ್ಯಾಗ ಹಡದ ಅವ್ವ -ಅಪ್ಪಾ, ಕಟಗೊಂಡ ಹೆಂಡತಿದ ಕೈ ಕಾಲ ಹಿಡದ ಅಲ್ಲೇ ಮನ್ಯಾಗ ಕುಡಿಯೋದ ಭಾಳ ಛೊಲೋ' ಅಂತ, ಹೆಂಗಿದ್ರು ಕುಡದ ಮನಿಗೆ ಹೋದ ಮ್ಯಾಲೆ 'ಇದ ಲಾಸ್ಟ್' ಅಂತ ಹೆಂಡತಿದ ಕೈ ಕಾಲ ಹಿಡದ ಹಿಡಿತೇವಿ, ಇನ್ನ ಮದ್ಲ ಹಿಡದರಾತು. ಆದರ ಅದು ಅಂದಕೊಂಡಷ್ಟು ಸುಲಭ ಅಲ್ಲಾ. ಪಾಪ, ಅವರಿಗೇನ್ ಗೊತ್ತ? ನಾವು ಹೊರಗ ಎಷ್ಟ ದೈನಾಸ ಪಡತೇವಿ ಕುಡಿಲಿಕ್ಕೆ ಅಂತ. ಗೊತ್ತಾದ್ರೂ ಅವರೇನ ಅವಕಾಶ ಕೊಡಂಗಿಲ್ಲಾ, ಆ ಮಾತ ಬ್ಯಾರೆ.

ಹಿಂಗ ಕೂತಗೊಂಡ ನಮಗೇನ ಬೇಕ ಆರ್ಡರ್ ಮಾಡಿ ಅತ್ತಲಾಗ ಇತ್ತಲಾಗ ಬ್ಯಾರೆ ಟೇಬಲ್ ಮ್ಯಾಲೆ ಕಣ್ಣಾಡಿಸಿದೆ. ಎಲ್ಲಾ ಹಳೇ ಮುಖಾನ- ಹೆಸರು ಗೊತ್ತಿಲ್ಲಾ ಅಂದ್ರು, ಬ್ರ್ಯಾಂಡ್ ಗೊತ್ತ. ಅಷ್ಟರಾಗ ನಮ್ಮ ಸ್ವಾದಿ ಬ್ರದರ್ಸ್ ಒಳಗ ಬಂದ್ರು. "ಏನೋ ದೀಕ್ಷಿತಾ ಭಾಳ ದಿವಸಾತ ಕಂಡೇಯಿಲ್ಲಾ" ಅಂದರು. "ಏ ಆರಾಮ ಇದ್ದಿದ್ದಿಲೋ ಪಾ" ಅಂದೆ, "ಬ್ರ್ಯಾಂಡಿ ಹೊಡಿ, ನೆಗಡಿಲ್ಲಾ ಕಿತ್ತ ಹೋಗತದ" ಅಂತ ತಮ್ಮ ಅನುಭವದ ಮಾತ ಹೇಳಿದ್ರು. "ಬರೇ ಐಸ್ ಕ್ಯೂಬ್ ಹಾಕ್ಕೋ, ಸಾಫ್ಟ್ ಡ್ರಿಂಕ್ಸ್ ಬ್ಯಾಡಾ" ಅಂತ ಹೇಳೋದು ಮರೀಲಿಲ್ಲಾ. 5-6 ವರ್ಷದ ಹಿಂದ ನಾವು 'ಯಾವಾಗರ ಒಮ್ಮೆ ಕದ್ದು-ಮುಚ್ಚಿ ಹೋಗೋರು'. ಹೋದಾಗ ಒಮ್ಮೆ ಯಾರರ ಪರಿಚಯದವ್ರು ನೋಡಿದ್ರ ಹೆಂಗ ಅಂತ ಹೆದರಿ - ಹೆದರಿ ನಮ್ಮ ಕೆಲಸ ಮುಗಿಸಿಕೊಂಡ ಹೊರಗ ಬರೋರು. ನಮ್ಮ ಗಾಡಿ ಯಾರರ ನೋಡಿ ಗಿಡ್ಯಾರ ಅಂತ ಮಂದಿ ಗಾಡಿ ಮ್ಯಾಲೆ ಹೋಗೋರು. ಒನ್ನೇ ಸಲ ಈ ಸ್ವಾದಿ ಬ್ರದರ್ಸ್ ಭೆಟ್ಟಿ ಆದಾಗ ಭಾಳ ಹೆದರಿದ್ದೆ, ಎಲ್ಲಿ ಹೋಗಿ ನಮ್ಮಪ್ಪಗ ಹೇಳ್ತಾರೋ ಅಂತ. ಆದರ ಹಂಗೇನ ಆಗಲಿಲ್ಲ. ಬಹುಶಃ ಅವರೂ ಅವಾಗ ನನ್ನ ನೋಡಿ ಹಂಗ ಹೆದರಿರಬೇಕು. ಏನೋ ಇಬ್ಬರಿಗೂ ಪ್ರೊಫೆಶನಲ್ ಎಥಿಕ್ಸ್ ಇತ್ತಂತ ಯಾರ ಮನ್ಯಾಗೂ ಗದ್ಲ ಆಗಲಿಲ್ಲ. ಅವತ್ತಿನಿಂದ ಮ್ಯಾಲಿಂದ ಮ್ಯಾಲೆ ಭೆಟ್ಟಿ ಆಕ್ಕೋತ ಇದ್ದೇವಿ. ಇವತ್ತ ಒಬ್ಬರನ್ನ ಒಬ್ಬರು ಬಾರ್‌ನಾಗ ಮಿಸ್ ಮಾಡ್ಕೊಳೋ ಅಷ್ಟು ಕ್ಲೋಸ್ ಆಗೇವಿ ಅನಸಲಿಕತ್ತು.

ಅಷ್ಟರಾಗ ಮೂಲ್ಯಾಗಿನ ಟೇಬಲನಿಂದ ಪ್ರಕಾಶ ಕೈ ಮಾಡಿದಾ, ನಾನು ಕೈ ಮಾಡಿದೆ, ಅವನ ಎದ್ದ ಬಂದ. "ಏನಲೇ, ಭಾಳ ದಿವಸದ ಮ್ಯಾಲೆ ಬಂದಿ, ಐಪಿಎಲ್ ಮ್ಯಾಚ್ ಮುಗದ ಮ್ಯಾಲೆ ಕಂಡೇ ಇಲ್ಲಾ" ಅಂದ.

ಅವನ ಮಾತ ಕೇಳಿದ್ರ ದಿವಸಾ ಐಪಿಎಲ್ ಮ್ಯಾಚ್ ನೋಡ್ಲಿಕ್ಕ ನಾ ಇಲ್ಲೇ ಬರತಿದ್ದೆ ಅಂತ ತಿಳ್ಕೋಬೇಕು. ನಾ ಹೋಗಿದ್ದ ಬರೇ ಬೆಂಗಳೂರ ಮ್ಯಾಚ್ ಇದ್ದಾಗ, ಅವು ಬರೇ ಒಂದ 16 ಮ್ಯಾಚ್ ಅಷ್ಟ, ಬಾರ್‌ನಾಗ ಕೂತ ಮ್ಯಾಚ್ ನೋಡೊ ಮಜಾನ ಬ್ಯಾರೆ. ಕುಡದಾಗ ಅಗದಿ ನಾವ ಆಡದಂಗ ಅನಸ್ತದ.

"ಏ ಹಂಗೇನ ಇಲ್ಲ. ಸ್ವಲ್ಪ ಬ್ಯುಸಿ ಇದ್ದೆ" ಅಂದೆ. "ಅಲ್ಲೇ ನಮ್ಮ ಟೇಬಲ್‌ಗೆ ಬಾ, ನಾ ಒಬ್ಬನ ಇದ್ದೇನಿ" ಅಂದಾ.

"ಇಲ್ಲಾ, ನಮ್ಮ ದೋಸ್ತರು ಇದ್ದಾರ, ನೀ ಮುಗಿಸ್ಕೊ" ಅಂದೆ.

ಅವಂಗು ನಮಗು ಸೆಟ್ ಆಗಂಗಿಲ್ಲಾ, ಅಂವಾ ಡ್ರಂ ಇದ್ದಂಗ, ಎಷ್ಟ ಕುಡದರೂ ಕಡಿಮಿನ. ಆಮೇಲೆ ನಮಗೂ ಒತ್ತಾಯ ಮಾಡ್ತಾನ. ಎಲ್ಲಿದೂ, ನಮಗ ತಡ್ಕೊಳಾಕ ಆಗಂಗಿಲ್ಲಾ, ಮದ್ಲ ನಾವು ನಾಜೂಕ ಮಂದಿ.

ನಂಬದ ಒಂದ ರೌಂಡ್ ಮುಗದಂಗ ಆತು, ಲಾಸ್ಟ್ ರೌಂಡ್ ಆರ್ಡರ್ ಮಾಡಿ ಅದರ ಜೊತಿಗೆ ಊಟಾನೂ ಹೇಳಿದ್ವಿ, ನಾ ಒಂದ ಬಾಥ್‌ರೂಂ ಬ್ರೇಕ್ ತಗೊಂಡ್ರಾತು ಅಂತ ಎದ್ದ ಹೋದೆ. ಅಲ್ಲೇ ಕೈ ತೊಳ್ಕೊಬೇಕಾರ ಬಾಜು ವಾಶ್ ಬೇಸಿನ್ ಒಳಗ ನಮ್ಮ ಪ್ರಭ್ಯಾನು ಕೈ ತೊಳ್ಕಳ್ಳಿಕ್ಕತ್ತಿದ್ದ.

"ಏ ಏನಲೇ ಪ್ರಭ್ಯಾ, ನೀ ಇಲ್ಲೇ?" ಅಂದೆ.

ನನಗ ಆಶ್ಚರ್ಯ ಆಗಿದ್ದ ಅಂವಾ ಬಾರ್‌ಗೆ ಬಂದದಕ್ಕ ಅಲ್ಲಾ, ನಮ್ಮ ಏರಿಯಾ ಬಾರ್‌ಗೆ ಬಂದದಕ್ಕ. ನನಗ ಇತ್ತೀಚಿಗೆ ಬಾರ್‌ನಾಗ ಯಾರ್ ಭೆಟ್ಟಿ ಆದರೂ ಆಶ್ಚರ್ಯ ಆಗಂಗಿಲ್ಲಾ. ಎಲ್ಲಾರೂ ಅವರ. ತಂದಿ- ಮಕ್ಕಳ ಕೂಡಿ ಕುಡಿಯೋ ಕಾಲರಿ ಇದ. ಏನೋ ನಮ್ಮ ಮಗಾ ಸಣ್ಣಾಂವ ಇದ್ದಾನಂತ ದೋಸ್ತರನ್ನ ಕರಕೋಂಡ ಹೋಗ್ತೇನಿ ಇಷ್ಟ.

"ಏ ಅಲ್ಲೆ ಹಗಲಗಲಾ ಹೋಗಿ ಬ್ಯಾಸರ ಆಗಿತ್ತು, ಅದರಾಗ ಬ್ಯಾರೆ ಅಲ್ಲೆ ಜಗಾನೂ ಇರಲಿಲ್ಲ ಅಂತ ಈ ಕಡೆ ಬಂದೆ" ಅಂದಾ.

ಹಿಂಗ ಒಬ್ಬರ ಮ್ಯಾಲೆ ಒಬ್ಬರು ಬಾರ್‌ನಾಗ ಪರಿಚಯದವ್ರು ಭೆಟ್ಟಿ ಆಗ್ತಾನ ಇರತಾರ. ಕೆಲವಬ್ಬರೂ ಭೆಟ್ಟಿ ಆಗಿ ಆಗಿ ಪರಿಚಯ ಆಗ್ತಾರ. ಒಟ್ಟನಾಗ ಹೇಳಬೇಕಂದರ ಬಾರ್‌ನಾಗ ಎಲ್ಲಾರೂ ನಮ್ಮವರ ಅನಸ್ತಾರ. ಯಾರೂ ಹೊರಗಿನವರ ಅಲ್ಲಾ, ಎಲ್ಲಾರೂ ಒಳಗಿನವರ. ಒಮ್ಮೆ ಎದುರಿಗಿನ ಟೇಬಲ್ ಮ್ಯಾಲೆ ಕೂತವನ್ನ ಎಲ್ಲೋ ನೋಡೆನಲಾ ಅನಸ್ತು. ವಿಚಾರ ಮಾಡಿ ಮಾಡಿ ಸಾಕಾಗಿ ಹೋತು, ಆಗಿದ್ದಾಗಲಿ ಅವರನ ಒಂದ ಮಾತು ಕೇಳಿ ಬಿಡೋಣ, ಅವರಿಗೆ ಗೊತ್ತಿದ್ದರೂ ಇರಬಹುದು ಅಂತ ಕೇಳಿದೆ. "ಇಲ್ಲೇರಿ, ವಾರದಾಗ 2–3 ಸಲ ಇಲ್ಲೇ ನೋಡಿರತೇವಿ, ಮತ್ತೆಲ್ಲೆ? ನಾ ನೋಡಿದ್ದು ನಿಮ್ಮನ್ನ ಇಲ್ಲೇ, ನಾ ಅಂತೂ ದಿನಾ ಮನಿಗೆ ಹೋಗಬೇಕಾರ ಒಂದ ನೈಂಟಿ ಹೊಡದ ಹೋಗೋದು" ಅಂದ ಮ್ಯಾಲೆ ನನಗೂ, "ಹೌದಲಾ! ಇಲ್ಲೇ ನೋಡಿದ್ದು" ಅಂತ ಅನಸ್ತು.

ಇನ್ನ ಕೂತಗೊಂಡಾಗ ಜನಾ (ಅಂದರ ನಮ್ಮನ್ನೂ ಹಿಡದ) ಎಂಥೆಂಥ ವಿಷಯಾ ಚರ್ಚೆ ಮಾಡ್ತಾರ ಅನ್ಕೊಂಡಿರಿ? ಅಷ್ಟ ಚರ್ಚೆ ವಿಧಾನಸೌಧದಾಗೂ ಆಗಂಗಿಲ್ಲಾ. ಇಲ್ಲೇ ಎಲ್ಲಾ ಸಮಸ್ಯೆಗೆ ಪರಿಹಾರನೂ ಒಂದ ಕ್ವಾರ್ಟರ್ ಮುಗಿಯೋದರಾಗ ಹೊರಗ ಬರತದ, ನನಗ ಅನಸ್ತದ, ಕೆಲವೊಮ್ಮೆ ಭಾಳ ಕಠಿಣ ಸಾಮಾಜಿಕ ಸಮಸ್ಯೆ ಇದ್ದಾಗ ಒಂದ 10 ಮಂದಿ ಶಾಣ್ಯಾರನ್ನ ಕೂಡಿಸಿ, ಕುಡಿಸಿ ಕೇಳಿ ನೋಡ್ರಿ, ಒಂದ ಹೊಸಾ ನಮೂನಿ ಪರಿಹಾರ ಸಿಗೋದು ಅಂತು ಗ್ಯಾರಂಟಿ. ಇಲ್ಲೇ ಚರ್ಚೆಗೆ ವಿಷಯ ಬೇಕಾದ್ದ

ಇರಬಹುದು. ಅಂತಾರಾಷ್ಟ್ರೀಯ ವಿಷಯದಿಂದ ಹಿಡದ ಮನಿ ಅಂಗಳದಾಗಿನ ವಿಷಯ ತನಕ ಎಲ್ಲಾ ಡಿಸ್ಕಸ್ ಮಾಡ್ತಾರ. ಹೊಸಾ ವಿಷಯ ಗೊತ್ತಾಗೋದು, ಹುಟ್ಟೋದು ಇಲ್ಲೇನ. ಕ್ರಾಂತಿಕಾರಿ ವಿಚಾರ ಬರೋದು ಕುಡದ ಕಾರಕೊಂಡಾಗ. ಇಷ್ಟ ಅಲ್ಲಾ, ಮನುಷ್ಯಾನ ಕ್ರಿಯೇಟಿವಿಟಿ ಹುಟ್ಟೋದ ಇಲ್ಲೇ. ಇಲ್ಲೇ ಹುಟ್ಟಿ – ಬೆಳದ ಕಡಿಗೆ ಒಂದ ದಿವಸ ಕ್ರಿಯೇಟಿವಿಟಿ ಸಾಯೋದನು ಇಲ್ಲೇನ. ನೀವ ಬೇಕಾರ ಇವತ್ತಿನ ಜಮಾನದ ಪ್ರಸಿದ್ಧ ಕ್ರಿಯೇಟಿವ್ ರೈಟರ್ ಮಂದಿ ಬಗ್ಗೆ ವಿಚಾರಿಸಿ ನೋಡ್ರಿ, ಅವರ ಬಗ್ಗೆ ಜನಾ ಏನಂತಾರ ಅಂತ.

"ಏನ ಬರೀತಾರ್ರೀ ಅವರು, ಭಾರಿ ಬರೀತಾರ ಬಿಡ್ರೀ."

"ಭಾರಿ ಸಿಂಪಲ್ ಮನುಷ್ಯಾರಿ, ಭಾಳ ಓದ್ಕೊಂಡವರು"

"ಏ, ನಾಲ್ಕ ಅವಾರ್ಡ್ ಸಿಕ್ಕಾವರಿ ಅವರಿಗೆ" ...ಹಂಗ ಮುಂದ ಕೇಳ್ಕೋತ್ತ ಹೋಗರಿ.

"ಯೇ ರಾತ್ರಿ ಒಂದ ನೈಂಟಿ ಬೇಕ ಅವರಿಗೆ. ಅದಿಲ್ಲಾಂದ್ರ ಪೆನ್ ಓಡಾಂಗಿಲ್ಲ" ಅಂತಾರ.

ಅಂದರ ಬಾರ್ ಅನ್ನೋದ ಒಂದಥರಾ ಬುದ್ಧಿಜೀವಿ ಮಂದಿಗೆ ಸ್ಫೂರ್ತಿ ಕೇಂದ್ರ ಇದ್ದಂಗ. ಸ್ಫೂರ್ತಿಯ ಸೆಲೆ ಹುಟ್ಟೋದ ಕ್ವಾರ್ಟರ್ ಬಾಟ್ಲ್ಯಾಗ.

ನಮ್ಮ ಜಿ.ಪಿ. ರಾಜರತ್ನಂ ಅವರ ಹೇಳ್ತಿದ್ದರಲ್ಲಾ
'ರವ್ವಿ ಕಾಣದ್ ಕವಿ ಕಂಡ'
ಅಂದ್ರೆ ಕವಿಗೊಳ್ ತತ್ವ–
'ಕವ್ವಿ ಕಾಣದ್ ಕುಡಕ ಕಂಡ'
ಅನ್ನೊದ್ ಕುಡಕರ್ ಮಾತ್ವ!

ಹಂಗ ಯಾ ಮನುಷ್ಯಾಗ ಯಾ ಬಾಟ್ಲ್ಯಾಗ ಏನ ಕಾಣತದೋ ಆ ಭಗವಂತಗ ಗೊತ್ತ.

ಒಂದ ಕಾಲ ಇತ್ತು. 3–4 ಮಂದಿ ದೋಸ್ತರ ಭೆಟ್ಟಿ ಆದರ ಎಲ್ಲಾರೂ ಸೇರಿ ದುರ್ಗದ ಬೈಲ್‌ಗೆ ಹೋಗಿ ಗಿರಿಮಿಟ್ಟ, ಭಜಿ, ಮಿರ್ಚಿ ತಿಂದು ಎರಡರಾಗ 4 ಚಹಾ ಕುಡದ ಬಿಲ್ ನಾ ಕೊಡ ನೀ ಕೊಡ ಅಂತ ಗುದ್ದಾಡಿ ಮಜಾ ಮಾಡ್ತಿದ್ವಿ, ಈಗ ಕಾಲ ಬದಲಾಗೇದ, ಈಗ ನಾಲ್ಕ ಮಂದಿ ಸೇರಿದ್ರ ಸಾಕು, ಸಾಯಂಕಾಲ ಎಲ್ಲಿ ಕೂಡೋಣ–ಕುಡ್ಯೋಣ ಅಂತ ಡಿಸೈಡ್ ಮಾಡ್ತೇವಿ. ಉಳದವರನ್ನೂ ಅಲ್ಲೇ ಕರೀತೇವಿ, ಕುಡಿಯೋರು ಕುಡಿಲಾರದವ್ರು, ಎಲ್ಲಾರೂ ಸೇರೋ ಜಗಾನ ಇವತ್ತ ಬಾರ್. ತಿಂಗಳಿಗೆ ಒಂದೆರಡ ಸಲಾ ಹೋಗೋದು, ವಾರಕ್ಕ ಒಂದೆರಡ ಸಲಕ್ಕ ಬಂದ ಹತ್ತೇದ. ಇವತ್ತು ಲೈಫ್ ಎಂಜಾಯ್ ಮಾಡೋದ ಅಂದರ ಕುಡಿಯೋದ ಅಂತ ಭಾಳ ಮಂದಿ ತಲ್ಯಾಗ ಹೊಕ್ಕೇದ. ಅದರಾಗ ಮಾತ ಮಾತಿಗೆ ಟೆನ್ಶನ್, ಸ್ಟ್ರೆಸ್, ಇವತ್ತ ನಂದ ಮೂಡ್ ಛಲೋ ಇಲ್ಲಾ, ಇವತ್ತ ನಾ ಭಾಳ ಖುಶ್ ಇದ್ದೇನಿ – ಇವೆಲ್ಲಾ ಕುಡೀಲಿಕ್ಕೆ ನಮ್ಮಕ್ಕಷ್ಟ ನಾವ

ಕೊಟ್ಕೊಳೊ ಕಾರಣಗಳು. ಒಟ್ಟ ಕಾರಣ ಹುಡಕತಿರತೇವಿ. ವಾರದಾಗ ಎರಡ–ಮೂರ ಕಾರಣಂತೂ ಸಿಕ್ಕ ಸಿಗತಾವ, ಏನು ಸಿಗಲಿಲ್ಲಾಂದರ ಶನಿವಾರ ದಿವಸ "ಈ ವಾರ ಹೆಂಗ ಹೋತ ಗೊತ್ತ ಆಗಲಿಲ್ಲ, ಭಾರಿ ಹೆಕ್ಟಿಕ್ ಇತ್ತು, ಸ್ವಲ್ಪ ರಿಲ್ಯಾಕ್ಸ್ ಆಗೋಣ, ಹೆಂಗಿದ್ರು ವೀಕೆಂಡ್" ಅಂತ ಎಂಟ್ರೀ ಹೊಡೀತೇವಿ. ಅಕಸ್ಮಾತ್ ಒಂದ ಹತ್ತ ದಿವಸ ಹೋಗಲಿಲ್ಲಾ ಅಂದರ ಮುಗದ ಹೋತ, ಸತ್ತವರಂಗ ಮಾಡ್ತೇವಿ. ಯಾವಾಗ ಹೋಗ್ಯೇನೊ ಅಂತ ತುದಿಗಾಲ ಮ್ಯಾಲೆ ನಿಂತಿರ್ತೇವಿ.

ವಾರಕ್ಕ ಒಂದೆರಡ ಸಲಾ ಹೋದರ ಏನ ನಾವ ಕುಡಕರಾಗ್ತೇವೇನ, ದಿವಸಾ ಸಿಕ್ಸ್ಟೀ– ಸಿಕ್ಸ್ಟೀ ಮನ್ಯಾಗ ಕುಂತ ಹೊಡ್ಯೋರನ ಎಷ್ಟ ಮಂದಿನ ನೋಡೇವಿ, ಅವರೇನ ಕುಡಕರಾ? ನಮ್ಮ ಸೈನಿಕರು ದಿವಸಾ ಕುಡೆಂಗಿಲ್ಲೇನ ಮತ್. ನಾವು ಒಂದಥರಾ ಸೈನಿಕರ ಇದ್ದಂಗ, ಅವರು ದೇಶದ ಸಂಬಂಧ ಹೋರಾಡತಾರ, ನಾವು ಸಂಸಾರದ ಸಂಬಂಧ ಹೋರಾಡತೇವಿ. ನಮ್ಮ ಪ್ರಕಾರ ಯಾರ ಕುಡದ ಕಂಟ್ರೋಲ್ ಆಗಲಾರದ ಟೇಬಲ್ ಮ್ಯಾಲೇ ವೈಕ್ ಅಂದ, ಗಟರನಾಗ, ರೋಡ್‌ನಾಗ ಬಿದ್ದ ಉಳ್ಳಾಡತಾರೋ ಅವರ ಕುಡುಕರು. ನಾವೆಲ್ಲಾ ಡೀಸೆಂಟ್ ಮಂದಿ, ಕುಡಿಯೋದು ನಮ್ಮ ಲೈಫ್ ಸ್ಟೈಲ್ ಅಷ್ಟೆ. ಹವ್ಯಾಸ ಅನ್ರಿ, ಚಟಾ ಅನಬ್ಯಾಡರಿ. ಸಮಾಜದಾಗ ಇರತೇವಿ, ಇವನ್ನೆಲ್ಲಾ ಮಾಡಬೇಕು ಅಂತ ಮಾಡತೇವಿ. ಇವತ್ತ ಅನಿವಾರ್ಯನೂ ಆಗೇದ ಯಾಕಂದರ,

'ಜನಾ ನಾ ತಗೊಳ್ಳೊಂಗಿಲ್ಲಾ ಅಂದರ ಮಾರಿ ನೋಡ್ತಾರ',

"ಏನ್ರಿ ಇನ್ನೂ 'ಮಾಜಾ' ಕುಡಿತೀರಾ" ಅಂತ ಕೇಳಿ ನಗ್ತಾರ!

ಬರೇ ಬೀರ್ ಕುಡದರ, "ನೀ ಸಣ್ಣ ಹುಡುಗ ಏನಲೇ?" ಅಂತಾರ.

ವೊಡ್ಕಾ, ವೈನ್ ಕುಡದರ "ಲೇ ಹೆಣ್ಣ ಮಕ್ಕಳ ಡ್ರಿಂಕ್ಸ್ ಲೇ ಅದ" ಅಂತಾರ.

'ವಿಸ್ಕಿ ತಗೊಂಡಾಗ, "ಅದಕ್ಕ ಸಾಫ್ಟ್ ಡ್ರಿಂಕ್ಸ್ ಹಾಕೋತ್ತಿ ಅಲ್ಲಲ್ಲೇ" ಅಂತಾರ.

ಇವತ್ತ 'ಕುಡಿತಾನ' ಅನ್ನೋದು ದೊಡ್ಡ ವಿಷಯ ಅಲ್ಲಾ, ಕುಡಿಯಂಗಿಲ್ಲಾ ಅಂದರ ಹುಬ್ಬ ಹಾರಸ್ತಾರ. ಏನೋ ಬ್ಯಾಸರ ಆದಾಗ ಆವಾಗ –ಇವಾಗ ಹೋಗಿರ್ತೇವಿ. ಹಂಗ ಮತ್ತೊಬ್ರು ಬಂದಿರತಾರ. ಇಬ್ಬರೂ ಸೇರಿ ಬ್ಯಾಸರಾ ಹಂಚಗೊಂಡ ಬೀರ್ ಕುಡಿತೇವಿ. ಅಷ್ಟ, ಇದರಾಗೇನ್ ವಿಶೇಷ ಇಲ್ಲಾ.

ನಾ ಬರದದ್ದ ಎಲ್ಲಾ ಓದಿ ಮತ್ತ ನೀವ ಎಲ್ಲರ ನಾನೂ ಖರೇನ ಕುಡೀತೇನಿ ಅಂತ ತಿಳ್ಕೊಂಡ – ಗಿಳ್ಕೊಂಡೀರಿ, ಅದರಾಗ ಬ್ಯಾರೆ ನನ್ನ ಇನಿಶಿಯಲ್ ನೋಡಿ – ಎಲ್ಲಾರೂ ನನಗ ಪೀಕೇ ಆಡೂರ್ ಅಂತಾರ. ನನ್ನ ಇನಿಶಿಯಲ್ ಅಷ್ಟ ಪೀಕೇ, ನಾ ಪೀಕೇ ಅಲ್ಲಾ. ಏನೋ ನಿಮ್ಮಂತಾವರದ ಅನುಭವದ ಮ್ಯಾಲೆ ಒಂದ ಲೇಖನ ಬರೀಬೇಕ ಅನಸ್ತು, ಬರದೇನಿ. ಮತ್ತ ಏನರ ವಿಷಯ ಇತ್ತಂದರ ಸಂಜಿ ಮುಂದ ಬಾರ್‌ನಾಗ ಸಿಕ್ಕಾಗ ಹೇಳ್ರಿ, ಮತ್ತ ಬರಿಯೋಣ ಅಂತ. ಹೋಗ್ತ – ಹೋಗ್ತ ನಮ್ಮ ಜಿ.ಪಿ.ಯವರದ ಇನ್ನೊಂದ ಮಾತ ನೆನಪ ಇಟ್ಕೋರ್ರಿ,

"ಕುಡಕರ್ ಮಾತ್ವ ತಿಳಿಕೊಳ್ದೇನೆ
ನೂಕ್ಬಾರ್ದ್ ಔರನ್ ಕೆಳಗೆ;
ಯಾವ್ ಚೆಪ್ನಾಗ್ ಮುತ್ತ್ ಐತೊ-
ಒಡದ್ ನೋಡ್ಬೇಕ್ ಒಳಗೆ!"

§

ನೀ ಫೇಸ್‌ಬುಕ್‌ನಾಗ್ ಇಲ್ಲಾ?...!!!

ನಿನ್ನಿಗೆ ನಮ್ಮ facebookಗೆ ಎಂಟ ತುಂಬಿ ಒಂಬತ್ತರಾಗ ಬಿತ್ತು. ನಾವು ಲೋಕಲ್ ಫೇಸ್‌ಬುಕ್ ಗೆಳ್ಯಾರೆಲ್ಲಾ ಸೇರಿ ಅದರ ಬರ್ಥ್ ಡೇ ಸೆಲೆಬ್ರೇಟ್ ಮಾಡಿದ್ವಿ. ಇತ್ತೀಚಿಗಂತೂ 'facebook' ನಮಗೆಲ್ಲಾ ಒಂದ ಕೆಟ್ಟ ಚಟಾ ಆಗಿಬಿಟ್ಟದ. ನನಗಂತೂ ಎದ್ದ ಕೂಡಲೇನ ಕ್ಯಾಮಾರಿಲೇ ಮೊದಲ ಕಂಪ್ಯೂಟರ್‌ನಾಗ ಫೇಸ್‌ಬುಕ್ ಅಕೌಂಟ್ ಓಪನ್ ಮಾಡಿ ನೋಡಿ, good morning to all ಅಂತ ಎಲ್ಲಾರಿಗೂ ವಿಶ್ ಮಾಡಿ, on the way to bathroom ಅಂತ ಸ್ಟೇಟಸ್ ಮೆಸೇಜ್ ಹಾಕಿದ ಮ್ಯಾಲೆ ಮುಂದಿನ ಕೆಲಸ.

ಇವತ್ತ ನನಗ 2000ನೇ ಇಸವ್ಯಾಗ ಕಟಗೊಂಡ ಹೆಂಡತಿ, 2002ರಾಗ ಹುಟ್ಟಿದ ಮಗನಕಿಂತಾನೂ 2004ರಾಗ ಹುಟ್ಟಿದ್ದ ಈ facebook ಭಾಳ ಕ್ಲೋಸ್ ಅದ. ನನಗ ಅದನ್ನ ಬಿಟ್ಟ ಬದಕಲಿಕ್ಕ ಆಗಂಗಿಲ್ಲೇನೋ ಅನ್ನೋ ಹಂಗ ಆಗೇದ. ನನ್ನ ಹೆಂಡತಿ 'facebook'ಗೆ ತನ್ನ ಸವತಿ ಅಂತಾಳ. ಏನೋ ಅದಕ್ಕ ಮಕ್ಕಳಾಗಂಗಿಲ್ಲಾ ಅಂತ ಸುಮ್ಮನ ಬಿಟ್ಟಾಳ, ಇಲ್ಲಾಂದರ ಆ facebook ಹಡದವರನ ಇಷ್ಟೊತ್ತಿಗೆ ಸುಟ್ಟ ಬರತಿದ್ಲು.

ಅದರಾಗ ನಮ್ಮ ಯಂಗ್ ಜನರೇಶನ್‌ಗಂತೂ facebookದ ಹುಚ್ಚ ಹಿಡದ ಬಿಟ್ಟದ. ಮೊನ್ನೆ ನಮ್ಮ ಪೈಕಿ ಒಂದ ಹುಡಗಿದ ಲಗ್ನ ಫಿಕ್ಸ್ ಆತು, ಗಡಿ-ಬಿಡಿ ಒಳಗ ಎಂಗೇಜ್‌ಮೆಂಟು ಆತು. ಆಮೇಲೆ ಹುಡಗಿಗ ಗೊತ್ತಾತು, ಆ ಹುಡಗಂದು facebook ಅಕೌಂಟು ಇಲ್ಲಾ, ಅವಂಗ ಅದರ ಬಗ್ಗೆ ಗೊತ್ತೂ ಇಲ್ಲಾ ಅಂತ. ಅಂವಾ ಪಾಪ, ಕಾಲೇಜ್‌ನಾಗ ಕನ್ನಡಾ ಲೆಕ್ಚರರ್, ಯು.ಜಿ.ಸಿ. ಸ್ಕೇಲ್ ಪಗಾರ, ಆದ್ರ ಫೇಸ್‌ಬುಕ್ ಬಗ್ಗೆ ಗೊತ್ತಿದ್ದಿದ್ದಿಲ್ಲಾ. "ನೀ facebookನಾಗ ಇಲ್ಲಾಂದ್ರ ನಿನಗ ಏನೂ ಜಗತ್ತಿಂದ knowledge ಇಲ್ಲಾ, ನಿನಗ ಸೋಶಿಯಲ್ ಲೈಫ್ ಇಲ್ಲಾ, ನಿನ್ನಂತಾವನ ಜೊತಿ ನಾ ಹೆಂಗ ಬದುಕಬೇಕು?" ಅಂತ ಆ ಹುಡಗಿ ಮದುವಿ ಮುರಕೊಂಡ ಬಿಟ್ಟಳು. "ಅಲ್ಲವಾ, ಆ ಹುಡಗಾ ಆಕಳಂತಾ ಮನುಷ್ಯಾ, ಒಂದ ಚಟಾ ಇಲ್ಲಾ, ಮ್ಯಾಲೆ ಅವಂದ 70 ಸಾವಿರ ಪಗಾರ" ಅಂತ ಅವರಪ್ಪ ಅಂದ್ರ,

"ರೊಕ್ಕಾ ತೊಗೊಂಡ ಏನ ಮಾಡ್ಬೇಕ? ಅವಂಗ facebookನಾಗಿಂದ like ಅಂದ್ರ ಗೊತ್ತಿಲ್ಲಾ, poke ಅಂದ್ರ ಗೊತ್ತಿಲ್ಲಾ" ಅಂತ ಮದುವಿ ಕ್ಯಾನ್ಸಲ್ ಮಾಡಿ, ಫೇಸ್‌ಬುಕ್‌ನಾಗ 'broke my engagement' ಅಂತ status message ಹಾಕಿದ್ಲು. ಅದನ್ನ 108 ಮಂದಿ like ಮಾಡಿದ್ರು, 18 ಮಂದಿ ಅದರಾಗ congrats ಅಂತ ಕಮೆಂಟೂ ಮಾಡಿದ್ರು. ಪಾಪ, ಇನ್ನ ಆ ಹುಡುಗಂತೂ ಸತ್ತಂಗ. ಮೊದ್ಲ ನಮ್ಮ ಮಂದ್ಯಾಗ ಕನ್ಯಾ ಇಲ್ಲಾ, ಇನ್ನ ಒಂದ ಮದುವಿ ಮುರಗಡೆ ಆಗೇದ ಅಂದ್ರ ಅವಂಗ

ಮುಂದ ಎರಡನೇ ಸಂಬಂಧದ ಕನ್ಯಾನೂ ಸಿಗಂಗಿಲ್ಲಾ. ಅಲ್ಲಾ, ತಪ್ಪ ಅವಂದ ಬಿಡ್ರಿ, facebookನಾಗ account ಇಲ್ಲಾಂದ್ರ ಹೆಂತಾ ಮನುಷ್ಯಾರಿ?

ಹಂಗ facebookನಾಗ ಛಲೋ ಸುದ್ದಿ ಇಷ್ಟ ಮಂದಿ like ಮಾಡಬೇಕಂತ ಇಲ್ಲಾ. ಹೋದ ವರ್ಷ ನಮ್ಮ ದೋಸ್ತ ಅವನ ಹೆಂಡತಿ ಸತ್ತಾಗ 'I lost my beloved wife' ಅಂತ status message ಹಾಕಿದಾ, ಅದನ್ನ 52 ಮಂದಿ like ಮಾಡಿದ್ರು. ಅಂವಾ ಮನಸಿಗೆ ಭಾಳ ಕೆಟ್ಟ ಅನಿಸಿಕೊಂಡ,

"ಏನಲೇ, ನನ್ನ ಹೆಂಡತಿ facebookನಾಗಿನ ಮಂದಿಗೂ ಬ್ಯಾಡಾಗಿದ್ಲೇನ್?" ಅಂತ ಅಂದಾ. ನಾ "ಅದ ಹಂಗ ಅಲ್ಲಲೇ, ಮಂದಿ ನಿನ್ನ ಹೆಂಡತಿ ಸತ್ತದ ಸುದ್ದಿ like ಮಾಡ್ಯಾರ ಅಂದರ ಅವರಿಗೂ ಏನೋ ಕಳ್ಕೊಂಡ ಆಗಿ ನಿನ್ನಷ್ಟ ದುಃಖ ಆಗೇದ ಅಂತ ಅರ್ಥ" ಅಂತ ತಿಳಿಸಿ ಹೇಳಿದೆ. ಅಂವಾ ತಲಿ ಕೆಟ್ಟ ಅವನೌನ ಈ facebook ಉಸಾಬರಿನ ಬ್ಯಾಡ ಅಂತ 'REST IN PEACE' ಅಂತ ಸ್ಟೇಟಸ್ ಮೆಸೇಜ್ ಹಾಕಿ ತನ್ನ ಅಕೌಂಟ್ delete ಮಾಡಿ ಬಿಟ್ಟಾ.

ಇವತ್ತ ಯಾರಾದರೂ ಫೇಸ್‌ಬುಕ್‌ನಾಗ ಇಲ್ಲಾಂದರ ಅವರದ ಸೋಶಿಯಲ್ 'existance' ಇಲ್ಲಾ ಅಂದಂಗ. ಅಕಸ್ಮಾತ ನೀವ ಏನರ ಅದ್ರಾಗ ಇಲ್ಲಾಂದ್ರ "ನೀ facebookನಾಗ ಇಲ್ಲಾ?" ಅಂತ ಅಗದಿ ಏನ್ ನೀವು 'ಲೈಫ್ ಇನ್ಸೂರೆನ್ಸ್' ಮಾಡಸಲಾರದ ಸಾಯಲಿಕತ್ತೋರ ಗತೆ ಕೇಳ್ತಾರ. ಇವತ್ತ ನಿಮ್ಮ ಕಡೆ ಬರೇ ರೇಶನ್ ಕಾರ್ಡ್, ಇಲೆಕ್ಷನ್ ಕಾರ್ಡ್ ಇದ್ದರ ಸಾಕಾಗಂಗಿಲ್ಲಾ, ಸಮಾಜದಾಗ ಬದಕಲಿಕ್ಕೆ facebook ಅಕೌಂಟ್ ಬೇಕು, ಮುಂದ ಭವಿಷ್ಯದಾಗ facebookನಾಗ ಇದ್ದೋರಿಗೆ ಅಷ್ಟ ಚಿಮಣಿ ಎಣ್ಣಿ, LPG ಸಿಲೆಂಡರ್ ಕೊಡ್ತೇವಿ ಅಂದ್ರ ಏನ್ ಮಾಡ್ತೀರಿ? ಅದಕ್ಕ ಲಗೂನ ಒಂದ ಅಕೌಂಟ್ ಓಪನ್ ಮಾಡಿ ನನಗ freind request ಕಳಸರಿ ಮತ್ತ.

§

ಇರೋಂವಾ ಒಬ್ಬ ಮಗಾ...
ಅವನೂ ಮೆಡಿಕಲ್ ರೆಪ್ ಇದ್ದಾನ

ಒಂದ 15 ವರ್ಷದ ಹಿಂದಿನ ಮಾತು. ನಮ್ಮ ದೋಸ್ತ ಅನಂತ ಸುಬ್ಬರಾವ (ಅನಂತು) ಅವರ ಅಪ್ಪಾ ಅಂದರ ಸುಬ್ಬರಾವ ಭಟ್ಟರು ತಮ್ಮ ಅನಂತೂಗ ಬಿ.ಎಸ್.ಸಿ. ಮಾಡಿದ ಮ್ಯಾಲೆ ಮೆಡಿಕಲ್ ರೆಪ್ ಕೆಲಸ ಸಿಕ್ಕಾಗ ತಮ್ಮ ಹೋಟೆಲ್‌ಗೆ ಬಂದ ಅವರ ಗೆಳೆಯಾ ಜೋಶಿಯವರ ಮುಂದ,

"ಇರೋಂವಾ ಒಬ್ಬ ಮಗಾ, ಅವನೂ ಮೆಡಿಕಲ್ ರೆಪ್ ಆಗ್ಯಾನ" ಅಂತ ಹೇಳ್ತಿದ್ರು. ಅವರ ಮಾತಿನಾಗ ಮಗಾ 'ಮೆಡಿಕಲ್ ರೆಪ್' ಆಗಿದ್ದಕ್ಕ ಭಾಳ ಬ್ಯಾಸರ ಇತ್ತು. ಪಾಪ! ಮಗಾ ಏನೇನೋ ಆಗ್ತಾನ ಅಂತ ಕನಸ ಕಂಡಿದ್ರೇನೋ. ಇಂವಾ ಮೆಡಿಕಲ್ ರೆಪ್ ಆಗಿ ಅವರ ಎಸರನ ಚಹಾಕ್ಕ ಫ್ರಿಜ್‌ನಾಗಿನ ಹಾಲ ಹಾಕಿದ್ದಾ.

"ಭಟ್ಟರ, ಭಾಳ ಬ್ಯಾಜಾರ ಆಗಬ್ಯಾಡ್ರಿ, ಒಂದ ನೌಕರಿ ಅಂತ ಹತ್ಯಾನಲಾ ಅಷ್ಟ ಸಾಕ, ಸಮಾಧಾನ ಮಾಡ್ಕೊಳ್ರಿ" ಅಂತ ಜೋಶಿಯವರು ಸಮಾಧಾನ ಮಾಡಿದ್ರು.

"ನಮ್ಮ ಮಗಾ ನೋಡ್ರಿ, ಇಂಜಿನಿಯರ ಓದ್ಲಿಕತ್ತಾನ. ಇನ್ನೂ ಕಲಿಯೋದ ಮುಗಿಲಿಕ್ಕೆ ಎರಡ ವರ್ಷ ಅದ. ದುಡದದ್ದ ಎಲ್ಲಾ ಅವಂಗ ಇಡಲಿಕತ್ತೇವಿ. ಇನ್ನ ಅಂವಾ ದುಡದ ಹಾಕೋ ತನಕ ಇರತೇವೋ ಇಲ್ಲೋ ಆ ದೇವರಿಗೆ ಗೊತ್ತು" ಅಂತ ಜೋಶಿಯವರು ತಮ್ಮ ಗೋಳು ತೋಡ್ಕೊಂಡಿದ್ದರು. ಮಗಗ ಕಲಸಲಿಕ್ಕೆ ತಾವು ವಿ.ಆರ್.ಎಸ್. ತಗೊಂಡು ಅದ ದುಡ್ಡಲೇ ಇಲ್ಲೆ ಹುಬ್ಬಳ್ಳಿ ಬಿ.ವಿ.ಬಿ. ಕಾಲೇಜನಾಗ ಕಂಪ್ಯೂಟರ್ ಇಂಜಿನಿಯರ್ ಸೀಟ ಖರೀದಿ ಮಾಡಿದ್ದರು. ಅವರ ಸಂಕಟ ಅವರಿಗೆ, ಭಟ್ಟರ ಸಂಕಟ ಭಟ್ಟರಿಗೆ.

ಭಟ್ಟರದು ಹಳೇಹುಬ್ಬಳ್ಳಿ ಅಕ್ಕಿಪೇಟ್ಯಾಗ ಏನಿಲ್ಲಾ ಅಂದ್ರು ಒಂದ ಐವತ್ತ ವರ್ಷದ ಹಳೇ ಚಹಾದ ಅಂಗಡಿ. ಅದರಾಗ ಒಂದ ಮುಂಜಾನಿಯಿಂದ ಹಿಡದ ರಾತ್ರಿ ಮಟಾ ಗಂಡಾ-ಹೆಂಡತಿ ದುಡದ ಇರೋ ಒಬ್ಬ ಗಂಡಸ ಮಗನ್ನ ಬಿ.ಎಸ್.ಸಿ. ಓದಿಸಿದ್ರು. ಈ ಮಗಗ ಬಿ.ಎಸ್.ಸಿ.ನ ಐ.ಎ.ಎಸ್. ಮಾಡದಂಗ ಆಗಿತ್ತು. ಮೂರು ವರ್ಷದ ಬಿ.ಎಸ್.ಸಿ. ನಾಲ್ಕುವರಿ ವರ್ಷದಾಗ 'ಏಪ್ರಿಲ್-ಅಕ್ಟೋಬರ್-ಏಪ್ರಿಲ್' ಅಂತ ತಿಪ್ಪರಲಾಗಾ ಹಾಕಿ ಮುಗಿಸಿದ್ದಾ. ಇಷ್ಟ ಕಷ್ಟಪಟ್ಟ ಮ್ಯಾಲೆ ಸಿಕ್ಕಿದ್ದ ದೊಡ್ಡ ನೌಕರಿ ಅಂತ ಮೆಡಿಕಲ್ ರೆಪ್ ಆಗಿದ್ದ. ಭಟ್ಟರಿಗೆ ಅವರ ಮಗಾ ತಮ್ಮ ಹೋಟೆಲ್‌ನಾಗ ಮಾಣಿ ಆಗಿ ನಾಲ್ಕ ಟೇಬಲ್ ಒರಿಸಿದ್ದರೂ ಪರವಾಗಿದ್ದಿದ್ದಿಲ್ಲಾ, ಆದರ ಗುಳಗಿ ಮಾರೋ ನೌಕರಿ ಬ್ಯಾಡಾಗಿತ್ತು. ಅವರ ತಲ್ಯಾಗ ಗುಳಗಿ ಮಾರೋದು ಅಂದರ ಓಣ್ಯಾಗ ಶೇಂಗಾ - ಕಡ್ಲಿ ಮಾರದಂಗ ಅಂತ ಇತ್ತು. ಅದರಾಗ ಅವರ ಗೆಳ್ಯಾ ಜೋಶಿಯವರ ಮಗಾ ಬ್ಯಾರೆ ಇಂಜಿನಿಯರ್ ಓದ್ಲಿಕತ್ತಿದ್ದಾ, ಅಂವಾ ಇವತ್ತಿಲ್ಲಾ ನಾಳೆ ಇಂಜಿನಿಯರ್ ಆಗೋಂವಾ. ಇವರ ಮಗಾ

ನೋಡಿದ್ರ ಗುಳಿಗೆ ಮಾರೋ ಕೆಲಸಕ್ಕ ಸೇರಿದ್ದಾ. ಆದರ ಅನಂತೂಗ ಹೋಟೆಲ್‌ನಾಗ ಇರೋ ನಾಲ್ಕ ಟೇಬಲ್ ಸುತ್ತ ಅಡ್ಡಾಡಿ–ಅಡ್ಡಾಡಿ ಸಾಕಾಗಿ ಬಿಟ್ಟಿತ್ತು. ಮೆಡಿಕಲ್ ರೆಪ್ ಆದರ ಒಂದ ನಾಲ್ಕ ಊರಾಗ, ಬೂಟೂ, ಸಾಕ್ಸು, ಟೈ ಹಾಕ್ಕೊಂಡ ಟಿಪ್–ಟಾಪ್ ಆಗಿ ಬೈಕ್ ತಗೊಂಡ ಪರ್ಫ್ಯೂಮ್ ಹೊಡ್ಕೊಂಡ ತಿರುಗಬಹುದು ಅಂತ ಮೆಡಿಕಲ್ ರೆಪ್ ಕೆಲಸಕ್ಕ ಹೂಂ ಅಂದಿದ್ದಾ.

ಆ ಟೈಮ್ ಹಂಗ ಇತ್ತು. ಆವಾಗ ಇನ್ನೂ ಸಾಫ್ಟ್‌ವೇರ್ ಇಂಜಿನಿಯರ್‌ದ ಹಾವಳಿ ಶುರು ಆಗಿದ್ದಿಲ್ಲಾ. ಸಿವಿಲ್ ಇಂಜಿನಿಯರ್ ಆಗೋದ ಭಾಳ ದೊಡ್ಡದು ಅಂತ ತಿಳ್ಕೊಂಡಿದ್ವಿ. ಇನ್ನ ನಾರ್ಮಲ್ ಸೈನ್ಸ್ ಕಲತವರಿಗೆ ಭಾಳ ಸರಳ ಕೆಲಸ ಸಿಗೋದು ಅಂದ್ರ ಈ 'ಮೆಡಿಕಲ್ ರೆಪ್' ಒಂದ. ಸ್ವಲ್ಪ ಕಮ – ಕಮ ಅಂತ ಇಂಗ್ಲಿಷ್ ಮಾತಾಡಲಿಕ್ಕ ಬಂದರ ಸಾಕು, ನಿಮಗ ಮೆಡಿಕಲ್ ರೆಪ್ ನೌಕರಿ ಸಿಕ್ಕ ಬಿಡ್ತಿತ್ತ. ಹಿಂಗಾಗಿ ನಮ್ಮ ಸರ್ಕಲ್‌ನಾಗ ಭಾಳ ಮಂದಿ ಮೆಡಿಕಲ್ ರೆಪ್ ಆದರು. ಇನ್ನೂ ಮೆಡಿಕಲ್ ರೆಪ್ ಆಗಿ ಉಳದವರು ಇದ್ದಾರ. ನಾ ಅವನಕಿಂತ ಛಲೋ ಇಂಗ್ಲಿಷ್ನಾಗ ಕಮ – ಕಮ ಅಂತಿದ್ದೆ. ಆದರ ನನ್ನ ದೈಹಿಕ ಸ್ಥಿತಿ ನೋಡಿ 'ಸನ್' ಫಾರ್ಮಾ ಕಂಪನಿಯವರು, "ಅಲ್ಲೋ ತಮ್ಮಾ, ಏನಿಲ್ಲದ ನಿನ್ನ ಬೆನ್ನ ಮುಂದ ಬಗ್ಗೇದ, ಇನ್ನೇನರ ಈ ಮೆಡಿಕಲ್ ರೆಪ್ ಬ್ಯಾಗ್ ಹಿಡಕೊಂಡ ತಿರುಗಲಿಕ್ಕ ಹತ್ತಿದರ ನೆಲಕ್ಕ ಹತ್ತಿ ಬಿಡ್ತದ, ಪುಟ್ ಆನ್ ಸಮ್ ವೇಟ್ ದೆನ್ ಕಮ್" ಅಂದ್ರು. ಆವಾಗ ನಂದ ತೂಕಾ 38 ಕೆ.ಜಿ. ಅದ ಲಾಸ್ಟ್. ಮುಂದ ಮೆಡಿಕಲ್ ರೆಪ್ ಕೆಲಸದ ಬಗ್ಗೆ ತಲಿ ಕೆಡಿಸಿಕೊಳ್ಳಲಿಲ್ಲ, ಸುಮ್ಮನ ಮೂಗ ಮುಚಗೊಂಡ ಒಂದ ಫಿನೈಲ್ ಫ್ಯಾಕ್ಟರಿ ಒಳಗ ಕೆಮಿಸ್ಟ್ ಅಂತ ಕೆಲಸಕ್ಕ ಹೊಂಟೆ. ಹಂಗ ನೋಡಿದ್ರ, ಈ ಅನಂತು ಬಿ.ಎಸ್.ಸಿ. ಒಳಗ ಸ್ಟ್ಯಾಟ್ಸ್ ಮತ್ತ ಮಾಥ್ಸ್ ತಗೊಂಡಾಂವ. ಇವಂಗ ರಸಾಯನ ಶಾಸ್ತ್ರ ಮತ್ತ ಜೀವಶಾಸ್ತ್ರದ ಗಂಧಗಾಳಿನೂ ಇದ್ದಿದ್ದಿಲ್ಲಾ. ಅವಂದು ಛಲೋ ಇದ್ದದ್ದು ಫಿಜಿಕ್ಸು ಮತ್ತ ಫಿಜಿಕ್ಕು. ಅವನ ಹಂತಾವ ರೆಪ್ ಹೆಂಗ ಆದಾ ಅಂತ ನಾ ಭಾಳ ವಿಚಾರ ಮಾಡಿದೆ. ಬಹುಶಃ ಯಾರಿಗೆ ಮೆಡಿಕಲ್ ರೆಪ್ ಬ್ಯಾಗ್ ಎತ್ತಲಿಕ್ಕೆ ಆಗತದ ಮತ್ತ ನೋಡಲಿಕ್ಕೆ ದುಂಡ– ದುಂಡಗ ಇರತಾರ ಅವರನಿಷ್ಟ ತೊಗೋತಾರ ಅಂತ ನಾ ಸುಮ್ಮನಾದೆ. ಅಂವಾ ಕಲತದ್ದಕ್ಕೂ, ನೌಕರಿ ಸಿಕ್ಕಿದ್ದಕ್ಕೂ ಏನೂ ಸಂಬಂಧನ ಇದ್ದಿದ್ದಿಲ್ಲಾ. ಅವತ್ತ ಮೆಡಿಕಲ್ ರೆಪ್ ಆದ 'ಅನಂತು' ಮುಂದ ತಿರುಗಿ ನೋಡಲೇ ಇಲ್ಲಾ, ಕಂಪನಿ ಮ್ಯಾಲೆ ಕಂಪನಿ ಚೇಂಜ್ ಮಾಡ್ಕೋತ ಹೊಂಟಾ, ಹೊಕ್ಕಳ ಎಲ್ಲಿರತದ ಅಂತ ಗೊತ್ತಿಲ್ಲದಾಂವ, ಹೊಟ್ಯಾಗಿಂದ ಎಲ್ಲಾ ಪಾರ್ಟ್ಸ್ ತಿಳ್ಕೊಂಡಾ, 'ಥಾಲಿಕ್ ಆಸಿಡ್'ಗೆ (Pthalic acid) 'ಪಿಥಾಲಿಕ್ ಅಸಿಡ್' ಅಂತ ಓದಿದೋಂವಾ ಇವತ್ತ 'ಅಂಟಾ–ಆಸಿಡ್' ಬಗ್ಗೆ ಗಂಟೆಗಟ್ಟಲೆ ಡಾಕ್ಟರ್ ಮುಂದ ಭಾಷಣಾ ಮಾಡ್ಲಿಕತ್ತಾ. ಅವಂದ ತಿಳ್ಕೊಳ್ಳೊ ಶಕ್ತಿ ನಾ ತಿಳ್ಕೊಂಡದ್ದಕ್ಕಿಂತಾ ಭಾಳ ಛಲೋ ಇತ್ತು. ಇಂವಾ ಹಂಗ ಕಂಪನಿ ಚೇಂಜ್ ಮಾಡೋದ ನೋಡಿ ಜನಾ ಅಂವಂಗ ಕನ್ಯಾ ಕೊಡಲಿಕ್ಕ ಹೆದರತಿದ್ದರು. ಕಡಿಗೆ ದೂರದ ಗೋಣಿಕೊಪ್ಪದ (ಮಡಿಕೇರಿ ಹತ್ತರ) ಒಳಗ ನೂರ ಎಕರೆ ಕಾಫಿ ತೋಟಾ

ಇರೋ ಹುಡುಗಿನ ಅಕ್ಕಿಪೇಟ ಅನಂತಾ ಗಂಟ ಹಾಕ್ಕೊಂಡಾ. 'ನಾ ಡಾಕ್ಟರ್ ಇದ್ದಂಗ, ಡಾಕ್ಟರಗೆ ಯಾ ಗುಳಿಗಿ ಬರಿಬೇಕು ಯಾವುದು ಬಿಡಬೇಕು ಅಂತ ಹೇಳೋಂವನಾ ನಾ' ಅಂತ ಬೀಗರ ಮನ್ಯಾಗ ಹೇಳಿದಾ. ಅವರ ಮನ್ಯಾಗ ಇವತ್ತಿಗೂ ನಿಮ್ಮ ಅಳಿಯ ಏನ ಮಾಡ್ತಾನ್ರಿ ಅಂತ ಕೇಳಿದ್ರ 'ಡಾಕ್ಟರಗೆ ಗುಳಗಿ ಬರದ ಕೊಡತಾನ್ರಿ' ಅಂತಾರ. ನೋಡ್ತ-ನೋಡ್ತ 'ಅನಂತು' ಏರಿಯಾ ಸೇಲ್ಸ್ ಮ್ಯಾನೇಜರ್ ಆದ, ಬೈಕ್ ಹೋಗಿ ಕಾರ ಬಂತು. ಹುಬ್ಬಳ್ಳಿ ಬಿಟ್ಟ ಬೆಂಗಳೂರಿಗೆ ಹೋದಾ. ಕಂಪನಿ ಟಾರ್ಗೆಟ್ ಜೊತಿ ಹೆಂಡತಿ ಟಾರ್ಗೆಟ್ಟೂ ರೀಚ್ ಆದಾ. ಹಿಂತಾ ಹೆಕ್ಟಿಕ್ ಕರಿಯರ್ ಒಳಗೂ ಒಂದರ ಮ್ಯಾಲೆ ಒಂದ ಅಂತ ಎರಡ ಗಂಡಸ ಮಕ್ಕಳನ್ನ ಹಡದಾ. ಮನ್ಯಾಗ ಹೆಂಡ್ರು-ಮಕ್ಕಳ ಸಂಬಂಧ ಎಷ್ಟ ದುಡುದರೂ ಅಷ್ಟ ಅಂತ ಕಂಪನಿ ಸಂಬಂಧ ದುಡದ ಹೆಸರ ಗಳಿಸಿದಾ, ಮನಿ ಮಂದಿಗಿಂತಾ ಊರಾಗಿನ ಡಾಕ್ಟರಗೊಳನ್ನ ಭಾಳ ಹಚಗೊಂಡಾ, ದೊಡ್ಡ ದೊಡ್ಡ ಕಂಪನ್ಯಾಗ ಕರದ ಕೆಲಸ ಕೊಡ್ಲಿಕತ್ತರು. ಇವತ್ತ ಒಂದ ದೊಡ್ಡ ಕಂಪನ್ಯಾಗ ರೀಜನಲ್ ಮ್ಯಾನೇಜರ್ ಆಗ್ಯಾನ. ಇಡಿ ಕರ್ನಾಟಕ ತಿರಗತಾನ. 15 ದಿವಸಕ್ಕೊಮ್ಮೆ ಹೆಂಡ್ತಿ ಮಕ್ಕಳ ಮಾರಿ ನೋಡ್ತಾನ, ಈಗ ತಿಂಗಳಿಗೊಮ್ಮೆ ಹುಬ್ಬಳ್ಳಿಗೂ ಬರತಾನ. ಅವನ ಅವ್ವಾ-ಅಪ್ಪನೂ ಬೆಂಗಳೂರಿಗೆ ಶಿಫ್ಟ್ ಆಗ್ಯಾರ, ಆದರೂ "ಇರೋಂವಾ ಒಬ್ಬ ಮಗಾ, ಅವನು ಮೆಡಿಕಲ್ ರೆಪ್ ಆಗ್ಯಾನ" ಅನ್ನೋ ಕೊರಗು ನಮ್ಮ ಸುಬ್ಬರಾವ್ ಭಟ್ಟರಿಗೆ ಇನ್ನೂ ಹೋಗಿಲ್ಲಾ. ಇನ್ನೇನ ತಮ್ಮ ಮಗಾ ವಾಪಸ್ ಹುಬ್ಬಳ್ಳಿಗೆ ಬಂದ ತಮ್ಮ ಹೋಟೆಲ್‌ನಾಗ ಮಾಣಿ ಆಗಂಗಿಲ್ಲಾ ಅಂತ ಗ್ಯಾರಂಟಿ ಆದ ಮ್ಯಾಲೆ ತಮ್ಮ ಹೋಟೆಲ್‌ನಾಗ ಇದ್ದ ನಾಲ್ಕ ಹಳೆ ಕುರ್ಚಿ- ಟೇಬಲ್ ಹಿರೇ ಅಳಿಯಾಗ ಬರದ ಕೊಟ್ಟ ರಾಮ-ರಾಮ ಅಂತ ಮಕ್ಕಳ ಮನಿ ಅಡ್ಡಾಡಕೋತ ಇದ್ದಾರ. ಈಗ 'ಅನಂತು' ಎಲ್ಲೇ ಹೋದರೂ ವಿಮಾನದಾಗ ಹೋಗುದು. ಹಗಲ ಹೊತ್ತಿನಾಗ ಕಿಂಗ್ ಫಿಶರ್ ನೋಡಲಾರದಾಂವ, ಈಗ ಹಾರಾಡೋದು ಕಿಂಗ್ ಫಿಶರ್‌ನಾಗ. ಮನ್ನೆ ಸತ್ತೂರ ಡಾಕ್ಟರ್ ಮಗನ ಲಗ್ನಕ್ಕ ಹುಬ್ಬಳ್ಳಿಗೆ ಬಂದಾಗ ಫ್ಲೈಟ್‌ನಾಗ ಬಂದಾ. ಊರಾಗ ಮನಿ ಇದ್ರು ಉಳಕೊಳ್ಳೋದು ಅನಂತ ರೆಸಿಡೆನ್ಸಿ ಲಾಡ್ಜ್ ಒಳಗ, ಯಾಕೋ ಅಂತ ಕೇಳಿದ್ರ, "ಬಿಲ್ ಕಂಪನಿ ಕೊಡತದ" ಅಂತಾನ. ಟೈಮ್ ಸಿಕ್ಕರ ಹಳೇ ಮನಿಗೆ ಹೋಗಿ ಅಕ್ಕಾ-ಭಾವನ್ನ ಮಾತಾಡಿಸ್ಕೊಂಡ ಬರತಾನ. ರಾತ್ರಿ ಒಂದಿಬ್ಬರು ಹಳೇ ಗೆಳ್ಯಾರನ ಕೂಡಿಸಿಕೊಂಡ ಊಟಾ ಮಾಡಸ್ತಾನ. ಆ ಬಿಲ್ಲೂ ಕಂಪನಿಗೆ ಕ್ಲೇಮ ಮಾಡ್ತಾನ. ಆ ಮಾತ ಬ್ಯಾರೆ. ಈಗಾಗಲೇ ಕಂಪನಿ ಖರ್ಚನಾಗ ಡಾಕ್ಟರಗೋಳ ಜೊತಿ ಒಂದ ನಾಲ್ಕೈದ ದೇಶಾ ಅಡ್ಡಾಡಿ ಬಂದಾನ. ಭೆಟ್ಟಿ ಆದಾಗ ಒಮ್ಮೆ ತನ್ನ ಕಿಂಗ್ ಫಿಶರ್ ಅನುಭವಾ ಹೇಳ್ತಾನ. ಇಂವಾ ನಮ್ಮ ದೇಶದ ಯಾವ ಫ್ಲೈಟ್‌ನಾಗ ಹೆಂತಿಂತಾ ಹುಡುಗ್ಯಾರ ಇರತಾರ ಅನ್ನೋದನ್ನ ಭಾಳ ಛಂದ ಹೇಳ್ತಾನ. ಕರ್ನಾಟಕದಾಗ ಎಲ್ಲೆಲ್ಲೆ ಪ್ಲೇನ್ ಅದ ಅಲ್ಲೆಲ್ಲಾ ಅಂವಾ ಈಗ ಪ್ಲೇನ್‌ನಾಗ ಅಡ್ಡಾಡೋದು. ಮನ್ನೆ ಹುಬ್ಬಳ್ಳ್ಯಾಗ ವಿಮಾನ ಇಳದ ಕೂಡಲೇನ ಸೀದಾ ಏರಪೋರ್ಟ್‌ನಾಗಿನ ಸಂಡಾಸಕ್ಕ ಹೋಗಿ ಬಂದಾ.

"ಏನಪಾ, ನೀ ಸಂಡಾಸಕ್ಕೂ ಈಗ ವಿಮಾನದಾಗ ಹೋಗೋದು ಏನ?" ಅಂದೆ.

"ಏ, ಬೆಂಗಳೂರಾಗ ಮನಿ ಬಿಟ್ಟದ್ದ ನಸೀಕಲೆ ಐದ ಗಂಟೆಕ್ಕ, ಭಾಳ ಗಡಿಬಿಡಿ ಆತು. ಮುಂದ ಹೋದರಾತು ಅಂತ ಹಂಗ ಹತ್ತಿದ್ದೆ" ಅಂದಾ.

"ಯಾಕ ವಿಮಾನದಾಗ ಇದ್ದಿದ್ದಿಲ್ಲೇನ್ ಸಂಡಾಸ? ಹುಬ್ಬಳ್ಳಿ ಯಾಕ ಹೊಲಸ ಮಾಡ್ತಿ?" ಅಂದೆ.

"ಇತ್ತು. ಆದರ ಹುಬ್ಬಳ್ಳಿಗೆ ಬರೋದು ಎ.ಟಿ.ಆರ್. ಪ್ಲೇನ್, ಭಾಳ ಟರ್ಬುಲೆನ್ಸ್ ಇರತದ. ಹಂತಾದರಾಗ ನನಗ ಬರಂಗಿಲ್ಲಾ. ಏರ್ ಬಸ್ ಇತ್ತಂದರ ಆರಾಮಸೀರ ಹೋಗಬಹುದಿತ್ತು" ಅಂದಾ.

"ಭಾಳ ಛಲೋ ಆತ. ಮೊದಲ ಪ್ಲೇನ್‌ನಾಗ ಟರ್ಬುಲೆನ್ಸ್ ಅಂತಿ, ಇನ್ನ ನಿಂದೊಂದು ಟರ್ಬುಲೆನ್ಸ್ ಆಗಿದ್ದರ ಪ್ಲೇನ್ ಬೀಳ್ತಿತ್ತು" ಅಂದೆ.

ನಾವು ಕೆ.ಎಸ್.ಆರ್.ಟಿ.ಸಿ. ಮಂದಿ, ನಮಗೇನ ಗೊತ್ತಾಗಬೇಕ ಎ.ಟಿ.ಆರ್. ವಿಮಾನ ಬಗ್ಗೆ? 'ಹುಟ್ಟಾ ಸತ್ತಿಲ್ಲಾ – ಸುಡಗಾಡ ಕಂಡಿಲ್ಲಾ' ಅಂದಂಗ, ನಮ್ಮ ಮನಿ ಹಿಂದ ರನ್ ವೇ ಅದ ಅನ್ನೋದ ಒಂದ ಬಿಟ್ಟರ ಬ್ಯಾರೆ ಏನ ಗೊತ್ತದ ಅದರ ಬಗ್ಗೆ? ಅಂವಾ ಹೇಳಿದ್ದಕ್ಕೆಲ್ಲಾ 'ಹೂಂ' ಅಂದ, ಅವನ ಜೊತಿ ಉಂಡ ತಿಂದ, ಅವರ ಕಂಪನಿಗೆ ಬಿಲ್ ಹಚ್ಚಿ ಹೋಗೋರು ನಾವು.

'ಲೇ ದಮ್ಮ್ ಇದ್ದರ ನಿನ್ನ ಸ್ವಂತ ರೊಕ್ಕದಲೇ ವಿಮಾನದಾಗ ಅಡ್ಡಾಡಿ ನೋಡ' ಅನ್ನೋವಿದ್ದೆ, ಹೋಗಲಿ ಬಿಡು ಮತ್ತ ಒಂದ ಊಟಾ ತಪ್ಪತದ ಅಂತ ಸುಮ್ಮನಿದ್ದೆ.

ಇದೆಲ್ಲಾ ಏನರ ಇರಲಿ, ಇವತ್ತು ನಮ್ಮ ಅನಂತೂ ಒಬ್ಬ ಮೆಡಿಕಲ್ ರೆಪ್ ಆಗಿ ಕೆಲಸಕ್ಕ ಸೇರಿ ಎಷ್ಟ ಮುಂದ ಬಂದನಲಾ ಅಂತ ಮನಸ್ಸಿಗೆ ಖುಷಿ ಅನಸ್ತದ. ಜೀವನದಾಗ ಭಾಳ ಛಲೋ ನೌಕರಿ ಅಂದ್ರ ಸಾಫ್ಟ್‌ವೇರ್ ನೌಕರಿ ಒಂದ ಅಲ್ಲಾ ಅಂತ ಹೇಳಲಿಕ್ಕ ಅನಂತು ಇವತ್ತ ಜೀವಂತ ಉದಾಹರಣೆ ಆಗ್ಯಾನ. ಇಂವಾ ಒಂದ ಸ್ವಲ್ಪ ಜಾಸ್ತಿನ ಕರಿಯರ್ ಓರಿಯೆಂಟೆಡ್ ಇರೋದರಿಂದ ಕುಟುಂಬಾ ಆವಾಗ-ಇವಾಗ ಕಿರಿ-ಕಿರಿ ಮಾಡ್ತಿರತದ. "ಒಂದ ಮೂರ-ನಾಲ್ಕು ಮಲ್ಟಿನ್ಯಾಶನಲ್ ಕಂಪನಿ ಸಂಭಾಳಸಬಹುದು. ಆದರ ಒಂದ ಇಂಡಿಜನಸ್ ಹೆಂಡತಿ ಸಂಭಾಳಸೋದು ಭಾಳ ತ್ರಾಸು" ಅಂತಿರ್ತಾನ. ಏನ ಮಾಡೋದು? 'ಒಂದ ಕಂಪನಿ ಬಿಟ್ಟರ ಇನ್ನೊಂದು ಛಲೋ ಕಂಪನಿ ಸಿಕ್ಕರ ಸಿಗತದ, ಅದೂ ಕರದ ನೌಕರಿ ಕೊಡ್ತಾರ. ಹೆಂಡ್ತಿ ಬಿಟ್ಟರ! ಛಲೋದ ಸಿಕ್ಕತದಾ? ಅದೂ ಕರದ ಕೊಡ್ತಾರ?' ಅಂತ ಸುಮ್ಮನಿದ್ದಾನ.

"ನಾ ಕಂಪನಿಗಿಷ್ಟ ರೀಜನಲ್ ಮ್ಯಾನೇಜರಪಾ. ಮನಿಗೆ ಹೋದ ಮ್ಯಾಲೆ ನಾ ಮತ್ತ 'ರೆಪ್' ಇದ್ದಂಗ. ನನ್ನ ಎರಡ ಮಕ್ಕಳ ಕಾಟ ನಮ್ಮ ನ್ಯಾಶನಲ್ ಮ್ಯಾನೇಜರಕಿಂತಾ ಜಾಸ್ತಿ ಅದ, ನನ್ನ ಹೆಂಡತಿ ಆ ಯಾರಡ ಮಕ್ಕಳ ಪ್ರೊಡಕ್ಟ್-ಮ್ಯಾನೇಜರು, ಹಿಂಗಾಗಿ 'ಪ್ರೊಡಕ್ಟ್ ಕಂಪ್ಲೇಂಟ್' ಮಾಡೋಹಂಗ ಇಲ್ಲಾ" ಅಂದಾ.

"ನಿಮ್ಮ ಅವ್ವಾ-ಅಪ್ಪಾಲೇ ಮತ್ತ" ಅಂದೆ.

"ಅಯ್ಯೋ ಪಾಪ ಅವರು 'ಎಚ್.ಆರ್. ಡಿಪಾರ್ಟ್‌ಮೆಂಟ್' ಇದ್ದಂಗ. ಬರೇ ಅಟೆಂಡೆನ್ಸ್ ಹಾಕಿ ಟಿ.ಎ. / ಡಿ.ಎ. ತಗೊಂಡ ಸುಮ್ಮನಿರ್ತಾರ" ಅಂದಾ.

ಅನ್ನಂಗ ಮೊನ್ನೆ ಒಂದ ವಾರದ ಹಿಂದ ಆ ಸುಬ್ಬರಾವ್ ಭಟ್ಟರ ಹಳೇ ಗೆಳೆಯಾ ಜೋಶಿಯವರಿಗೆ ಮೂರಸಂಜೀ ಹೊತ್ತನಾಗ ಒಮ್ಮಿಂದೊಮ್ಮೆಲೆ ಹೃದಯಾಘಾತ ಆತು. ಸಾಫ್ಟ್‌ವೇರ್ ಮಗಾ ಟೋಕಿಯೋ ಒಳಗಾ ಇದ್ದಾ, ಪಾಪ ಇಲ್ಲೇ ಮುದುಕಾ – ಮುದುಕಿ ಇಬ್ಬರ ಇರತಿದ್ದರು. ಬಾಜು ಮನಿಯವರು ಎಲ್ಲೇ ನೂರಾ ಎಂಟ ಮಂದಿ ಸಂಬಂಧಿಕರನ್ನ ಹುಡುಕಿ ಫೋನ್ ಮಾಡೋದು ಅಂತ ಹೇಳಿ 108ಕ್ಕ ಫೋನ್ ಮಾಡಿ ದವಾಖಾನಿಗೆ ಸೇರಿಸಿದ್ರು. ಡಾಕ್ಟರು ಇವರಿಗೆ ಸಿವಿಯರ್ ಅಟ್ಯಾಕ ಆಗೇದ, ಆದಷ್ಟ ಲಗೂನ ಬೈಪಾಸ್ ಮಾಡಬೇಕು ಅಂತ ಹೇಳಿದ್ರು. ಮಗಗ ವಿಷಯಾನರ ತಿಳಿಸೋಣಾ ಅಂತ ಫೋನ್ ಮಾಡಿದ್ರ ಅಂವಾ ಫೋನ್ ಎತ್ತಲಿಲ್ಲಾ, ಅಂವಾ ಅವತ್ತ ಕ್ಲೈಂಟ್ ಜೊತಿ ಮೀಟಿಂಗ್ ಒಳಗ ಬ್ಯೂಸಿ ಇದ್ದನಂತ. ಎರಡ ದಿವಸ ಬಿಟ್ಟ ನಮ್ಮ ಅನಂತೂನ ಎಸ್.ಡಿ.ಎಮ್. ಒಳಗ ಬರೇ ಫೋನ್ ಮ್ಯಾಲೇ ಡಾಕ್ಟರ ಜೊತಿ ಮಾತಾಡಿ ಆಪರೇಶನ್ ವ್ಯವಸ್ಥಾ ಮಾಡಿದಾ. ಪಾಪ, ಜೋಶಿಯವರ ಮಗಾ ಮನ್ನೇರ ಸಮ್ಮರ್ ವೆಕೇಶನ್‌ಗೆ ಹೆಂಡತಿ ಮಗನ್ನ ಕರಕೊಂಡ ಬಂದ ಮೂರ ದಿವಸ ಇದ್ದ ಹೋಗಿದ್ದಾ, ಮತ್ತ ಈಗ ರಜಾ ಸಿಗತದೋ ಇಲ್ಲೋ, ಅವರ ಕಂಪನ್ಯಾಗ ವರ್ಷಕ್ಕ ಎರಡ ಸಲಾ ರಜಾ ಕೊಡ್ತಾರಂತ ಹಿಂಗ ನಡಬರಕ ಅವರಪ್ಪ ಜಡ್ಡ ಬಿದ್ದರ ಅವನರ ಏನ ಮಾಡಬೇಕು? ಅಲ್ಲೇ ಓಣ್ಯಾಗಿನ ನಾಲ್ಕೈದ ಮಂದಿ ಸೇರಿ ಸಹಾಯ ಮಾಡಿದ್ರು. ಜೀವನ ಪರ್ಯಂತ ದುಡದ ಮಗನ ಓದಿಸಿ ಸಾಫ್ಟ್‌ವೇರ್ ಇಂಜಿನಿಯರ್ ಮಾಡಿದ್ದ ಜೋಶಿಯವರಿಗೆ ಸತ್ತರ ಮಗಾ ನೀರ ಬಿಡಲಿಕ್ಕೂ ಬರೋ ಅಷ್ಟ ಹತ್ತರನೂ ಇದ್ದಿದ್ದಿಲ್ಲಾ. ಮಗಾ ಬಂದಿದ್ದು ಮುಂದ ಆಪರೇಶನ್ ಆಗಿ 11ನೇ ದಿವಸ. ಒಂದ ಪೌಂಡ್ ಬ್ರೆಡ್ ತಗೊಂಡ ಬಂದು, 'ನಂಗ ರಜಾ ಇಲ್ಲಾ. ಎಷ್ಟೊತ್ತಿದ್ರೂ ನಾನು ಎರಡ ದಿವಸದಾಗ ವಾಪಸ ಹೋಗಬೇಕು' ಅಂತ ಹೋಗಿಬಿಟ್ಟಾ. 'ನಿನ್ನ ಹೆಂಡತಿನ ಯಾಕ ಕರಕೊಂಡ ಬಂದಿಲ್ಲಾ?' ಅಂತ ಕೇಳಿದ್ರ 'ಸುಮ್ಮನ ಡಬಲ್ ಗಾಡಿ ಖರ್ಚು. ಮೊನ್ನೆರ ಬಂದ ಹೋಗ್ಯಾಳಲಾ' ಅಂದಾ. ಪಾಪ ಮುದುಕಿ ಬಿಡಲಾರದ ಜೀವಾ, ಸಾಯಕೋತ ಒಬ್ಬಕೀನ ಗಂಡನ ಸೇವಾ ಮಾಡ್ಲಿಕತ್ತಾಳ. ಸುಬ್ಬರಾವ ಭಟ್ಟರು ನಿನ್ನೆ ಜೋಶಿಯವರನ ಮಾತಾಡಿಸ್ಲಿಕ್ಕೆ ಬೆಂಗಳೂರಿಂದ ಬಂದಿದ್ರು. ಜೋಶಿಯವರು ಭಾಳ ತ್ರಾಸ ತಗೊಂಡು ಎರಡ ಮಾತ ಹೇಳಿದ್ರು.

"ಸುಬ್ಬಣ್ಣ ನಿನಗ ಇರೋಂವಾ ಒಬ್ಬ ಮಗಾ... ಅಂವಾ ಮೆಡಿಕಲ್ ರೆಪ್ ಇದ್ದಾನ. ಗುಳಿಗೆ ಮಾರಿದ್ರು ಅಡ್ಡಿಯಿಲ್ಲಾ, ಕೆಟ್ಟ ಘಳಿಗ್ಯಾಗ ಕೆಲಸಕ್ಕ ಬಂದಾ. ನನಗ ಇರೋಂವಾ ಒಬ್ಬ ಮಗಾ... ಅಂವಾ ಫಾರೆನ್ನಾಗ ಇದ್ದಾನ. ಸಾಯೊಕಿಂತಾ ಮೊದಲ ತಿಳಿಸಿದ್ರ, ಸತ್ತ 13ನೇ ದಿವಸದ ಸಿಹಿ ಊಟಕ್ಕ ಬರತಾನ."

ಸುಬ್ಬರಾವ ಭಟ್ಟರು ಏನ ಹೇಳಬೇಕು ತಿಳಿಲಾರದ ಸುಮ್ಮನ ಗೋಣಿ ಅಳಗ್ಯಾಡಿಸಿ, "ತಮಗ ಇರೋಂವಾ ಒಬ್ಬ ಮಗಾ... ಅಂವಾ ಮೆಡಿಕಲ್ ರೆಪ್ ಇದ್ದಾನ" ಅಂತ ಸಮಾಧಾನ ಪಟ್ಟು ಕೆ.ಎಸ್.ಆರ್.ಟಿ.ಸಿ. ಕೆಂಪ ಬಸ್ ಹತ್ತಿ ವಾಪಸ್ ಬೆಂಗಳೂರಿಗೆ ಹೋದ್ರು.

§

ನೀವು ಬಾಣಂತನಾ ಮಾಡ್ತೇನೀ ಅಂದರ...
ನಾ ಇನ್ನೊಂದ ಹಡಿತೇನಿ

ಮೊನ್ನೆ ನಮ್ಮ ಅಬಚಿ (ಮೌಶಿ) ಮಗಾ ವಿನಾಯಕ ಭೆಟ್ಟಿಯಾಗಿದ್ದಾ. ಮಾತಾಡ್ತಾ-ಮಾತಾಡ್ತ, "ಏನಪಾ ಎರಡನೇದ ಲೋಡ್ ಮಾಡಿ ಅಂತ, ಹೇಳೇ ಇಲ್ಲಲಾ, ಮೊನ್ನೆ ನಿಮ್ಮವ್ವ ಫೋನ್ ಮಾಡಿದಾಗ ಗೊತ್ತಾತು" ಅಂದೆ. "ಹಕ್ಕ್.. ನಿನಗೂ ಬಂತಾ ಸುದ್ದಿ, ನಮ್ಮವ್ವನ ಬಾಯಾಗ ಮಾತ ನಿಲ್ಲಂಗಿಲ್ಲ ನೋಡ, ನಾನ ಸರಪ್ರೈಸ್ ಕೊಡೋಣಂತ ಯಾರಿಗೂ ಹೇಳಿದ್ದಿಲ್ಲಾ" ಅಂದಾ. ಅವನ ಮಾತ ಕೇಳಿದ್ರ ಅವಂಗ ಅವನ ಹೆಂಡತಿ ಈ ಸುದ್ದಿ ಹೇಳಿ ಸರಪ್ರೈಸ್ ಕೊಟ್ಟಂಗ, ಅಂವಾ ಅದನ್ನ ಕೇಳಿ ಶಾಕ್ ಆದಂಗ ಇತ್ತು. ಇಂವಾ ಯಾವಾಗಲೂ 'ಪ್ರಿವೆನ್ಶನ್ ಈಸ್ ಬೆಟರ್ ದ್ಯಾನ್ ಅಬಾರ್ಶನ್' ಅಂತಿದ್ದ. ಆದರ ಈಗ ಇವಂದ ಲೆಕ್ಕ ಎಲ್ಲೋ ತಪ್ಪಿ ಆಪರೇಶನ್‌ಗೆ (ಸಿಜರಿನ್) ಬಂದದ ಅಂತ ಖಾತ್ರಿ ಆತು. "ಅಲ್ಲಲೇ, ನನಗ ಒಂದ ಮಗಳ ಸಾಕು, ಎರಡನೇದ ಬ್ಯಾಡಾ ಅಂತಿದ್ದಿ" ಅಂದೆ. "ಅಯ್ಯೋ ನಮ್ಮವ್ವಂದ ಕಾಟಕ್ಕ ಮಾಡಿದ್ದಪಾ ಇದು. ನಮ್ಮವ್ವಾ ನಂದು, ನನ್ನ ಹೆಂಡತಿದೂ ದಿವಸಾ ಜೀವಾ ತಿಂದ ಇಡತಿದ್ದಳು, ಆಕಿದರ ಆಗಲಿ ಅಂತ ಧೈರ್ಯ ಮಾಡಿ ತಯಾರ ಮಾಡಿದೆ" ಅಂದಾ. ನಮ್ಮ ಅಬಚಿಗೆ ಮುಂದ ಶ್ರಾದ್ಧ-ಪಕ್ಷಾ ಮಾಡಲಿಕ್ಕೆ ಒಬ್ಬ 'ಮೊಮ್ಮಗ' ಬೇಕಾಗಿದ್ದಾ, ಹಿಂಗಾಗಿ ಆಕಿ ದಿವಸಾ ಹಗಲ ಹೊತ್ತಿನಾಗ ದೇವರದು, ರಾತ್ರಿ ಆದ ಕೂಡಲೇನ ಮಗಂದು - ಸೊಸಿದು ಜೀವಾ ಹಿಂಡತಿದ್ದಳು. ಆದರ ನಮ್ಮ ವಿನಾಯಕನ ಹೆಂಡತಿ 'ಜಯಾ'ಗ ಒಂದ ಮಗಳ ಸಾಕಾಗಿತ್ತು. ಪಾಪ, ಆಕಿ ಕೆಲಸಕ್ಕ ಹೋಗೋಕಿ, ಸರ್ಕಾರಿ ನೌಕರಿ ಬ್ಯಾರೆ, ಹಡಿಲಿಕ್ಕೆ ರಜಾ ಸಿಗತಾವ ಅಂತ ಹಡಕೋತ ಕೂತರ ಮುಂದ ಮಕ್ಕಳನ್ನ ಸಾಕಲಿಕ್ಕೆ ಅಂಟಿನ ಉಂಡಿ ಮಾರಬೇಕಾಗತದ ಅಂತಿದ್ಲು. 'ನಮ್ಮ ಅತ್ತಿ ನೋಡ್ರಿ, ತಾವ ಹಡಿಯೋ ವಯಸ್ಸನಾಗ ಒಂದ ಹಡದ 'ನಮಗ ದೇವರು ಇಷ್ಟ ಕೊಟ್ಟಾ' ಅಂತ ಕೈ ಮುಗದ ಈಗ ನಮಗ ಇನ್ನೊಂದ ಹುಟ್ಲಿ ಅಂತ ಆ ದೇವರಿಗೆ ನಮಗ ಕೂಡೇ ಗಂಟ ಬಿದ್ದಾರ' ಅಂತಿದ್ಲು. ಆದರ ಕಡಿಗೂ ಅವರ ಅತ್ತಿನ ಗೆದ್ಲು. ವಿನಾಯಕ ಹೆಂಡತಿ ಕಡೆ ಗುದ್ದಿಸಿಕೊಂಡ ಮತ್ತ ಮುಸಕಿನಾಗ ಗದ್ಲಾ ಹಾಕಿದ್ದಾ. ಮುಂದಿಂದು ಹೆಣ್ಣರ ಆಗಲಿ ಗಂಡರ ಆಗಲಿ ಅಂತೂ ಎರಡನೇದಕ್ಕ ಧೈರ್ಯ ಮಾಡಿದನಲಾ ಅಂತ ನನಗ ಖುಷಿ ಅನಸ್ತು. ಎಲ್ಲಾರೂ ಒಂದ ಹಡದು ರಗಡ ಆತು ಅಂತ ಅನ್ನೊ ಹೊತ್ತನಾಗ ಇಂವಾ ಅವರವ್ವನ ಕಾಟಕ್ಕ ಆದರೂ ಹೆಂಡತಿ ಸಿಟ್ಟ ತನ್ನ ಹೊಟ್ಯಾಗ ಹಾಕ್ಕೊಂಡ ಆಕೀ ಹೊಟ್ಯಾಗ ಎರಡನೇದು ತಯಾರ ಮಾಡಿದ್ನಲಾ, ಸಾಕು ಅನಸ್ತು.

ಇದಾದ ಒಂದ ಎರಡ ದಿವಸಕ್ಕ ನಮ್ಮ ಕಾಕಾನ ಮಗಾ - ತಮ್ಮಾ ವಿಶಾಲ ಮತ್ತ ಅವನ ಹೆಂಡತಿ 'ಬನು' ಸಂಜಿ ಮುಂದ ಪಂಚಮಿ ಉಂಡಿ ತೊಗೊಂಡ ಮನಿ

ಕಡೆ ಬಂದಿದ್ರು. ಅವರಿಗೆ ಸದ್ಯೇಕ ಮೂರ ವರ್ಷದ ಒಬ್ಬ ಮಗಾ ಇದ್ದಾನ, ನಾ ಅಂದೆ, "ನೋಡಪಾ ವಿನಾಯಕ ಎರಡನೇದ ತಯಾರ ಮಾಡ್ಯಾನ, ನಿಂದ ಯಾವಾಗ ಮತ್ತ? ಲಗೂನ ಇನ್ನೊಂದ ಹಡದ ಕೋಟಾ ಮುಗಿಸಿ ಕೈ ತೊಳ್ಕೊಂಡ ಬಿಡು" ಅಂದೆ "ಏ, ನಾ ಏನ್ ಇವತ್ತ ರೆಡಿ ಇದ್ದೇನಿ, ನನ್ನ ಹೆಂಡತಿನ ನನ್ನ ಮಾತ ಕೇಳವಳ್ಳು" ಅಂದಾ. ಅದು ಖರೇನ ನಾವೇನ ಹುಡುಗುರು ದಿವಸಾ ರೆಡಿ ಇರತೇವಿ, ಹಡಿಯೋರು ಗಟ್ಟಿ ಇರಬೇಕಲ್ಲಾ. ನನ್ನ ಮಾತಿಗೆ ನಮ್ಮವ್ವನೂ ಸೋ ಅಂದ್ಲು, ವಿಶಾಲನ ಹೆಂಡತಿಗೆ, "ಬನು ನಿಂದೂ ಇನ್ನೊಂದು ಆಗಿ ಬಿಡಲಿವಾ, ಹೆಂಗಿದ್ದರೂ ಒಂದನೇದು ದೊಡ್ಡದ ಆಗ್ಯಾದ" ಅಂದ್ಲು, ತೊಗೊ ನಮ್ಮವ್ವ ಇಷ್ಟ ಅಂದಿದ್ದ ತಡಾ, ನಮ್ಮ ಬನುಗ ಪಿತ್ತಾ ಗರ್ಭಕೋಶಕ್ಕ ಏರಿ ಬಿಟ್ಟಿತ, "ಎಲ್ಲೀದರಿ ಅತ್ಯಾ? ಒಂದ ಗಂಡಾ, ಮಗನ್ ಸಾಕೋದ್ರಾಗ ರಗಡ ಆಗೇದ, ಇನ್ನೊಂದ ಎಲ್ಲಿಂದ ತರತೀರಿ? ನಮ್ಮ ಮನೆಯವರಿಗೇನ ಬ್ಯಾರೆ ಕೆಲಸ ಇಲ್ಲಾ. ಯಾವಾಗಲೂ ರೆಡಿನ ಇರತಾರ. ಅದರಾಗ ನಮ್ಮವ್ವಗೂ ಈಗ ವಯಸ್ಸಾತು, ಪಾಪ, ನಮ್ಮ ಇಬ್ಬರ ಅಕ್ಕಂದರದು, ನಂದು ಬಾಣಂತನ ಮಾಡಿ ರಗಡ ಆಗೇದ, ಇನ್ನ ಅವರಿಗೆ ಬಾಣಂತನ ಮಾಡಲಿಕ್ಕೆ ಆಗಂಗಿಲ್ಲಾ. ಇನ್ನ ನಮ್ಮತ್ತಿಗಂತೂ (ಅಂದರ ನಮ್ಮ ಕಾಕು) ನಾ ಸೀತರ ಸಾಕು, ಅವರದ್ ಶುಗರ್ ಜಾಸ್ತಿ ಆಗಿ ಬಿಡತದ, ಅವರು ಬಾಣಂತನ ಮಾಡಿದಂಗ, ಇನ್ನ ಎರಡನೇದ ಬಾಣಂತನ ಯಾರ ಮಾಡೋರು? ... ನೀವ ಹೇಳರೀ?'

"ನೀವ ಏನರ ಬಾಣಂತನ ಮಾಡತೇನಿ ಅಂದ್ರ... ನಾ ಇನ್ನೊಂದ ಹಡಿತೇನಿ ನೋಡ್ರಿ" ಅಂತ ನಮ್ಮವ್ವನ ಮ್ಯಾಲೇ ಬಂದ್ಲು.

ನಾ ನಮ್ಮವ್ವನ ಮಾರಿ ಮಿಕಿ-ಮಿಕಿ ನೋಡ್ಲಿಕತ್ತೆ, ಎಲ್ಲೆರ "ಹೂಂ" ಅಂದ-ಗಿಂದಾಳಂತ. 'ಆಕಿ ಹಡೆಯೋದು ಹೆಚ್ಚೋ, ನಾ ಬಾಣಂತನ ಮಾಡೊದು ಹೆಚ್ಚೋ' ಅಂತ ನಮ್ಮವ್ವಾ ಹೂಂ ಅನ್ನೋ ಪೈಕಿನ. ಅದರಾಗ ಆಕಿಗೆ ಯಾವುದಕ್ಕೂ ಇಲ್ಲಾ ಅಂದ ಬ್ಯಾರೆ ಗೊತ್ತಿಲ್ಲಾ. ನಮ್ಮವ್ವಾ ಇನ್ನೂ ನಮ್ಮ ತಂಗಿ ಬಾಣಂತನ ಮಾಡೋ ತನಕ ಗಟ್ಟಿ ಇರಬೇಕು. ಅದರಾಗ ನಮ್ಮವ್ವಾ ನಮ್ಮ ಪೈಕಿ ಯಾರರ ಹಡಿತಾರ ಅಂತ ಗೊತ್ತಾದರ ಸಾಕು, ಅವರ ಹಡಿಯೋಕ್ಕಿಂತ ಮದ್ಲ ಧುಬಟಿ ಹೊಲಿಯೋಕಿ. ಹೊಸಾ ಸೀರಿ ಮೂರ ಸಲಾ ನೀರಾಗ ಹಾಕಿ ಹಳೇದ ಆತು ಅಂತ ಹರಿಯೋದು, ಧುಬಟಿ ಹೊಲಿಯೋದು. ಅವರು ಸಂಬಂಧ ಇರಲಿ ಬಿಡಲಿ, ಹೆಸರ ಇಡೋ ಹೊತ್ತಿಗೆ ಧುಬಟಿ-ಕುಂಚಿಗೆ ತಯಾರ. ಬಸರಿದ್ದಿದ್ದ ಗೊತ್ತಾದರ ಸಾಕು, ಸೂಜಿ ಪೋಣಿಸೆ ಬಿಡೋಕಿ, ಇನ್ನ ನಮ್ಮವ್ವಗ ಮಂದಿದ ಬಾಣಂತನ ಮಾಡೋದೊಂದು ಬಾಕಿ ಉಳದಿತ್ತು ಅನಕೊಂಡೆ. ನನ್ನ ಪುಣ್ಯಾಕ ನಮ್ಮವ್ವ "ನನಗ ಎಲ್ಲೆ ಆಗತದವಾ, ನಂದು ವಯಸ್ಸಾತು. ನಂದ ವರ್ಷದಾಗ ಆರ ತಿಂಗಳ ಯಾರರ ಬಾಣಂತನ (ಸೇವಾ) ಮಾಡೋಹಂಗ ಆಗೇದ" ಅಂದ್ಲು.

ಅಲ್ಲಾ, ಜನಾ ಎರಡನೇದ ಹಡಿಲಾರದಕ್ಕ ಏನೇನೋ ಕಾರಣ ಹುಡುಕ್ತಾರ,

ಹೇಳ್ತಾರ. ಆದರ ಈ ಬನು ಒಂದ ಹೊಸಾ ಕಾರಣಾನ ಹಡದಳ ಅಲಾ ಅನಸ್ತು. ಬಾಣಂತನ ಮಾಡೋರು ಯಾರೂ ಇಲ್ಲಾ ಅಂತ ಅದಕ್ಕ ಈಕಿ ಇನ್ನೊಂದ ಹಡಿಯಂಗಿಲ್ಲಂತ. ಹೋಗಲಿ ಬಿಡು, ಆಕಿ ಇನ್ನೊಂದ ಹಡದರ ಹಡಿಲಿ ಬಿಟ್ಟರ ಬಿಡಲಿ, ನನಗ್ಯಾಕ ಅಂತ ಸುಮ್ಮನಾದೆ. ಇನ್ನೇನರ ಜಾಸ್ತಿ ಮಾತಾಡಿದರ "ನಾ ಹಡಿತೇನಿ ನೀವ ಬ್ಯಾನಿ ತಿಂತಿರೇನು" ಅಂತ ಕೇಳಿದ್ರು ಕೇಳಿದ್ಲ.

ಮುಂದ ಹಿಂತಾ ಸಮಸ್ಯೆ ಬರತಾವ ಅಂತ ನಾ ಈ ಬಾಣಂತನ ವಿಷಯ ಮದುವಿಗಿಂತ ಮೊದಲ ನಮ್ಮ ಅತ್ತಿಗೆ ಭಾಳ ಕ್ಲೀಯರ್ ಮಾಡಿದ್ದೆ, "ಒಂದ ಅಳೇತನಾ, ಎರಡ ಬಾಣಂತನ" ಅಂತ. ಅದರ ಪ್ರಕಾರ ಪಾಪ, ನಮ್ಮತ್ತಿ ಸುಮ್ಮನ ತುಟಿ ಪಿಟ್ಟ ಅನ್ನಲಾರದ ಎರಡ ಬಾಣಂತನ ಮಾಡಿದ್ರು. ನಾ ಎಲ್ಲರ ಮತ್ತೊಂದ ಹಡದ ಗಿಡದೇನಿ ಅಂತ ನಿಂತ ಕಾಲ ಮ್ಯಾಲೆ ನನಗೂ ಹೇಳಲಾರದ ತಮ್ಮ ಖರ್ಚಲೇನ ಮಗಳದ ಆಪರೇಶನ್ ಮಾಡಿಸಿದರು. ಇನ್ನ ನನ್ನ ಹೆಂಡತಿಗೆ ಮಕ್ಕಳ ಆಗಂಗಿಲ್ಲಾ, ನನಗ ಆದರ ಆಗಬಹುದು. ನಂದೇನ ಆಪರೇಶನ್ ಆಗಿಲ್ಲಲಾ. ಒಂದ ಅಂತು ಖರೆ, ಇವತ್ತ 'ಒಂದ ಮಗು ಸಾಕೋ... ಏನ ಇನ್ನೊಂದ ಬೇಕೊ?' ಅನ್ನೋ ಈ ಪ್ರಶ್ನೆ ಇತ್ತೀಚಿಗೆ ನಮ್ಮ ವಾರ್ಗಿ (ಅಂದರ 32–37 ವರ್ಷದವರು) ಹುಡುಗರಿಗೆ ಭಾಳ ಕಾಡಲಿಕ್ಕತ್ತದ. ಇದರ ಬಗ್ಗಿ ಭಾಳ ತಲಿ ಕೆಡಸಿಕೊಂಡವರು ಇದ್ದಾರ, ಕೆಲವಬ್ಬರು ಒಂದ ಸಾಕೋ ಮಾರಾಯಾ ಅಂತ ಡಿಸೈಡ್ ಮಾಡ್ಯಾರ, ಇನ್ನ ಕೆಲವಬ್ಬರು ಇನ್ನೊಂದ ಬೇಕು ಆದರ ಸದ್ಯ ಬ್ಯಾಡ ಅಂತ ಬಿಟ್ಟಾರ. ಉಳದವರು ದೇವರ ಕೊಟ್ಟರ ಆಗತಾವ ಅಂತ ದಿವಸಾ ಗುಳಿಗೆ ತೊಗೋತಾರ. ನಾವೆಲ್ಲಾ ಲಗ್ನ ಆದ ಹೊಸ್ತಾಗ ಕಂಡೇನೋ ಇಲ್ಲೋ ಅನ್ನೋರಂಗ 'ನಮಗ ಮಕ್ಕಳಾಗತಾವೋ ಇಲ್ಲೋ? ಆದರ ಹೆಂಗ ಆಗತಾವ?' ಅಂತ ನೋಡಲಿಕ್ಕೆ ಭಡಾ – ಭಡಾ ಒಂದ ಹಡದ ಬಿಟ್ಟವಿ. ಈಗ ನೋಡಿದ್ರ "ನಂದ ಒಂದು – ನಂಬದು ಒಂದು" ಅಂತ ಒಂದ ಹೆಂಡತಿಗೆ ಒಂದ ಮಗು ಸಾಕು, ಅದಕ್ಕ ಎಲ್ಲಾ ಸೌಲತ್ತ ಕೊಟ್ಟ, ಅಚ್ಚಚ್ಚಾ ಮಾಡಿ ಬೆಳೆಸೋಣ. ತುಟ್ಟಿ ಕಾಲ, ಎರಡನೇದ ಎಲ್ಲಿದೂ ಅಂತ ವಿಚಾರ ಮಾಡ್ಲಿಕ್ಕೆ ಹತ್ತೇವಿ. ನಮಗ ಒಂದ ಸಾಕೋದ್ರಾಗ 'ಕುರಿ–ಕೋಣಾ' ಆಗಲಿಕ್ಕತ್ತದ. ನಮಗ ಭವಿಷ್ಯದ ಬಗ್ಗೆ ವಿಚಾರ ಮಾಡೋ ಶಕ್ತಿ ಇಲ್ಲಾ. ಅದನ್ನ ನಾವು ವಿಚಾರ ಮಾಡ್ಲಿಕ್ಕೆ ಟೈಮ್ ಇಲ್ಲಾ ಅಂತೇವಿ. ಒಂದ ಸ್ವಲ್ಪ ಹಿಂದಿಂದರ ವಿಚಾರ ಮಾಡರಿ. ನಮ್ಮ ಅವ್ವಾ–ಅಪ್ಪಾ ಕಡಿಮೆ ಅಂದರ 2–3ರ ಮಕ್ಕಳನ್ನ ಹಡದರು. ಆವಾಗ ಅವರ ಪರಿಸ್ಥಿತಿ ಇವತ್ತ ನಾವ ಇದ್ದದ್ದಕ್ಕಿಂತಾ ಕೆಟ್ಟ ಇತ್ತು. ಅವಾಗ ಆರ್ಥಿಕ ಪರಿಸ್ಥಿತಿಗೂ ಮಕ್ಕಳಿಗೂ ಸಂಬಂಧ ಇದ್ದಿದ್ದಿಲ್ಲಾ. ಅವರು "ಹುಟ್ಟಿಸಿದ್ದ ದೇವರು ಹುಲ್ಲು ಮೇಯಿಸಲಾರದ ಇರತಾನನು" ಅಂತ ಹಡದರು. ನಾವು ಹೆಂಗೋ ಬೆಳದೇವಿ, ಒಮ್ಮೆನೂ ಹುಲ್ಲು ಮೇಯೋ ಪರಿಸ್ಥಿತಿ ಬರಲಿಲ್ಲಾ. ಹಂಗೂ–ಹಿಂಗೂ ದೊಡ್ಡವರಾದ್ವಿ, ಇವತ್ತ ಆರ್ಥಿಕವಾಗಿ ನಮ್ಮಪ್ಪನಕ್ಕಿಂತ ಛಲೋ ಪರಿಸ್ಥಿತಿಗೆ ಬಂದ ಮುಟ್ಟಿದ್ವಿ, ಆದರ ಈಗ ನಾವು ಒಂದ ಬಿಟ್ಟ ಎರಡನೇದ ಹಡಿಬೇಕಾರ 'ಮೀನಾ–ಮೇಷಾ' ಮಾಡ್ಲಿಕತ್ತೇವಿ. ಯಾಕ? ನಮ್ಮ ಕಡೆ ಸಾಕೋ

ಕ್ಯಾಪಾಸಿಟಿ ಇಲ್ಲೋ? ಏನ ನಮಗ ಮಕ್ಕಳ ಕಂಡರ ಆಗಂಗಿಲ್ಲೋ? ಏನ ನಮಗ ಜವಾಬ್ದಾರಿನ ಬ್ಯಾಡೋ? ಇಲ್ಲಾ ನಮಗ ಇದ್ದ ಒಂದ ಹೆಂಡತಿ ಒಂದ ಮಗುನ್ನ ಸಾಕೋದ ಹತ್ತ ಮಕ್ಕಳನ್ನ ಸಾಕಿದಂಗ ಆಗೇದೊ? ಇದು ಇವತ್ತ ವಿಚಾರ ಮಾಡೋ ವಿಷಯ ಅಂತ ನನಗ ಅನಸ್ತದ.

ನಮ್ಮಪ್ಪ ಅಂತಿದ್ನಂತ ತನಗ "ರೇಶನ್ ತರಲಿಕ್ಕ ಒಬ್ಬ ಮಗಾ, ಯಂಜಲಾ-ಗ್ವಾಮಾ ಮಾಡ್ಲಿಕ್ಕೆ ಒಬ್ಬ ಮಗಳ ಸಾಕು" ಅಂತ. ಅದಕ್ಕಾ ಅಂವಾ ಎರಡ ಮಕ್ಕಳನ್ನ ಹಡದಾ. ನಾ ಏನೋ ದೊಡ್ಡಾಂವ ಆದ ಮ್ಯಾಲೇ 'ರೇಶನ್' ತಂದ ನಮ್ಮಪ್ಪನ ಆಶೆ ಈಡೇರಿಸಿದೆ. ಆದರ ನಮ್ಮ ತಂಗಿ 'ಯಂಜಲಾ-ಗ್ವಾಮಾ' ಮಾಡಿದ್ದ ನಾ ಇವತ್ತಿಗೂ ನೋಡಿಲ್ಲಾ, ನಮ್ಮವ್ವನು ಕೆಲಸಕ್ಕ ಹೋಗ್ತಿದ್ಲು. ಹಿಂಗಾಗಿ ಒಮ್ಮೆ ಎರಡ ಬ್ಯಾಡ ಅಂತ ಒಂದ ಹಡದು ಕರೆಕ್ಟ್ ಆರ ವರ್ಷ ಬಿಟ್ಟ ಇನ್ನೊಂದ ಹಡದ್ರು. ಆವಾಗ ಇನ್ನೂ ಸಾಯಿನ್ಸ್ ಈಗಿನಷ್ಟ ಬೆಳೆದಿದ್ದಿಲ್ಲಾ, ನಮ್ಮಪ್ಪರ ಸಾಲಿ ಕಲ್ತಿದ್ದು 7ನೇತಾ ತನಕಾ. ಆದರೂ ನಾ ಹುಟ್ಟಿ ಕರೆಕ್ಟ್ ಆರ ವರ್ಷಕ್ಕ ನಮ್ಮ ತಂಗಿ ಹುಟ್ಟಿದ್ಲು. 1973ರ ಶೀಗಿ ಹುಣ್ಣಿವಿಗೆ ನಾ ಹುಟ್ಟಿದೆ, ಮುಂದ 79ರ ಶೀಗಿ ಹುಣ್ಣಿವಿಗೆ ನಮ್ಮ ತಂಗಿ ಬಂದಳು, ಯಂಥಾ ಪಕ್ಕಾ ಪ್ಲ್ಯಾನಿಂಗ್ ಅಂತೀರಿ ಇದಕ್ಕ! ನಾನು 'ನಮ್ಮಪ್ಪನ ಮಗಾ'. ಬಿಡಲಿಲ್ಲ, ಎರಡ ಹಡದೆ. ಎರಡಕ್ಕೂ ಆರ ವರ್ಷ ಅಂತರಕ್ಕ ಪ್ರಯತ್ನ ಮಾಡಿದೆ. ಆದರ ಎರಡನೇದು ಒಂದ ತಿಂಗಳ ಮುಂದ ಹೋತ, ನನ್ನ ಮಗಾ ಡಿಸೆಂಬರ 2002ಕ್ಕ ಹುಟ್ಟಿದಾ, ನನ್ನ ಮಗಳು ಜನೇವರಿ 2009ಕ್ಕ ಹುಟ್ಟಿದ್ಲು. ಒಂದ ತಿಂಗಳ ಅಂತರಾ ಹೆಚ್ಚ ಆತಲಾ ಅಂತ ತಲಿ ಕೆಡಿಸಿಕೊಂಡೆ, ನನ್ನ ಹೆಂಡತಿ, "ಯಾಕ ಕಾಳಜೀ ಮಾಡ್ತೀರಿ? ನಡಕ ಒಂದ ವರ್ಷದಾಗ ಅಧಿಕ ಮಾಸ ಬಂದಿತ್ತು ತಗೋರಿ" ಅಂತ ಸಮಾಧಾನ ಮಾಡಿದ್ಲು.

'ಗಂಡಿರಲಿ-ಹೆಣ್ಣಿರಲಿ, ಮಕ್ಕಳ ಎರಡ ಮಿನಿಮಮ್ ಇರಲಿ' ಅನ್ನೋದ ನನ್ನ ವಿಚಾರ, ಮುಂದ ನಿಮಗ ವಯಸ್ಸಾದ ಮ್ಯಾಲೆ, ಇನ್ನೇನ ನಿಮ್ಮ ಮನೆಯವರಿಗೆ ಮಕ್ಕಳ ಆಗಂಗಿಲ್ಲಾ ಅಂತ ಗ್ಯಾರಂಟಿ ಆದ ಮ್ಯಾಲೆ "ನನಗೂ ಇನ್ನೊಂದ ಇದ್ದಿದ್ರ ಛಲೋ ಆಗ್ತಿತ್ತು" ಅಂತ ಅನಿಸಿದ್ರ ಏನ ಮಾಡೋರೊ? ಬಾಜು ಮನಿ ಕೂಸ ತಂದ ಉಪ್ಪಾ ಕೊಡೋದು? ಹೌದಲ್ಲೊ? ಮತ್ತ ಇನ್ನೇನು? ನಿಮ್ಮ ಮನಸ್ಸಿನಾಗ ಇರತದ ಮುದ್ದಾಡಬೇಕು ಅಂತ. ಆದ್ರ ಏನ ಮಾಡೋದು? ಹೆಂಡತಿಗೆ ವಯಸ್ಸ ಆಗಿರ್ತದ. ಇದ್ದ ಒಂದ ಮನಿ ಕೂಸು 'ಕತ್ತಿ' ಗತೆ ಬೆಳದ ಬಿಟ್ಟಿರತದ. ಮನ್ಯಾಗ ಬ್ಯಾರೆ ಸಣ್ಣ ಮಕ್ಕಳ ಇರಂಗಿಲ್ಲಾ, ಇನ್ನೇನು? ಮಂದಿ ಮನಿ ಕೂಸ ನಿಮ್ಮ ಉಪ್ಪಾಕ್ಕ ಗತಿ ಆಗತದ.

ನಮ್ಮ ಮಾಮಿ ಒಬ್ಬಕಿ ಇದ್ದಾಳ, ಇಲ್ಲೇ ನಮ್ಮ ಮನಿ ಲೈನ್‌ನಾಗ ಎರಡ ಮನಿ ದಾಟಿದ್ರ ಅವರ ಮನಿ, ದಿವಸಾ ಸಂಜಿಗೆ ನನ್ನ ಮಗಳನ್ನ ಕರಕೊಂಡ ಹೋಗಿ, ಜೀವಾ ತಿಂತಾಳ. ದಿವಸಾ ನೇಲ್ ಪಾಲಿಶ್ ಹಚ್ಚತಾಳ, ಮದರಂಗಿ ಹಚ್ಚತಾಳ, ನೂರಾ ಎಂಟ ಬಣ್ಣದ ಟಿಕಳಿ, ಗೆಜ್ಜಿ ಕೊಡಸ್ತಾಳ. ಹೇರ್‌ಪಿನ್, ರಿಬ್ಬನ್, ಬಳಿ ಸುಟ್ಟು - ಸುಡಗಾಡು ಎಲ್ಲಾ ಮಾಡ್ತಾಳ. ತಾ ಮಾಡ್ಕೊಳ್ಳಲಾರದಷ್ಟ ನನ್ನ ಮಗಳಿಗೆ ಮಾಡ್ತಾಳ. ಯಾಕ

ಗೊತ್ತಾ? ಆಕಿಗೆ ಇರೋಂವ ಒಬ್ಬನ ಮಗಾ. ಅವನು ಲೈಟಿನ ಕಂಬದ ಗತೆ ಉದ್ದಕ ಬೆಳೆದಾನ. ಅದೂ ಬೆಂಗಳೂರಾಗ ಇಂಜಿನಿಯರ ನೌಕರಿ ಮಾಡಲಿಕ್ಕತ್ತಾನ. ಇನ್ನ ನಮ್ಮ ಮಾಮಿಗೆ ಅವನ್ನಂತೂ ಮುದ್ದ ಮಾಡಲಿಕ್ಕೆ ಅಂವಾ ನಿಲಕಂಗಿಲ್ಲಾ, ಅವಂದು ಅವ್ವಾ-ಅಪ್ಪನ ಕಡೆ ಮುದ್ದ ಮಾಡಿಸಿಕೊಳ್ಳೋ ವಯಸ್ಸೂ ಅಲ್ಲಾ, ಹಿಂಗಾಗಿ ಪಾಪ, ನಮ್ಮ ಮಾಮಿಗೆ ನನ್ನ ಮಗಳ ಗತಿ ಆಗ್ಯಾಳ. ಅಲ್ಲಾ ನಮ್ಮ ಮಾಮಿ ತಂದ ವಯಸ್ಸ ಇದ್ದಾಗ ಏನರ ನನ್ನ ಮಗಳನ್ನ ಇವತ್ತ ಶೃಂಗಾರ ಮಾಡದಷ್ಟು ತಾನ ಮಾಡಕೊಂಡಿದ್ದರ ನಮ್ಮ ಮಾಮಾನ ನಿಯತ್ತ ಬದಲಾಗಿ ಇನ್ನೊಂದ ಹಡದರ ಹಡಿತಿದ್ದನೋ ಏನೋ? ಪಾಪ, ಆಗಿದ್ದ ಆಗಿ ಹೋತು. ಆಕಿಗೆ ಇನ್ನೇನೂ ಆಗಂಗಿಲ್ಲಾ. ಆಕಿಗೆ ಮುಂದ ಮೊಮ್ಮಕ್ಕಳ ಗತಿ, ಅಲ್ಲಿ ತನಕ ನನ್ನ ಮಗಳ ಇದ್ದಾಳಲ್ಲಾ.

'ಧೈರ್ಯಂ ಸರ್ವತ್ರ ಸಾಧನಂ' ಅಂತಾರ. ಧೈರ್ಯಾ ಮಾಡರಿ. ಹಡಿಲಿಕ್ಕೆ ಏನ ಧೈರ್ಯಾ ಬ್ಯಾಡಾ ಆದರ ನಿಮ್ಮ ಮನೇಯವರನ್ನ ಕೇಳಲಿಕ್ಕೆ ಧೈರ್ಯಾ ಬೇಕಲಾ. ಈಗ ಒಂದ ಹಡದ ಮುಂದ ಒಂದ 15 ವರ್ಷ ಆದ ಮ್ಯಾಲೆ ನಿಮ್ಮ ಮಗಗ / ಮಗಳಿಗೆ, ಚಿನ್ನಾಟ ಆಡಲಿಕ್ಕೆ ಒಂದ ತಂಗಿ ಅಥವಾ ತಮ್ಮ ಇರಬೇಕಿತ್ತು ಅನಿಸಿದ್ರ ಏನ ಮಾಡೋರು? ಒಂದ ಐದ ವರ್ಷದ ಹಿಂದ ಹಿಂಗ ಆತು, ನಮ್ಮ ಪರಿಚಯದವರ ಮಗಾ ಒಬ್ಬಂವಾ 9 ನೇತ್ತಾ ಓದತಿದ್ದಾ. ಆ ಹುಡುಗ ಬಾಜು ಮನಿ ಸಣ್ಣ ಕೂಸ ನೋಡಿ ಅವರ ಅವ್ವಾ - ಅಪ್ಪಗ ನನಗೂ ಒಂದ ತಂಗಿ ಬೇಕು ಅಂತ ಗಂಟ ಬಿದ್ದಾ. ಪಾಪ, ಅವರವ್ವಾ ಹಡೆಯೋದ ಮರೆತ 15 ವರ್ಷ ಆಗಿತ್ತು. ಆ ಹುಡುಗರ ಗಂಟ ಬಿದ್ದಾ, ಕಡಿಗೆ ಅವನ ತಂದಿ - ತಾಯಿಗೆ ಮಗಗ ಇಲ್ಲಾ ಅನ್ನಲಿಕ್ಕೆ ಆಗಲಿಲ್ಲ. 'ಬೆಟರ್ ಲೇಟ್ ದ್ಯಾನ್ ನೆವರ್' ಅಂತ ಧೈರ್ಯಾ ಮಾಡಿ 'ದೇವರ ಮ್ಯಾಲೆ ಭಾರಾ' ಹಾಕಿದರು. ದೇವರ ಅವರ ಭಾರ ತಡ್ಕೊಳಾರದ, ವರ್ಷ ತುಂಬೋದರಾಗ ಆ ಹುಡುಗಗ ತಂಗಿ ಕೊಟ್ಟ ಬಿಟ್ಟಾ. ಅವರು ಇಷ್ಟ ಲೇಟ್ ಮಾಡಿ ಎರಡನೇದ ಹಡದರ ಜನಾ ಏನಂತಾರ, ಸಮಾಜ ಏನ ಅಂತದ ಅಂತ ತಲಿ ಕೆಡಿಸ್ಗೊಳ್ಳಿಲ್ಲಾ. ತಮಗ ಬೇಕನಸ್ತು, ಹಡದರು. ಕೂತ 'ಕಸೂತಿ' ಮಾಡಿದರು, 'ಪ್ರಸೂತಿ' ಆತು.

ನೀವೂ ಒಂದ ಹಡದವರು ಯಾರರ ಇದ್ದರ ಇನ್ನೊಮ್ಮೆ ವಿಚಾರ ಮಾಡ್ರಿ, ಹೆಂಗಿದ್ರು ಶ್ರಾವಣ ಮಾಸ, ಜಿಟಿ-ಜಿಟಿ ಮಳಿ ಹತ್ತೇದ, ತಂಪ ವಾತಾವರಣನೂ ಅದ, ಮುಂದಿಂದು ದೇವರ ಇಚ್ಛೆ ಇಲ್ಲಾ ನಿಮ್ಮ ಯಜಮಾನ್ರ ಇಚ್ಛೆ. ಒಂದ ಮಾತ ಇವತ್ತ ರಾತ್ರಿ ಕೇಳಿ ನೋಡ್ರಿ, ಮತ್ತ ನಾ ಹೇಳೇನಿ ಅಂತ ಕೇಳಬ್ಯಾಡರಿ, ಆಮೇಲೆ ಎಲ್ಲರ ನನಗ ಬಾಣಂತನ ಮಾಡ ಅಂತ ಗಂಟ ಬಿದ್ದೀರಿ.

§

ಪಾಟಿ ಮ್ಯಾಲೆ ಪಾಟಿ, ಪಾರ್ಲಿಮೆಂಟ್ ಸೂಟಿ...

"ಏನ್ರಿ ಸಾಹೇಬರ ಮನ್ನೇನ ದಿಲ್ಲಿಗೆ ಸೆಶನ್‌ಗೆ ಹೋಗಿದ್ರಿ, ಯಾವಾಗೋ ವಾಪಸ್ ಬಂದಿರಲಾ?" ಅಂತ ನಿನ್ನೆ ಒಂದ ಮದುವ್ಯಾಗ ನಮ್ಮ ಲೋಕಲ್ ಎಮ್.ಪಿ. ನೋಡಿ ಕೇಳಿದೆ.

"ಏ, ದಿನಾ ಪಾರ್ಲಿಮೆಂಟ್‌ನಾಗ ಗದ್ಲಾ ಮಾಡಿ ಸೂಟಿ ಮಾಡ್ಲಿಕತ್ತಾರ. ಹಿಂಗಾಗಿ ಅಲ್ಲೆ ಇದ್ದರ ಏನ್ ಮಾಡೋದ? ಅಂತ ವಾಪಸ ಬಂದೆ, ಅದರಾಗ ಈಗ ಲಗ್ನದ ಸೀಸನ್ ಬ್ಯಾರೆ, ಊರಾಗ ಒಂದಿಷ್ಟ ಮದುವಿ ಅದಾವ, ಅವನ್ನೆಲ್ಲಾ ಬಿಡಾಕೂ ಬರಂಗಿಲ್ಲ. ಒಂದ ವಾರ ಇದ್ದ ಎಲ್ಲಾ ಮುಗಿಸಿಕೊಂಡ ಮುಂದ ಹೋದರಾತ" ಅಂತ ನಕ್ಕರು. ಆ ಸಣ್ಣ ಹುಡಗರ ಸಾಲಿ ಸೂಟಿ ಕೊಟ್ಟಾಗ, ಪಾಟಿಚೀಲಾ ಬಗಲಾಗ ಇಟಗೊಂಡ ಊಟದ ಡಬ್ಬಿ ಬಾರಿಸಿಗೋತ "ಪಾಟಿ ಮ್ಯಾಲೆ ಪಾಟಿ, ನಮ್ಮ ಸಾಲಿ ಸೂಟಿ" ಅಂತ ಒದರಕೋತ ಬರತಾರಲಾ ಹಂಗ ನಮ್ಮ ಎಮ್.ಪಿ.ಗೊಳ ಪಾರ್ಲಿಮೆಂಟ್ ಸೂಟಿ ಕೊಟ್ಟರ ಸಾಕ ತಮ್ಮ-ತಮ್ಮ ಊರಿಗೆ ಬಂದ ಬಿಡತಾರ.

"ಅಲ್ರಿ ಸಾಹೇಬರ, ನೀವ ಹೀಂಗ ತಪ್ಪಿಸಿದರ ಹೆಂಗ? ಮದ್ಲ ನಿಮ್ಮ ಅಟೆಂಡೆನ್ಸ್ ಪಾರ್ಲಿಮೆಂಟ್‌ನಾಗ ಭಾಳ ಕಡಿಮೆ ಅದ, ಯಾರರ ಕೇಳಿದರ ಏನ ಉತ್ತರಾ ಕೊಡೋರು?" ಅಂತ ಕೇಳಿದೆ.

"ನನಗ್ಯಾರ ಕೇಳ್ತಾರೋ ತಮ್ಮಾ, ನಂದ ಹಾಜರಿ ಕಡಿಮೆ ಆದರ ನನಗೇನ್ ಪರೀಕ್ಷಾಕ್ಕ ಕೂಡಸಂಗಿಲ್ಲೋ? ಏನ ಮುಂದಿನ ಸರತೆ ಪಾರ್ಟಿಯವರ ಟಿಕೆಟ್ ಕೊಡಂಗಿಲ್ಲೋ? ಇಲ್ಲಾ, ಜನಾ ಓಟ ಹಾಕೊಂಗಿಲ್ಲೋ?" ಅಂತ ನನಗ ಜೋರ ಮಾಡಿದರು.

ಅದು ಖರೇನ, ಒಮ್ಮೆ ನಾವ ಓಟ ಹಾಕಿ ಗೆಲ್ಲಿಸಿದ ಮ್ಯಾಲೆ ಇವರ ಪಾರ್ಲಿಮೆಂಟ್‌ಗೆ ಹೋದರ ಏನ, ಬಿಟ್ಟರ ಏನ? ನಾವರ ಏನ ಮಾಡೋ ಹಂಗ ಇದ್ದೇವಿ?

ಈಗ ನೋಡ್ರಿ 15ನೇ ಲೋಕಸಭಾದಾಗ ನಮ್ಮ ಮಾಜಿ ಮುಖ್ಯಮಂತ್ರಿ ಕುಮಾರಣ್ಣಂದ ಅಟೆಂಡನ್ಸ್ ಬರೇ 47 ಪರಸೆಂಟ್. ನಮ್ಮ ಹಾಲಿ ಮುಖ್ಯಮಂತ್ರಿ ಸದಾನಂದ ಗೌಡ್ರ ಎಮ್.ಪಿ. ಇದ್ದಾಗ ಅವರ ಹಾಜರಿ 48 ಪರಸೆಂಟ್. ಗೌಡ್ರಂತೂ ಪಾರ್ಲಿಮೆಂಟ್‌ಗೆ ಚಕ್ಕರ್ ಹೊಡದ 'ನಾಳೆ ರಜೆ, ಗೋಲಿ ಭಜೆ' ಅಂತ ಇಲ್ಲೆ ಉಡುಪ್ಯಾಗ ಇದ್ದ ಬಿಡತಿದ್ದರು. ಅದಕ್ಕ ಅವರ ಪಾರ್ಟಿಯವರ "ನೀವು ಸುಮ್ಮನ ಅಲ್ಲೆ ಇದ್ದ ಬಿಡ್ರಿ, ಇನ್ನ ದಿಲ್ಲಿಗೆ ಬರಲಿಕ್ಕೆ ಹೋಗಬ್ಯಾಡ್ರಿ" ಅಂತ ಮುಖ್ಯಮಂತ್ರಿ ಮಾಡಿಬಿಟ್ಟರು.

ಇನ್ನ ನಮ್ಮಂದಿ ಹಿಂಗ ಬಿಡ ಅಂತ ಹೊರಗಿಂದ ಹೇಮಾಮಾಲಿನಿನ ಕರಕೊಂಡ ಬಂದ ಎಮ್.ಪಿ. ಮಾಡಿದ್ವಿ, ಈಗ ನೋಡಿದ್ರ ಆ ಅಮ್ಮನ ಅಟೆಂಡನ್ಸ್ 29 ಪರಸೆಂಟ್.

ಏನ ಮಾಡ್ತೀರಿ?

"ಅಲ್ರಿ ಸಾಹೇಬರ ನೀವು ಪಾರ್ಲಿಮೆಂಟ್‌ಗೆ ಹೋಗಿ ಜನರ ಸಮಸ್ಯೆ ಬಗ್ಗೆ ಪ್ರಶ್ನೆ ಹಾಕಬೇಕರಿಪಾ, ಹಿಂಗ ಊರಾಗ ಮದುವಿ-ಮುಂಜವಿ ಅದಾವ ಅಂತ ಇಲ್ಲೇ ಇದ್ದರ ಹೆಂಗ?" ಅಂದೆ.

"ಏ ಏನ ಪ್ರಶ್ನೆ ಕೇಳೋದರಿ, ವಿರೋಧ ಪಕ್ಷದವರ ನಮಗ ಮಾತಾಡಾಕ ಕೊಟ್ಟರ ಕೇಳಬೇಕಲಾ? ಎಲ್ಲಾರೂ ಸೇರಿ ಧಾಂದಲೆ ಮಾಡಿ ಪಾರ್ಲಿಮೆಂಟ್ ಸೂಟಿ ಮಾಡಿ ಬಿಡತಾರ" ಅಂದ್ರು.

ಅವರ ಹೇಳೋದು ಸರೀನ. ಪಾರ್ಲಿಮೆಂಟ್ ಛಂದಾಗಿ ನಡದರಲಾ ಇವರ ಪ್ರಶ್ನೆ ಕೇಳೋದ? ಅದಕ್ಕ ನಮ್ಮ ದೇವೇಗೌಡ್ರ ನೋಡ್ರಿ, ಎಲ್ಲಾ ಪ್ರಶ್ನೆಗೆ ಉತ್ತರಾ ತಿಳ್ಕೊಂಡವರು, ಪಾರ್ಲಿಮೆಂಟ್‌ನಾಗ ಒಂದ ಪ್ರಶ್ನೆ ಕೇಳಂಗಿಲ್ಲಾ. ಇವರು, ಕುಮಾರಣ್ಣ ಕೂಡಿ ಈ 15ನೇ ಲೋಕಸಭಾದೊಳಗ ಇವತ್ತಿಗೂ ಒಂದ ಪ್ರಶ್ನೆ ಕೇಳಿಲ್ಲಾ. ಅಲ್ಲೆ ಬ್ಯಾರೆವರ ದೇಶಕ್ಕ ದೇಶಾನ ನುಂಗಿದ್ರೂ ಪಾರ್ಲಿಮೆಂಟ್‌ನಾಗ ಸುಮ್ಮನ ಕೂಡತಾರ, ಇಲ್ಲೇ ಬೆಂಗಳೂರಾಗ ಪಾಪ ನಮ್ಮ ಯಡಿಯೂರಪ್ಪಾರಿಗೆ, "ಇದು ಎಲ್ಲಿಂದ ಬಂತು? ಅಲ್ಲೇ ಜಗಾ ಹೆಂಗ ತೊಗಂಡ್ರಿ? ಅವರ ಕಡೆ ಎಷ್ಟ ಇಸ್ಗೊಂಡ್ರಿ?" ಅಂತ ದಿವಸಾ ಜೀವಾ ತಿಂತಾರ.

ಅಲ್ರಿ, ದಿವಸಕ್ಕ 2 – 3 ಕೋಟಿ ಖರ್ಚ ಮಾಡಿ ವರ್ಷದಾಗ 60–70 ದಿವಸ ಪಾರ್ಲಿಮೆಂಟ್ ನಡಸ್ತಾರ, ಅದಕ್ಕೂ ನಮ್ಮ ಎಮ್.ಪಿ.ಗೊಳ ಸರಿಯಾಗಿ ಹೋಗಲಿಲ್ಲ ಅಂದರ ಹೆಂಗರಿ? ನಮ್ಮ ರಾಜ್ಯದಾಗ ಅಂತೂ 30 ಪರಸೆಂಟ್ ಎಮ್.ಪಿ.ಗೊಳ ಯಾವಾಗಲೂ ಪಾರ್ಲಿಮೆಂಟ್‌ನಾಗ ಗೈರ ಇರತಾರ. ಹಿಂಗಾದ್ರ ನಮ್ಮ ದೇಶಾ, ರಾಜ್ಯ ಹೆಂಗ ಉದ್ಧಾರ ಆಗಬೇಕ? ನೀವ ಹೇಳ್ರಿ.

ಇನ್ನ ಸುಮ್ಮನ ನಾವ ಓಟ ಹಾಕಿದ್ದ ಸಂಕಟಕ್ಕ ನಮ್ಮ – ನಮ್ಮ ಎಮ್.ಪಿ.ಗಳನ್ನ 'ಸಣ್ಣ ಹುಡಗರಿಗೆ ಸಾಲಿಗೆ ಹೋಗಿ ಬಿಟ್ಟ ಬರತಾರಲ' ಹಂಗ ನಮ್ಮ ಖರ್ಚನಾಗ ಪಾರ್ಲಿಮೆಂಟ್‌ಗೆ ಹೋಗಿ ಬಿಟ್ಟ "ಸ್ವಲ್ಪ ಓದಿ ಶಾಣ್ಯಾರಾಗರಿ, ಅಂದ್ರ ನಮ್ಮ ಬಗ್ಗೆ ಸ್ವಲ್ಪ ಪಾರ್ಲಿಮೆಂಟ್‌ನಾಗ ಮಾತಾಡಿ, ನಮ್ಮನ್ನೂ ಉದ್ಧಾರ ಮಾಡ್ರಿಪಾ" ಅಂತ ಬೇಡ್ಕೊಂಡ ಬರಬೇಕ ಇಷ್ಟ.

§

ನಳಾ ಬಂದ್ರ... ಗೌರಿ ಕೂಡಸೋದು

"ಪ್ರಶಾಂತಾ, ನಾಳೇ ನೀ ರಜಾ ತಗೋ. ಎಲ್ಲಿನೂ ತಿರಗಲಿಕ್ಕ ಹೋಗಬ್ಯಾಡಾ, ಎರಡ ದಿವಸ ಆತು ನಳಾ ಬಂದಿಲ್ಲಾ. ನಾಳೆ ಗ್ಯಾರಂಟಿ ಬರತದ, ನೀನ ಮಡಿ ನೀರ ತುಂಬಬೇಕ ಈ ಸರತೆ" ಅಂತ ಸೋಮವಾರ ರಾತ್ರಿ ಊಟಕ್ಕ ಕೂತಾಗ ನಮ್ಮವ್ವಾ ಒಂದು ದೊಡ್ಡ ಬಾಂಬ್ ಹಾಕಿದ್ಲು. "ಯಾಕ, ನಿಮ್ಮಪ್ಪನ ಶ್ರಾದ್ಧ ಮನ್ನೇನ ಮುಗದದ, ನಿಮ್ಮವ್ವಾ ಇನ್ನೂ ಗಟ್ಟಿ ಇದ್ದಾಳ. ಮತ್ಯಾಕ ಮಡಿ ನೀರು?" ಅಂದೆ. "ಯಪ್ಪಾ ಬ್ರಾಹ್ಮಣರ ಮನ್ಯಾಗ ಅಪ್ಪಿ-ತಪ್ಪಿ ಹುಟ್ಟಿ ನೋಡ. ಮಡಿ ನೀರ ಏನ್ ಶ್ರಾದ್ಧಕ್ಕ ಇಷ್ಟ ತುಂಬತಾರೇನ? ನಿನ್ನೀ ಇಂದ ಶ್ರಾವಣ ಮಾಸ ಸುರು ಆತು, ನಾಡದ ಬುಧವಾರ ಗೌರಿ ಕೂಡಸೋದು" ಅಂದ್ಲು. ಆತ ತೊಗೋ ಇನ್ನ ಬುಧವಾರದಿಂದ ಹಿಡದ ಶನಿವಾರ ಮಟಾ ದಿವಸಾ ನಮ್ಮವ್ವಂದ ಮಡಿಲೇ ರಾಜ್ಯಭಾರ. 'ಅಲ್ಲೆ ಮುಟ್ಟ ಬ್ಯಾಡಾ - ಇಲ್ಲೆ ಮುಟ್ಟ ಬ್ಯಾಡಾ, ಆಕಿನ್ನ ಮುಟ್ಟಿ-ಗಿಟ್ಟಿ, ಆಕಿನೂ ಮಡಿಲೇ ಇದ್ದಾಳ' ಅಂತ ಅಡಿಗಿ ಮನ್ಯಾಗ, ದೇವರ ಮನ್ಯಾಗ ನಮ್ಮವ್ವಾ ಕರ್ಫ್ಯೂ ಹೇರಿ ಬಿಡತಾಳ. ಶ್ರಾವಣ ಮಾಸ ಮುಗಿಯೋತನಕ ಹಿಂತಾ ಪರಿಸ್ಥಿತಿ ಇರತದಲಾ, ರಾತ್ರಿ ಹೆಂಡತಿನ ಮುಟ್ಟಬೇಕಾರೂ ನಮ್ಮವ್ವನ್ನ 'ನಿನ್ನ ಸೊಸಿ ಮೈಲಗಿ ಆದರ ನಡಿತದ ಏನವಾ?' ಅಂತ ಕೇಳಿ ಮುಟ್ಟಬೇಕು. "ನಾನ ಯಾಕ ತುಂಬಬೇಕು? ನಿನ್ನ ಸೊಸಿಗೆ ಹೇಳಲಾ" ಅಂದೆ. "ಆಕೀ ಹೆಂಗ ತುಂಬಬೇಕೋ? ಹುಚ್ಚರಂಗ ಮಾತಾಡ್ತಿಯಲ್ಲಾ? ನೀ ಆದರ ಒಂದ ಒದ್ದಿ ಚಡ್ಡಿ ಹಾಕ್ಕೊಂಡ ಭಡಾ-ಭಡಾ ನಾಲ್ಕ ಕೊಡಾ ತಿಕ್ಕಿ - ತೊಳದು - ತುಂಬಿ ಇಡ್ತಿ, ಇನ್ನ ಅಷ್ಟಕ್ಕ ಆಕಿಗೆ ಒದ್ದಿ ಬಟ್ಟಿ ಹಾಕಿಸಿ ಹೊರಗಿಂದ ನೀರ ಹೊರಸಬೇಕ ಏನ್?" ಅಂದ್ಲು. ಅದು ಖರೇನ ಅನಸ್ತು. ಏನಿಲ್ಲದ ಆಕಿದ ಮೂಗ ಯಾವಾಗಲೂ ಸೋರತಿರತದ. ಇನ್ನ ಮಡಿನೀರ ತುಂಬಿದ್ದ ನೆವಾ ಸಿಕ್ಕರ ಸಾಕ, ಶ್ರಾವಣ ಮುಗಿಯೋ ಮಟಾ ಮಕ್ಕೊಂಡ ಬಿಡತಾಳ. ಮುಂದ ಹಗಲ ಹೊತ್ತಿನಾಗ ಮುಟ್ಟೋದ ದೂರ ಉಳೀತ, ರಾತ್ರಿನೂ ಮುಟ್ಟಲಾರದಂಗ ಆಗತದ. ಆಮೇಲೆ ನಮ್ಮವ್ವಾ ಮಡೀಲೇ ಅಡಗಿ ಮಾಡಬೇಕಾರ ಕಾಯಿಪಲ್ಯಾ ಹೆಚ್ಚಲಿಕ್ಕೆ ನಾ ಇಲ್ಲಾ ನಮ್ಮಪ್ಪಾ ಕೂಡಬೇಕಾಗತದ ಅಂತ ಆಕಿನ್ನ ಲಿಸ್ಟನಾಗಿಂದ ಡ್ರಾಪ್ ಮಾಡಿದೆ.

"ನೋಡವಾ ರಜಾ ಹಾಕಲಿಕ್ಕೆ ಆಗಂಗಿಲ್ಲಾ. ನೀ ಹೇಳಿದಾಗ ಒಮ್ಮೆ ಶ್ರಾವಣ ಮಾಸದಾಗ ರಜಾ ಹಾಕ್ಕೋತ ಕೂತರ, ನಮ್ಮ ಕಂಪನ್ಯಾಗ ನಂದ 'ಪಕ್ಷ ಮಾಸ' ಮಾಡತಾರ. ನಳಾ ಬಂದರ ಫೋನ್ ಮಾಡು ನಾ ಬರ್ತೇನಿ" ಅಂದೆ.

ಇಷ್ಟ ವರ್ಷ ನಮ್ಮಪ್ಪ ಘಟ್ಟಿ ಇದ್ದಾ, ಅವನ ತುಂಬತಿದ್ದಾ. ಈಗ ಅವಂಗೂ ಆಗಂಗಿಲ್ಲಾ. ಅದಕ್ಕ ಈಗ ಮಡಿ ನೀರ ತುಂಬೋದು ನನ್ನ ಕೊರಳಿಗೆ ಬಂದದ. ಒಮ್ಮೊಮ್ಮೆ ಅನಸ್ತದ, ಅರ್ಧಾ ನಮ್ಮಪ್ಪಾ ಹಣ್ಣ ಆಗಿದ್ದ ನಮ್ಮವ್ವನ ಮಡಿನೀರ ತುಂಬಿ-ತುಂಬಿ ಅಂತ. ಪಾಪ, ವಾರದಾಗ ನಾಲ್ಕ ದಿವಸ ನಾಲ್ಕ- ನಾಲ್ಕ ತಾಸ ವದ್ದಿ ಪಂಚಿ

ಉಟಗೊಂಡ ನೈವಿದ್ಯಾ - ಮಂಗಳಾರತಿ ಮಾಡಿ ಮಾಡಿ ಅವಂಗ ಇವತ್ತಿಗೂ ವರ್ಷಾ ಶ್ರಾವಣ ಮಾಸದಾಗ ಕಾಯಂ ಕೆಮ್ಮ ಬರತದ.

"ಅಲ್ಲವಾ ಶ್ರಾವಣ ಮಾಸ ನಾಲ್ಕ ವಾರ ಇರತದ, ಕಡೀ ಶುಕ್ರವಾರ ಗೌರಿ ಕೂಡಿಸಿದರ ಆತು, ನೀ ಸುಳ್ಳ ಒಂದನೇ ವಾರನ ಗೌರಿ ಕೂಡಿಸಿ ನಮ್ಮೆಲ್ಲಾರದು ನಾಲ್ಕ ವಾರಗಟ್ಟಲೆ ಜೀವ ತಿನ್ನಬ್ಯಾಡಾ, ಪ್ರೇರಣಾಗ ಎರಡ ಮಕ್ಕಳನ್ನ ಕಟಕೊಂಡ ಮಾಡಲಿಕ್ಕ ಆಗಂಗಿಲ್ಲಾ. ನಿನಗೂ ವಯಸ್ಸಾತು. ಒಬ್ಬಕಿನ ಎಷ್ಟಂತ ಮಾಡತಿ?" ಅಂತ ಅಂದೆ. "ಯಾಕ ನಾ ಇಷ್ಟ ವರ್ಷ ಮಾಡಕೊಂಡ ಬಂದಿಲ್ಲ ಏನ? ನೀವ ಸಣ್ಣವರಿದ್ದಾಗ ನಿಮ್ಮಂತಾ ಎರಡ ಮಕ್ಕಳನ್ನ ಕಟಕೊಂಡ ನಾ ಎಲ್ಲಾ ಮಾಡಕೊಂಡ ಮತ್ತ ಪ್ರೆಸ್‌ನಾಗ ಎಂಟ ತಾಸ ಕೆಲಸಕ್ಕ ಹೋಗತಿದ್ದೆ, ದೇವರು-ದಿಂಡರು ಒಮ್ಮೆ ಮಾಡಕೋತ ಬಂದ ಮ್ಯಾಲೆ ಬಿಡಬಾರದು. ನನ್ನ ಕೈ ಕಾಲ ಗಟ್ಟಿ ಇರೋತನಕ ನಾ ಮಾಡತೇನಿ, ಮುಂದ ನೀವ ಏನರ ಹಾಳ ಗುಂಡಿ ಬೀಳರಿ" ಅಂತ ಇತಿಹಾಸಕ್ಕ ಹೋದಳು.

ಆವಾಗಿನ ಕಾಲನ ಬ್ಯಾರೇ ಇತ್ತು. ಓಣಿಗೊಂದು ಸರ್ಕಾರಿ ನಳಾ ಅಂತ ಇರ್ತಿತ್ತು. ಅದು ದಿವಸಾ ಬರತಿತ್ತು. ನಳಾ ಬರದಿದ್ದರೂ ಓಣ್ಯಾಗ ಒಂದ ಹ್ಯಾಂಡ್ ಪಂಪ್ ಬೋರರ ಇರತಿತ್ತು. ಸರ್ಕಾರಿ ನಳಾ ಅಂದರ ಒಂದ ಥರಾ ಸೆಕ್ಯುಲರ್ ನಳಾ ಇದ್ದಂಗ. ಯಾರ ಬೇಕಾದವರು ತುಂಬಕೋಬಹುದು. ನಮ್ಮಂತಾವರು ಒಂದ ಲಂಡ ಪಂಚಿ ಉಟಗೊಂಡ ಹೋದರ, "ಭಟ್ಟರ ಬಂದಾರ ಅವರಿಗೆ ಎರಡ ಕೋಡಾ ಬಿಡರಿ" ಅಂತ ತಮ್ಮ ಪಾಳೆ ಕೊಟ್ಟ ಜನಾ ದಾರಿ ಬಿಡತಿದ್ದರು. ಆವಾಗ ನಮ್ಮಂದಿ ಇನ್ನೂ ದಾರಿ ಬಿಟ್ಟಿದ್ದಿಲ್ಲಾ. ಹಿಂಗಾಗಿ ಮಂದಿ ನಮಗ ದಾರಿ ಬಿಡತಿದ್ದರು. ಈಗ ಜನಾ ದಾರಿ ಬಿಡೋದು ದೂರ ಹೋತು. ನಳಾ ಬಿಡೋರು ನಮಗ ಸರಿಯಾಗಿ ನಳಾ ಬಿಡಂಗಿಲ್ಲಾ. ಆಗಿನ ಕಾಲದಾಗ ನಾ ನಸಿಕಲೇ ಐದ ಘಂಟೆಕ್ಕ ಎದ್ದ ಬರೇ ಬತ್ತಲೇ ಸರ್ಕಾರಿ ನಳದಾಗಿಂದ ಮಡಿನೀರ ತುಂಬಿದ್ದರೂ ಯಾರ ನೋಡೋರಿದ್ದಿದ್ದಿಲ್ಲಾ.

ಈಗ ವಾರಕ್ಕೊಮ್ಮೆ ನಳಾ, ಅದೂ ಗ್ಯಾರಂಟಿ ಇಲ್ಲಾ, ಅದೂ ಎಷ್ಟ ದಪ್ಪ ಇರತದ ಅಂದರ ಇಪ್ಪತ್ತ ನಿಮಿಷಕ್ಕ ಒಂದ ಕೊಡಾ ತುಂಬತದ. ವದ್ದಿ ಚಡ್ಡಿ ಮ್ಯಾಲೆ ನಾಲ್ಕ ಕೊಡಾ ತಿಕ್ಕಿ - ತೊಳದು - ತುಂಬಿ ಇಡೋದರಾಗ ತೊಡಿ ಹೆಪ್ಪಗಟ್ಟಿ ಹೋಗಿರ್ತದ. ನಮ್ಮ ರೇಣುಕಾ ನಗರದಾಗ ನನ್ನ ಪುಣ್ಯಾಕ್ಕ ಬೋರ್ ಇಲ್ಲಾ. ಇಲ್ಲಾಂದರ ನಮ್ಮವ್ವ ಒದ್ದಿ ಚಡ್ಡಿ ಮ್ಯಾಲೇ ಮಡಿಲೇ ಇಡಿ ಓಣಿ ಮಂದಿ ನೋಡೋ ಹಂಗ ಬೋರ್ ಹೊಡಿಸಿ ನೀರ ತುಂಬಸೋಕಿನ.

ಅಷ್ಟರಾಗ ನನ್ನ ಮಗಾ ಎಡಗಯ್ಯಾಗ ತಾಟ ಹಿಡಕೊಂಡ ಟಿ.ವಿ. ಮುಂದ ಹೋದಾ. ಶುರುವಾತ ನೋಡ್ರಿ ನಮ್ಮವ್ವಂದ ಪ್ರವಚನಾ,

"ಇನ್ನ ಮನ್ಯಾಗ ಗೌರಿ ಕೂಡಸ್ತದ, ಎಡಗಯ್ಯಾಗ ತಾಟ ಹಿಡಕೊಂಡ ಮನಿಯಲ್ಲಾ ತಿರಗಬ್ಯಾಡ್ರಿ. ಎಂಜಲಾ, ಮುಸರಿ ಸ್ವಲ್ಪ ಲಕ್ಷ ಇರಲಿ, ಮಡಿ-ಮೈಲಿಗೆ ಸ್ವಲ್ಪ ಕಲೀರಿ. ಮೈ ಮ್ಯಾಲೇ ತಾಟ ಇಟ್ಗೋಬ್ಯಾಡರಿ. ಎಡಗೈಲೆ ಮುಸರಿ ಮುಟ್ಟಿದ್ರ ಕೈಗೇ

ನೀರ ಹಚ್ಚಗೊಳ್ರಿ" ಅಂದ್ಲು. ಆಕಿ ಹೇಳದಂಗ ಮುಸರಿ ಮುಟ್ಟಿದಾಗ ಒಮ್ಮೆ ಎಡಗೈಗೆ ನೀರ ಹಚ್ಚಗೋತ ಹೊಂಟರ ಊಟಾ ಮುಗಿಯೋದ್ರಾಗ ಬಟ್ಟೆ ಶಲತ ಹೋಗತಾವ ಅನಸ್ತು. ಅಷ್ಟ ಸಲಾ ಎಡಗೈಲೆ ಮುಸರಿ ಮುಟ್ಟೊ ಮಂದಿ ನಾವು.

"ಪ್ರಥಮ... ಆಕಿ ನಿನಗ ಹೇಳೋದು" ಅಂತ ನಾ ನನ್ನ ಮಗ್ಗ ಜೋರ ಮಾಡಿದೆ.

"ಇಬ್ಬರಿಗೂ ಬಂತು. ನೀ ಏನ್ ಕಡಿಮಿ ಇದ್ದಿ? ನೀನು ಅವನ. ಅಪ್ಪನಂಗ ಮಗಾ" ಅಂದ್ಲು. ನಾ ನಮ್ಮಪ್ಪನ ಮಾರಿ ನೋಡಿದೆ. ಅಂವಾ ಇದೇನೂ ತನಗ ಸಂಬಂದ ಇಲ್ಲಾ ಅನ್ನೋರಂಗ ಗೋಡೆ ಮ್ಯಾಲೆ ಹೂವಿನ ಮಾಲಿ ಹಾಕಿದ್ದ ಅವರಪ್ಪನ ಫೋಟೊ ನೋಡ್ಕೋತ ಕೂತಿದ್ದಾ. ಇಷ್ಟಕ್ಕ ಮುಗಿಲಿಲ್ಲಾ ನಮ್ಮವ್ವನ ಪುರಾಣ.

"ಬಚ್ಚಲದಾಗಿಂದು, ಸಂಡಾಸಾನಾಗಿಂದು ಚಪ್ಪಲ್ ಹಾಕ್ಕೊಂಡ ಮನಿ ತುಂಬಾ ಅಡ್ಡಾಡಬ್ಯಾಡ್ರಿ, ಸುಡಗಾಡ ಈಗಿನ ಮನ್ಯಾಗ ಸಂಡಾಸನಾಗ ಬಚ್ಚಲ ಇರತದ, ಮೊದ್ಲಿನ ಕಾಲದ ಮನ್ಯಾಗ, ಸಂಡಾಸ ಮನಿ ಬಿಟ್ಟ ಮೂರ ಮಾರ ದೂರ ಇರತಿತ್ತು."

"ಲೇ ಅಜ್ಜಿ ಹೇಳೋದ ಕೇಳ" ಅಂತ ಮತ್ತ ನನ್ನ ಮಗನ್ನ ಒದರಿದೆ, ಅಂವಾ "ಇದ ನನಗಲ್ಲ ಪಪ್ಪಾ, ನಿನಗ" ಅಂದಾ.

ನಾ ಸುಮ್ಮನ ಬಾಯಿ ಮುಚ್ಚಗೊಂಡ 'ಹೂಂ' ಅಂದೆ, ಆಕಿ ಹೇಳೋದು ಖರೇನ. ಮೊದಲ ಸಂಡಾಸ ಮತ್ತ ಬಚ್ಚಲಾ ಬ್ಯಾರೆ - ಬ್ಯಾರೆ ಇರತಿದ್ವು, ಹಳ್ಯಾಗ ಅಂತೂ ಸಂಡಾಸ ಇರತಿದ್ದಿಲ್ಲಾ. ಹೊಲಕ್ಕ ಗೊಬ್ಬರ ಆಗತದ ಆಂತ ಎಲ್ಲಾರೂ ಹೊಲಕ್ಕ ಹೋಗಿ ಗೊಬ್ಬರಾ ಹಾಕಿ ಬರತಿದ್ದರು. ಈಗ ಎಲ್ಲಾ ಒಂದರಾಗ. ಈಗೇನರ ಬಚ್ಚಲದಾಗ ಮಡಿ ಅರಬಿ ಒಣಾ ಹಾಕಿದರ ಸಂಡಾಸದಾಗ ಹಾಕಿದಂಗ ಅನಸ್ತದ. ಬಚ್ಚಲದಾಗ ಮಂತ್ರ ಹೇಳ್ಕೊತ ಮಡಿಲೇ ಸ್ನಾನ ಮಾಡಬೇಕಾರ ಹಿಂದ ತಿರುಗಿ ನೋಡಿದ್ರ ಮೂಗ ಮುಚಗೊಂಡ ಮಂತ್ರ ಹೇಳ್ಬೇಕಾಗತದ.

ಇತ್ತಲಾಗ ನಮ್ಮವ್ವನ ಪ್ರವಚನ ಹಂಗ ಮುಂದವರಿತು. "ಮ್ಯಾಲೇ ಮಡಿ ಅರಬಿ ಒಣಾ ಹಾಕಿರತದ, ದೇವರ ಮನ್ಯಾಗ ಎರಡ ಕೊಡಾ ಮಡಿನೀರ ತುಂಬಿ ಇಟ್ಟಿರತದ. ಅವನ್ನ ಮುಟ್ಟಿ-ಗಿಟ್ಟಿ, ಬಚ್ಚಲದಾಗ ಉಚ್ಚಿ ಹೊಯದ ಹಂಗ ಬರಬ್ಯಾಡಾ, ಕಾಲಿಗೆ ಮತ್ತ ಬಚ್ಚಲಕ್ಕ ಎರಡಕ್ಕೂ ನೀರ ಹಾಕ್ಕೊಂಡ ಬಾ."

ನಾ ಅದಕ್ಕೂ 'ಹೂಂ' ಅಂದೆ.

"ಯೇ, ಇದ ನಿನಗಲ್ಲಾ, ನಿನ್ನ ಮಗ್ಗ ಹೇಳಿದ್ದ" ಅಂದ್ಲು. 'ಹೌದಲಾ!' ಅಂತ ಸುಮ್ಮನಾದೆ.

ನಮ್ಮವ್ವನ ಇನ್‌ಸ್ಟ್ರಕ್ಷನ್ಸ್ ಹಂಗ ಮುಂದವರಿಲಿಕ್ಕತ್ತಿತ್ತು. ನಾ ಹೇಳಿದೆ, "ನೋಡವಾ, ಇನ್ನೊಮ್ಮೆ ವಿಚಾರ ಮಾಡು, ಸುಮ್ಮನ ಕಡೀ ಶುಕ್ರವಾರ ಗೌರಿ ಕೂಡಿಸೋಣಂತ ಮದ್ಲ ತುಟ್ಟಿ ಕಾಲ, ಇಪ್ಪತ್ತ ರೂಪಾಯಕ್ಕ ಯಾ ಮುತ್ತೈದ್ಯಾರೂ ಬರಂಗಿಲ್ಲಾ. ಕಡಿಮಿ ಅಂದರ ಐವತ್ತ ರೂಪಾಯಿ ಕೊಡಬೇಕು. ಆಮೇಲೆ ಗಾಡಿ ಖರ್ಚ ಬ್ಯಾರೆ ಕೊಡಬೇಕು. ಮನ್ಯಾಗ ಪ್ರಶಸ್ತಿನೂ ಸಣ್ಣಕಿದ್ದಾಳ, ಮಡಿ-ಮೈಲಗಿ ಆಕಿಗೆ ತಿಳಿಯಂಗಿಲ್ಲಾ. ಮುಟ್ಟಬ್ಯಾಡಾ ಅಂದರ

ಮುದ್ದಾಂ ಮುಟ್ಟತಾಳ. ನೀ ಆಮೇಲೇ ಆಕಿದ ಎಲ್ಲಾ ಅರಬಿ ಕಳದ ಎಲ್ಲೆ ಮುಟ್ಟಿದರೂ ನಡೀತದ ಅಂತ ಶ್ರಾವಣ ಮುಗಿಯೋ ಮಟಾ ಬರೆ ಬತ್ತಲೆ ಅಡ್ಡಾಡಸ ಬ್ಯಾಡಾ. ಪಾಪ, ಕೂಸ ಜಡ್ಡ ಬಿದ್ದರ ಏನ್ ಮಾಡೋದು? ಎಲ್ಲಾರಿಗೂ ತ್ರಾಸ ಆಗತದ. ನೀ ಮಧ್ಯಾಹ್ನ ಮಂಗಳಾರತಿಗೆ ದಿವಸಾ ಆಫೀಸ್ ಬಿಟ್ಟ ಲಗೂನ ಬಾ ಅಂದರ ಆಮೇಲೆ ನನಗ ಆಫೀಸನಾಗ ದಿವಸಾ 'ಮುದ್ರಾ' ಹಾಕತಾರ. ನೀ ಏನ ಮಾಡೋದ ಎಲ್ಲಾ ಕಡೀ ವಾರಾನ ಮಾಡು. ಇನ್ನೂ ಮುಂದ ಅಷ್ಟಮಿ ಗೌರಿ ಇದ್ದಾಳ, ಸ್ವರ್ಣ ಗೌರಿ ಇದ್ದಾಳ, ಅವನ್ನೆಲ್ಲಾ ಮಾಡೋದ ಅದನ ಅದ" ಅಂದೆ. ಆದರ ನಮ್ಮವ್ವ ಕೇಳೋ ಹಂಗ ಕಾಣಲಿಲ್ಲ.

ಪಾಪ, ಹಳೇ ಮಂದಿ. ಹಂಗ ಬಿಡಲಿಕ್ಕ ಮನಸು ಆಗಾಂಗಿಲ್ಲಾ. ನಮ್ಮಂತಾ ಹೊಸಾ ಮಂದಿ ಗೋಳ ಹೊಯ್ಕೊಳ್ಳೋದು ಬಿಡಂಗಿಲ್ಲಾ. ಕಡಿಗೆ ಆಕಿದ ಆಗ್ಲಿ, ಆಕಿ ಮನಸ್ಸರ ಯಾಕ ನೋಯಿಸೋದು ಅಂತ ಆಕಿ ಹೇಳಿದ್ದಕ್ಕೆಲ್ಲಾ 'ಹೂಂ' ಅಂದೆ. "ಅಲ್ಲವಾ, ಅಕಸ್ಮಾತ್ ನಾಳೆನೂ ನಳಾ ಬರದಿದ್ರ ಹೆಂಗ?" ಅಂದೆ.

"ನೀ ಅಡ್ಡ ಬಾಯಿ ಹಾಕ ಬ್ಯಾಡೋ ಶನಿ, ಹಂಗ ಏನರ ಆದರ ಅನಿವಾರ್ಯ. ಮತ್ತೇನ ಮಾಡೋದು? ಕಡಿ ಶುಕ್ರವಾರನ ಕೂಡಸೋದು. ಈ ಸಲಾ ಎರಡನೇ ಶುಕ್ರವಾರ ಕೂಡಸಲಿಕ್ಕೆ ಬರಂಗಿಲ್ಲಾ, ನಿನ್ನ ಹೆಂಡತಿ ಒಳಗ ಇರಂಗಿಲ್ಲಾ" ಅಂದ್ಲು. ಯಾಕ ಎಲ್ಲೆ ಹೋಗ್ತಾಳ ಅನ್ನೋವಿದ್ದೆ. ಆಮೇಲೆ ತಿಳೀತು. ಗಂಡಸರಿಗೂ ಒಂದ ಹಿಂತಾ ನೆಪಾ ಇರಬೇಕಿತ್ತು ಅನಸ್ತು.

ಅಷ್ಟರಾಗ ನಮ್ಮವ್ವಗ ಧಾರವಾಡದಿಂದ ನಮ್ಮ ಶಶಿ ಮೌಶಿದ ಫೋನ್ ಬಂತು. ಅದು – ಇದು ಎಲ್ಲಾ ಮಾತಾಡಿ ಮತ್ತ ವಿಷಯ ಶ್ರಾವಣ ಮಾಸಕ್ಕ ಬಂತು.

"ಏನವಾ ಸಿಂಧು ಮತ್ತ ಗೌರಿ ಈ ಸಲಾ ಯಾವಾಗ ಕೂಡಿಸೋರು?" ಅಂತ ಕೇಳಿದ್ಲು.

"ಒಂದನೇ ವಾರನ ಕೂಡಸಬೇಕು ಅಂತ ಮಾಡೇನಿ, ಆದ್ರ ಸುಡಗಾಡ ನಳಾನ ಬಂದಿಲ್ಲಾ, ಮನ್ನೆ ಬರಬೇಕಿತ್ತು, ನೋಡೊದ್ವಾ, ಏನರ ನಾಳೆ ನಳಾ ಬಂದ್ರ... ಗೌರಿ ಕೂಡಸೋದು. ಇಲ್ಲಾಂದ್ರ ಕಡೀ ವಾರ" ಅಂತ ಫೋನ್ ಇಟ್ಟಳು.

ಈಗ ಏನಿದ್ರು ನಾಳೆ ನಳಾ ಬರೋದನ್ನ ಕಾಯಕೋತ ನಮ್ಮವ್ವಾ ನಳದ ಮುಂದ ಕೂಡೋಕಿ.

ಮೊನ್ನೆ ಮಧ್ವ ನವಮಿ ಟೈಮ್ ಒಳಗೂ ಹಿಂಗ ಆಗಿತ್ತು. ನಮ್ಮನಿ ಎದುರಗಿನ ಲೈನ್ ಒಳಗ 'ಹಯಗ್ರೀವ್ ಆಚಾರ್ಯರು" ಅಂತ ಪಕ್ಕಾ ವೈಷ್ಣವರಿದ್ದಾರ. ಪಾಪ, ಮಧ್ವ ನವಮಿಗೆ ಮಡ್ನೀರ ತುಂಬಬೇಕಿತ್ತು, ನಳಾ ಒಂದ ವಾರ ಆದ್ರೂ ಬಂದಿದಿಲ್ಲಾ. ಹೇಳಿ ಕೇಳಿ ಮಾಧ್ವರು. ಇನ್ನ ಮಧ್ವ ನವಮಿ ಮಾಡಲಿಲ್ಲಾ ಅಂದರ ಹೆಂಗ ನಡಿತದ? ಅವರಿಗೆ – ಇವರಿಗೆ ಫೋನ್ ಮಾಡಿ ಕಡೀಕೂ ಹಿಂದಿನ ದಿವಸ ನಳಾ ಬಿಡಿಸಿಕೊಂಡ್ರು, ಹಯಗ್ರೀವ್ ಆಚಾರ್ಯರು ಧಾಬಳಿ (ಪಂಚಿ ತುಂಡ) ಉಟಕೊಂಡ ಓಣಿ ಮಂದಿಗೆಲ್ಲಾ

ಗೊತ್ತಾಗೋ ಹಂಗ ಮಂತ್ರಾ ಹೇಳ್ಕೋತ ಮಡಿನೀರ ತುಂಬಲಿಕ್ಕ ತಯಾರಾದರು. ಅಂತೂ ನೀರ ಬಂತು. ಎರಡ ಕೊಡಾ ಮೈಮ್ಯಾಲೆ ಸುರುಕೊಂಡ ಕೊಡಾ – ತಂಬಗಿ – ಥಾಲಿ ಎಲ್ಲಾ ಒಮ್ಮೆ ಹುಣಸಿ ಹಣ್ಣು, ರಂಗೋಲಿ, ಅಂಟ್ಲಕಾಯಿ ಹಚ್ಚಿ ತೊಳಕೊಂಡ ನಳದ ಮುಂದ ನಡಗಕ್ಕೊತ ನಿಂತರು, ಧಾಬಳಿನೂ ಅಂಟ್ಲಕಾಯಿ, ಹುಣಸಿ ಹಣ್ಣ ಹಚ್ಚಿ ಒಗದಂಗ ಕಾಣತಿತ್ತು. ಅಲ್ಲಾ ವರ್ಷಕ್ಕ ಒಂದ ಸಲಾ ಅದನ್ನ ಏರಿಯಲ್ ಹಚ್ಚಿ ಒಗದರ ಛಲೋ ಇರ್ತಿತ್ತು ಅಂತ ನನಗ ಅನಸ್ತು. ಹೋಗಲಿ ಬಿಡು, ನನಗ್ಯಾಕ ವೈಷ್ಣವರ ಉಸಾಬರಿ? ಅಂತ ಸುಮ್ಮ ಬಿಟ್ಟೆ. ಅಷ್ಟರಾಗ ಅವರ ಮನೆಯವ್ರು, "ಸ್ವಲ್ಪ ನೀರ ಕುಡದ ನೋಡ್ರಿ, ಬೋರ್ ನೀರ ಬಿಟ್ಟಾನೋ, ಕಾರ್ಪೊರೇಶನ್ ನೀರ ಬಿಟ್ಟಾನೋ" ಅಂದ್ರು. ಹಯಗ್ರೀವ್ ಆಚಾರ್ಯರು ಒಂದ ಬೊಗಸಿ ನೀರ ಕುಡದ ನೋಡಿದರು, ಗೊತ್ತಾಗಲಿಲ್ಲ. ಮತ್ತೊಂದ ಬೊಗಸಿ ನೀರ ಕುಡದ, "ಕಾರ್ಪೂರೇಶನ್ ನೀರ ಅನಸ್ತದ, ಸ್ವಲ್ಪ ಕ್ಲೋರಿನ್ ಜಾಸ್ತಿ ಹಾಕ್ಯಾರ" ಅಂತ ಮಡಿನೀರ ತುಂಬಕೊಂಡರು. ಅಂತೂ ರಾಯರ ಇಚ್ಛೆ ನಳಾ ಬಂತು ಅಂತ ಮರದಿವಸ ಮಸ್ತ್ ಮಧ್ವ ನವಮಿ ಮಾಡಿ, ಊಟಾ ಹೊಡದು ಕುಮಾರ ಪಾರ್ಕಿಗೆ (ನಮ್ಮ ಮುಂದಿನ ಓಣಿ) ಪಾನ್ ತಿನ್ನಲಿಕ್ಕೆ ಹೋದರು. ಬರಬೇಕಾರ ನಳಾ ಬಿಡೋ ಬಸ್ಯಾ ಸೈಕಲ್ ಮ್ಯಾಲೆ ಹೊಂಟಿದ್ದಾ. ಆಚಾರ್ಯರು ಅವನ್ನ ನೋಡಿದವರ "ಏನಲೇ ಬಸ್ಯಾ, ಎಷ್ಟ ದಿವಸಾ ಆತು? ನಳಾನ ಸರಿ ಬಿಡವಲ್ಲಿ. ನಿನ್ನೇ ಹತ್ತ ದಿವಸ ಆದ ಮ್ಯಾಲೆ ನಳಾ ಬಂದದ, ತಿಳಿತದ ಇಲ್ಲೋ' ಅಂತ ಟಬರ್ ಮಾಡಿದರು. "ಎಲ್ಲಿದ್ರೀ ಸರ್, ಕುಮಾರ ಪಾರ್ಕ್ ಡ್ರೇನೇಜ್ ಪೈಪ್ ಒಡದ ನಳದ ಲೈನನಾಗ ಸೇರಿ ಬಿಟ್ಟೈತಿ, ಅದ ಸರಿ ಆಗೋಮಟಾ ಬಿಡೋದ ಬ್ಯಾಡ ಅಂತ ಬಿಟ್ಟಿದ್ದೆ, ನಿನ್ನೆ ನಮ್ಮ ಸಾಹೇಬ್ರು, ಯಾರೋ ಫೋನ್ ಮಾಡ್ಯಾರ ಅರ್ಜೆಂಟ ನೀರ ಬೇಕೂ ಅಂತ ನೀರ ಬಿಡಸ್ಯಾರ, ನೋಡ್ರಿ ಈಗ ಎಲ್ಲಾರ ಮನ್ಯಾಗೂ ಚರಂಡಿ ನೀರ ಹೋಗ್ಯಾವ. ಎಲ್ಲಾರೂ ನಂಗ ಬಯ್ಯಲಿಕತ್ತಾರ' ಅಂದಾ.

ಬಾಯಾಗ ಹಾಕ್ಕೊಂಡಿದ್ದ ಸ್ವೀಟ್ ಕಿಮಾಮ ಪಾನ್ ಥೂ–ಥೂ ಅಂತ ಒಂದ ಹತ್ತ ಸಲಾ ಉಗಳಿ ಹಯಗ್ರೀವ್ ಆಚಾರ್ಯರು, "ಹೌದೇನಲೇ ಬಸ್ಯಾ, ಮತ್ತ್ ಛಲೋ ನೀರ ಯಾವಾಗ ಬಿಡತಿ?" ಅಂತ ಕೇಳಿ ಮತ್ತೊಮ್ಮೆ ಥೂ–ಥೂ ಅಂತ ರಸ್ತೆ ತುಂಬ ಉಗಳಿ ಮನಿ ಹಾದಿ ಹಿಡದ್ರು. ನಮ್ಮ ಪುಣ್ಯಾ ನಮ್ಮನೀ ನಳದ ಲೈನ್ ಮತ್ತ ಅವರ ಮನಿ ನಳದ ಲೈನ್ ಬ್ಯಾರೇ ಅದ.

ಅನ್ನಂಗ ಛಲೋ ನೆನಪಾತ ನೋಡ್ರಿ, ನಾಳೆ ಬೆಳಗ್ಗೆ ಎದ್ದ ಕೂಡಲೆ ಮೊದಲನೇ ಕೆಲಸ ಅಂದ್ರ ಆ ಬಸ್ಯಾನ ಹುಡ್ಕೋದು. ಪ್ರತಿ ಸಲ ನಮಗ ಬೇಕಂದಾಗ ನಳಾ ಬಿಡಲಿಕ್ಕ ಒಂದ 50 ರೂಪಾಯಿ ಕೊಡತಿದ್ದೆ, ಈ ಸಲಾ ಅವಂಗ ಹುಡಕಿ ಒಂದ ಐವತ್ತಲ್ಲಾ ನೂರ ಕೊಟ್ರೂ ಅಡ್ಡಿಯಿಲ್ಲಾ. ಎರಡ ದಿವಸ ನೀರ ಬಿಡಬ್ಯಾಡಪಾ ಅಂತ ಹೇಳಿದ್ರಾತು. ನಾಳೆ ಏನರ ನಳಾ ಬಂದರ ಮುಗದ ಹೋತ ನನ್ನ ಕಥಿ, ಮುಂದ ನಾಲ್ಕ ವಾರ ನಮ್ಮವ್ವನ ಹಿಡಿಯೋ ಹಂಗಿಲ್ಲಾ, ನಾವ ಯಾರೂ ಆಕೀನ್ ಮುಟ್ಟೋ ಹಂಗಿಲ್ಲಾ. §

ತಾಯಿ ಬನಶಂಕರೀ... ಸಾಕಾತವಾ ಜೀವಾ... ಲಗೂನ ಕರಕೊಳವಾ

ನಾ ಸಣ್ಣವ ಇದ್ದಾಗ ನನಗ ನಮ್ಮ ಮನಿ ಕುಲದೇವರ ಬನಶಂಕರಿ ಅಂತ ಗೊತ್ತಾಗಿದ್ದ ನಮ್ಮವ್ವಾ ಹಗಲಗಲಾ "ಸಾಕವಾ ನಮ್ಮವ್ವಾ... ಈ ಮಕ್ಕಳ ಸಂಬಂಧ ಸಾಕಾಗಿ ಹೋಗೇದ, ತಾಯಿ ಬನಶಂಕರೀ, ಶಾಕಾಂಭರೀ... ಲಗೂನ ಕರಕೊಳ್ಳವಾ" ಅಂತ ಅನ್ನೋದನ್ನ ಕೇಳಿ – ಕೇಳಿ. ಮೊದಲ ನನಗ 'ಯಾಕ ಈಕಿ ಇಷ್ಟೆಲ್ಲಾ ದೇವರನ ಬಿಟ್ಟ ಬನಶಂಕರೀಗೆ ಗಂಟ ಬಿದ್ದಾಳ' ಅಂತ ಅನಸ್ತಿತ್ತು. ಆಮೇಲೆ ಗೊತ್ತಾತು ಶ್ರೀ ಬನಶಂಕರಿ ನಮ್ಮನಿ ಕುಲದೇವರು. ಅದಕ್ಕ ನಮ್ಮವ್ವಾ 'ನಾವ ಆಕಿ ಜೀವಾ ತಿನ್ನೊದ' ತಾಳಲಾರದಕ್ಕ 'ಆಕಿ ದೇವರ ಜೀವಾ ತಿನ್ನಲಿಕತ್ತಾಳ' ಅಂತ. ಪಾಪಾ ನಮ್ಮವ್ವಂದೂ ಏನ ಹಣೆಬರಾನೋ ಏನೋ.. ಮನ್ಯಾಗ ಗಂಡಾ, ಮಕ್ಕಳು ಇಷ್ಟ ಆಕಿ ಮಾತ ಕೇಳಂಗಿಲ್ಲಾಂದರ ಆ ಮನಿ ದೇವರು ಸಹಿತ ಆಕಿ ಮಾತ ಕೇಳಂಗಿಲ್ಲಾ, ಏನಿಲ್ಲಾ ಅಂದರೂ ಒಂದ ಮೂವತ್ತ ವರ್ಷ ಆತ ನಾ ಆಕಿ ಬಾಯಾಗ 'ತಾಯಿ ಬನಶಂಕರೀ... ಲಗೂನ ಕರಕೊಳ್ಳವಾ' ಅನ್ನೋದನ್ನ ಕೇಳಲಿಕ್ಕತ್ತ. ಅಷ್ಟಾದರೂ ಆ ಬನಶಂಕರಿ ಮಾತ್ರ ಇವತ್ತಿಗೂ ಆಕಿ ಮಾತ ಕಿವಿಮ್ಯಾಲೆ ಹಾಕ್ಕೊಳ್ಳಿಕತ್ತಿಲ್ಲಾ, ನಂದ ಲಗ್ನ ಆದ ಮ್ಯಾಲೆ ಅಂತೂ ನಮ್ಮವ್ವಂದು ದೇವರಿಗೆ 'ಕರಕೊಳ್ಳವಾ...' ಅಂತ ದೈನಾಸ ಪಡೋದ ಜಾಸ್ತಿನ ಆಗೇದ ಅಂದರೂ ಅಡ್ಡಿಯಿಲ್ಲ.

ಮೊನ್ನೆ ನನ್ನ ಹೆಂಡತಿ "ನಾ ಒಂದ ಮಾತ ಬನಶಂಕರೀಗೆ ಕೇಳಿ ನೋಡ್ಲೇನ್ರಿ?" ಅಂದ್ಲು.

ನಾ ಈಕಿಗೂ ಲಗೂನ ಹೋಗೋ ಆಶಾ ಇರಬೇಕ ತಡಿ ಅಂತ ಖುಶೀಲೇ "ಏನ ಕೇಳೋಕಿ?" ಅಂದೆ.

"ತಾಯಿ ಬನಶಂಕರೀ...ನಮ್ಮ ಅತ್ತೀನ್ನ ಲಗೂನ ಕರಕೊಳ್ಳವಾ ಅಂತ" ಅಂದ್ಲು.

ನಾ ಒಂದ ಸಲಾ ಆಕಿ 'ಮಾರಿ' ಹಂತಾ ಮಾರಿ ನೋಡಿ ಮನಸ್ಸಿನಾಗ 'ತಾಯಿ ಬನಶಂಕರೀ... ಸುಮ್ಮನ ನನ್ನ ಲಗೂನ ಕರಕೊಳ್ಳವಾ' ಅಂತ ಕೈ ಮುಗದೆ.

ಹಂಗ ನಮ್ಮವ್ವನ ಬಿಟ್ಟರ ಹಗಲಗಲ ಬನಶಂಕರಿಗೆ ಮರ್ಜಿ ಕಾಯೋಕಿ ಅಂದ್ರ ನಮ್ಮ ತಿಪ್ಪಕ್ಕಜ್ಜಿ, ಆಕಿ ಅಂತು ದಿವಸಕ್ಕ ಒಂದ ಇಪ್ಪತ್ತ ಸಲಾ 'ನನ್ನ ಕರಕೊಳವಾ ನಮ್ಮವ್ವಾ... ಬನಶಂಕರೀ ಲಗೂನ ಕರಕೋ... ಈ 'ಶಕ್ಕು'ನ ಕಾಲಾಗ ಜೀವಾ ಹಣ್ಣಿ ಹಣ್ಣ ಆಗಿ ಹೋಗೇದ' ಅಂತ ಬೇಡ್ಕೊಂಡ ಬೇಡ್ಕೋಳ್ಳೊಕಿ. ಈ 'ಶಕ್ಕು' ತಿಪ್ಪಕ್ಕಜ್ಜಿ ಖಾಸ ಮಗ 'ತಮ್ಮಣ್ಣಿ'ನ ಖಾಸ ಹೆಂಡತಿ. ಆಕಿದ ತವರಮನ್ಯಾಗಿನ ಹೆಸರು 'ದುರ್ಗಿ', 'ಕಾಳಿ' ಅಂತ ಏನರ ಇತ್ತೋ ಏನೋ, ನಮ್ಮಜ್ಜಿ ಮಾತ್ರ ನನ್ನ ಸೊಸಿ ಸಾಕ್ಷಾತ್ ಬನಶಂಕರಿ ಇದ್ದಂಗ ಇದ್ದಾಳ ಅಂತ ಆಕಿಗೆ 'ಶಾಕಾಂಭರಿ' ಅಂತ ಹೆಸರ ಇಟ್ಟ,

ಹೊಚ್ಚಲ ಮ್ಯಾಲೆ ಚಟಾಕ ತುಂಬ ರೇಶನ್ ಅಕ್ಕಿ ಇಟ್ಟ 'ಝಾಡಿಸಿ' ಮನಿ ತುಂಬ ಒದಿಸಿಸಿ ಮನಿ ತುಂಬಿಸಿಕೊಂಡಿದ್ದಳು. ಅವತ್ತ ಭಿಡೆ ಬಿಟ್ಟ 'ಕಾಲ ಬಿಚ್ಚಿ' ಝಾಡಿಸಿ ಒದ್ದ ನಮ್ಮ ತಿಪ್ಪಕ್ಕನ 'ಶಕ್ಕು' ಮುಂದ ವರ್ಷ ತುಂಬೋದ್ರಾಗ ಒಂದೊಂದ ಬಿಚ್ಚಿ, ಅಂದರ ಮನಸ್ಸು, ಬಾಯಿ, ಕೈ ಎಲ್ಲಾ ಬಿಚ್ಚಿ, ಮನ್ಯಾಗ ಎಲ್ಲಾರನ್ನೂ ಝಾಡಸಿಕೋತ ಸಂಸಾರ ಮನಿತುಂಬ ಹರವಿಕೊಂಡಳು. ನಮ್ಮ ತಮ್ಮಣ್ಣ ಕಾಕಾಂದ ಅಡಕೊತ್ತನಾಗ ಸಿಕ್ಕ ಅಡಿಕಿ ಜೀವನ ಶುರು ಆತು.

ಈ ತಿಪ್ಪಕ್ಕಜ್ಜಿ ನಮ್ಮಪ್ಪಗ ದೂರಿಂದ ಅಬಚಿ ಆಗಬೇಕ. ಹಿಂಗಾಗಿ ಆಕಿ ಮಗಾ ತಮ್ಮಣ್ಣಾ ನಂಗ ಕಾಕಾ. ಅವನ ಏಕಮೇವ ಸುಪುತ್ರ ಅಪ್ಪಣ್ಣಾ ನನಗ ತಮ್ಮ ಇದ್ದಂಗ. ತಿಪ್ಪಕ್ಕಗ ಮದಿವ್ಯಾಗಿ ವರ್ಷದಾಗ ತಮ್ಮಣ್ಣ ಹುಟ್ಟಿದ್ದಾ. ಮುಂದ ತಿಪ್ಪಕ್ಕಗ ಇನ್ನೂ ಮಕ್ಕಳಾಗ್ತಿದ್ವೋ ಏನೋ. ಆದರ ಚಂದ್ರಾಂಭಟ್ಟರು ಮಗಗ ಜವಳಾ ಮಾಡಿಸಿ, ತಮ್ಮ ಭೂಮಿ ಋಣಾ ತೀರಿಸಿ ತಿಪ್ಪಕ್ಕನ ತಲಿ ಬೋಳಿಸಿ ಹೋಗಿಬಿಟ್ಟರು. ಪಾಪ, ತಿಪ್ಪಕ್ಕ ಗಟ್ಟಿ ಹೆಣ್ಣ ಮಗಳು ನಾಲ್ಕ ಮನಿ ಅಡಗಿ – ಭಾಂಡೆ ಕೆಲಸಾ ಮಾಡ್ಕೊಂಡ ಮಗಗ ಓದಿಸಿ ಸರ್ಕಾರಿ ನೌಕರಿಗೆ ಸೇರಿಸಿದ್ದಳು.

ಮನ್ಯಾಗ ದಿನಾ ಬೆಳಗಾದರ ತಿಪ್ಪಕ್ಕಂದು, ಆಕಿ ಸೊಸಿ ಶಕ್ಕುಂದ ಸಂಗ್ರಾಮ ಶುರು ಆತು. ಪಾಪ, ತಿಪ್ಪಕ್ಕಜ್ಜಿ ಮಡಿ ಹೆಂಗಸು, ಒದ್ದಿ ಮೈ – ಇದ್ದಲಿ ವಲಿ ಸಂಸಾರ, ಸೊಸಿ ಮಾಡಿದ್ದ ಒಂದೂ ಮನಸ್ಸಿಗೆ ಬರತಿದ್ದಿಲ್ಲಾ, ಮಾತ ಮಾತಿಗೆ ಮಹಾಭಾರತ. ನಮ್ಮ ತಮ್ಮಣ್ಣ ಕಾಕಾ ಮಾತ್ರ 'ಶಿರ್ಶಿ ಮಾರಿಕಾಂಬಾ ಗುಡ್ಯಾಗ ಕಟ್ಟಿ ಹಾಕಿದ್ದ ಕೋಣನ ಗತೆ ಮನ್ಯಾಗ ಒಂದ ಮೂಲ್ಯಾಗ ಮೇಯಕೋತ' ಇದ್ದಬಿಟ್ಟಾ. ಯಾರಿಗೂ ಹಾಯಲಿಲ್ಲಾ, ಯಾರಿಗೂ ಒದೀಲಿಲ್ಲಾ. ಕೌಲೆತ್ತಿನ ಗತೆ ಅತ್ತಿ – ಸೊಸಿ ಇಬ್ಬರಿಗೂ ಗೋಣ ಹಾಕ್ಕೋತ ಇದ್ದ ಬಿಟ್ಟಾ. ಹಗಲ ಹೊತ್ತನಾಗ ಅವರವ್ವನ ಬಾಲಾ ಬಡೀತಿದ್ದಾ ರಾತ್ರಿ ಆದಂಗ ಹೆಂಡತಿ ಕಚ್ಚಿ ಹಿಡೀತಿದ್ದಾ. ಹಿಂತಾ ವಾತಾವರಣದಾಗ ನಮ್ಮ ಅಪ್ಪಣ್ಣ ಹುಟ್ಟಿ, ತಿಪ್ಪಕ್ಕಜ್ಜಿ ಅಚ್ಚಬ್ಯಾದಾಗ ಅಳ್ಳಿಟ್ಟು ತಿಂದು ತಂಬಿಟ್ಟನಂಗ ಬೆಳದಾ. ತಮ್ಮಣ್ಣ ಕಾಕಾನ ಸಂಸಾರ ಹೀಂಗ ದಿನಾ ಒಂದಕ್ಕೂ ಸಂಹಾರ ಆಕ್ಕೋತ ಹೊಂಟಿತು. ಅತ್ತಿ–ಸೊಸಿ ಒಳಗ ಒಬ್ಬರೂ ಬಗ್ಗಂಗಿಲ್ಲಾ, ಎದ್ದ ಕೂಡಲೇನ ಶುರು.

"ಏನ ರಂಗೋಲಿ ಹಾಕೀಯ ಮಾರ್ರೈತಿ, ಹೆಂತಾ ಪರಿ ಎಡವಿದೆ" ಅಂತ ತಿಪ್ಪಕ್ಕಜ್ಜಿ ಶುರು ಹಚ್ಚಿದಳಂದರ,

"ಇಕಾ, ನಿಮಗ ವಯಸ್ಸಾತು, ರಂಗೋಲಿ ಯಾವುದು ಹೊಚ್ಚಲಾ ಯಾವುದು ಕಾಣಂಗಿಲ್ಲಾ" ಅಂತ 'ಶಕ್ಕು' ವದರೋಕಿ.

"ಅಯ್ಯ ನಮ್ಮವ್ವ... ಶಗಣಿ ಕುಳ್ಳ ಬಡದಂಗ ರಂಗೋಲಿ ಹಾಕಿದರ ಎಡವಲಾರದ ಇನ್ನೇನ್."

ತೊಗೊ ಇಬ್ಬರದು ಶುರು.

ಮದುವಿ ಆದ ಹೊಸದಾಗಿ ಸೊಸಿ ಭಾಂಡಿ ತಿಕ್ಕಿ ಕೊಟ್ಟರ, ತಿಪ್ಪಕ್ಕಜ್ಜಿ ತೊಳೀತಿದ್ಲು,

ಬರ-ಬರತ ಸೊಸಿ ತಿಕ್ಕಿ -ತೊಳದದ್ದನ್ನು ಇನ್ನೊಮ್ಮೆ ತೊಳದ ಗಲಬರಿಸಿ, "ಏನ ಸುಡಗಾಡ ಭಾಂಡಿ ತಿಕ್ಕತೀವಾ ನಮ್ಮವ್ವಾ, ಅನ್ನದ ಅಗಳ ತಳದಾಗ ಹಂಗ ಹತ್ತೇದ, ನಿಮ್ಮವ್ವಾ ಇದನ್ನ ಕಲಿಸ್ಯಾಳೇನ್?" ಅಂತ ತಿಪ್ಪಕ್ಕ ಅನ್ನೋಕಿ.

"ಇಕಾ, ನೀವ ನಮ್ಮವ್ವನ ಉಸಾಬರಿ ಬರಬ್ಯಾಡರಿ ಮತ್ತ, ನಾ ಏನ ನಿಮ್ಮಂಗ ಮೊದಲ ಒಂದ ನಾಲ್ಕ ಮನಿ ಭಾಂಡೆ ಕೆಲಸಾ ಮಾಡಿ ಬಂದಿಲ್ಲಾ" ಅಂತ ಸೊಸಿ ಅನ್ನೋಕಿ. ತೊಗೊ ತಿಪ್ಪಕ್ಕನ ರಂಭಾಟ ಶುರು.

"ಯಾ ಜನ್ಮದಾಗ ಪಾಪ ಮಾಡಿದ್ದೆ ಅಂತ ಹಿಂತಾ ಸೊಸಿನ ಕೊಟ್ಟೆವಾ ಬನಶಂಕರೀ, ಇನ್ನೂ ಎಷ್ಟ ಅನಭವಿಸ ಬೇಕವಾ ಈಕಿ ಕೈಯಾಗ? ಸಾಕವಾ ಜೀವಾ, ತಾಯಿ ಬನಶಂಕರೀ... ಲಗೂನ ಕರಕೊಳ್ಳವಾ."

ಮುಂಜಾನೆ ಎದ್ದ ಕೂಡಲೇನ ತಿಪ್ಪಕ್ಕಜ್ಜಿ ದೇವರಿಗೆ ಕಿವ್ಯಾಗ ಶಂಖಾ ಊದಿ ಎಬಸೋದ ತನ್ನ ಲಗೂನ ಕರಕೊಳ್ಳವಾ ಅಂತ ಹೇಳಲಿಕ್ಕೆ.

ಮನ್ಯಾಗ ಭಾಂಡೆ ಯಾರರ ತಿಕ್ಕಲಿ, ಯಾರರ ತೊಳೀಲಿ ಆದರ ಡಬ್ಬ ಹಾಕೋದ ಮಾತ್ರ ನಮ್ಮ ಕಾಕಾನ. ಒಂದಂತೂ ಖರೆ. ಗಂಡಸರಿಗೆ ಮತ್ತ ಈ ಭಾಂಡೆ ಡಬ್ಬ ಹಾಕೋದಕ್ಕ ನಮ್ಮ ಮನೆತನದಾಗ ಏನೋ ಭಾರಿ ಸಂಬಂಧನ ಅದ. ನಮ್ಮ ಮನ್ಯಾಗ ಇವತ್ತೂ ನಮ್ಮಪ್ಪನ ತೊಳದದ್ದ ಭಾಂಡೆ ಡಬ್ಬ ಹಾಕೋದು. ಹಂಗ ಭಾಳೊತ್ತನಾ ಅವನ್ನ ಅಡಗಿ ಮನ್ಯಾಗ ಬಿಟ್ಟರ ಒಂದ ಎರಡ ತುಂಬಿದ್ದ ಡಬ್ಬಿ/ತಪ್ಪೇಲಿನೂ ಡಬ್ಬ ಹಾಕಿ ಬಿಡತಾನ. ಆ ಮಾತ ಬ್ಯಾರೆ. ಹಿಂಗಾಗಿ ನಾ ಮಾತ್ರ ಅಡಗಿ ಮನಿ ಉಸಾಬರಿಗೆ ಹೋಗಂಗಿಲ್ಲಾ. ಏನಿದ್ದರೂ ನಾನು, ನನ್ನ ಬೆಡ್ ರೂಮ್. ಅಲ್ಲೇ ನಾ ಏನ ಸುಡಗಾಡ ಡಬ್ಬ ಹಾಕಿದರೂ ನೋಡೋರಿಲ್ಲಾ, ಕೇಳೋರಿಲ್ಲಾ. ಸುಡಗಾಡ ಅಂದರ ನನ್ನ ಹೆಂಡತಿ ಅಲ್ಲ ಮತ್ತ, ನೀವೇನ ಎಲ್ಲೇರ ನನ್ನ ಹೆಂಡತಿಗೆ 'ನಿನ್ನ ಗಂಡ ನಿನಗ ಲೇಖನದಾಗ ಸುಡಗಾಡ ಅಂತ ಬರದಿದ್ದಾ' ಅಂತ ಹೇಳಿ ಬೆಂಕಿ ಹಚ್ಚಿ ನನಗೂ 'ತಾಯಿ ಬನಶಂಕರೀ...' ಅನ್ನೋ ಹಂಗ ಮಾಡಿ -ಗೀಡೀರಿ.

ಇತ್ತಲಾಗ ಬರ-ಬರತ ತಿಪ್ಪಕ್ಕ ಅಜ್ಜಿಗೆ ವಯಸ್ಸಾಗಲಿಕ್ಕ ಹತ್ತು. ತನ್ನ ಕೈಯಾಗ ಕೆಲಸ ನೀಗಲಾರದಾಂಗ, ಸೊಸಿ ಮಾಡಿದ್ದಂತೂ ಅಜಿಬಾತ ಸೇರಲಾರದಂಗ ಆತು. ಇವರಿಬ್ಬರ ನಡುಕ ನಮ್ಮ ಅಪ್ಪಣ್ಣನು ಸಿಕ್ಕೊಳಿಕ್ಕತ್ತಾ. ಅಜ್ಜಿ ಪ್ರೀತಿ ಮಾಡಿದಾಗ ಅವ್ವಾ ಬಯ್ಯೋಕಿ, ಅವ್ವಾ ಪ್ರೀತಿ ಮಾಡಿದರ ಅಜ್ಜಿ ಬಯ್ಯೋಕಿ. ಹಿಂಗ ಇಂವಾ ಬೆಳದ ದೊಡ್ಡಾಂವ ಆದಾ. ತಿಪ್ಪಕ್ಕ ತನ್ನ ಆಟ ನಡೆಯೋ ಮಟಾ ನಡಿಸಿದ್ಲು, ಮುಂದ ಸೊಸಿ ಆಟ ಶುರು ಆತು. ಮಾತ ಮಾತಿಗೆ ತಿಪ್ಪಕ್ಕಜ್ಜಿದ,

"ತಾಯಿ ಬನಶಂಕರಿ, ಸಾಕವಾ ಜೀವಾ... ಲಗೂನ ಕರಕೊಳ್ಳವಾ" ನಡದ ಇತ್ತು.

"ಯಾಕ ಹಗಲಗಲಾ ಬನಶಂಕರೀ... ಶಾಕಾಂಬರೀ ಅಂತ ದೇವರನ ನೆನಿಸಿ, ನೆನಿಸಿ... ನಿಮ್ಮ ಆಯುಷ್ಯ ಜಾಸ್ತಿ ಮಾಡ್ಕೋಳ್ತೀರಿ...? ಹಂಗ ಬನಶಂಕರಿಗೆ ನಿಮ್ಮ ಮ್ಯಾಲೇ, ಹೋಗಲಿ ನನ್ನ ಮ್ಯಾಲೇರ ಪ್ರೀತಿ ಇದ್ದರ ಇಷ್ಟೊತ್ತಿಗೆ ನಿಮ್ಮವು ಎಷ್ಟ ಶ್ರಾದ್ಧ

ಆಗಿರ್ತಿದ್ದವ್ಹೋ ಏನೋ" ಅಂತ ಸೊಸಿ ಅನ್ನೋಕಿ. ಹೀಂಗ ತಮ್ಮಣ್ಣ ಕಾಕಾನ ಸಂಸಾರ ಸಾಗತು, ನಮ್ಮ ಅಪ್ಪಣ್ಣ ಕಲತ ಶಾಣ್ಯಾ ಆಗಿ ದೊಡ್ಡ ನೌಕರಿ ಹಿಡದ ಮುಂಬಯಿಕ್ಕ ಹೋದಾ. ಮುಂದ ಎರಡ ವರ್ಷಕ್ಕ ಅವನ ಲಗ್ನನೂ ಆತು. ಆ ಮನಿಗೆ ಮತ್ತೊಂದ ಹೆಣ್ಣ ಜಮಾ ಆತು. ನಮ್ಮ ತಿಪ್ಪಕ್ಕಗ ವೃದ್ಧಾಪ್ಯದಾಗ ಸೊಸಿ ವಿರುದ್ಧ ಒಂದ ಹೊಸಾ ಅಸ್ತ್ರ ಸಿಕ್ಕಂಗ ಅನಸ್ತು. "ಅವ್ವಾ ಬಂಗಾರದಂತಾ ಕೂಸ ಅದವಾ ನಮ್ಮ ಅಪ್ಪಣ್ಣನ ಹೆಂಡತಿ" ಅಂತ ಆಕಿನ್ನ ತನ್ನ ಸೊಸಿ ವಿರುದ್ಧ ತಯಾರ ಮಾಡ್ಲಿಕತ್ತಳು. ಆದರ ಅಪ್ಪಣ್ಣಾ ಮುಂಬಯಿದಾಗ ಮನಿ ಮಾಡಿ ಈ ಜಂಜಾಟದಿಂದ ಹೆಂಡತಿ ಕಟಗೊಂಡ ದೂರಾದ, ಏನಿದ್ದರೂ ಹಬ್ಬ-ಹುಣ್ಣವಿ ಇದ್ದಾಗ ಅಷ್ಟ ಹುಬ್ಬಳ್ಳಿ ಕಡೆ ಹಾಯ್ತಿದ್ದಾ. ಇತ್ಲಾಗ ಮನಿಗೆ ಭಾರ ಆಗಿದ್ದ ತಿಪ್ಪಕ್ಕಜ್ಜಿ ಹಾಸಿಗಿಗೂ ಭಾರ ಆದ್ಲು, ವಯಸ್ಸು ಎಂಬತ್ತ ದಾಟಿತ್ತು. ಮ್ಯಾಲಿಂದ ಮ್ಯಾಲೆ ಆರೋಗ್ಯ ಕೆಡಕೋತ ಹೊಂಟತು, ಆದರ ಏನ ಮಾಡೋದು ಸೊಸಿ ಕಡೆ ಕೂತ ಮಾಡಿಸಿಗೊಂಡ ತಿನ್ನೊ ಭಾಗ್ಯ ಈಕಿಗೆ ಬರಲಿಲ್ಲ. ವಯಸ್ಸಾದಂಗ ಮಡಿ ಮೈಲಿಗಿನೂ ಜೋರ ಆತು. ದಿನಂಪ್ರತಿ ರಗಳೆ ಇದ್ದ ಇದ್ದವು. ತಮ್ಮಣ್ಣ ಕಾಕಾಗ ಹಿಂತಾ ಕಹಿ ವಾತಾವರಣದಾಗೂ 'ಸಿಹಿ' ರೋಗ ಬಂತು. ಕಡಿಕೆ ಒಂದ ದಿವಸ ಗಂಡಾ - ಹೆಂಡತಿ ತಾವು ಮಗನ ಕಡೆ ಮುಂಬಯಿದಾಗ ಹೋಗಿ ಇರೋದು ಅಂತ ನಿರ್ಣಯ ಮಾಡಿದರು. ತಿಪ್ಪಕ್ಕನ ಏನ ಮಾಡೋದು ಅಂತ ವಿಚಾರ ಮಾಡಲಿಕತ್ತರು.

'ಅತ್ತಿ - ಸೊಸಿ ಜಗಳ ಅತ್ತಿ ಇರೋತನಕ' ಅಂತಾರ. ಆದರ ಏನ ಮಾಡೋದು? ತಿಪ್ಪಕ್ಕಂದ ಸುಡಗಾಡ ಹಳೇ ಜೀವಾ ಇವತ್ತ ಹೋಗತದ, ನಾಳೆ ಹೋಗತದ ಅಂತ ಇವರೂ ದಾರಿ ನೋಡೆ ನೋಡಿದ್ರು. ಆ ತಾಯಿ ಬನಶಂಕರಿಗೆ ಇವರ ಮ್ಯಾಲೆ ಕನಿಕರ ಇರಲಿಲ್ಲ. ಸ್ವತಃ ತಿಪ್ಪಕ್ಕಜ್ಜಿ "ತಾಯಿ ಬನಶಂಕರಿ, ನನ್ನ ಲಗೂನ ಕರಕೊಳವಾ" ಅಂತ ಎಣ್ಣಿ ಹಚ್ಚಿ ಹೊಯ್ಕೊಂಡರೂ ದೇವರು ಕಿವಿ ಮ್ಯಾಲೆ ಹಾಕ್ಕೊಳ್ಳಿಲ್ಲಾ. ಕಡಿಕೆ ಮನ್ನೆ ಭಡಾ - ಭಡಾ ತಿಪ್ಪಕ್ಕಜ್ಜಿನ ತಮ್ಮಣ್ಣಾ ಧಾರವಾಡಕ್ಕ ಕರಕೊಂಡ ಹೋಗಿ ಐವತ್ತ ಸಾವಿರ ಡಿಪಾಸಿಟ್ ತಿಂಗಳಿಗೆ ಐದ ಸಾವಿರ ರೂಪಾಯಿ ಕೊಟ್ಟ, 'ಬನಶಂಕರಿ ವಾನಪ್ರಸ್ಥಾಶ್ರಮ'ದಾಗ ಬಿಟ್ಟ ಬಂದಾ. ಮಾತ ಮಾತಿಗೆ "ತಾಯಿ ಬನಶಂಕರಿ, ನನ್ನ ಲಗೂನ ಕರಕೊಳವಾ" ಅಂತಿದ್ದ ತಿಪ್ಪಕ್ಕನ ಕಡಿಕೂ ಧಾರವಾಡದ ಬನಶಂಕರಿ ಕರಕೊಂಡಳು. ಪಾಪಾ ಹಣ್ಣ-ಹಣ್ಣ ಮುದುಕಿ ಮತ್ತ "ತಾಯಿ... ಬನಶಂಕರೀ... ನನ್ನ ಲಗೂನ ಕರಕೊಳವಾ" ಅಂತ ಅನ್ನಕೋತ ಈಗ ಧಾರವಾಡ ಪುರವಾಸಿನಿ ಆಗ್ಯಾಳ.

"ನಿಮ್ಮಜ್ಜಿ ಕಡೆ ಸ್ವಲ್ಪ ಲಕ್ಷ ಇರಲಿಪಾ, ಹಂಗೇನರ ಆದರ ನಮಗ ತಿಳಸು. ಅಲ್ಲೇ ವೃದ್ಧಾಶ್ರಮದಾಗ ಲೋಕಲ್ ಕಾಂಟ್ಯಾಕ್ಟ್ ನಂಬರ್ ಅಂತ ನಿಂದ ಕೊಟ್ಟೇವಿ ಮತ್ತ..." ಅಂತ ನಮ್ಮ ತಮ್ಮಣ್ಣ ಕಾಕಾ ಹೇಳಿದಾ.

"ಆದ್ರೂ ತಿಂಗಳಿಗೆ ಐದ ಸಾವಿರ, ಅದೂ ಒಬ್ಬರಿಗೆ ಭಾಳ ಆತ ಅನಸ್ತದ ಕಾಕಾ" ಅಂತ ಅಂದೆ.

"ನೀ ಇಟಗೋಲೆ ಮುದಕೀನ ಅಷ್ಟ ಕಾಳಜಿ ಇದ್ದರ, ತಿಂಗಳಿಗೆ ಹತ್ತ ಸಾವಿರ

ಕೊಡತೇನಿ" ಅಂದಾ.

"ಏ, ಹಂಗಲ್ಲ ಕಾಕಾ, ಸ್ವಲ್ಪ ನೋಡಿ ಹಿಡಿರಿ, ನಮ್ಮ ಖಾಸ ಅವ್ವಾ ಅಂತ ಹೇಳ್ಬೇಕಿತ್ತಿಲ್ಲೊ?" ಅಂದೆ. ನನ್ನ ಮಾರಿ ಕೆಟ್ಟಗಣ್ಣಲೇ ನೋಡಿದಾ.

"ಅಲ್ಲಾ, ಇಬ್ಬರನ ಇಟ್ಟರ, ಮೂರನೇದವರನ ಫ್ರೀ ಇಟಗೋತಾರಿನ ಕೇಳ್ಬೇಕಿತ್ತು?" ಅಂದೆ. 'ಯಾಕ ನಿಮ್ಮ ಅವ್ವಾ ಅಪ್ಪನ್ನೂ ಏನರ ಕಳಸೊ ವಿಚಾರ ಅದ ಏನ?' ಅಂದಾ.

"ಇಲ್ಲಪಾ, ಹೆಂಗಿದ್ದರೂ ಇನ್ನೊಂದ ಐದ – ಆರ ವರ್ಷಕ್ಕ ನಿಮ್ಮನ್ನೂ ನಿಮ್ಮ ಮಗ ಇಲ್ಲೆ ಸೆಟಲ್ ಮಾಡತಾನ, ಅದಕ್ಕ ಏನರ ಡಿಸ್ಕೌಂಟ್ – ಫ್ರೀ ಸ್ಕೀಮು ಅದ ಏನ ಅಂತ ಈಗ ಕೇಳ್ಬೇಕಿತ್ತು" ಅಂದೆ. 'ನೀ ಭಾಳ ಅಧಿಕ ಪ್ರಸಂಗಿ ಇದ್ದಿ' ಅಂತ ಅಂದ ತಮ್ಮಣ್ಣ ಕಾಕಾ ತನ್ನ ದಾರಿ ಹಿಡದಾ.

ಅಲ್ಲಾ ನಮ್ಮ ಅವ್ವಾ – ಅಪ್ಪಂದು ಇಬ್ಬರದೂ ಖರ್ಚ ಸೇರಿ ತಿಂಗಳಿಗೆ ನಾಲ್ಕ ಸಾವಿರ ಬರತದ, ಅದರಾಗ ಗುಳಿಗಿ – ಔಷಧ ಎಲ್ಲಾ ಬಂತ. ನಾ ಯಾಕ ಒಬ್ಬರಿಗೆ ಐದ – ಐದ ಸಾವಿರ ಕೊಟ್ಟ ವೃದ್ಧಾಶ್ರಮದಾಗ ಇಡಲಿ? ನಂಗೇನ ರೊಕ್ಕ ಜಾಸ್ತಿ ಆಗ್ಯಾವ ಏನ್? ಅದರಾಗ ನಮ್ಮವ್ವ ಮನ್ಯಾಗ ಸುಮ್ಮನ ಕೂಡೋಕಿನೂ ಅಲ್ಲಾ, ಸಣ್ಣ ಪುಟ್ಟ ಕೈ–ಕಾಲಾಗಿನ ಕಸಾ, ಒಗ್ಯಾಣಿ, ಅಡಗಿ, ಭಾಂಡಿ ಅಂತ ಕೆಲಸ ಮಾಡ್ಕೋತನ ಇರತಾಳ. ಇನ್ನ ನಮ್ಮಪ್ಪ, ಇಷ್ಟ ವಯಸ್ಸಾದರೂ ಭಾಂಡೆ ಡಬ್ಬ ಹಾಕೋದು, ಅರಬಿ ಒಣಾ ಹಾಕೋದು, ಒಣಗಿದ್ದ ಅರಬಿ ತಂದ ಮಡಚಿ ಇಡೋದು, ಇಷ್ಟ ಯಾರ ಕಡೆಗೂ ಹೇಳಿಸಿಗೊಳ್ಳಾರದ ಮಾಡತಾನ. ಪಾಪ, ಅವರಿಗೂ ಹೊತ್ತ ಹೋಗಂಗಿಲ್ಲಾ. ಮತ್ತ ಇನ್ನೇನ ಬೇಕ ನನ್ನ ಹರೇದ ಹೆಂಡತಿಗೆ, ಆಕಿಗೂ ಅಷ್ಟ ಮನಿಗೆಲಸದಾಗ ಹಗರ ಆಗತಾದ. ಅಲ್ಲಾ ಅವರೂ ಕೈ ಕಾಲಾಗ ತ್ರಾಣ ಇರೋ ಮಟಾ ಮಾಡ್ತಾರ ಅನ್ರಿ, ಮುಂದ ಇದ್ದಾಳಲ್ಲ 'ತಾಯಿ... ಬನಶಂಕರೀ, ಶಾಕಾಂಬರೀ' ಆಕಿ ಎಲ್ಲಾ ನೋಡ್ಕೋತಾಳ. ಇಲ್ಲಾ ತನ್ನ ಕಡೆ ಕರಕೋತಾಳ. ಒಂದ ವೇಳೆ ಆಕಿ ಇಲ್ಲಾಂದರೂ ನಮ್ಮ ಧಾರವಾಡದ ಬನಶಂಕರಿ ಅಂತೂ ಇದ್ದ ಇದ್ದಾಳ.

ನಮ್ಮ ಅಪ್ಪಣ್ಣ ಇದನ್ನೆಲ್ಲಾ ನೋಡಿನೂ ಏನ ಮಾಡಲಾರದವರ ಗತೆ ಇದ್ದಾ. ಅವಂಗ ಅವ್ವಾ–ಅಪ್ಪನ ತಪ್ಪ ಅನಬೇಕೋ, ಅಜ್ಜಿದ ತಪ್ಪ ಅನ್ನಬೇಕೋ ಒಂದೂ ತಿಳಿಲಾರದಂಗ ಆಗಿತ್ತು. ತಮ್ಮಣ್ಣಗ ತಿಪ್ಪವ್ವಾ ಹಡದ ತಾಯಿ, ಎಷ್ಟ ಕಷ್ಟ ಪಟ್ಟ ಬೆಳಿಸಿ ಇವನ್ನ ಇಷ್ಟ ದೊಡ್ಡ ಮನುಷ್ಯಾನ ಮಾಡಿದ್ಲು, ಮುಪ್ಪಿನ ಕಾಲಕ್ಕ ಆಸರ ಆಗಬೇಕಾಗಿದ್ದ ಮಗಾ ಆಶ್ರಮಕ್ಕ ಅಟ್ಟಿದಾ. ಏನಂದರೂ ತಾಯಿ, ತಾಯಿನ ಅಲಾ? ಆಕಿ ಹೆಂಗ ಇರಲಿ, ಹೊಂದಕೊಂಡ ಹೋಗಬೇಕಾದವರು ನಾವೋ ಇಲ್ಲಾ ಅರುವು–ಮರುವು ಆದಂತಹ ಅವರೋ? ಅವರ ಬದುಕಿ, ಬೆಳದ ಬಂದಂತಹ ಕಾಲಕ್ಕೂ, ಈ ನಮ್ಮ ಕಾಲಕ್ಕೂ ಭಾಳ ಫರಕ ಅದ. ಇದನ್ನ ಅರ್ಥಾ ಮಾಡ್ಕೊಂಡ ಸಂಭಾಳಸಿಗೊಂಡ ಹೋಗೋದು ನಮ್ಮ ಶಾಣ್ಯಾತನ ಅಲಾ. ಐವತ್ತ ಸಾವಿರ ಡಿಪಾಸಿಟ್, ತಿಂಗಳಾ ಐದ ಸಾವಿರ ಕೊಟ್ಟ, ನಮ್ಮ ಅವ್ವಾ–ಅಪ್ಪನ ವೃದ್ಧಾಶ್ರಮಕ ಕಳಸೋ ಅಷ್ಟ ನಾವ ಇವತ್ತ ಗಳಸಿರಬಹುದು, ಆದರ

ಇವತ್ತ ನಮ್ಮನ್ನ ಹಡದ ಅಪ್ಪ ಗಳಸೋ ಹಂಗ ಮಾಡಿದವರು ಇವರ ಅನ್ನೋದನ್ನ ಮರೀಬಾರದು.

"ನೀ ಫ್ರೀ ಇದ್ದಾಗ, ಆ ಕಡೆ ಹೋದಾಗ ನಮ್ಮಜ್ಜಿ ನೋಡ್ಕೊಂಡ ಬಾ" ಅಂತ ಅಪ್ಪಣ್ಣ ಹೇಳ್ಯಾನ.

ಏನೋ ನನ್ನ ಪುಣ್ಯಾಕ್ಕ ನಮ್ಮ ಮನ್ಯಾಗ ತಿಪ್ಪಕ್ಕಜ್ಜಿನ ಬಿಟ್ಟ ಹೋಗಲಿಲ್ಲಾ ಅಂತ ನಾ ಸುಮ್ಮನ, "ನಾ ಎಲ್ಲಾ ನೋಡ್ಕೊಳ್ಳತೇನಿ, ನೀವೇನ ಕಾಳಜಿ ಮಾಡಬ್ಯಾಡರಿ. ಹಂಗ ಏನರ ಆದರ ಬ್ರಾಹ್ಮಣ ಸಂಘದವರ ಇದ್ದಾರಲ, ಅವರಿಗೂ ಒಂದ ಸ್ವಲ್ಪ ಅಡ್ವಾನ್ಸ್ ಕೊಟ್ಟ ಹೋಗರಿ" ಅಂತ ಹೇಳಿ ಅವರಿಗೆ ಎಳ್ಳುನೀರ ಬಿಟ್ಟ ಕಳಿಸಿದೆ.

'ತಾಯಿ... ಬನಶಂಕರೀ, ಶಾಕಾಂಬರೀ... ಸಾಕಾತವಾ ಜೀವಾ... ಹೆಂತಾ ಕಾಲ ಬಂತವಾ'

ಅನ್ನಂಗ ನನ್ನ ಕಡೆ ವೃದ್ಧಾಶ್ರಮದ ಕಾಂಟ್ಯಾಕ್ಟ್ ನಂಬರ್ ಅದ, ನಿಮ್ಮ ಪೈಕಿ ಯಾರಿಗರ ಬೇಕಾದರ ಇಲ್ಲಾ ನಿಮಗ ಬೇಕಾದರ ಭಿಡೆ ಬಿಟ್ಟ ನನಗ ಕಾಂಟ್ಯಾಕ್ಟ್ ಮಾಡರಿ ಮತ್ತ.

§

'ವಿದ್ಯುದಾಲಿಂಗನಕೆ' ಸಿಕ್ಕಿದೆ ಜೀವಾ... ಸಾಯಲಿಕ್ಕೂ ಕರೆಂಟಿಲ್ಲಾ

ನಿನ್ನೆ ರಾತ್ರಿ ಮಲಕೋಬೇಕಾರ ನನ್ನ ಹೆಂಡತಿ ಮಾರಿ ನೋಡಿ ಮಲ್ಕೊಂಡಿದ್ದೆನೋ ಏನೋ? ನಡ ರಾತ್ರ್ಯಾಗ ಗಬಕ್ಕನ ಎಚ್ಚರ ಆತು. ಕಿವ್ಯಾಗ ಗುಂಗಾಡ ಗುಂಯ್ಯ ಅನ್ನಲಿಕತ್ತಿದ್ವು, ಸುಡಗಾಡ ಕರೆಂಟ ಯಾವಾಗೋ ಹೋಗಿ ಫ್ಯಾನ್ ಬಂದ ಆಗಿತ್ತು. ಒಂದ ಕಡೆ ಗೋಡೆ, ಒಂದ ಕಡೆ ಹೆಂಡತಿ, ನಡಕ ನಾ ಸಿಕ್ಕೊಂಡ ಸಾಯಲಿಕತ್ತಿದ್ದೆ. ಬೆಳಕಾಗೋದನ್ನ ಕಾಯಕೋತ ಅಂಗಾತ ಬಿದ್ದೆ.

ಅಂತೂ ಬೆಳಕಾತ, ಹಿಂಗ ಬಾಥ್‌ರೂಮ್ ಒಳಗ ಇನ್ನೇನ ಮುಂಜಾನಿ ಕಾರ್ಯಕ್ರಮ ಮುಗಸಬೇಕ ಅನ್ನೊದ್ರಾಗ ನೀರ ಬಂದಾತು.

"ಲೇ ಕರೆಂಟ ಬಂದಾವ ಏನ ನೋಡ, ನೀರ ಮ್ಯಾಲೆ ಏರಸ, ಇಲ್ಲಾ ಒಂದ ತಂಬಗಿ ನೀರರ ಹಾಕ ಬಾ" ಅಂತ ನನ್ನ ಹೆಂಡತಿಗೆ ಒದರಿದೆ.

ನನ್ನ ಪುಣ್ಯಾಕ್ಕ ಕರೆಂಟ ಬಂದಿತ್ತು, ಯಾರೂ ನೀರ ಹಾಕೋ ಪ್ರಸಂಗ ಬರಲಿಲ್ಲ.

ಹಾಳ ಕರೆಂಟ ಯಾವಾಗ ಇರ್ತದ ಯಾವಾಗ ಇಲ್ಲಾ ಗೊತ್ತ ಆಗಂಗಿಲ್ಲಾ ಅಂತ ಬೈಕೋತ ಸ್ನಾನ ಮಾಡಿ ತಿಂಡಿ ತಿನ್ನಲಿಕ್ಕೆ ಕೂತೆ. ಇಡ್ಲಿಗೆ ತುಪ್ಪಾ ಸಕ್ಕರಿ ಹಚ್ಚಿ ಹಾಕಿದರು. "ಇದೇನಲೇ ಚಟ್ನಿ – ಗಿಟ್ನಿ ಮಾಡಿಲ್ಲಾ ಏನ್" ಅಂತ ವದರಕೊಂಡೆ.

"ಎಲ್ಲಿ ಚಟ್ನಿ? ಕರೆಂಟ ಇದ್ದರ ಅಲಾ ಚಟ್ನಿ ಮಿಕ್ಸಿಗೆ ಹಾಕೋದು? ಈಗ ಮತ್ತ ಕರೆಂಟ ಹೋಗೇದ. ನಾನರ ಏನ ಮಾಡಲಿ?" ಅಂತ ಒಳಗಿನಿಂದ ನನ್ನ ಹೆಂಡತಿ ಒದರಿದ್ಲು.

ಏನ ಬಂತಪಾ ಹಣೆಬರಹ! ಗುಂಡಕಲ್ಲನಂತಾ ಹೆಂಡತಿಗೆ ಕೈಲೆ ಚಟ್ನಿ ರುಬ್ಬಿ ಹಾಕಲಿಕ್ಕೂ ಆಗಂಗಿಲ್ಲಾ ಅಂತ ಸುಮ್ಮನ ಬಾಯಿ ಮುಚಗೊಂಡ ತಿಂದ ಆಫೀಸ್‌ಗೆ ಹೋಗಲಿಕ್ಕೆ ಅರಬಿ ಹಾಕ್ಕೊಳ್ಳಿಕ್ಕೆ ಹೋದರ ಅರಬಿ ಇಸ್ತ್ರಿ ಆಗಿದ್ದಿಲ್ಲಾ. ಯಾಕ ಅಂತ ಏನ ಕೇಳಲಿಲ್ಲಾ, ಪಾಪ, 'ಕರೆಂಟ ಇದ್ದರ ಹೌದಲ್ಲೋ ಆಕಿ ಇಸ್ತ್ರಿ ಮಾಡೋದು?' ಎಲ್ಲಾದಕ್ಕು ಕರೆಂಟ ಬೇಕ ಅಲಾ. "ಕರೆಂಟ ಇದ್ದಾಗ ಎಲ್ಲಾ ಕೆಲಸಾ ಮದ್ಲ ತಲಿ ಓಡಿಸಿ ಮಾಡ್ಕೋಬೇಕು" ಅಂದೆ.

"ಅದನ್ನ ಮದ್ಲ ನಿಮ್ಮ ಸರ್ಕಾರದವರಿಗೆ ಹೇಳರಿ. ಅವರ ತಲಿ ಓಡಿಸಿ ಛಂದಾಗಿ ಇದ್ದದ್ದ ಕರೆಂಟ ಪ್ಲ್ಯಾನ್ ಮಾಡಿದ್ದರ ಇಷ್ಟ ಯಾಕ ಆಗತಿತ್ತು?" ಅಂದ್ಲು.

ಅದು ಖರೇನ ಅನಸ್ತು. 'ಹಿರೇ ಅಕ್ಕನ ಚಾಳಿ ಮನಿ ಮಂದಿಗೆಲ್ಲಾ' ಅಂತಾರಲ ಹಂಗ, ಮ್ಯಾಲೆ ಶೋಭಕ್ಕನ ಪ್ಲ್ಯಾನ್ ಮಾಡವಳ್ಳು, ಇನ್ನ ನಮ್ಮಾಕಿ ಮಾಡತಾಳಾ? ಸುಮ್ಮನ ಇದ್ದದ್ದರಾಗ ಛಲೋ ಮಡಚಿ ಇಟ್ಟಿದ್ದ ಅರಬಿ ಹಾಕ್ಕೊಂಡ ಫ್ಯಾಕ್ಟರಿ ದಾರಿ ಹಿಡದೆ.

ನಮ್ಮ ಫ್ಯಾಕ್ಟರಿ ಮುಂದ ಯಾಕೋ 8–10 ಕೆಲಸಗಾರರ ಸೇರಿದ್ರ, ಹಂಗರ ಇವತ್ತ ಏನರ ಸ್ಟ್ರೈಕ್ ಇರಬೇಕು ಅಂತ ಖುಶಿಲೇ,

"ಯಾಕಲೇ ಸಂಕ್ರಮಣ ಬೋನಸ್ ಸಂಬಂಧ ಧರಣಿ ಹೂಡಿರೇನ?" ಅಂತ ಕೇಳಿದೆ.

"ಎಲ್ಲಿ ಧರಣೀರಿ ಸರ್, ನಮ್ಮ ಮಶಿನ್ ಶಾಪ್ ಪ್ರಭ್ಯಾಗ ರಾತ್ರಿ ಪಾಳೆದಾಗ ಕೆಲಸ ಮಾಡಬೇಕಾರ ಶಾಕ್ ಹೊಡದೈತಿ, ಕೆ.ಎಮ್.ಸಿ. ಒಳಗ ಸಾಯಕತ್ತಾನ" ಅಂದರು.

"ಅಲಾ ಇವನ, ಇಂವಾ ರಾತ್ರಿ ಶಿಫ್ಟ್‌ನಾಗ ಬರೇ ಮಲಕೋತಾನ ಅಂತ ಕಂಪ್ಲೇಂಟ್ ಇತ್ತ, ಎಲ್ಲಾ ಬಿಟ್ಟ ನಿನ್ನೆ ಯಾಕ ಕೆಲಸ ಮಾಡಾಕ ಹೋಗಿದ್ದಾಲೇ?"

"ಯಾವಂಗ ಗೊತ್ರಿ ಸರ್? ನಸೀಕಲೇ ಲೈಟ್ ಬಂದ ಮಾಡಾಕ ಹೋಗಿ ನಿದ್ದಿಗಣ್ಣಾಗ ಇಡಿ ಕಂಟ್ರೋಲ್ ಪ್ಯಾನೆಲ್‌ಗೇ ಕೈ ಹಾಕ್ಯಾನ."

"ಅಯ್ಯೋ ಪಾಪ, ಈಗ ಮಣ್ಣ ಎಷ್ಟ ಗಂಟೆಕ್ಕ ಇಟಗೊಂಡಾರ?" ಅಂತ ಕೇಳಿದೆ.

"ಅಂವಾ ಇನ್ನೂ ಸತ್ತಿಲ್ಲರಿ ಸರ್, ಪುಣ್ಯಾಕ ಕರೆಂಟ ಸಿಂಗಲ್ ಫೇಸ್ ಆಗಿತ್ತ, ಹಿಂಗಾಗಿ ಉಳಕೊಂಡಾನ, ತ್ರೀ ಫೇಸ್ ಇದ್ದರ ಗೊಟಕ್ ಅಂತಿದ್ದಾ ಅಂತ ಡಾಕ್ಟರ್ ಹೇಳಿದ್ರು" ಅಂದರು.

ಏನ ಮಾಡ್ತೀರಿ? ಒಂದ ಮುಂಜಾನಿಂದ ಕರೆಂಟ ಇಲ್ಲಾ ಅಂತ ಹೊಯ್ಕೊಂಡ, ಸರ್ಕಾರಕ್ಕ, ಪಾಪ ನಮ್ಮ ಶೋಭಕ್ಕಗ ಬೈಕೋತ ಬಂದೆ. ಆದ್ರ ಇವತ್ತ ಕರೆಂಟ ತ್ರೀ ಫೇಸ್ ಇಲ್ಲದ್ದಕ್ಕ ನಮ್ಮ ಪ್ರಭ್ಯಾ ಉಳ್ಕೊಂಡಾ.

ಇವತ್ತ ಕರೆಂಟ ಇಲ್ಲಾ ಅಂದ್ರ ಜೀವನದಾಗ ಬದುಕಲಿಕ್ಕೆ ಅಷ್ಟ ಅಲ್ಲಾ ಕೆಲವಮ್ಮೆ ಸಾಯಲಿಕ್ಕೂ ಆಗಂಗಿಲ್ಲಾ. ಅಕಸ್ಮಾತ ಯಾರರ ಬೆಂಗಳೂರ ಹಂತಾ ಊರಾಗ ಸತ್ತರು ಅಂತ ತಿಳ್ಕೊರ್ರಿ, ಒಮ್ಮೊಮ್ಮೆ ಸುಡಲಿಕ್ಕೂ ಕರೆಂಟ ಇರಂಗಿಲ್ಲಾ. ಮತ್ತ ನೀವ ಕಟಗಿ-ಚಿಮಣಿ ಎಣ್ಣಿ ಆರಿಸಿಕೊಂಡ ಬಂದ ಬೆಂಕಿ ಹಚ್ಚಬೇಕ.

ಏನೂ ಮಾಡಲಿಕ್ಕೆ ಬರಂಗಿಲ್ಲಾ, ಎಲ್ಲಾ ನಮ್ಮ ಹಣೆಬರಹ. ಇದ ಹಿಂಗ ಮುಂದವರದರ ಮುಂದಿನ ಸರತೆ ಇಲೆಕ್ಷನ್ನಾಗ ಜನಾ ಸರ್ಕಾರಕ್ಕ ಶಾಕ್ ಕೊಡೋದು ಗ್ಯಾರಂಟಿ. ಒಮ್ಮೆ ಸರ್ಕಾರನೂ ಮಂದಿ ಕಡೆ ಕರೆಂಟ ಹೊಡಿಸಿಗೊಂಡ ಸಿಂಗಲ್ ಫೇಸ್ ಆಗಲಿ, ಆಮೇಲೆ ಎಲ್ಲಾ ದಾರಿಗೆ ಬರ್ತದ.

§

ಗಂಡಾ ಅನ್ನೋ ರಂಡೆಗಂಡಾ...

ಮೊನ್ನೆ ಶಿರಡಿ ಪ್ರಸಾದ ಕೊಟ್ಟ ಬರೋಣಂತ ನಮ್ಮ ಕಿಲ್ಲೇದಾಗಿನ ದೋಸ್ತ ಜೋಶ್ಯಾನ ಮನಿಗೆ ಹೋಗಿದ್ದೆ. ಹಂಗ ನನಗ ತೀರ್ಥಯಾತ್ರಾಕ್ಕ ಹೋಗಿ ಬಂದಾಗ ಒಮ್ಮೆ ಊರ ಮಂದಿಗೆಲ್ಲಾ ಪ್ರಸಾದ ಹಂಚೊ ಚಟಾ. ಅದರಾಗ ನಾ ಶಿರಡಿಗೆ ಹೊಂಟೇನಿ ಅನ್ನೋದ ಜೋಶ್ಯಾಗ ಗೊತ್ತಾಗಿ, ಫೋನ್ ಮಾಡಿ ಒಂದ ನೂರ ರೂಪಾಯಿ 'ಬಾಬಾ'ನ ಹುಂಡಿಗೆ ಹಾಕ ಅಂತ ಬ್ಯಾರೆ ಹೇಳಿದ್ದಾ. ಅದಕ್ಕ ನಾ ಪ್ರಸಾದ ಕೊಟ್ಟಂಗ ಆತು, ಮತ್ತ 'ಬಾಬಾ'ಗ ಹಾಕಿದ್ದ ನೂರ ರೂಪಾಯಿ ವಸೂಲ ಮಾಡಿದಂಗಾತು ಅಂತ ಹೋಗಿದ್ದೆ. ಪ್ರಸಾದದ್ದ 20 ರೂಪಾಯಿ ರೊಕ್ಕಾನೂ ಕೇಳಿ ನೋಡೋದು, ಕೊಟ್ಟರ ಛಲೋ ಇಲ್ಲಾಂದರ ನನ್ನ ಕೈಲಿಂದ ಹೋದಂಗ, ಆ ಮಾತ ಬ್ಯಾರೆ. ಏನ ಮಾಡೋದ, ಬಾಬಾ ದೊಡ್ಡಾಂವ. ಎಲ್ಲಾ ನೋಡತಿರತಾನ. ಮತ್ತೊಂದ ರೂಪದಾಗ ನನಗ ಕೊಟ್ಟ ಕೊಡತಾನ ಅನ್ನೋ ಧೈರ್ಯದ ಮ್ಯಾಲೆ 20 ರೂಪಾಯಿ ಪ್ರಸಾದದಾಗ ಇನ್ವೆಸ್ಟ್ ಮಾಡಿದ್ದೆ.

ಮನ್ಯಾಗ ನಮ್ಮ ಜೋಶ್ಯಾ ಇದ್ದಿದ್ದಿಲ್ಲಾ, ಅವನ ಹೆಂಡತಿನ ನೋಡಿ ನಾ, "ಎಲ್ಲಿ ಇದ್ದಾನವಾ ನಿನ್ನ ಗಂಡಾ, ಇನ್ನೂ ಬಂದಿಲ್ಲೇನ ಆಫೀಸ್‌ನಿಂದ" ಅಂತ ಕೇಳಿದೆ.

"ಅಯ್ಯೋ, ಅಂವಾ ಎಲ್ಲೆ ಇಷ್ಟ ಲಗೂ ಬರತಾನರಿ, ರಾತ್ರಿ ಹತ್ತಕ್ಕ ಮನಿ ಹತ್ತಿದರ ನನ್ನ ಪುಣ್ಯಾ" ಅಂದ್ಲು.

"ಏ ಅವಂದೇನ ಐದುವರಿಗೆ ಆಫೀಸ್ ಬಿಟ್ಟ ಬಿಡತದ" ಅಂತ ನಾ ಒಂದ ಸ್ವಲ್ಪ ಬೆಂಕಿ ಹಚ್ಚಿದೆ.

"ಅದ ಖರೇರಿ, ಆದ್ರ ಆಫೀಸ್ ಬಿಟ್ಟ ಮ್ಯಾಲೆ ಸಾಯಲಿಕ್ಕೆ ಎಲ್ಲಿ ತಿರಗ್ಯಾಡಲಿಕ್ಕೆ ಹೋಗಿರತಾನೋ ಏನೋ, ಹೆಂಡ್ರು - ಮಕ್ಕಳು ಒಂದೂ ಖಬರ ಇರಂಗಿಲ್ಲಾ" ಅಂತ ಗಂಡನ್ನ ಒಗ್ಗರಣಿ ಹಾಕಿದ್ಲು. ಜೋಶ್ಯಾನ ಅವ್ವಾ - ಅಪ್ಪಾ ಭಕ್ತಿಯಿಂದ ಟಿ.ವಿ. ನೋಡ್ಕೋತ ಕೂತಿದ್ದರು. ಇಲ್ಲೆ ಸೊಸಿ ಅವರ ಮಗಂದ ಅಭಿಷೇಕ ಮಾಡೋದನ್ನ ಕೇಳಿದ್ರೂ ಕೇಳಲಾರದಂಗ ಇದ್ದರು. ಹೋಗಲಿ ಬಿಡ, ಅವರ ಮನಿ ಉಸಾಬರಿ ನನಗ್ಯಾಕ? ನನಗ ನನ್ನ ನೂರ ರೂಪಾಯಿ ಸಿಕ್ಕರ ಸಾಕೂ ಅಂತ ಪ್ರಸಾದ ಕೊಟ್ಟ,

"ಹುಂಡಿ ಒಳಗ ನೂರ ರೂಪಾಯಿ ಹಾಕ ಅಂದಿದ್ದಾ ನಿನ್ನ ಗಂಡಾ" ಅಂದೆ.

"ಹೌದಾ, ಭಾಳ ಶಾಣ್ಯಾ ಇದ್ದಾನ, ಅಂವಾ ಅಂತೂ ತನ್ನ ಜೀವನದಾಗ ನಮ್ಮನ್ನ ಒಮ್ಮೆನೂ ಶಿರಡಿಗೆ ಕರಕೊಂಡ ಹೋಗೊ ಹಂಗ ಕಾಣಂಗಿಲ್ಲಾ, ಬರೆ ಮಂದಿ ತಂದ ಕೊಟ್ಟಿದ್ದ ಪ್ರಸಾದ ತಿಂದ ಕೈ ಮುಗಿಯೋದ ಆತು. ಹಿಂಗ ನೂರ-ನೂರ ರೂಪಾಯಿ ಹೋದವರಿಗೆ-ಬಂದವರಿಗೆ ಕೊಡೋದಕಿಂತ ಇದ ರೊಕ್ಕಾ ಕೂಡಿಸಿ ಇಟ್ಟಿದ್ದರ ಮನಿ ಮಂದೆಲ್ಲಾ ವರ್ಷಕ್ಕೊಮ್ಮೆ ಹೋಗಿ ಬರಬಹುದಿತ್ತು, ಅದಕ್ಕ ಅಷ್ಟು ತಿಳಿಯಂಗಿಲ್ಲಾ"

ಅಂತ ನನ್ನ ಮಾರಿಗೆ ನೂರ ರೂಪಾಯಿ ಒಗದ್ಲು. ಇನ್ನ ಪ್ರಸಾದದ ರೊಕ್ಕಾ ಕೇಳಿ ನಾ ಇಷ್ಟ ಮಂಗಳಾರತಿ ಮಾಡಿಸಿಗೊಳ್ಳೋದ ಬ್ಯಾಡ ಅಂತ ಸುಮ್ಮನ ಹೊರಗ ಬಂದೆ.

ಆದ್ರೂ ಯಾಕೋ ನನ್ನ ಮನಸ್ಸಿಗೆ ಆಕಿ ಗಂಡಗ ಹಂಗ 'ಅಂವಾ- ಇಂವಾ' ಅಂದಿದ್ದ ಸರಿ ಬರಲಿಲ್ಲ. ನನ್ನ ಪುಣ್ಯಾ ನನಗರ 'ರಿ' ಹಚ್ಚಿದಳಲಾ ಅಷ್ಟ ಸಾಕ ಅಂತ ಸುಮ್ಮನಾದೆ.

ಹಿಂಗ ಎರಡ ಮನಿ ದಾಟಿ ಮುಂದ ಹೋಗಿದ್ದೆ, ಮೂರನೆ ಮನಿ ಮುಂದ ಕಟ್ಟಿ ಮ್ಯಾಲೆ ನಮ್ಮ ಜೋಶ್ಯಾನ ಅಜ್ಜಿ ಅಂದರ ಕಾಶಕ್ಕ ಅಜ್ಜಿ ಕೂತಿದ್ಲು, ಆಕಿ ಇಡಿ ಕಿಲ್ಲೇಕ್ಕ ಕಾಶಕ್ಕ ಅಜ್ಜಿ ಅಂದರೂ ಅಡ್ಡಿಯಿಲ್ಲಾ, ಆಕಿಗೆ ಏನ ಇಲ್ಲಾಂದರೂ ಒಂದ 85 ವರ್ಷ ಇರಬೇಕು. ಬೆನ್ನ ಬಾಗಿ ಮೊಣಕಾಲ ಹಿಡದಿದ್ದರೂ ಬಾಯಿ – ಕಿವಿ – ಕಣ್ಣಿಗೆ ಇನ್ನೂ ಮುಪ್ಪಾಗಿದ್ದಿಲ್ಲಾ. ಗಂಡ ಸತ್ತ ಏನಿಲ್ಲಾಂದರೂ ಒಂದ 50–55 ವರ್ಷ ಆಗಿರಬಹುದು, ಸಾಯೋಕಿಂತಾ ಮದ್ಲ ಗಂಡ ಒಂದ 10 ಮಕ್ಕಳನ್ನ ಹಡಿದಿಟ್ಟ ಹೋಗಿದ್ದನಂತ, ಈಕಿ ಅದರಾಗ ಒಂದ ಐದ ಉಳಿಸಿಗೊಂಡಿದ್ಲು. ಅದನ್ನ ನಮ್ಮ ಕಾಶಕ್ಕಜ್ಜಿ ಮಾತನಾಗ ಹೇಳಬೇಕಂದರ,

"ಹುಚ್ಚ ರಂಡೆಗಂಡಾ ನಂಗ ಜಂತಿನ ಔಷದ ಕೊಟ್ಟ ಹಡಸಿದಂಗ ವರ್ಷಾ ಒಂದರ ಹಿಂದ ಒಂದರಂತ ಹತ್ತ ಹಡಸಿ ತಾ ಶಟದ ಹೋದಾ, ಅದರಾಗ ಒಂದ ಅರ್ಧಾ ನಾ ಮನ್ಯಾಗ ಉಣ್ಣಿಪುಡಿ ಹಾಕಿದ ಮ್ಯಾಲೆ ಹೋದ್ವು" ಅಂತಿದ್ಲು.

'ಮನ್ಯಾಗ ಉಣ್ಣಿಪುಡಿ ಹಾಕಿದ ಮ್ಯಾಲೆ ಹೋದ್ವು' ಅಂದರ ಆ ಕಾಲದಾಗ ಯಾವದೋ ಒಂದ ದೊಡ್ಡ ಜಡ್ಡ ಬಂದ ಊರತುಂಬ ಮಂದಿ ಸಾಯಲಿಕತ್ತಿದ್ದರಂತ, ಹಿಂಗಾಗಿ ಊರ ಮಂದೆಲ್ಲಾ ಆ ಜಡ್ಡ ಹರಡಬಾರದಂತ ಮನ್ಯಾಗ ಉಣ್ಣಿಪುಡಿ ಹಾಕತಿದ್ದರಂತ. ಪಾಪ, ಅಜ್ಜಿವು ಒಂದ ಐದ ಮಕ್ಕಳ ಆ ಜಡ್ಡನಾಗ ಹೋಗಿದ್ವು.

ಈ ಕಾಶಕ್ಕಜ್ಜಿ ಮಾತಾಡೋದ ಹಿಂಗ, ಅಗದಿ ಅಳ್ಳ ಹುರದಂಗ. ಗಂಡಸರಿಗೆಲ್ಲಾ 'ರಂಡೆಗಂಡ' – ಹೆಂಗಸರಿಗೆಲ್ಲಾ 'ಹುಚ್ಚರಂಡೆ' ಅನ್ನದ ಆಕಿ ಮಾತ ಇದ್ದಿದ್ದಿಲ್ಲಾ. ಈಕಿ ಬಾಯಾಗ ಹಿಂತಾ ನಾಲ್ಕ ನುಡಿಮುತ್ತ ಕೇಳಲಿಕ್ಕೆ ಇಡಿ ಕಿಲ್ಲೆ ಮಂದಿ ಈಕಿ ಕೂಡೋ ಕಟ್ಟಿಗೆ ಸಂಜಿ ಮುಂದ ಮುಕರತಿದ್ದರು.

ಇವತ್ತ ಕಾಶಕ್ಕಜ್ಜಿ ತನ್ನ ಗಂಡ ಸತ್ತ 50–55 ವರ್ಷಾದರೂ ದಿವಸಾ ಹಳೇದೆಲ್ಲಾ ನೆನಿಸಿಕೊಂಡ ಅಂವಂದ ಹೆಣಾ ಎತ್ತಾಳ. ಆ 'ಗಂಡಾ ಅನ್ನೋ ರಂಡೆಗಂಡನ' ನೆನಪನ್ಯಾಗ ತಲಿ ಬೋಳಿಸಿಕೊಂಡ 'ಬೋಳಮ್ಮಾ' ಆಗಿ ಮಕ್ಕಳು, ಮೊಮ್ಮಕ್ಕಳು, ಮರಿಮೊಮ್ಮಕ್ಕಳ ಕೈಲೆ ತಿವಿಸಿಗೋತ ಜೀವನಾ ತೀಡಲಿಕತ್ತಾಳ. ಮಾತ ಮಾತಿಗೆ ಗಂಡಗ, ದೇವರಿಗೆ ಮಂಗಳಾರತಿ ಮಾಡ್ಕೋತ ಹೊರಗ ಕಟ್ಟಿ ಮ್ಯಾಲೆ ಕೂತ, ಹೋಗೋರನ – ಬರೋರನ ಕರದ ಅವರ ಮುಂದ ತನ್ನ ಹಣೆಬರಹದ ಒಂಬತ್ತವಾರಿ ಸೀರಿ ಬಿಚ್ಚಿ – ಮಡಚಿ – ಬಿಚ್ಚಿ ಇಡೋದ ಆಕಿ ದಿನಚರಿ ಆಗೇದ. ಬಹುಶಃ ನಮ್ಮ ಹುಬ್ಬಳ್ಯಾಗ ಇನ್ನೂ ಜೀವಂತ ಇರೋ 'ಮಡಿ ಹೆಂಗಸ' ಅಂದರ ಈಕಿ ಒಬ್ಬಕಿನ ಇರಬೇಕೋ ಏನೋ?

ಹಂಗ ಧಾರವಾಡ ವೃದ್ಧಾಶ್ರಮದಾಗ ಮೂರ-ನಾಲ್ಕ ಮಂದಿ ಹುಬ್ಬಳ್ಳಿಯವರು ಇನ್ನೂ ಜೀವಂತ ಇದ್ದಾರ, ಆ ಮಾತ ಬ್ಯಾರೆ.

ಯಪ್ಪಾ ಇನ್ನ ನಾ ಈಕಿ ಕಣ್ಣಿಗೆ ಬಿದ್ರ ನನ್ನ ಜೀವಾ ತಿಂತಾಳ, ನಾ ಹೆಂಗ ತಪ್ಪಿಸಿಗೋ ಬೇಕೂ ಅಂತ ವಿಚಾರ ಮಾಡೋದರಾಗ ಆಕಿ ನನ್ನ ಕಡೆ ನೋಡಿ,

"ಏನಪಾ ಪ್ರಶಾಂತಾ, ಇಷ್ಟ ದಿವಸ ಎಲ್ಲೆ ಶಟದಿದ್ದಿ, ಭಾಳ ದಿವಸಾದ ಮ್ಯಾಲೆ ಬಂದಿಯಲಾ ಕಿಲ್ಲೇಕ್ಕ" ಅಂತ ನನ್ನ ಒದರೇ ಬಿಟ್ಟಳು. ಆತ, ಇನ್ನ ಸತ್ತೆ ಅಂತ ಆಕಿ ಕಡೆ ಹೋಗಿ ಎದರಗಿನ ಕಟ್ಟಿ ಮ್ಯಾಲೆ ಕುಕ್ಕರ ಬಡದೆ.

ನಾ, "ಏನ ಅಜ್ಜಿ ಆರಾಮ ಇದ್ದಿಯಾ?" ಅಂತ ಇಷ್ಟ ಕೇಳಿದ್ದ ತಪ್ಪಾತ ನೋಡ್ರಿ.

"ಹೂಂ ಇನ್ನೂ ಇದ್ದೇನಪಾ. ಸುಡಗಾಡ ಜೀವಾ ಇತ್ತಲಾಗ ಹೋಗವಲ್ತು, ಅತ್ತಲಾಗ ಬದುಕಲಿಕ್ಕ ಬಿಡವಲ್ತು. ಮನಿ ಮಂದಿಗೆಲ್ಲಾ ಭಾರ ಆಗಿ ಬದಕಲಿಕತ್ತೇನಿ, ನನ್ನ ಗಂಡಾ ಈ ಮುಂಡೆ ಮಕ್ಕಳನ್ನ ನನ್ನ ಉಡೆದಾಗ ಹಾಕಿ ಹೋದಾ, ಇವನ್ನ ಇಷ್ಟ ದೊಡ್ಡವರನ ಮಾಡಿ ಬೆಳಸಿ ಸಂಸಾರಕ್ಕ ಹಚ್ಚೋದರಾಗ ನಂಗ ಸಾಕ-ಸಾಕಾಗಿ ಹೋತ, ಈಗ ನೋಡ ನಾ ಮನಿ ಮಂದಿಗೆ ಬ್ಯಾಡ ಆಗಿ, ಬಾಜು ಮನಿ ಕಟ್ಟಿಗೆ ಭಾರ ಆಗಿ, ಆ ರಂಡೆಗಂಡನ್ನ ನೆನಸಗೋತ ಇವತ್ತ ಸಾಯ್ತೇನಿ - ನಾಳೆ ಸಾಯ್ತೇನಿ ಅಂತ ಕಾಯಲಿಕತ್ತೇನಿ" ಅಂದ್ಲು.

ಪಾಪ, ಮುದುಕಿಗೆ ಮುಂಜಾನಿಯಿಂದ ಆಕಿನ್ನ ಮಾತಾಡ್ಸೋರು ಯಾರೂ ಸಿಕ್ಕಿದ್ದಿಲ್ಲ ಕಾಣಸ್ತದ. ನನ್ನ ನೋಡಿ ಭಾಳ ಖುಷಿಲೇ ತನ್ನ ಪುರಾಣ ಶುರು ಮಾಡಿದ್ಲು.

"ಏ ಹಂಗ್ಯಾಕ ಅಂತಿ ಅಜ್ಜಿ, ನೀ ಇನ್ನು ಗಟ್ಟಿ ಇದ್ದಿ. ಇನ್ನೂ ಮರಿ ಮೊಮ್ಮಕ್ಕಳ ಬಾಣಂತನ ಮಾಡಬೇಕು" ಅಂತ ನಾ ಕಾಲ ಕೆದರಿದೆ.

"ಲೇ... ಖೋಡಿ ರಂಡೆಗಂಡಾ, ನಂಗ ಅದೊಂದ ಕಡಿಮೆ ಆಗೇದ ನೋಡ. ನಾ ನಮ್ಮವ್ವಂದ ಎರಡ ಬಾಣಂತನ ಹಿಡದ ಒಟ್ಟ ಹನ್ನೊಂದ ಬಾಣಂತನ ಮಾಡಿ ಸಾಕಾಗೇದ. ಇನ್ನ ಯಾವಕೆರ ಹುಚ್ಚರಂಡಿ ಹಡದರ ನಾ ತಿರಗಿನೂ ನೋಡಂಗಿಲ್ಲಾ" ಅಂತ ಸಿಟ್ಟಾದ್ಲು. ಆಕಿ ಹೇಳೋದು ಖರೇನ. ಮನ್ಯಾಗ ಮಕ್ಕಳು - ಮೊಮ್ಮಕ್ಕಳು ಯಾರ ಹಡದಾಗೂ ಯಲ್ಲಾರು ಈಕಿನ್ನ 'ಹತ್ತ ಹಡದ ಅನುಭವ ಇದ್ದಾಕಿ' ಅಂತ ಬಾಣಂತನಕ್ಕ ಕರೆಯೋರು. ಈಕಿನೂ ಆವಾಗ ಖುಷಿಲೇ "ಅಯ್ಯ, ಈ ಬೋಕಾಣಗಿತ್ಯಾರರ ಎಷ್ಟ ಹಡಿಬೇಕ ತೊಗೊ, ಎರಡ ಹಡಿಲಿಕ್ಕೆ ತಿಣಕ್ಯಾಡತಾವ" ಅಂತ ಹುರಪಿಲೆ ಬಾಣಂತನ ಮಾಡಿದ್ಲು. ಆದ್ರ ಈಗ ಅದ ಮಕ್ಕಳು- ಮರಿಮೊಮ್ಮಕ್ಕಳು ಈಕಿ ಕಡೆ ಮೂಸ ನೋಡವಲ್ಲರಾಗ್ಯಾರ.

ಅಷ್ಟರಾಗ ನಮ್ಮ ಜೋಶ್ಯಾನ ಮಗಾ ಆಡಾಡ್ತ ಈಕಿನ ಬಂದ ಮುಟ್ಟಿ ಬಿಡ್ತು. ತೊಗೊ - ಮದ್ಲ ಈಕಿ ಹೊಟ್ಯಾಗ ಬೆಂಕಿ ಬಿದ್ದಿತ್ತು. ಅಂವಾ ಈಕಿನ್ನ ಮುಟ್ಟೋದ ತಡಾ, ಈಕಿ ಪಿತ್ತ ನೆತ್ತಿಗೇರಿ "ನಿನ್ನ ಸುಟ್ಟ ಬರಲಿ, ಹೆಣಾ ಎತ್ತಲಿ. ರಂಡೆಗಂಡಾ ಬುದ್ಧಿ ಎಲ್ಲಿ ಇಟ್ಟಿ? ಓಣಿ ಮಂದಿನೆಲ್ಲಾ ಮುಟ್ಟಿ ಬಂದಿರತಿ, ನನ್ನ ಮುಟ್ಟ ಬಾರದಂತ

ಗೊತ್ತಾಗಂಗಿಲ್ಲಾ. ಇನ್ನ ಹಿಂತಾ ಥಂಡ್ಯಾಗ ನಾ ಮತ್ತ ಸ್ನಾನಾ ಮಾಡಬೇಕು" ಅಂತ ಪಾಪ ಆ 5 ವರ್ಷದ ಕೂಸಿಗೆ ಚೀರಿದ್ಲು. ನಾ ಹೋಗಲಿ ಬಿಡ ಅಜ್ಜಿ, ಆ ಸಣ್ಣ ಹುಡುಗಗ ಏನ ತಿಳಿತದ ಅಂತ ಸಮಾಧಾನ ಮಾಡಿದೆ.

"ಆ ಹುಚ್ಚ ರಂಡೆಗಂಡಗ ತಿಳಿಲಿಲ್ಲಾಂದರ ಏನಾತು? ಅವರವ್ವಗ – ಅವರಜ್ಜಿಗೆರ ತಿಳಿತದ ಇಲ್ಲೋ? ಆ ಹುಡುಗನ ಇಲ್ಲ್ಯಾಕ್ ಬಿಡಬೇಕು? ಅವರವ್ವ ಅಂತೂ ಕಡಿಗ್ಯಾದರೂ ಕೂಡಂಗಿಲ್ಲಾ, ಮಡಿ – ಮೈಲಗಿ ಒಂದೂ ಗೊತ್ತ ಇಲ್ಲಾ. ಮನಿ ಎಲ್ಲಾ ಏಕಾಕಾರ ಮಾಡಿ ಇಡ್ತಾವ" ಅಂತ ಟಾರ್ಗೆಟ್ ಚೇಂಜ್ ಮಾಡಿದ್ಲು. ನಾ ಇದ ಯಾಕೋ ವಿಷಯ ಸೀರಿಯಸ್ ಹೊಂಡ್ತು, ಇನ್ನ ಹಗರಕ 'ನಿಮ್ಮ ಮನ್ಯಾಗ ನಿನ್ನ ಹೆಂಡತಿ ಕೂಡ್ತಾಳಿಲ್ಲೋ' ಅಂತ ನನ್ನ ಹೆಂಡತಿ ಮ್ಯಾಲೆ ಬಂದರೂ ಬಂದ್ಲ. ಸುಮ್ಮನ ಇನ್ನ ಇಲ್ಲಿಂದ ಕಾಲ ಕೀಳೋದ ಭಲೋ ಅಂತ ಎದ್ದೆ. ಆಕಿನೂ ತನ್ನ ಒಂಬತ್ತವಾರಿ ಪತ್ಲಾ ಮುದಡಿ ಮಾಡಿ ಮೂರವಾರಿ ಮಾಡ್ಕೊಂಡ ಮೊಣಕಾಲ ಮ್ಯಾಲೆ ಏರಿಸಿಕೊಂಡ ಬೆನ್ನ ಬಗ್ಗಿಸಿಕೊಂಡ ಎದ್ಲು.

ಆದ್ರ ಇತ್ತೀಚಿಗೆ ನಾವೆಲ್ಲಾ ಜೀವನದಾಗ ಮಡಿ – ಮೈಲಿಗೆ ಮರತ ಮುಟ್ಟಾಟ ಆಡೋದ ನೋಡಿ ಅಜ್ಜಿ ಪಾಪ ಭಾಳ ಮರುಗಿ ಬಿಟ್ಟಿದ್ಲು. ಮದ್ಲ ಮಕ್ಕಳ ಸಾಲಿಗೆ ಹೋಗಿ ಬಂದಾಗ ಒಮ್ಮೆ ಮನ್ಯಾಗ "ಖೋಡಿ ರಂಡೆಗಂಡರು, ಯಾರ ಯಾರನ ಮುಟ್ಟಿರತಾವೋ ಏನೋ ಸಾಲ್ಯಾಗ" ಅಂತ ಮನಿಗೆ ಬಂದ ಕೂಡ್ಲೆ ಬಾಯಾಗ ಪಂಚಗವ್ಯಾ ಹಾಕಿ ದಿವಸಾ ಶುಚಿ ಮಾಡತಿದ್ಲಂತ. ಬಹುಶಃ ಮನ್ಯಾಗ ದಿವಸಾ ಒಂದ ಕೊಡಾ ಪಂಚಗವ್ಯಾ ಮಾಡಿ ಇಟ್ಟಿರತಿದ್ದಳೋ ಏನೋ. ಆದ್ರ ಇತ್ತೀಚಿಗೆ ಮೊಮ್ಮಕ್ಕಳಿಗೆ 'ಪಂಚಗವ್ಯಾ' ಅಂದರ ಏನೂ ಅಂತ ಸಹಿತ ಗೊತ್ತಿಲ್ಲದಂಗ ಆಗಿ ಹೋಗೇದ ಅಂತಿದ್ಲು.

ಹಂಗ ನಮ್ಮ ಜೋಶ್ಯಾ ವಾರಕ್ಕ ಎರಡ ಸರತೆ ಹೊರಗ ನಮ್ಮ ಜೊತಿ ಕಮರಿಪೇಟ್ ಸಾವಜಿ ಖಾನಾವಳಿ ಒಳಗ 'ಪಂಚಗವ್ಯ' ತೊಗತಿರತಾನ. ಆ ಮಾತ ಬ್ಯಾರೆ.

"ನಿಮ್ಮ ಕರ್ಮಕ್ಕ ಪಂಚಗವ್ಯಾ ದಿವಸ ಹಾಕ್ಕೋತ ಹೋಗೋದಕಿಂತಾ ಸುಮ್ಮನ ಕಾರ್ಪೊರೇಶನ್ನಿನವರಿಗೆ ಹೇಳಿ ಮೂರ ದಿವಸಕ್ಕೊಮ್ಮೆ ನಳದಾಗ ನೀರ ಬದ್ಲಿ ಪಂಚಗವ್ಯಾ ಬಿಡ ಅಂತ ಹೇಳಬೇಕು, ಬ್ರಾಹ್ಮಣರು ಅಷ್ಟ ಕೆಟ್ಟ ಹೋಗ್ಯಾರ" ಅಂತ ಕೊರಗತಿದ್ಲು.

ಮನ್ಯಾಗ ಮುದಕಿದ ಮಡಿ –ಮೈಲಿಗೆ ಒಂದೂ ನಡಿತಿದ್ದಿಲ್ಲಾ, ಈಕಿಗೆ ಅದನ್ನೆಲ್ಲಾ ನೋಡಿ ತಡ್ಕೊಳ್ಳಿಕ್ಕೆ ಆಗತಿದ್ದಿದ್ದಿಲ್ಲಾ. ಎಲ್ಲಾದಕ್ಕೂ ಆ 'ಗಂಡಾ ಅನ್ನೋ ರಂಡೆಗಂಡನ' ಕಾರಣಂತ ಮತ್ತ ತನ್ನ ಹಳೇ ಗಂಡನ ಪಾದಕ್ಕ ಬರತಿದ್ಲು. ಪಾಪಾ, ಆ ರಂಡೆಗಂಡ ಮ್ಯಾಲೆ ಹೋದರೂ ಈಕಿ ಕಯ್ಯಾಗ ದಿವಸಾ ಬೈಸಿಗೊಳ್ಳೋದ ಏನ ತಪ್ಪಿದ್ದಿಲ್ಲಾ.

ನಮ್ಮ ಕಾಶಕ್ಕಜ್ಜಿಗೆ ಮಾತ– ಮಾತಿಗೆ 'ರಂಡೆಗಂಡಾ' ಅನ್ನೋದ ರೂಢಿಯಾಗಿ ಬಿಟ್ಟಿತ್ತು. ಬಹುಶಃ ಆಕಿ ತವರಮನಿ ಅಡ್ರೆಸ್ 'ರಂಡೆಗಂಡನವರ' ಅಂತ ಇತ್ತೋ ಏನೋ. ಆಕಿ ಬಾಯಾಗ ಗಂಡಸರೆಲ್ಲಾ ರಂಡೆಗಂಡರ. ಆಕಿ ಪ್ರೀತಿಲೇ ನಮಗ ಕರದರೂ ನಾವ

'ರಂಡೆಗಂಡಾ', ಸಿಟ್ಟಲೇ ಬೈದರೂ ನಾವ 'ರಂಡೆಗಂಡಾ'. ಆದ್ರ ನನ್ನ ದೃಷ್ಟಿ ಒಳಗ ಖರೆ ರಂಡೆಗಂಡಾ ಅಂದ್ರ ಆಕಿ ಗಂಡ ಒಬ್ಬನ, ಯಾಕಂದರ ಆಕಿ ಕಡೆ ನಾವೂ ಅನಿಸಿಗೊಳ್ಳಿ ಅಂತ ಆಕಿನ್ನ ಇಲ್ಲೇ ಬಿಟ್ಟ ಮ್ಯಾಲೆ ಹೋಗ್ಯಾನಲಾ ಅದಕ್ಕ. ಹಂಗ ಈಕಿ ಮಾತ ಮಾತಿಗೆ ಎಲ್ಲಾ ಗಂಡಸರಿಗೂ 'ರಂಡೆಗಂಡಾ' ಅಂತ ಅನ್ನೋದರಾಗ ಅಂತಃಕರಣ ಇತ್ತ, ಆತ್ಮೀಯತೆ ಇತ್ತ, ಕಳಕಳಿ – ಕಾಳಜಿ ಇತ್ತ. ಆಕಿ ಮಾತನಾಗ 'ನನ್ನ ರಂಡೆಗಂಡಾ' ಅನ್ನೋ ಹೆಮ್ಮೆ ಇತ್ತ. ಇವತ್ತ ನಮ್ಮ ಹೆಂಡಂದರು ಸಿಟ್ಟಲೇ "ನೀ ಸೀರಿ ಕೊಡಸ್ತೀಯೋ ಇಲ್ಲೋ?" ಅಂತ ಅಂದರ ಅದರ ಅರ್ಥಾ "ರಂಡೆಗಂಡಾ, ನೀ ಹೊಸಾ ಸೀರಿ ಕೊಡಸ್ತೀಯೋ, ಇಲ್ಲಾ ನಾ ಏನ ಇದ್ದಿದ್ದು ಕಳದ ಹೊರಗ ಒಗೀಲೋ" ಅಂದಂಗ ಅಂತ ನನಗ ಅನಸ್ತದ.

ಅನ್ನಂಗ ಈಕಿ ಬಗ್ಗೆ ಇನ್ನೊಂದ ವಿಷಯ ಹೇಳೋದ ಮರತೆ. ಒಂದ ಸರತೆ ಯಾವುದೋ ಮಠದ ಸ್ವಾಮಿ ಇವರ ಮನಿಗೆ ಪಾದ ಪೂಜಾಕ್ಕ ಬಂದಿದ್ರಂತ. ಇಡಿ ಊರಾಗಿನ ಇವರ ಪೈಕಿ ಮಂದಿ ಇವರ ಮನಿಗೆ ಬಂದ ಮುದ್ರಾ ಹಾಕಿಸಿಗೊಳ್ಳಿಕತ್ತಿದ್ರಂತ. ಈಕಿ ಪಾಳೆ ಬರೋದಕ್ಕು, ಆ ಮುದ್ರಾ ಹಾಕೊ 'ರಾಡ್' ಆರಿ ಹೋಗಿತ್ತಂತ. ಅದನ್ನ ಮತ್ತ ಕೆಂಡದ ಮ್ಯಾಲೆ ಕೆಂಪ ಕಾಯಿಸಿ ಸ್ವಾಮಿಗಳು ತಮ್ಮ ಗಡಿಬಿಡಿ ಒಳಗ ಈಕಿಗೆ ಮದ್ಲ ಒತ್ತಿ ಬಿಟ್ಟರಂತ. ತೊಗೋ ಹೇಳ್ತೀನಿ, ಊರ ಮಂದಿ ಮುಂದ ಈಕಿ ಒಮ್ಮಿಂದೊಮ್ಮಿಲೆ "ಕೊಂದ್ಯೋ, ರಂಡೆಗಂಡಾ... ನಿನ್ನ ಸುಟ್ಟಬರಲಿ... ಕೊಂದ್ಯೋ" ಅಂತ ಚೀರಿ ಬಿಟ್ಲಂತ. ಪಾಪ, ಆ ಸ್ವಾಮಿಗಳು ಈಕಿ ಮಾರಿ ಒಂದ ಸರತೆ, ಫೋಟೋದಾಗಿನ ರಾಯರ ಮಾರಿ ಒಂದ ಸರತೆ, ಮತ್ತೊಮ್ಮೆ ಮೂಲ ರಾಮನ ಮಾರಿ ನೋಡಿ ಸುಮ್ಮನ ತಲಿ ಕೆಳಗ ಮಾಡ್ಕೊಂಡ ಮುಂದಿನವರಿಗೆ ಮುದ್ರಾ ಕೊಟ್ಟ ಹೋದರಂತ. ಹಂಗ ಸ್ವಾಮಿಗಳಿಗೆ ಬಿಡಲಾರದಾಕಿ ಇನ್ನ ಗಂಡಗ, ನಮಗ ಬಿಟ್ಟಾಳ?

ಇನ್ನ ನಮ್ಮ ಜೋಶ್ಯಾ ಈ ಮನೆತನದ ಇನ್ನೂ ಜೀವಂತ ಇರೋ 'ರಂಡೆಗಂಡ', ಅಂವಾ ತನ್ನ ಹೆಂಡ್ತಿ ಕಡೆ ದಿವಸಾ ಬೈಸಿಗೊಳ್ಳೋದ ಏನ ದೊಡ್ಡದ? ಅವನ ಹೆಂಡತಿ ಗಂಡಗ ಬರೆ ಏಕವಚನಲೇ ಮಾತಾಡೋದರಾಗ ಏನ ತಪ್ಪ, ಹೇಳ್ರಿ?

ಇರಲಿ, ಇದ ಬರೆ ನಮ್ಮ ಜೋಶ್ಯಾ ಮತ್ತ ಅವನ ಹೆಂಡತಿ ವಿಷಯ ಒಂದ ಅಲ್ಲಾ, ನಮ್ಮೆಲ್ಲಾರದು ಅದ ಹಣೆಬರಹ. ಇತ್ತೀಚಿಗೆ ನಮ್ಮ ಜನರೇಶನ್ ಹೆಂಡಂದ್ರು ಗಂಡಂದರಿಗೆ ಏಕವಚನದಲೆ 'ಅಂವಾ–ಇಂವಾ' ಅನ್ನೋದ ಭಾಳ ಕಾಮನ್ ಆಗಿಬಿಟ್ಟದ, ಇದಕ್ಕ ಫ್ಯಾಶನ್ ಅಂದ್ರೂ ಅಡ್ಡಿಯಿಲ್ಲಾ ಅನ್ರಿ. ನಿಮಗ ಇದ ಏನರ ಅನಸವಲ್ತಾಕ, ನಂಗಂತೂ ಸರಿ ಕಾಣವಲ್ತು. ಅಲ್ಲಾ ನನ್ನ ಹೆಂಡತಿ ನನಗ ತನ್ನ ನಿದ್ದಿಗಣ್ಣಾಗೂ "ರ್ರೀ..." ನ ಅಂತಾಳ ಅಂತ ನಾ ಈ ಮಾತ ಹೇಳಲಿಕತ್ತಿಲ್ಲಾ. ಆದ್ರೂ ಗಂಡಾ ಅನ್ನೋ ಪ್ರಾಣಿಗೆ ಹೆಂಡತಿ ಅನ್ನೋಕಿ ಇಷ್ಟ ಹಗರ ಮಾತಾಡಬಾರದ ಅನ್ನೋದ ನನ್ನ ವಿಚಾರ. ಅಲ್ಲಾ, ಹಂಗ 'ಹೋಗೊ–ಬಾರೊ' ಒಳಗ ನಿಮ್ಮ ನಿಮ್ಮ ಗಂಡಾ–ಹೆಂಡ್ತಿ ಪ್ರೀತಿ ಜಾಸ್ತಿ ಇದ್ದರ ನೀವ ನಿಮ್ಮ ಮನ್ಯಾಗ ಏನರ ಹಾಳಗುಂಡಿ ಬೀಳರಿ. ಅದಕ್ಯಾರ ಬ್ಯಾಡ ಅನ್ನಂಗಿಲ್ಲಾ. ಆದ್ರ

ನಾಲ್ಕ ಮಂದಿ ಮುಂದರ ಛಂದಾಗಿ ಹೆಂಡತಿ ಕಡೆಯಿಂದ ರಿಸ್ಪೆಕ್ಟಲೆ ಕರಿಸಿಗೋಬೇಕರಿ.

ಆದ್ರು ಒಟ್ಟ ಈ ಗಂಡಾ ಅನ್ನೋಂವಾ ಇತ್ತೀಚಿಗೆ ಹೆಂಡತಿ ಬಾಯಾಗ ಸಿಕ್ಕ ರಂಡೆಗಂಡ ಆಗಿ ಹೋಗ್ಯಾನ. ಒಂದ ಕಾಲದಾಗ ಇದ ಹೆಣ್ಣ ಮಕ್ಕಳ ಗಂಡನ್ನ ಹೆಸರ ಹೇಳಬೇಕಾರ ಒಗಟ ಹಚ್ಚಿ ಹೇಳ್ತಿದ್ದರು, ಈಗ ಒಗಟ ದೂರ ಹೋತ, ಆ ಒರಟ ಬಾಯಾಗ 'ಬರ್‍ರಿ–ಹೋಗರಿ' ಬಂದರ ಸಾಕಾಗೇದ.

ಹಂಗ ಅಕಸ್ಮಾತ ಒತ್ತಾಯದ್ಲೆ ಒಗಟ ಹಚ್ಚಿದರೂ "ಆಡು, ಆಡಿಗೆ ಎರಡ ಕೋಡ, ನನ್ನ ರಂಡೆಗಂಡ ಪ್ರಶಾಂತ ಆಡೂರ ಭಾಳ ಕಾಡ" ಅಂತ ಹೇಳಿದ್ರೂ ಹೇಳಬಹುದು. ಹಂಗ ಏನರ ಈ ಒಗಟ ಯಾರರ ಹೆಣ್ಣಮಕ್ಕಳು ಉಪಯೋಗ ಮಾಡ್ಬೇಕಂದರ ಆ ರಂಡೆಗಂಡ ಅನ್ನೊ ಶಬ್ದದ ಮುಂದ ನಿಮ್ಮ–ನಿಮ್ಮ ಗಂಡಂದರ ಹೆಸರ ಹಾಕರಿ ಮತ್ತ. ಎಲ್ಲರ ನನ್ನ ಹೆಸರ ಹಂಗ ಇಟ್ಟ ಹೇಳಿ–ಗೀಳೀರಿ.

ಅಲ್ಲಾ ಈ ಕಾಶಕ್ಕ ಅಜ್ಜಿಗೆ ಹೋಲಿಸಿದರ ನಾವು, ಅಂದರ 'ರಂಡೆಗಂಡಂದರು' ನಮ್ಮ–ನಮ್ಮ ಹೆಂಡಂದರ ನಮಗ ಏಕವಚನದಲೇ ಇಷ್ಟ ಅಲ್ಲಾ, ಬಾಲೇ – ಹೋಗಲೇ ಅಂದರೂ ಸುಮ್ಮನ ಬಾಯಿ ಮುಚಗೊಂಡ ಇರೋದ ಛಲೋ ಅಂತ ಅನಸ್ತದ. ನೀವ ಏನಂತರಿ?

"ರಂಡೆಗಂಡಾ, ನಿಂದಿಷ್ಟ ನೀ ನೋಡ್ಕೊಂಡ ಬಾಯಿ ಮುಚ್ಚಗೊಂಡ ಬರಿ, ನಮ್ಮನ್ನ ಯಾಕ ನಡಕ ತರತಿ" ಅಂತೀರಿನ ಮತ್ತ?

ಅಂತಿದ್ರ ಅನ್ರಿ, ಏನ್ ತಪ್ಪಿಲ್ಲಾ. ನನಗೊತ್ತ ನಿಮ್ಮ ಆ 'ರಂಡೆಗಂಡ' ಅನ್ನೋ ಶಬ್ದದಾಗ ನನ್ನ ಬಗ್ಗೆ ಅಂತಃಕರಣ, ಆತ್ಮೀಯತೆ, ಕಳಕಳಿ – ಕಾಳಜಿ ಅದ ಅಂತ. ಆದ್ರ ಇಂವಾ ಏನ ಬರಿತಾನ್ಲೇ 'ರಂಡೆಗಂಡಾ' ಅಂತ ಸಿಟ್ಟಾಗಬ್ಯಾಡರಿ ಇಷ್ಟ.

§

ನಂದ 'ಡೇಟ್' ಅದ, ನಾ ಬರೋದ 'ಡೌಟ್'

ಮುಂದಿನ ವಾರ ನಮ್ಮ ಸುಮಕ್ಕನ ಮಗನ ಮದುವಿ ಫಿಕ್ಸ್ ಆಗೇದ. ನಿನ್ನೆ ನಮ್ಮ ಸುಮಕ್ಕ ನನ್ನ ಹೆಂಡತಿಗೆ ದೇವರ ಊಟಕ್ಕ 'ಹಿತ್ತಲ ಗೊರ್ಜಿ' ಮುತ್ತೈದಿ ಅಂತ ಹೇಳಲಿಕ್ಕೆ ಬಂದಿದ್ದರು. ಆದ್ರ ನನ್ನ ಹೆಂಡತಿ "ಸುಮಕ್ಕ ನಂದ ಡೇಟ್ ಅದ, ನಾ ಬರೋದ ಡೌಟ್" ಅಂತ ಅವರ ಮಾರಿ ಮ್ಯಾಲೆ ಹೊಡದಂಗ ಹೇಳಿಬಿಟ್ಟಳು. ಪಾಪ, ನಮ್ಮ ಸುಮಕ್ಕ, "ಅಯ್ಯ ನಮ್ಮವ್ವ, ಇನ್ನ ಹಿತ್ತಲ ಗೊರ್ಜಿ ಮುತ್ತೈದಿನ ಎಲ್ಲೆ ಹುಡಕಬೇಕವಾ? ನೋಡು, ಒಳಗ ಇದ್ದರ ಬಂದ ಹೋಗು" ಅಂತ ಅರಷಿಣ-ಕುಂಕುಮ ಕೊಟ್ಟ ಹೋದರು. 'ಹಿತ್ತಲ ಗೊರ್ಜಿ ಮುತ್ತೈದಿ' ಅಂದರ ಯಾ ಮುತ್ತೈದಿಗೆ ಅಂದರ ಆಕಿಗೆ ಗಂಡ ಅಂತೂ ಇರಬೇಕ ಆ ಮಾತ ಬ್ಯಾರೆ, ಇನ್ನ ತವರಮನ್ಯಾಗ ಅವ್ವಾ-ಅಪ್ಪಾ ಇನ್ನೂ ಇರ್ತಾರೋ, ಅತ್ತಿ ಮನ್ಯಾಗ 'ಅತ್ತಿ-ಮಾವಗ' ಆಕಿ ಇನ್ನೂ ಜೀವಂತ ಇಟ್ಟಿರತಾಳೋ ಹಂತಾಕಿಗೆ 'ಹಿತ್ತಲ ಗೊರ್ಜಿ ಮುತ್ತೈದಿ' ಅಂತ ಕರೀತಾರ. ಹಿಂತಾ ಮುತ್ತೈದಿಯರು ನೂರಕ್ಕ ಒಬ್ಬರ ಸಿಗತಾರ. ಹಂತಾವರ ಒಳಗ ನನ್ನ ಹೆಂಡತಿನೂ ಒಬ್ಬಕಿ. ಆದರ ಪಾಪಾ, ಆಕಿದ ಡೇಟ್ ಅದ ಆಕಿನರ ಏನ ಮಾಡಬೇಕ? ಅದ ಆಕಿ ಕೈಯಾಗಿಂದ ಅಲ್ಲಲಾ!

ನಾಳೆ ನವೆಂಬರ 28ಕ್ಕ ನಂದ ಮದುವಿ ಆಗಿ ಬರೊಬ್ಬರಿ ಹನ್ನೊಂದ ವರ್ಷ ತುಂಬಿ ಹನ್ನೆಡರಾಗ ಬೀಳತಾವ. ನಾನೂ ಇಷ್ಟ ವರ್ಷದಿಂದ ನೋಡೆ ನೋಡಲಿಕತ್ತೇನಿ, ನನ್ನ ಹೆಂಡತಿಗೆ ಯಾವಾಗ ನಮ್ಮ ಪೈಕಿ ಯಾರದರ ಮನ್ಯಾಗ ಫಂಕ್ಶನ್ ಇತ್ತಂದರ ಸಾಕು, ಆವಾಗ ಕರೆಕ್ಟ್ ಆಕಿದ 'ಡೇಟ್' ಇರತದ. ಇರತದ ಅಂತ ಆಕಿ ಹೇಳತಾಳ. ಯಾಕಂದರ ನನಗೇನ ಗೊತ್ತಾಗಬೇಕ ತಲಿ? ಆಕಿ ಹೇಳಿದ್ದಕ್ಕ ನಾ ಹೂಂ ಅನ್ನಬೇಕ ಅಷ್ಟ. ಒಂದ ಸಲಾ ಛಂದ, ಎರಡ ಸಲಾ ಛಂದ. ಆದರ ಈಕಿದು ಹನ್ನೊಂದ ವರ್ಷದಿಂದ ಹಿಂಗ ನಡದದ. ಪಾಪ, ಯಾರರ ಮನಿತನಕಾ ಬಂದು "ಎಲ್ಲಾರೂ ಬರಬೇಕ ಮತ್ತ, ಪ್ರೇರಣಾ ತಪ್ಪಸ ಬ್ಯಾಡವಾ" ಅಂತ ಅಂದ್ರ ಸಾಕು, "ನಂದ ಡೇಟ್ ಅದ, ನಾ ಬರೋದ ಡೌಟ್" ಅಂತ ಬೋರ್ಡ್ ತೋರಿಸೇ ಬಿಡತಾಳ. ಪಾಪ, ಕರದವರರ ಏನ ಮಾಡಬೇಕು? "ಆತವಾ ಹಂಗರ, ಅದೇನ ಯಾರ ಕೈಯಾಗಿಂದನು? ನಿನ್ನ ಗಂಡನ್ನರ ಕಳಸು, ಅವಂದೇನ ಡೇಟ್ ಇಲ್ಲಲಾ" ಅಂತ ಹೇಳಿ ಹೋಗ್ತಾರ. ನಮ್ಮ ಲಗ್ನಾದ ಹೊಸದಾಗಿನೂ ಹಿಂಗ ಆಗತಿತ್ತು. ನಮ್ಮ ಪೈಕಿ ಯಾವದರ ಕಾರ್ಯಕ್ರಮಕ್ಕ ಜೋಡಿಲೆ ಹೋಗಬೇಕಂದ್ರ ಈಕಿದ ಡೇಟ್ ಅಡ್ಡ ಬರ್ತಿತ್ತು! ನಮ್ಮ ಬಳಗದವರು "ಏನಲೇ ನಿನ್ನ ಹೆಂಡತಿದ ತಿಂಗಳಿಗೆ ಎಷ್ಟ ಸಲಾ 'ಡೇಟ್?' ಯಾವಾಗಲೂ 'ಔಟ್' ಇರತಾಳಲಾ?" ಅಂತ ನನಗ ಚಾಷ್ಟಿ ಮಾಡತಿದ್ದರು. ನಾ ತಲಿ ಕೆಟ್ಟ ಒಂದ ಸಲಾ ಕೇಳಿದೆ,

"ನಿನಗ ತವರ ಮನಿ ಕಡೆ ಫಂಕ್ಶನ್ ಇದ್ದಾಗ ಡೇಟ್ ಇರಂಗಿಲ್ಲಾ, ನಮ್ಮ ಪೈಕಿ

ಫಂಕ್ಶನ್ ಇದ್ದಾಗ ಇಷ್ಟ ಅದ ಹೆಂಗ 'ಡೇಟ್' ಕರೆಕ್ಟ್ ಬರತದ?" ಅಂತ.

"ನಮ್ಮ ತವರ ಮನ್ಯಾಗ ಏನ ಕಾರ್ಯಕ್ರಮ ಮಾಡಬೇಕಾದರೂ ನನ್ನ 'ಡೇಟ್' ನೋಡ್ಕೊಂಡ ಫಿಕ್ಸ್ ಮಾಡತಾರ, ನಿಮ್ಮಂದಿ ಗತೆ ಅಲ್ಲಾ" ಅಂದ್ಲು.

"ಅಂದರ ನಿಮ್ಮ ತವರ ಮನಿ ಕ್ಯಾಲೆಂಡರ್‌ನಾಗ ತಿಂಗಳಿಗೆ ಮೂರ ದಿವಸ ನಿಂದ ಡೇಟ್ ಇದ್ದಾಗ ಕೆಂಪ ಬಣ್ಣದಲೇ ತಾರೀಖ ಮಾರ್ಕ್ ಮಾಡಿರತಾರೇನ, ಅದನ್ನ ನೋಡಿ ಕಾರ್ಯಕ್ರಮ ಫಿಕ್ಸ್ ಮಾಡಲಿಕ್ಕೆ?" ಅಂದೆ.

"ರ್ರೀ! ಹೋಗರ್ರೀ, ಅವರು ನಂದ ಡೇಟ್ ಈ ತಿಂಗಳ ಯಾವಾಗ ಅದ ಅಂತ ನನ್ನ ಕೇಳಿ ಕಾರ್ಯಕ್ರಮ ಫಿಕ್ಸ್ ಮಾಡತಾರ" ಅಂತ ಅಂದ್ಲು. ಈಕಿದ ಡೇಟ್ ಅಂದ್ರ ಏನಂತ ತಿಳ್ಕೊಂಡೀರಿ? ಯಾವಾಗ ಬೇಕ್ ಆವಾಗ ರೇಶನ್ ಅಂಗಡ್ಯಾಗ ಚಿಮಣಿಯಣ್ಣಿ ಬಂದಂಗ ತನ್ನ ಅನುಕೂಲದ ಪ್ರಕಾರನ ಬರತದ. ಹಿಂದ ನನ್ನ ಲಗ್ನದ ಡೇಟ್ ಫಿಕ್ಸ್ ಮಾಡಬೇಕಾರೂ ಹಿಂಗ ಆತು. ಫೆಬ್ರವರಿ 13, 2000ಕ್ಕ ನಂದ ನಿಶ್ಚಯ ಆತು. ಮುಂದ ಲಗ್ನದ ಡೇಟ್ ಫಿಕ್ಸ್ ಮಾಡಬೇಕಂದರ ಪಾಪ, ನಮ್ಮ ಮಾವಗ ಸಾಕ ಸಾಕಾಗಿ ಹೋತು. ಒಂದು ಮೂಹೂರ್ತ ಇದ್ದಾಗ ಅವರ ಬಜೆಟ್‌ನಾಗಿಂದ ಕಲ್ಯಾಣ ಮಂಟಪ ಖಾಲಿ ಇರಬೇಕು. ಮತ್ತ ಮದುವಿ ಮುಹೂರ್ತ ರವಿವಾರನ ಇರಬೇಕು. ಇದ ನಮ್ಮ ಕಂಡೀಷನ್. ಯಾಕಂದರ ನಾವು ಸ್ಮಾರ್ಥರಾಗ ನೌಕರಸ್ಥ ಮಂದಿ, ಎಲ್ಲಾ ರವಿವಾರನ ಆಗಬೇಕು. ಹಿಂಗಾಗಿ ಏನ ಮಾಡಿದರೂ ರವಿವಾರನ ಮಾಡೋರು. ಬ್ಯಾರೇ ದಿವಸ ಆದರ ನಾವು ನಮ್ಮ ಅಪ್ಪನ್ನ ಲಗ್ನಕ್ಕೂ ಹೋಗೋ ಮಂದಿ ಅಲ್ಲಾ. ಇನ್ನ ಎಲ್ಲಾದಕ್ಕಿಂತ ಹೆಚ್ಚಾಗಿ ಅವತ್ತ ನನ್ನ ಹೆಂಡತಿ ಆಗೋಕಿದ 'ಡೇಟ್' ಇರಬಾರದು. ಈ ಮೂರು ಹೊಂದೋದು ಅಷ್ಟ ಸರಳ ಇರಲಿಲ್ಲ. ತೊಗೊ! ನಮ್ಮ ಮಾವಗ ಇವನ್ನೆಲ್ಲಾ ನೋಡಿ ಕಲ್ಯಾಣ ಮಂಟಪ ಫಿಕ್ಸ್ ಮಾಡೋದರಾಗ 'ಕುರಿ –ಕೋಣ' ಬಿದ್ದ ಹೋತ. ಒಂದ ಫೆಬ್ರವರಿಗೆ ನಿಶ್ಚಯ ಆಗಿದ್ದ ಕಡಿಕೂ ನವೆಂಬರದಾಗ ಮದುವಿ ಫಿಕ್ಸ್ ಆತ. ಅದು 'ರವಿವಾರ' ಆಗಲಿಲ್ಲರಿ, ಮಂಗಳವಾರ ಆತು. ಕಡಿಕೆ ನಾ ರಜಾ ತೊಗಂಡ ಲಗ್ನಾ ಮಾಡ್ಕೊಂಡೆ. ರವಿವಾರನ ಅಂತ ಕೂತಿದ್ರ ಈಕಿ ಡೇಟ್ ಗದ್ದಲದಾಗ ನಂದ ಲಗ್ನದ ಡೇಟ್ ಫಿಕ್ಸ್ ಆಗತಿದ್ದಿದ್ದಿಲ್ಲ. ಬರೊಬ್ಬರಿ ನಿಶ್ಚಯಕ್ಕ ಲಗ್ನಕ್ಕ ಒಂಬತ್ತ ತಿಂಗಳ ಹದಿನೈದ ದಿವಸ ಫರಕ್ ಆತ. ಹಂಗೇನರ ನಮ್ಮ ಮಂದ್ಯಾಗ ನಿಶ್ಚಯ ದಿವಸ 'ಪ್ರಸ್ಥ'ದ ಪದ್ಧತಿ ಇದ್ದಿದ್ದರ ಲಗ್ನ ತನಕ ಮಿನಿಮಮ್ ಒಂದ ಡಿಲೇವರಿ ಆಗತಿತ್ತು, ಕಡಿಕೆ 'ಸೀಮಂತ ಕಾರ್ಯಾ'ರ ಆಗಿರತಿತ್ತು, ಆ ಮಾತ ಬ್ಯಾರೆ. ಇರಲಿ ಆಗಿದ್ದ ಆಗಿ ಹೋತ.

ಒಂದ ಮೂರ ವರ್ಷದ ಹಿಂದಿನ ಮಾತು. ನನ್ನ ಹೆಂಡತಿ ಮೌಶಿ ಮಗಳ ಮದುವಿ ಫಿಕ್ಸ್ ಮಾಡಿದ್ದರು. ಈ ಸಲಾ ಪಾಪ, ಅವರು ನನ್ನ ಹೆಂಡತಿದ 'ಡೇಟ್' ಕೇಳಲಾರದ ಗಂಡ ಬೀಗರ ಮಾತ ಕೇಳಿ ಮದುವಿ 'ಡೇಟ್' ಫಿಕ್ಸ್ ಮಾಡಿದ್ದರು. ಮುಂದ ಅವರಿಗೆ ಗೊತ್ತಾತು, ಕರೆಕ್ಟ್ ಲಗ್ನದ ಮೂಹೂರ್ತಕ್ಕ ಈಕಿದ 'ಡೇಟ್' ಅದ ಅಂತ. ಒಂದ ಸಲಾರ ನನ್ನ ಹೆಂಡತಿದ ತವರಮನಿ ಕಾರ್ಯಕ್ರಮಕ್ಕೂ ಆಕಿ 'ಡೇಟ್'

ಅಡ್ಡ ಬಂತಲಾ ಅಂತ ನನಗ ಖುಶಿ ಆತು. ತವರಮನಿ ಮದುವಿ ತಪ್ಪತದಲಾ ಅಂತ ನನ್ನ ಹೆಂಡತಿಗೆ ಸಂಕಟ ಆಗಲಿಕತ್ತು. ಈಗ ಮದುವಿ ಡೇಟ್ ಅಂತೂ ಮುಂದ ಹಾಕಲಿಕ್ಕ ಬರಂಗಿಲ್ಲಾ, ಈಕಿ ತನ್ನ 'ಡೇಟ್' ಹೆಂಗ ಮುಂದ ಹಾಕಬೇಕಂತ ವಿಚಾರ ಮಾಡಲಿಕತ್ತಳು. ಆವಾಗ ನಮ್ಮವ್ವಾ, "ನೀ ಏನರ ಹಾಳ ಗುಂಡಿ ಬೀಳ, ಆದರ ಗುಳಗಿ ಮಾತ್ರ ತೊಗೋಬ್ಯಾಡಾ, ನಿಸರ್ಗದ ಸ್ವಾಭಾವಿಕ ಪ್ರಕ್ರಿಯೆಗಳನ್ನ ಹಿಂಗ ವಿಜ್ಞಾನದಿಂದ ಮುಂದೂಡಿದರ ಮುಂದ ನೈಸರ್ಗಿಕ ವಿಕೋಪ ಆಗತದ" ಅಂತ ಹೆದರಿಸಿದ್ಲು. ಪಾಪ, ನನ್ನ ಹೆಂಡತಿ ಹೆದರಿ ತಮ್ಮ ಪೈಕಿ ಎಲ್ಲಾ ಹಿರೇ ಮುತ್ತೈದಿಯರನ್ನ ಕನ್ಸಲ್ಟ್ ಮಾಡಿ ತನ್ನ ಮುದ್ದತ ಮುಂದ ಹಾಕಲಿಕ್ಕೆ ನೈಸರ್ಗಿಕ ವಿಧಾನಗಳನ್ನ ಕೇಳಲಿಕ್ಕೆ ಶುರು ಮಾಡಿದ್ಲು.

ಅವರ ಮೌಶಿ ಹೇಳಿದ್ಲು "ಅವ್ವಕ್ಕ, ದೇವರನ ಬೇಡಕೊಂಡ ಒಂದ ಅಡಕಿ ಬೆಟ್ಟಾ ತುಳಸಿ ಕಟ್ಟಿ ಒಳಗ ನೆಡವಾ, ಅಂದರ ಮುಂದ ಹೋಗತದ."

ನಾ ಈಕಿಗೆ ಹೇಳಿದೆ, "ಬರೇ ಅಡಕಿ ಬೆಟ್ಟಾ ಯಾಕ? ಸುಮ್ಮನ ಟೆಂಗಿನಕಾಯಿ ನೆಡು, ಒಂದ ವರ್ಷ ಮುಂದ ಹೋಗವಲ್ತಾಕ" ಅಂದೆ.

ಮುಂದ ಆಕಿ ಅತ್ಯಾನ ಸಲಹೆ ಬಂತು, "ಅವ್ವಿ, ಒಂದ ಸ್ವಲ್ಪ ಗೋಪಿ ಚಂದನ ತೊಗೊಂಡ ಮಸರನಾಗ ತೇಯದ ಹೊಟ್ಟ್ಯಾಗ ತೊಗೊ" ಅಂದರು.

ನಾ "ಗಂಡನ ಜೀವಾನ ತೇಯದ-ತೇಯದ ದಿವಸಾ ಹೊಟ್ಟ್ಯಾಗ ತೊಗೋಳವರಿಗೆ ಇದೇನ ದೊಡ್ಡ ಮಾತ ತೊಗೊ" ಅಂದೆ.

ಅವರ ಮಾಮಿ ಫೋನ್ ಮಾಡಿ ಹೇಳಿದ್ರು, "ಒಂದ ನಾಲ್ಕ ಲಿಂಬೆ ಹಣ್ಣಿನ ಬೀಜಾ ನುಂಗ, ನಿಂದ 'ಡೇಟ್' ಒಂದ ವಾರ ಮುಂದ ಹೋಗ್ತದ" ಅಂತ.

ನಾ ಹೇಳಿದೆ, "ನೀ ಒಬ್ಬಕೀನ ನುಂಗ ಮತ್ತ, ನೀ ಏನ್ ಎಲ್ಲರ ತವಿ ಒಳಗ ಲಿಂಬಿ ಹಣ್ಣ ಹಿಂಡಿ ಬೀಜಾ ತಗೀಲಾರದ ಹಂಗ ಬಿಟ್ಟ ಗಿಟ್ಟಿ, ಆಮೇಲೆ ಇಡಿ ಮನಿ ಮಂದಿ ನುಂಗಿ ಎಲ್ಲಾರದೂ 'ಡೇಟ್' ಮುಂದ ಹೋಗಿ-ಗಿಗಿತ್ತ."

"ರ್‍ರೀ, ನೀವ ಸ್ವಲ್ಪ ಸುಮ್ಮನ ಕೂಡ್ರಿ, ನನ್ನ ಸಂಕಟ ನನಗ ಹತ್ತೇದ, ನಿಮಗೇನ್ ಹುಡಗಾಟಕಿ ಆಗೇದ" ಅಂದ್ಲು. ಒಬ್ಬರ ಯಾರೋ ಅವರ ಪೈಕಿಯವರು, 'ಕಸಬರಗಿ ಮತ್ತ ಮಸಿ ಅರಬಿ' ಮುದ್ದಾಮ ತುಳೀಬ್ಯಾಡಾ, ತುಳದರ ಲಗೂ ಆಗ್ತದ ಅಂತ ಹೇಳಿದ್ರು. ಮತ್ತೊಬ್ಬರ ಯಾರೋ 'ಎಡಗೈ ಕಿರಬಟ್ಟಿಗೆ ಕರೆ ಧಾರಾ ಕಟಗೊ' ಅಂದ್ರು. ಇನ್ನೊಬ್ಬರು 'ಉಪ್ಪಿನಾಗ ತಾಮ್ರದ ಬಿಲ್ಲಿ ಹುಗದ ಇಡ' ಅಂದ್ರು. ಒಟ್ಟ ಎಲ್ಲಾರು ತಲಿಗೆ ತಿಳದದ್ದ ಹೇಳ್ಕೋತ ಹೊಂಟರು. ಈಕಿ ಅವರ ಹೇಳಿದ್ದ ಎಲ್ಲಾ ಮಾಡ್ಕೋತ ಹೊಂಟಳು.

ಹೀಂಗ ಇಡಿ ಆಕಿ ತವರಮನಿನ ಆಕಿದ 'ಡೇಟ್' ಮುಂದ ಹಾಕಸ್ಲಿಕ್ಕೆ ಗುದ್ದಾಡಲಿಕತ್ತ. ಇಷ್ಟ ಈಕಿ ನಮ್ಮ ಮನಿ ಕಡೆ ಫಂಕ್ಶನ್ ಇದ್ದಾಗ ಒಮ್ಮಿನೂ ತಲಿ ಕೆಡಿಸಿಗೊಂಡಿದ್ದಿಲ್ಲಾ. ಅಂತೂ ಇಂತೂ ಮದುವಿ 'ಡೇಟ್' ಹತ್ತರ ಬಂತು, ಗಡಿಗೆ ನೀರು ಆತು, ದೇವರ ಊಟ ಆತು, ರುಕ್ಕೋತ ಬಂತು, ಹೂಂ-ಹೂಂ 'ಡೇಟ್' ಮಾತ್ರ ಬರಲಿಲ್ಲಾ. ಮುಂದ

ಮದುವಿ ಆತು, ಮದುವಿ ಆದವರದ ಪ್ರಸ್ಥ ಆತ, ಸತ್ಯನಾರಾಯಣನೂ ಮುಗೀತ. ಮದುವಿ ಮಾಡ್ಕೊಂಡವರಗಿಂತಾ ಈಕಿ ಮಾರಿ ಮ್ಯಾಲೇ ಜಾಸ್ತಿ ಕಳೆ ಇತ್ತ. ಈಕಿದ 'ಡೇಟ್' ಒಂಥರಾ ಕೋರ್ಟ್‌ನಾಗಿನ ಮುದ್ದತ ಮುಂದ ಹೋದಂಗ ಹೊಂಡತು. ಮೂರ- ನಾಲ್ಕ ಮಂದಿ ಮಾತ ಕೇಳಿ ಎಲ್ಲಾರ ಸಲಹೆನೂ ಪಾಲಿಸಿದ್ದಳು, ಬಹುಶಃ ಎಲ್ಲಾರದೂ ರಿಸಲ್ಟ್ ಕೊಟ್ಟಿತ್ತ ಕಾಣಸ್ತದ, ಮದುವಿ ಮುಗದ 10-12 ದಿವಸಾ ಆದರೂ ಈಕಿ 'ಡೇಟ್'ದ ಪತ್ತೆ ಇರಲಿಲ್ಲ, ಕಡಿಕೆ ಆ ಹೊಸ್ತಾಗಿ ಮದುವಿ ಆಗಿದ್ದ ಇವರ ಮೌಶಿ ಮಗಳದ್ದ 'ಡೇಟ್' ಆತ, ಆದರ ಈಕಿದ ಆಗಲಿಲ್ಲ. ನಾ ಹೇಳಿದೆ "ಎಲ್ಲಾರೂ ಏನೇನ ಹೇಳ್ಯಾರ, ಎಲ್ಲಾ ನೆನಪ ಇಟಗೋ, ಇನ್ನ ಮುಂದ ನಮ್ಮ ಪೈಕಿ ಯಾರದರ ಫಂಕ್ಶನ್ ಇದ್ದಾಗ ಉಪಯೋಗ ಆಗ್ತದ.".

ಮುಂದ 10-15 ದಿವಸದಾಗ ನಾ ಈಕಿ 'ಡೇಟ್ ಪುರಾಣ' ಮರತಬಿಟ್ಟೆ, ಆದರ ಆಕಿ ಮರೀಲಿಲ್ಲ, ಆಕಿಗೆ ಏನೋ ಒಂದ ತರಹ ಹೊಟ್ಯಾಗ ಗುಳು-ಗುಳು ಶುರು ಆತ. ಅವರಿವರ ಮಾತ ಕೇಳಿ ಸುಟ್ಟು ಸುಡಗಾಡ ತಿಂದ 'ಡೇಟ್' ಮುಂದ ಹಾಕ್ಕೊಂಡಿದ್ದಳು. ಪಿತ್ತ ಆಗಿ ತಲಿ ತಿರಗಿದಂಗ, ವಾಂತಿ ಬರೋಹಂಗ ಆಗಲಿಕ್ಕ ಹತ್ತು. ಒಂದ್ಯಾರಡ ಸಲಾ ವಾಂತಿನೂ ಮಾಡ್ಕೊಂಡಳು. ನಾ ಅಂದೆ: "ಯಾಕೋ ವಾಂತಿ. ವಾತಾವರಣ ನೋಡಿದ್ರ ಪಿತ್ತದ್ದ ಅನಸಂಗಿಲ್ಲಾ, ಒಂದ ಸರತೆ ಯಾವದರ ಡಾಕ್ಟರ್‌ಗೆ ತೋರಿಸ್ಕೊಂಡ ಬಾ, ಒಂದ ಹೋಗಿ ಇನ್ನೊಂದ ಆಗಬಾರದು" ಅಂದೆ.

"ಯೇ, ಹೋಗರೀ ಸುಮ್ಮನ ಹೆದರಸ ಬ್ಯಾಡರಿ, ನಾ ತೊಗಂಡಿದ್ದ ಎಲ್ಲಾ ಔಷಧ ಮೈಗೆ ಹತ್ತಿರಬೇಕ. ಹಿಂಗಾಗಿ ಪಿತ್ತ-ಗಿತ್ತ ಆಗಿರಬೇಕು" ಅಂದ್ಲು.

ಆದ್ರ ಅದ ಹಂಗ ಆಗಿದ್ದಿಲ್ಲಾ, ಆಕಿಗೆ ಖರೇ ಹೇಳ್ಬೇಕಂದ್ರ ಅವರ ಬಳಗದವರ ಯಾರ ಹೇಳಿದ್ದ ಔಷಧಾನೂ ಮೈಗೆ ಹತ್ತಿದ್ದಿಲ್ಲ. ಆಕಿಗೆ ಮೈಗೇ ಹತ್ತಿದ್ದ ಬ್ಯಾರೇ. ಕಡಿಕೆ ಲೇಡಿ ಡಾಕ್ಟರಗೆ ತೋರಿಸ್ದಾಗ ಅವರ ನನ್ನ ಮಾರಿ ನೋಡಿ ನಕ್ಕು "ಕಂಗ್ರ್ಯಾಟ್ಸರೀ, ಅಂತೂ ಮಗಳ ತಯಾರಿ ಮಾಡಿದಿರಲಾ" ಅಂದ್ರೂ. ನಾ ಅವರಿಗೆ ಥ್ಯಾಂಕ್ಸ್ ಹೇಳಿ ಸ್ಕ್ಯಾನಿಂಗ್‌ಗೆ ಯಾವಾಗ ಕರಕೊಂಡ ಬರಲಿ ಅಂತ ಕೇಳ್ಕೊಂಡ ಮನಿಗೆ ಬಂದೆ.

ನನಗ ಇವತ್ತೂ ನನ್ನ ಮಗಳ 'ಪ್ರಶಸ್ತಿ' ಮಾರಿ ನೋಡಿದಾಗೊಮ್ಮೆ ನನ್ನ ಹೆಂಡತಿ 'ಡೇಟ್' ಮುಂದ ಹಾಕಸಲಿಕ್ಕೆ ನುಂಗಿದ್ದ ಲಿಂಬೆ ಹಣ್ಣಿನ ಬೀಜಾ, ತೇಯದ ನೆಕ್ಕಿದ್ದ ಗೋಪಿಚಂದನ, ಹುಗದಿಟ್ಟಿದ್ದ ಅಡಕಿ ಬೆಟ್ಟಾ, ಕಿರಬಳ್ಳಿಗೆ ಕಟಗೊಂಡಿದ್ದ ಕರೆ ದಾರಾ ಎಲ್ಲಾ ನೆನಪಾಗ್ತಾವ. ಅಲ್ಲಾ, ಈಕಿ 'ಡೇಟ್' ಮುಂದ ಹಾಕೋದರ ಸಂಬಂಧ ಊರ ಮಂದಿನ್ನೆಲ್ಲಾ ಕೇಳಿ ಏನೆಲ್ಲಾ ಮಾಡಿದ್ಲು, ಮನಿ ಗಂಡನ್ನ ಒಂದ ಮಾತ ಕೇಳಲಿಲ್ಲಾ ಅನಸ್ತು. ನಾನರ ಎಷ್ಟ ಶಾಣ್ಯಾ! 'ಡೇಟ್' ಮುಂದ ಹಾಕಸೋದ ನನ್ನ ಕೈಯಾಗ ಇತ್ತು, ಸುಳ್ಳ ಊರ ಮಂದಿನೆಲ್ಲಾ ಕೇಳಿಸಿದೆ. ಬಹುಶಃ ಅದಕ್ಕ ಅಂತಾರ 'ಹಿತ್ತಲ ಗಿಡಾ ಮದ್ದಲ್ಲಾ, ಕಟಗೊಂಡ ಗಂಡಗ ಬುದ್ಧಿ ಇಲ್ಲಾ' ಅಂತ. ಇರಲಿ ಇನ್ನೊಮ್ಮೆ ಏನರ ಆಕಿ ನಮ್ಮ ಪೈಕಿ ಯಾರದರ ಫಂಕ್ಶನ್ ಇದ್ದಾಗ, "ನಂದ ಡೇಟ್ ಅದ, ನಾ ಬರೋದ

ಡೌಟ್" ಅಂತ ಅನ್ನಲಿ, ಅದನ್ನ ಹೆಂಗ ಮುಂದ ಹಾಕಸಬೇಕ ಅಂತ ಗೊತ್ತಾತಲಾ ಈಗ ಅನಸ್ತು. ಆದರ ಹಂಗ ನಾ ಈಕಿ 'ಡೇಟ್' ಮುಂದ ಹಾಕಸಲಿಕ್ಕ ಹಡಕೊತ್ತ ಹೊಂಟರ ಮುಂದ ಮಕ್ಕಳನ್ನ ಸಾಕೋರ ಯಾರರಿಪಾ? ನಾನ ಅಲಾ! ಸುಮ್ಮನ ಆಕಿ ಏನರ ಸುಟ್ಟು-ಸುಡಗಾಡ ತಿಂದ, ಇಲ್ಲಾ ಅಡಕಿ ಬೆಟ್ಟಾ ಎಲ್ಲರ ನೆಟ್ಟ ಮುದ್ದತ ಮುಂದ ಹಾಕೊಳ್ಳಿ ಬಿಡರಿ, ನನಗ್ಯಾಕ ಆಕಿ ಉಸಾಬರಿ?

§

ಏನ್ 'ಗುರು'... ಕಾಫಿ ಆಯ್ತಾ?

ನಾಳೆ ಡಿಸೆಂಬರ್ 13ಕ್ಕ ನಮ್ಮ ದೇಶದ ಸಂಸತ್ತ ಮ್ಯಾಲೆ ದಾಳಿಯಾಗಿ ಹತ್ತ ವರ್ಷ ಆತು. ನಮ್ಮ ಮಂದಿಗೆ ಪಾರ್ಲಿಮೆಂಟ್ ಮ್ಯಾಲೆ ಅಟ್ಯಾಕ ಆಗಿತ್ತು, ಅದನ್ನ ತಡೀಲಿಕ್ಕೆ ಹೋಗಿ ಏಳ ಮಂದಿ ಹುತಾತ್ಮರಾಗಿದ್ದರು ಅನ್ನೋದ ನೆನಪಾಗೋದ ವರ್ಷಕ್ಕ ಒಂದ ಸಲಾ. ಏನ್ಮಾಡೋದು? ನಮ್ಮ ದೇಶದಾಗ ಮ್ಯಾಲಿಂದ ಮ್ಯಾಲೆ ಸಣ್ಣ –ಪುಟ್ಟ ದಾಳಿ, ಬಾಂಬ್ ಸ್ಫೋಟ ಆಗಕೋತ ಇರತಾವ. ಒಂದ ಮರೆಯೋದರಾಗ ಇನ್ನೊಂದ ಆಗಿರತದ. ಪಾಪ, ಜನಾ ಯಾವದಂತ ನೆನಪ ಇಡಬೇಕು? ಇನ್ನ ಹಿಂತಾದರಾಗ ಪಾರ್ಲಿಮೆಂಟ್‌ಗೆ ಅಟ್ಯಾಕ ಮಾಡಿದವರನ ಗಲ್ಲಿಗೆ ಏರಸಬೇಕು ಅನ್ನೊದನ್ನ ಅಂತೂ ಮರತ ಬಿಟ್ಟೇವಿ. ನಮ್ಮ ಕಾನೂನ ಈಗಾಗಲೇ ಇವರಿಗೆ ಗಲ್ಲಿಗೇರಸರಿ ಅಂತ ಶಿಕ್ಷಾ ಕೊಟ್ಟದ. ಆದ್ರ ನಮ್ಮ ಸರ್ಕಾರಕ್ಕ ಯಾಕೋ 'ಅಫ್ಜಲ್ ಗುರು'ನ್ನ ಗಲ್ಲಿಗೇರಸಲಿಕ್ಕೆ ಮನಸ ಬರವಲ್ಲುತ್ತ.

ಒಂದ ಸರತೆ ತಿಹಾರ ಜೈಲಿಗೆ ಹೋಗಿ ಈ 'ಅಫ್ಜಲ್ ಗುರು'ನ ಮಾತಡಿಸ್ಕೊಂಡರ ಬಂದರಾತು ಅಂತ ಮನ್ನೆ ಹೋಗಿದ್ದೆ. ಹಂಗ ನೋಡಿದ್ರ ನಾವ ಅವಂಗ ಎಂದೋ ಗಲ್ಲಿಗೇರಿಸಿ, ಅವನ ಮನ್ಯಾಗಿನವರನ್ನ ಮಾತಾಡಿಸ್ಲಿಕ್ಕೆ ಹೋಗಬೇಕಾಗಿತ್ತು. ಆದರ ನಮ್ಮ ನಸೀಬದಾಗ ಇನ್ನೂ ಅವನ್ನ ಮಾತಾಡಸೋದ ಬರದದ ಅಂತ ಒಳಗ ಹೋದೆ.

ಜೇಲ್ ಒಳಗ ಹೋಗಬೇಕಾರ ಒಂದ ಹತ್ತ ಕಡೆ ಚೆಕ್ಕ ಮಾಡಿದರು.

"ಅಲ್ರೀ, ಏನ ಚೆಕಿಂಗ್ ಭಾಳ ಜೋರ ನಡದದಲಾ? ಗುರುಗ ಯಾರದರ ಬೆದರಿಕೆ ಅದ ಏನ?" ಅಂತ ಕೇಳಿದೆ.

"ಏ, ಅವಂಗ ಯಾರದ ಬೆದರಕಿರಿ? ಇತ್ತೀಚಿಗೆ ಭಾಳ ದೊಡ್ಡ – ದೊಡ್ಡ ಮಂದಿ ಎಲ್ಲಾ ನಮ್ಮ ಜೇಲನಾಗ ಇರತಾರಲಾ, ಅದಕ್ಕ ಇಷ್ಟ ಚೆಕಿಂಗ್" ಅಂತ ಅಫ್ಜಲ್ ಗುರುನ ಸೆಲ್ ಮುಂದ ಕರಕೊಂಡ ಹೋಗಿ ನಿಲ್ಲಿಸಿದರು.

"ಏನ್ ಗುರು ಆರಾಮಾ, ಕಾಫಿ ಆಯ್ತಾ?" ಅಂದೆ. "ಕಾಫೀ, ತಿಂಡಿ ಎಲ್ಲಾ ಆತು, ಆರಾಮ ಇದ್ದೇನಿ" ಅಂದಾ.

"ನೀ ಜೇಲನಾಗ ಇದ್ದ ಒಂದ ಒಂಬತ್ತ ವರ್ಷ ಆಗಲಿಕ್ಕ ಬಂತು, ಹೆಂಗ ಅನಸ್ತದ" ಅಂತ ಕೇಳಿದೆ. "ಏ ಇದೆನ್ರೀ? ಈ ಕಡೆ ಇದ್ದಂಗೂ ಅಲ್ಲಾ ಸತ್ತಂಗೂ ಅಲ್ಲಾ. ಗಲ್ಲು ಶಿಕ್ಷೆ ಕೊಟ್ಟಾರ, ಗಲ್ಲಿಗೆ ಏರಸಿಲಿಕ್ಕ ತಯಾರಿಲ್ಲಾ, ಇನ್ನೂ ಎಷ್ಟ ವರ್ಷ ಹಿಂಗ ಕಳೀಬೇಕೋ ಏನೋ? ಭೆಟ್ಟಿ ಆದವರೆಲ್ಲಾ 'ಏನ್ ಗುರು, ಯಾವಾಗ ಗಲ್ಲು?' ಅಂತ ನನಗ ಕೇಳ್ತಾರ, ನಾನರ ಏನ ಹೇಳಲಿ?" ಅಂದಾ.

ಅಂವಾ ಹೇಳೋದು ಖರೇನ ಅದ, ಇವತ್ತ ಇಡಿ ದೇಶಕ್ಕ ದೇಶಾನ 'ಏನ್ ಗುರು, ಯಾವಾಗ ಗಲ್ಲು?' ಅಂತ ಅವಂಗ ಕೇಳೋ ಹಂಗ ಆಗೇದ. ಯಾಕಂದರ

ನಮ್ಮ ಸರ್ಕಾರದವರಂತೂ ಇವತ್ತ– ನಾಳೆ ಅಂತ ಮುಂದ ಹಾಕೋತ್ತ ಹೊಂಟಾರ.

"ಏ, ನೀ ಏನ್ ಕಾಳಜಿ ಮಾಡಬ್ಯಾಡಾ, ನಮ್ಮ ಪ್ರಧಾನಮಂತ್ರಿ ಕೊಂದವರಿಗೆ ಇಪ್ಪತ್ತ ವರ್ಷ ಆದರೂ ಇನ್ನೂ ಗಲ್ಲಿಗೇರಸಲಿಕ್ಕೆ ಆಗಿಲ್ಲಾ. ಇನ್ನ ನಿನ್ನ ಪಾಳೆ ಇನ್ನೂ ದೂರದ ತೊಗೊ" ಅಂತ ಧೈರ್ಯಾ ಕೊಟ್ಟೆ. "ಏನೋ ದೇವರ ದೊಡ್ಡಾಂವ, ನಮ್ಮ ಜನಾನೂ ನನ್ನ ಸಂಬಂಧ ಆವಾಜ ಎತ್ಯಾರ. ನಂಗ ಮಾಫ್ ಮಾಡಿದರೂ ಮಾಡಬಹುದು" ಅಂದಾ.

"ಆ ದೇವರಕಿಂತಾನೂ ನಮ್ಮ ಸರ್ಕಾರ ದೊಡ್ಡದಪ್ಪಾ, ಸಾಕ್ಷಾತ ಯಮರಾಜ ಮನಸ ಮಾಡಿದರೂ ನಮ್ಮ ಸರ್ಕಾರ ಮನಸ್ಸ ಮಾಡೋಮಟಾ ನಿಂಗ ಗಲ್ಲಿಗೇರಸಲಿಕ್ಕೆ ಸಾಧ್ಯ ಇಲ್ಲಾ. ನೀ ಆರಾಮ ಇರು" ಅಂದೆ.

ನಮ್ಮ ದೇಶದ ಜೇಲ್ ಅಂದ್ರ ಏನ ಅಂತ ತಿಳ್ಕೊಂಡೀರಿ? ಯಾರ ಬೇಕಾದವರ, ಎಷ್ಟ–ಬೇಕಷ್ಟ ದಿವಸ ಆರಾಮ ಇರಬಹುದು. ಹಿಂದಕ ರಾಜೀವ ಗಾಂಧಿ ಹತ್ಯೆ ಕೇಸನಾಗ ಶಿಕ್ಷೆ ಆಗಿದ್ದ ನಳಿನಿಗೆ ಬಾಣಂತನ ಜೇಲನಾಗ ಮಾಡಿದ್ವಿ, ಮುಂಬೈ ಮ್ಯಾಲೆ ದಾಳಿ ಮಾಡಿದ್ದ ಕಸಬಗ ವರ್ಷಾ ಕೋಟಿಗಟ್ಟಲೇ ಖರ್ಚ ಮಾಡಿ ಅಳೆತನಾನೂ ಇಲ್ಲೇ ಮಾಡ್ಲಿಕತ್ತೇವಿ, ಇನ್ನ ಈ ಗುರುನ ಸಂಬಂಧ ಎಷ್ಟ ಖರ್ಚ ಮಾಡ್ಲಿಕತ್ತೇವಿ ಅಂತ ಲೆಕ್ಕಾನೂ ಇಡ್ಲಿಕ್ಕೆ ಹೋಗಿಲ್ಲಾ. ಅಲ್ಲಾ ಎಷ್ಟ ಅಂದ್ರು ಅಫ್ಜಲ್ ನಮ್ಮ ದೇಶದವನ ಅಲಾ. ಲೆಕ್ಕ ಇಟ್ಟರ ಏನ ಮಾಡಬೇಕು? ಇದ್ದಷ್ಟ ದಿವಸ ತಿಂದ–ಉಂಡ ಅಡ್ಯಾಡಕೋತ ಇರವಲ್ನಾಕ.

ಹಂಗ ಇನ್ನೊಂದ ಎರಡ ಪ್ರಶ್ನೆ ಕೇಳಬೇಕು ಅನ್ನೋದರಾಗ ಜೋರಾಗಿ ಸೈರನ್ ಆತ. ನಾ ಯಾರೋ ಜೇಲನಿಂದ ಓಡಿ ಹೋದರು, ಇಲ್ಲಾ ಯಾರಿಗೋ ಬೇಲ್ ಸಿಕ್ಕತು ಅನ್ಕೊಂಡಿದ್ದೆ. ಆದರ "ನಿಮ್ಮ ಮುಲಾಕಾತ ಟೈಮ್ ಮುಗೀತ. ನೀವಿನ್ನ ನಡೀರಿ" ಅಂತ ನಂಗ ಹೊರಗ ಅಟ್ಟಿದ್ರು. ಮತ್ತ ಮುಂದಿನ ವರ್ಷ ಬಂದ ಮಾತಾಡಿಸಿದ್ರಾತ ತೊಗೊ, ಇಷ್ಟ ಲಗೂನ ಅವಂಗೇನ ಗಲ್ಲಿಗೇರಸಂಗಿಲ್ಲಾ ಅಂತ ಸುಮ್ಮನ ಹೊರಗ ಬಂದೆ.

§

ಕಿರಾಣಿ ವಿಶೇಷಾಂಕ

ಮನ್ನೆ ಮಧ್ಯಾಹ್ನ ದುಡದ ಸಾಕಾಗಿ ಬಂದ ದಣೇಯಿನ ಊಟಕ್ಕ ಕೂತಿದ್ದೆ. ಒಂದ ಸರತೆ ಸಾರೂ ಅನ್ನ ಉಂಡ, ಇನ್ನೇನ ಎರಡನೇ ಸರತೆ ಅನ್ನಕ್ಕ ಹುಳಿ ಹಾಕಸಿಗೋಬೇಕು ಅನ್ನೋದರಾಗ ನಮ್ಮವ್ವಾ ಅಡಗಿ ಮನ್ಯಾಗಿಂದ ಒಂದ ಕೈಯಾಗ ಸಾರಿನ ಸೌಟ ಹಿಡಕೊಂಡ, "ಪ್ರಶಾಂತಾ, ಹೋದ ತಿಂಗಳದ್ದ ಕಿರಾಣಿ ಸಾಮಾನದ್ದ ರೊಕ್ಕಾ 4850 ರೂಪಾಯಿ ಕೊಡಬೇಕ, ನಾವ ಅದನ್ನ ಹಂಗ ಬಾಕಿ ಇಟ್ಟ ಮೊನ್ನೆ ಮತ್ತ ಹಬ್ಬದ ಸಾಮಾನ ಉದ್ರಿ ತಂದೇವಿ" ಅಂತ ಅಂಗಡಿಯವನ ಪರವಾಗಿ ಪೇಮೆಂಟ್ ಕೇಳಿದ್ಲು. ನಮ್ಮ ಅವ್ವಗ ನಾ ಊಟಕ್ಕ ಕೂತಾಗ ರೊಕ್ಕಾ ಕೇಳೋ ಚಟಾ ಅದ, ಆದರ ನನಗ ಊಟಕ್ಕ ಕೂತಾಗ ಯಾರರ ನಾ ರೊಕ್ಕಾ ಕೊಡೋ ವಿಷಯ ತಗದರ ಭಾಳ ಸಿಟ್ಟ ಬರತದ. ಮೊದ್ಲ ನಾ ಉಣ್ಣೋದ ನಾಲ್ಕ ತುತ್ತ, ಅದರಾಗ ರೊಕ್ಕದ ವಿಷಯ ಬಂದರ ಎರಡ ತುತ್ತೂ ಗಂಟಲದಾಗ ಇಳಿಯಂಗಿಲ್ಲಾ.

"ಈಗೇನ್ ನಾ ಕೈತೊಳ್ಕೊಂಡ ರೊಕ್ಕಾ ಕೊಟ್ಟ ಬಂದ ಆಮೇಲೆ ಮಜ್ಜಗಿ ಅನ್ನಾ ಉಣ್ಣಲೋ, ಏನ ಮಜ್ಜಿಗೆ ಅನ್ನಾ ಉಂಡ ಆಮ್ಯಾಲೆ ಕೊಟ್ಟರ ನಡೀತದೋ?" ಅಂತ ನಾ ಜೋರ ಮಾಡಿದೆ.

"ಏ ಉಣ್ಣೋ ಮಾರಾಯಾ ಉಣ್ಣ, ನಾ ನಿನಗ ಹೇಳಿದೆ ಇಷ್ಟ. ನಮಗ ಸುಡಗಾಡ ವಯಸ್ಸಾಗೇದ. ಆಮೇಲೆ ಮರತ ಬಿಡತೇವಿ ಅಂತ ಈಗ ಹೇಳಿದೆ. ನೀ ಯಾವಾಗರ ಕೊಡಕೋ, ನಂಗೇನ ಆಗೋದ ಅದ? ಎಷ್ಟ ಅಂದ್ರು ಇದ ನಿಂದ ಸಂಸಾರ" ಅಂದ್ಲು.

ನಂದ ಸಂಸಾರ ಅಂದರ ಎಲ್ಲಾದಕ್ಕೂ ನಾನ ರೊಕ್ಕಾ ಕೊಡೋಂವಾ ಅಂತ ಅಷ್ಟ, ಮನ್ಯಾಗ ಎಲ್ಲಾ ನಂದ ನಡೀತದ ಅಂತ ಅಲ್ಲಾ ಮತ್ತ.

ಸರಿ ಊಟಾ ಮುಗಿಸಿ ಕೈ ತೊಳ್ಕೊಂಡ ಒರಿಸಿಗೊಳ್ಳಿಕ್ಕೆ ಟವೆಲ್ ಹುಡಕಲಿಕತ್ತಿದ್ದೆ, ನಮ್ಮವ್ವಾ ಹಾಳಿ ಕೊಟ್ಲು. "ಇದೇನ್, ಈಗ ಮನ್ಯಾಗೂ ಪೇಪರ್ ನ್ಯಾಪಕಿನ್?" ಅಂದೆ. "ಅಲ್ಲೋ ಇದ ಕಿರಾಣಿ ಸಾಮಾನ ಚೀಟಿ, ನೀ ಯಾವಾಗರ ಕೊಟಗೋ" ಅಂತ ಕೈಯಾಗ ಚೀಟಿ ತುರ್ಕಿದ್ಲು.

ನಾ ರೊಕ್ಕದ ಹಿರೇತನ ನಮ್ಮನ್ಯಾಗ ಮಾಡಲಿಕತ್ತ ಒಂದ ಇಪ್ಪತ್ತ ವರ್ಷ ಆತ. ಆದರ ನಾ ಒಂದ ಸರತೆನೂ ಎದಕ್ಕ ಎಷ್ಟ ಖರ್ಚ ಆತೂ ಅಂತ ತಲಿ ಕೆಡಿಸಿ ಕೊಂಡವಾ ಅಲ್ಲಾ. ನಮ್ಮವ್ವ ಎಷ್ಟ ಹೇಳತಾಳ ಅಷ್ಟ ದುಡ್ಡ ಕೊಟ್ಟ ಸುಮ್ಮನ ನನ್ನ ಪಾಡಿಗೆ ನಾ ಇದ್ದ ಬಿಡಾಂವ. ಆದರ ತಿಂಗಳಾ ಮೂರ –ಮೂರುವರಿ ಸಾವಿರಕ್ಕ ಮುಗಿಯೋ ಚೀಟಿ ಈ ಸಲಾ ಯಾಕೋ 4ರ ಗಡಿ ದಾಟಿತ್ತು. ಒಂದ ರೌಂಡ್ ಮನ್ಯಾಗ ಯಾವ್ಯಾವ ಸಾಮಾನ ತರಸ್ತಾರ, ಎಷ್ಟೆಷ್ಟ ತರಸ್ತಾರ, ಯಾಕ ತರಸ್ತಾರ ಮತ್ತ ಅವಕ್ಕ

ಎಷ್ಟೆಷ್ಟ ರೊಕ್ಕಾ ನೋಡೆ ಬಿಡೋಣ್ ಅಂತ ಚೀಟಿ ತನಿಖೆ ಶುರುಮಾಡಿದೆ. ಚೀಟಿ ಮ್ಯಾಲೆ 'ಪಿ.ಕೆ. ಅಡೂರ – ಬಾಕಿ 4850.00' ಅಂತ ಬರದಿದ್ದರು. ಅದರ ಕೆಳಗ 'ಸಾಮಾನು – ತೂಕ – ರೊಕ್ಕಾ' ಬರಕೋತ ಹೋಗಿದ್ದರು. ಒಂದ ಪುಟಾ ತುಂಬಿ ಎರಡನೇ ಪುಟದ ಅರ್ಧಕ್ಕ ಟೋಟಲ್ ಕಾಣತು. ಅಲ್ಲೇ ಮತ್ತ 4850 ರೂ. ಬಾಕಿ ಅಂತ ಸ್ವಲ್ಪ ತೀಡಿ ದಪ್ಪಗ ಬರದಿದ್ದರು. ಈ ಸಂಸಾರ ಅನ್ನೋದ ಎಷ್ಟ ಸಾಮಾನನಿಂದ ನಡಿತದ ಅನ್ನೋದರ ವಿಶ್ಲೇಷಣೆ ಶುರು ಮಾಡಿದೆ. ಲಿಸ್ಟ್‌ನಾಗ ಮೂದಲ ನಮ್ಮ ಮಂದಿ ಮೇನ್ ಐಟಮ್– ಅನ್ನ ಬ್ರಹ್ಮ.

ಅಕ್ಕಿ– 25 ಕೆಜಿ – 750 ರೂ.

ದಪ್ಪಕ್ಕಿ, ಸಣ್ಣಕ್ಕಿ, ನಮ್ಮೋಕಿ, ನಿಮ್ಮೋಕಿ ಎಲ್ಲಾ ಕೂಡಿ ತಿಂಗಳಿಗೆ 25 ಕೆ.ಜಿ. ನಮ್ಮ ಮನಿಗೆ ಅಷ್ಟ ಬೇಕೆ ಬೇಕ.

ಮಾತ ಎತ್ತಿದರ ಬರೇ ಅನ್ನಾ ಅನ್ನೋ ಬ್ರಾಹ್ಮಣರ ನಾವ 'ತುಪ್ಪಾ ಅನ್ನಾ, ತವೀ ಅನ್ನಾ, ಸಾರು ಅನ್ನಾ, ಹುಳಿ ಅನ್ನಾ, ಪಳದೆ ಅನ್ನಾ...' ಅಂತ ನೂರಾ ಎಂಟ ಅನ್ನಾ ಉಂಡ ಮತ್ತ ಮರು ದಿವಸ ಆ ಅನ್ನಾ ಉಳಸಿ ಅದನ್ನ 'ಕಲಸನ್ನಾ' ಮಾಡಕೊಂಡ ಉಣ್ಣೋರು. ನಮ್ಮ ಅವ್ವಂತೂ ಆ ಅನ್ನಾ 'ಹಳಸಿದ ಅನ್ನಾ' ಆಗೋಮಟಾ ಬಿಡೋಕಿನ ಅಲ್ಲಾ. ಯಾವಾಗರ ನಮ್ಮ ದೋಸ್ತರಿಗೆ ಊಟಕ್ಕ ಮನಿಗೆ ಬಾ ಅಂತ ಕರದರ "ನಮ್ಮ ಮನ್ಯಾಗ ರೊಟ್ಟಿ ತಿಂದ ಬರತೇನಲೇ, ನೀವ ಬ್ರಾಹ್ಮಣರ ಬರೇ ಅನ್ನ ಹಾಕಿ ಸಾಯ ಹೊಡಿತೀರಿ" ಅಂತಾರ. ಅದು ಖರೇನ್, ಆ ಪರಿ ಅನ್ನಾ ಉಣ್ಣೋ ಬ್ರಾಹ್ಮಣರ ನಾವು. ಇನ್ನ ಪ್ರತಿ ತಿಂಗಳ 25 ಕೆಜಿ ಅಕ್ಕಿ ಒಳಗ ಏನರ ಕಡಿಮೆ ಮಾಡಬೇಕಂದರ ಅದ ಅಷ್ಟ ಸರಳ ಇಲ್ಲಾ. ಒಂದ ನಮ್ಮ ಅವ್ವಾ-ಅಪ್ಪಾ ವಯಸ್ಸಾಗೇದ, ತಾವ ತಿಳ್ಕೊಂಡ ವಾರದಾಗ ಮೂರ–ನಾಲ್ಕ ಸರತೆ ಅನ್ನಾ ಬಿಟ್ಟ ಒಪ್ಪತ್ತು, ಉಪವಾಸ ಮಾಡಬೇಕು. ಇಲ್ಲಾ ಅವರಿಗೆ ಡಾಕ್ಟರ್, 'ನಿಮಗ ಶುಗರ ಆಗೇದ. ಇನ್ನ ಅನ್ನಾ ಕಡಿಮೆ ಮಾಡರಿ' ಅಂತರ ಹೇಳ್ಬೇಕು. ಹೋಗಲಿ ಬಿಡರಿ, ಆಮ್ಯಾಲೆ ನಾ ಅಕ್ಕಿ ರೊಕ್ಕಾ ಉಳಸಲಿಕ್ಕೆ ಹೋಗಿ ಅವಲಕ್ಕಿಗೆ ಇಲ್ಲಾ ಗುಳಗಿಗೆ ಬಡಿಯೋ ಹಂಗ ಆಗಬಾರದು.

ಮುಂದಿನ ಐಟಮ್ ತೊಗರಿ ಬ್ಯಾಳಿ... 7 ಕೆಜಿ – 525 ರೂ.

ತಿಂಗಳಿಗೆ 7 ಕೆಜಿ ಅಂತ ಓದಿ ಗಾಬರಿ ಆಗಬ್ಯಾಡ್ರಿ, ನಂಗ ಗೊತ್ತ, ಇಷ್ಟರಾಗ ನೀವೆಲ್ಲಾ ಐದ – ಆರ ತಿಂಗಳ ಸಂಸಾರ ಮಾಡ್ತೀರಿ ಅಂತ. ಆದರ ಏನ ಮಾಡೋದ ನಮ್ಮವ್ವಗ ತಿಂಗಳಿಗೆ ಇನ್ನೂ 3 ಕೆಜಿ ಕೊಡಸಿದರೂ ಕಡಿಮೀನ.

"ಕಾಕು ನೀ ಹುಳಿ ಭಲೋ ಮಾಡತಿ, ನಿನ್ನ ಕೈಯಾಗಿನ ಹುಳಿ ವೈಷ್ಣವರ ಆರಾಧನೆ ಹುಳಿಗಿಂತ ಭಲೋ ಆಗಿರ್ತದ" ಅಂತ ಯಾರರ ಅಂದಬಿಟ್ಟರ ಸಾಕ, ಒಂದ ಅರ್ಧಾ ಕೆಜಿ ತೊಗರಿ ಬ್ಯಾಳಿ ಬೇಯಿಸಿ ನಂದ ಆರಾಧನೆ ಮಾಡೇ ಬಿಡತಾಳ. ತುಟ್ಟಿ ಕಾಲ, ಬ್ಯಾಳಿ ನೋಡಿ ಬೇಯಸು ಅಂದರ ಕೇಳಂಗಿಲ್ಲಾ. ಒಂದ ತಪ್ಪೇಲಿ ತುಂಬ ಹುಳಿ ಮಳ್ಳಿಸಿ ಇಟ್ಟಳಂದರ ನಮ್ಮಪ್ಪಾ "ಇಷ್ಟ ಹುಳಿ ಒಳಗ ನಂದ ಲಗ್ನ ಆಗಿತ್ತು" ಅಂತಾನ.

ಆಗಿದ್ರೂ ಆಗಿರಬಹುದು ಬಿಡರಿ, ನಮ್ಮವ್ವ ಅಷ್ಟ ಹುಳಿನ ಮಾಡಿರತಾಳ ಮತ್ತ. ಇನ್ನ ಹುಳಿ ಏನ ನನ್ನಂಗ ತೆಳ್ಳಗರ ಮಾಡತಾಳ? ಇಲ್ಲಾ, ಅಗದಿ ನನ್ನ ಹೆಂಡತಿ ಗತೆ ಗಟ್ಟಿ ಚೆಂಡ ಮಾಡಿರತಾಳ.

ಬರೇ ತೊಗರಿ ಬ್ಯಾಳಿ ಮ್ಯಾಲೇ ಸಂಸಾರ ಮುಗಿಸ್ಯಾಳಿನೂ ಅಂತ ನೋಡಿದ್ರ ಅದೂ ಇಲ್ಲಾ. ಲಿಸ್ಟ್‌ನಾಗ ಹೆಸರ ಬ್ಯಾಳಿ, ಕಡ್ಲಿ ಬ್ಯಾಳಿ, ಮಡಿಕೆ, ಅಲಸಂದಿ, ಪುಟಾಣಿ, ಶೇಂಗಾ, ಗೋದಿ, ಜೋಳಾ... ಇವು ಎಲ್ಲಾ ಕೆಜಿಗಟ್ಟಲೆ ಅವ. ನಾ ಲಗ್ನಾ ಮಾಡ್ಕೋಬೇಕಾರ ನಮ್ಮವ್ವಗ ಒಂದ ಹತ್ತ ಸರತೆ ಹೇಳಿದೆ, "ಯಾವದರ ಹಳ್ಯಾಗಿಂದ ಹೊಲಾ-ಮನಿ ಇದ್ದದ್ದ 'ಹೆಣ್ಣಾಳ' ಮಾಡ್ಕೊಂಡರಾತು, ಮನಿಗೆ ವರ್ಷಾ ಕಾಳು - ಕಡಿನರ ಬೀಗರ ಕಳಸ್ತಾರ" ಅಂತ. ಆದ್ರ ನಮ್ಮವ್ವ ನನ್ನ ಮಾತ ಕೇಳಲಾರದ ಮನ್ಯಾಗ ಕೆಲಸಾ - ಬೊಗಸಿ ಬಂದರ ಸಾಕೂ ಅಂತ 'ಮನಿಗೆಲಸದಾಕಿ'ನ ನನಗ ಗಂಟ ಹಾಕಿದ್ಲು. ಈಗ ನೋಡ್ರಿ, ನಮ್ಮ ಮಾವನ ಮನಿ ಇಂದ ಒಂದ ಮುಷ್ಟಿ ಖಾರಪುಡಿ ಸಹಿತ ಬರಂಗಿಲ್ಲಾ. ಏನೋ ಅವರ ಮಗಳ ಆವಾಗ ಇವಾಗ ಬೆಲ್ಲಾ ಕೊಡತಾಳ ಅಂತ ನಾನೂ ಸುಮ್ಮನ ಇದ್ದೇನಿ... ಇರಲಿ.

ಇನ್ನೊಂದ ಮೇನ್ ಬ್ಯಾಳಿ ಮರತಿದ್ದೆ... ಉದ್ದಿನ ಬ್ಯಾಳಿ... ತಿಂಗಳಿಗೆ 4 ಕೆಜಿ ...320 ರೂ.

"ಇಷ್ಟ ಯಾಕ?" ಅಂತ ನಮ್ಮವ್ವನ ಕೇಳೋಹಂಗ ಇಲ್ಲಾ. ಯಾಕಂದರ ನನ್ನ ಮಗಗ ವಾರಕ್ಕ ಎರಡ ಸಲಾ ಇಡ್ಲಿ ಬೇಕ. ಇಡ್ಲಿ ಮಾಡಿದಾಗ ಒಮ್ಮೆ ಮೂರೂ ಹೊತ್ತ, ಮೊದಲಿನ ಒಂದ ಒಬ್ಬಿ ಅವಂಗ (ಒಂದ ಒಬ್ಬಿ ಅಂದರ 12 ಇಡ್ಲಿ). ಇನ್ನ ಎರಡ ಒಬ್ಬಿ ಒಳಗ ಉಳದವರ ಎಲ್ಲಾರೂ ತಿನ್ನಬೇಕು. ಏನೋ ಸಣ್ಣಾಂವ ಇದ್ದಾಗ ಅದು - ಇದು ತಿಂದರ ಆರೋಗ್ಯ ಕೆಡತದ ಅಂತ ಹೋದಲ್ಲೆ - ಬಂದಲ್ಲೆ ಎಲ್ಲಾ ಇಡ್ಲಿ ತಿನ್ನಿಸ್ತಿದ್ದವಿ, ಈಗ ಅವಂಗ ಅದ ಒಂದ ಕೆಟ್ಟ ಚಟಾ ಆಗಿ ಹೋಗೇದ. ಇನ್ನ ಇಡ್ಲಿ ಮಾಡಿದ್ದ ದಿವಸ ಹಿಟ್ಟ ಉಳಿದಿರತದ ಇಲ್ಲಾ ಮನ್ಯಾಗ ಮುದ್ದಾಂ ಉಳಿಸಿ ಮರುದಿವಸ ದೋಸೆ ಮಾಡತಾರ. ಮತ್ತೂ ಹಿಟ್ಟ ಉಳದರ ಅದು ಅದರ ಮರುದಿವಸ 'ಫಡ್' ಅಂದರ ಗುಣಪಂಗಳ ಆಗತದ. ಹಂಗ ನೋಡಿದ್ರ ತಿಂಗಳಿಗೆ 4 ಕೆಜಿ ಉದ್ದಿನ ಬ್ಯಾಳಿ ಭಾಳ ಕಡಿಮಿನ ಅನ್ನರಿ.

ಹಾಂ... ಇನ್ನ ಮುಂದಿನ ಐಟಮ್, ಬ್ರಾಹ್ಮಣರ ಪಿತ್ರಾರ್ಜಿತ ದಿನಸಿ, ಅವಲಕ್ಕಿ...

ಅವಲಕ್ಕಿ ಒಳಗ ಮೂರ ನಮೂನಿರಿಪಾ. ಮೀಡಿಯಮ್, ಪೇಪರ್ ಮತ್ತ ಇನ್ನೊಂದ ದಪ್ಪ ಅವಲಕ್ಕಿ.

ಪೇಪರ್ ಅವಲಕ್ಕಿಲೇ ಬರೇ ಹಚ್ಚಿದ ಅವಲಕ್ಕಿ ಮಾಡಿ 'ಮನಿ ಮಗಳ ತವರ ಮನಿಗೆ' ಬಂದಾಗ ಒಮ್ಮೆ ಅಂದರ ಹದಿನೈದ ದಿವಸಕ್ಕ ಒಂದ ಸರತೆ ಎರಡ ಕೆಜಿ ಕೊಟ್ಟ ಕಳಸಲಿಕ್ಕೆ. ಯಾಕಂದರ ತವರಮನಿ ಅವಲಕ್ಕಿ, ಅದೂ ಅವ್ವನ ಕೈಯಾಗ ಹಚ್ಚಿದ್ದ ಅವಲಕ್ಕಿ ಭಾಳ ರುಚಿ ಇರತದ ಅಂತ, ಹೀಂಗಾಗಿ ತಿಂಗಳಿಗೆ ಒಂದ ನಾಲ್ಕ ಕೆಜಿ

ಮನಿ ಮಗಳಿಗೆ. ಅದರ ಜೊತಿ 'ಚಟ್ನಿ ಪುಡಿ, ಮಸಾಲಿ ಪುಡಿ, ಮೆಂತೆ ಹಿಟ್ಟು, ಒಂದ ಮೂರ ನಾಲ್ಕ ತರಹದ ಉಪ್ಪಿನಕಾಯಿ' ಫ್ರೀ ಮತ್ತ. 'ಪಾಪ, ಆಕಿ ಎಷ್ಟ ಒಯ್ದಾಳು? ಮನಿ ಮಗಳ- ಹೊರಗಿನೋಕಿ ಏನ ಅಲ್ಲಲಾ! ಅವರವ್ವ ಇರೋ ಮಟಾ ಒಯ್ತಾಳ, ಒಯ್ಯಲಿ.'

ಇನ್ನ ಮೀಡಿಯಮ್ ಅವಲಕ್ಕಿ - ಏಕಾದಶಿ, ಒಪ್ಪತ್ತ, ಉಪವಾಸ, ಶ್ರಾದ್ಧದ ಹಿಂದಿನ ದಿವಸ ರಾತ್ರಿ, ಶ್ರಾದ್ಧ ಮಾಡಿದ್ದ ದಿವಸ ರಾತ್ರಿ ತಿನ್ನಲಿಕ್ಕೆ. ತಿಂಗಳಿಗೆ ಒಂದ-ಎರಡ ಕಿಲೋ ಸಾಕ, ನೀವ ಯಾರರ ತಿಂಡಿ ವೇಳ್ಯಾದಾಗ ಮನಿಗೆ ಬಂದರ ಇದ ಅವಲಕ್ಕಿ ಮತ್ತ.

ಇನ್ನ ದಪ್ಪ ಅವಲಕ್ಕಿಲೆ 'ನಳಾ ಬಂದಾಗ ತೋಯಿಸಿದ್ದ ಅವಲಕ್ಕಿ' ಮಾಡತಾರ. ಇದ ಅಲ್ಲದ ದಪ್ಪ ಅವಲಕ್ಕಿನ ಹಚ್ಚಿ ಆಮೇಲೆ ಕುಟ್ಟಿ "ಕುಟ್ಟ ಅವಲಕ್ಕಿ" ಅಂತ ಹಲ್ಲ ಇಲ್ಲದವರ ಸಂಬಂಧ ಮಾಡತಾರಲಾ ಅದ ನಮ್ಮಜ್ಜಿ ಮನಿಗೆ. ಪಾಪಾ ನಮ್ಮ ಮಾಮಿಗೆ ಅವಲಕ್ಕಿ ಮಾಡಿ ಕುಟ್ಟಲಿಕ್ಕ ಟೈಮ್ ಇಲ್ಲಾ. ಹಿಂಗಾಗಿ ನಮ್ಮವ್ವ ತಿಂಗಳಾ ಒಂದ ಎರಡ ಕಿಲೋ ಅವಲಕ್ಕಿ ಮಾಡಿ ಅವರವ್ವಗ ಕುಟ್ಟಿ ಕೊಡತಾಳ. ಅದರಾಗ ನಮ್ಮಜ್ಜಿ ವಾರದಾಗ ನಾಲ್ಕ ದಿವಸ ಒಪ್ಪತ್ತ ಮಾಡತಾಳ. ಪಾಪ, ಬರೇ ಕುಟ್ಟವಲಕ್ಕಿ ಮ್ಯಾಲೇ ಜೀವನಾ ಕುಂಟಸಿಗೋತ ಹೊಂಟಾಳ.

ನಾನೂ ನೋಡಿ - ನೋಡಿ ತಲಿ ಕೆಟ್ಟ ಒಂದ ಸಲಾ "ನಂಬದೇನ ಭತ್ತದ ಗದ್ದೆ ಅದನೋ? ಏನ ಅವಲಕ್ಕಿ ಭಟ್ಟಿ ಅದನೋ?" ಅಂತ ನಮ್ಮವ್ವನ ಕೇಳಿದರ, "ಅವಲಕ್ಕಿ - ಸುದಾಮ, ಹಂಗೆಲ್ಲಾ ಅನ್ನಬ್ಯಾಡಾ, ನಿಮ್ಮಜ್ಜಿರ ಇನ್ನ ಎಷ್ಟ ವರ್ಷ ಇರತಾಳ" ಅಂತಾಳ.

ಹೀಂಗಾಗಿ ನಮ್ಮಪ್ಪನ ಹೆಸರು 'ಕೃಷ್ಣಾ' ಅಂತ ಇದ್ದರೂ ನಾ ಇನ್ನೂ ಸುದಾಮನ ಆಗಿ ಉಳದದ್ದು. ನಮ್ಮವ್ವ ಹೀಂಗ ಖರ್ಚ ಮಾಡ್ಕೋತಿದ್ದರ ಆಕಿ ಇರೋಮಟಾ ನಾ ಸುದಾಮನ. ಆ ಮಾತ ಬ್ಯಾರೆ.

ಇರಲಿ ಮುಂದಿನ ಸಾಮಾನ - ರವಾ.

ಬಾಂಬೆ ರವಾ, ಚಿರೋಟಿ ರವಾ, ಕೇಸರಿ ರವಾ, ಇಡ್ಲಿ ರವಾ ... ರವಾದಾಗ ಇಷ್ಟ ಥರಾ ಅನ್ನೋದ ಇವತ್ತ ಗೊತ್ತಾತ. ನನಗ ಮೆತ್ತಗ ಮುದ್ದಿಗತೆ ಇರೋ ಉಪ್ಪಿಟ್ಟ ಬೇಕ, ಅದಕ್ಕೊಂದ ರವಾ. ನನ್ನ ಹೆಂಡತಿಗೆ ಮೂದಲ ಸರ್ಕಾರಿ ಸಾಲ್ಯಾಗ ಕೊಡತಿದ್ದರಲಾ ಗೊಂಜಾಳ ಉಪ್ಪಿಟ್ಟ, ಹಂತಾ ಉದರಂದ ಉಪ್ಪಿಟ್ಟ ಬೇಕ, ಅದಕ್ಕೊಂದ ರವಾ. ಇನ್ನ ಉಳದವರಿಗೆ ಒಂದ ರವಾ. ಜೀವನ ರವಾ - ರವಾ ಅನ್ನೋಷ್ಟ ರವಾ.

ಇನ್ನ ಸ್ವಲ್ಪ ನನ್ನ ಲೆವಲ್‌ಗಿಂತಾ ಮ್ಯಾಲಿನ ಐಟಮ್ಸ್ - ಗೋಡಂಬಿ, ದ್ರಾಕ್ಷಿ, ಯಾಲಕ್ಕಿ, ತುಪ್ಪ, ಒಣಾ ಕೊಬ್ಬರಿ, ಕಸಕಸಿ, ಬದಾಮಿ, ಗೇರಬೀಜಾ, ಪಿಸ್ತಾ...

"ಯಾರರ ಹಡದಾರನ ಮನ್ಯಾಗ? ಬಾಣಂತನದ ಸಾಮಾನ ತರಸಿರಿ ಅಲಾ" ಅಂದೆ.

"ಇಲ್ಲಾ, ಈ ಸಲಾ ದೀಪಾವಳಿ ಫರಾಳಕ್ಕ ಅಂಟಿನ ಉಂಡಿ ಮಾಡೇನಿ" ಅಂತ

ನನ್ನ ಹೆಂಡತಿ ಒದರಿದ್ಲು.

ಒಂದ ಸಲಾ ಆಕಿ ಮಾರಿ, ಒಂದ ಸಲಾ ಆಕಿ ಟೊಂಕಾ ನೋಡಿದೆ. ಮನ್ನೇರ ಟೊಂಕ ಗಟ್ಟಿ ಇತ್ತ ಆದರೂ ಯಾಕ ಅಂಟಿನ ಉಂಡಿ ಮಾಡ್ಯಾಳ ಗೊತ್ತಾಗಲಿಲ್ಲಾ. ಬಹುಶಃ ಆಕಿಗೆ ನಂದ ಟೊಂಕ ಗಟ್ಟಿ ಇಲ್ಲಾ ಅನಸಿರಬೇಕು ಅನಸ್ತು. ಇರಲಿ ಇನ್ನೊಂದ ಸ್ವಲ್ಪ ಟೊಂಕ ಗಟ್ಟಿ ಆದರೂ ತಪ್ಪ ಏನ ಇಲ್ಲಾ, ಹೆಂಗಿದ್ದರೂ ಆಕಿದ ಆಪರೇಶನ್ ಆಗೇದ.

ಹಿಂಗ ಲಿಸ್ಟ್ ಮ್ಯಾಲೆ ಮುಂದ ಕಣ್ಣ ಹಾಯಿಸ್ಗೋತ ಹೊಂಟೆ. ನಮ್ಮ ಅತ್ತಿ ಮನಿಯವರ ಕಡೆದ ಭೂಮದ ಸಾಮಾನ ಯಲ್ಲಾ ಒಂದ ಕಡೆ ಇದ್ದವು. ಇಂಗು, ಮೆಂತೆ, ಸಾಸವಿ, ಯಳ್ಳು, ಹರಳ ಉಪ್ಪ, ಕುಟ್ಟಿದ ಉಪ್ಪು, ಹುಣಸೆ ಹಣ್ಣು, ಖಾರಪುಡಿ, ಜೀರಗಿ, ಹವಿಜಾ, ಡಾಂಬರ ಗುಳಿಗಿ, ಫಿನೈಲ್, ಆಸಿಡ್... ಯಲ್ಲಾ ಅವರವರ ಆವಶ್ಯಕತೆ ಇದ್ದಷ್ಟ ಇದ್ದವು. ಇನ್ನ ಇದರ ಬಗ್ಗೆ ಏನರ ಅಂದ ನನ್ನ ಹೆಂಡತಿ ಕಡೆ ತಿವಿಸಿಗೊಳ್ಳೋದ ಬ್ಯಾಡಾ.

ಮುಂದಿನ ಐಟಮ್‌ಗೆ ಬಂದೆ... ಯಲ್ಲಾ ನನ್ನ ಹೆಂಡತಿ ಆಸ್ತಿ ಸಾಮಾನ – ಸಬೀನಾ, ಡೆಟಾಲ್ ಸೋಪು, ರಿನ್ ಬಿಗ್, ಟೈಡ್ ಪೌಡರ್, ವಿಮ್ ಬಿಗ್, ಶ್ಯಾಂಪೂ... ಸುಟ್ಟು ಸುಡಗಾಡ ಸಾಮಾನ ಎಲ್ಲಾ ಇದ್ದವು. ಇದರಾಗ ಏನ ಮೀನಾ ಮೇಷಾ ಮಾಡಲಿಕ್ಕ ಬರಂಗಿಲ್ಲಾ, ಇವೆಲ್ಲಾ ಇರೋವ. ಅರೇ ಇದೇನ 'ಪ್ಯಾಂಪರ್ಸ್' 50ರದ ಒಂದ ಬಂಡಲ್!

"ಏ ಇಷ್ಟ ಪ್ಯಾಂಪರ್ಸ್ ಯಾಕ? ಮತ್ತ ಯಾರಾರ ಪ್ಯಾಂಪರ್ಸ್ ಹಾಕೋತಾರ ಮನ್ಯಾಗ?" ಅಂತ ನನ್ನ ಹೆಂಡತಿನ ಒದರಿದೆ.

"ರೀ ಮತ್ತ ಯಾರ ಹಾಕೋತಾರ, ನಿಮ್ಮ ತಲಿ? ಎಲ್ಲಾ ನಿಮ್ಮ ಮಗಳದ್ದ. ಒಮ್ಮೆ ತೊಗಂಡರ ಸೋವಿ ಬೀಳತದ ಅಂತ ದೊಡ್ಡ ಬಂಡಲ್ ತಂದೇನಿ" ಅಂದ್ಲು. ಅಡ್ಡಿಯಿಲ್ಲಾ ಒಂದ ಸ್ವಲ್ಪರ ಮನಿ ಬಗ್ಗೆ ಕಾಳಜಿ ಮಾಡತಾಳಲಾ ಅಂತ ಸಮಾಧಾನ ಪಟ್ಟೆ.

ಅನ್ನಂಗ ಎಣ್ಣಿ ಒಂದ ಮರತಿದ್ದೆ,

ಶೇಂಗಾ ಎಣ್ಣಿ – 8 ಕೆಜಿ– 750 ರೂ

ಸಂಸಾರ ಅನ್ನೋ ಒಗ್ಗರಣಿಗೆ ಎಣ್ಣಿ ಇಲ್ಲಾಂದರ ಹೆಂಗ? ಆ ಎಣ್ಣಿ ಅಲ್ಲರಿಪಾ, ಮನ್ಯಾಗ ಅಡಿಗಿಗೆ ಉಪಯೋಗ ಮಾಡ್ತಾರಲಾ ಅದು. ಹಬ್ಬದ ದಿವಸ ಏನೇನ ವಿಚಾರ ಮಾಡ್ತೀರಿ. ಮತ್ತೆಲ್ಲರ ದೀಪಾವಳಿ ಫರಾಳದಾಗಿನ ಚಕ್ಕಲಿ, ಕೋಡಬಳಿ ಹಿಡಕೊಂಡ ಎಣ್ಣಿ ತೊಗಳಿಕ್ಕೆ ಹೋಗಿ – ಗೀಗಿರಿ. ಇನ್ನ ಒಂದ ವಾರ ಆ ಎಣ್ಣಿ ಬಗ್ಗೆ ಮರತ ಬಿಡರಿ. ನಮ್ಮವ್ವಾ ಮನ್ಯಾಗ ನಮ್ಮೆಲ್ಲಾರದು ಜೀವನ ಕರೀಲಿಕ್ಕೆ ಇಷ್ಟ ಎಣ್ಣಿ ಬೇಕ ಮತ್ತ. ಪುಣ್ಯಾಕ್ಕ ಡಾಲ್ಡಾದಾಗ ಕರೆಂಗಿಲ್ಲಲಾ ಸಾಕು, ಅದರಾಗ ಈ ಸರತೆ ದೀಪಾವಳಿ ಬ್ಯಾರೆ, ಏನ ಮಾಡಲಿಕ್ಕೆ ಬರಂಗಿಲ್ಲಾ.

ಲಿಸ್ಟ್ ಒಳಗಿನ ಐಟಮ್ ಲಗ-ಭಗ ಎಲ್ಲಾ ಮುಗದಂಗ ಆದವು. ಯಾವುದು ಅನಾವಶ್ಯಕ ಸಾಮಾನ ಇಲ್ಲಾ. ನಾ ಇಷ್ಟೊತ್ತನಕ ಹಬ್ಬದ ದಿವಸ ಇದೆಲ್ಲಾದರ ಬಗ್ಗೆ ತಲಿ ಕೆಡಿಸಿಕೊಂಡದ್ದ ಅನಾವಶ್ಯಕ ಅನಸ್ತು. ಸುಮ್ಮನ ಬಾಯಿ ಮುಚಗೊಂಡ 4850 ರೂ. ಕೊಟ್ಟಿದ್ದರ ನಂದು ಸ್ವಲ್ಪ ಟೈಮ್ ಉಳೀತಿತ್ತು, ನಿಂಬದು ಈ ಪ್ರಹಸನ ಓದೋದು ತಪ್ಪತಿತ್ತು.

ಏನ ಹಬ್ಬದ ದಿವಸ ಹೆಂತಾ ಲೇಖನಾ ಬರದಾರ ಅಂತ ಬೇಜಾರ ಆಗಬ್ಯಾಡರಿ. ಬರೆ ಮಡಿ, ಮೈಲಗಿ, ಕಡಿಗಿ, ಬಾಣಂತನ, ಗ್ರಹಣ ಅಂತ ಬರಕೋತ ಕೂತರ ಸಂಸಾರಕ್ಕ ಎಷ್ಟ ಸಾಮಾನ ಬೇಕಾಗತಾವ ಅಂತ ಗೊತ್ತ ಆಗತಿದ್ದಿಲ್ಲಾ. ಇನ್ನ ದೀಪಾವಳಿ ಫರಾಳಕ್ಕ ನಿಮ್ಮನ್ನ ಕರೀಬೇಕು ಅಂತಿದ್ದೆ. ಆದರ ಹೋಗಲಿ ಬಿಡರಿ, ಮದ್ಲ ತುಟ್ಟಿ ಕಾಲ ಬ್ಯಾರೆ. ಮತ್ತ ನಾ ಕರದೆ ಅಂತ ನೀವ ನನ್ನ ಕರೆಯೋರು, ಸುಮ್ಮನ ನಿಮಗೂ ತ್ರಾಸ.

ಈ ಕಿರಾಣಿ ಲೇಖನಾ 'ದೀಪಾವಳಿ ವಿಶೇಷಾಂಕ' ಅಂತ ಓದರಿ. ನಿಮಗೆಲ್ಲಾ ದೀಪಾವಳಿ ಶುಭಾಶಯಗಳು.

§

ಡಾ। ರಿಯಲ್ ಎಸ್ಟೇಟ್ ಪಾಚಾಪುರ

ಹೆಸರ ಓದಿ ಕನಫ್ಯೂಸ್ ಆಗಬ್ಯಾಡ್ರಿ, ನಮ್ಮ ಪಾಚಾಪುರ ಡಾಕ್ಟರ್‌ಗೆ ಈ ಹೆಸರ ಬಂದದ್ದು ಅವನ 'ಧಂಧೆ' ಮ್ಯಾಲೇ, ಕಲತದ್ದು ಡಾಕ್ಟರಕಿ ಅಂತ ಹೆಸರ ಹಿಂದ 'ಡಾ।' ಅಂತ ಬರದೇನಿ, ಆದರ ಅವನ ಉಪಜೀವನ ನಡೆಯೋದು 'ರಿಯಲ್ ಎಸ್ಟೇಟ್' ಮ್ಯಾಲೆ ಅಂತ ಅದನ್ನ ಮೊದಲ ಸೇರಿಸೇನಿ ಇಷ್ಟ. ಹಂಗ ಸಣ್ಣ-ಪುಟ್ಟ ನೆಗಡಿ, ಕೆಮ್ಮು, ಜ್ವರಾ, ಹೊಟ್ಟಿ ಝಾಡಸ್ತದ ಹಿಂತಾವನೆಲ್ಲಾ ತೋರಸಬಹುದು. ಇಲ್ಲೇ ನಮ್ಮ ಘಂಟಿಕೇರಿ ತಬೀಬ ಲ್ಯಾಂಡ್ ಕ್ರಾಸ್‌ನಾಗ ಒಂದ ಹಳೇ ಗಬ್ಬ ನಾರೋ ಸಾರ್ವಜನಿಕ ಮೂತ್ರಿ ಇತ್ತಲಾ, ಆ ಜಗಾದ ಹಿಂದ ಈಗ ಇವನ ಕ್ಲಿನಿಕ್ ಅದ. ಓಣ್ಯಾಗ ಯಾರಿಗರ 'ಮೂತ್ರಖಾನಿ ಹಿಂದಿನ ದವಾಖಾನಿ' ಎಲ್ಲೇದ ಅಂತ ಕೇಳಿದ್ರ ಸಾಕ, ತೋರಸತಾರ. ಡಾಕ್ಟರಕಿಗೆ 'ಧಂಧೆ' ಅನ್ನೋ ಶಬ್ದಾ ಓದಿ ಕೆಟ್ಟ ಅನಿಸಿಗೋ ಬ್ಯಾಡರಿ, ಯಾವಾಗ ಡಾಕ್ಟರಕಿ ಒಳಗ ಲಾಭ – ಲುಕ್ಸಾನಿ ಅನ್ನೋದ ಹೊಕ್ಕತು, ಆವಾಗಿಂದ ಅದೂ ಒಂದ 'ಧಂಧೆ'ನ ಆಗೇದ ಅಂತ ಅನಸ್ತದ. ಪಾಪ ಲಕ್ಷಗಟ್ಟಲೆ ಕೊಟ್ಟ ಓದಿ ಡಾಕ್ಟರ ಆಗಿರತಾರ, ಜನಸೇವೆ – ಜನಾರ್ದನ ಸೇವೆ ಅಂತ ಸಸ್ತಾದಾಗ ಡಾಕ್ಟರಕಿ ಮಾಡಕೋತ ಹೊಂಟರ ಈ ಕಾಲದಾಗ 'ರಿಟರ್ನ್ ಆನ್ ಇನ್ವೆಸ್ಟ್‌ಮೆಂಟ್' ಎಲ್ಲೆ ಬರಬೇಕು? ಪೇಶಂಟ್ 'ರಿಟರ್ನ್' ಬಂದರ ಇಷ್ಟ ಅಲಾ 'ರಿಟರ್ನ್ ಆನ್ ಇನ್ವೆಸ್ಟ್‌ಮೆಂಟ್'. ಅದರಾಗ ಈಗ ಮಧ್ಲಿನಂಗ ಒಂದ ನೌಕರಿ, ಒಂದ ಆದಾಯದ ಮ್ಯಾಲೇ ಬದಕಲಿಕ್ಕು ಆಗಂಗಿಲ್ಲಾ, ಏನರ ಇನ್ನೊಂದ ಸೈಡಿಗೆ ಮಾಡಕೋತ ಇರಬೇಕು, ಹಿಂಗಾಗಿ ಈ ಡಾಕ್ಟರಕಿ ಜೊತಿಗೆ ಇತ್ತೀಚಿಗೆ ನಮ್ಮ ಪಾಚಾಪುರಂದ ಇನ್ನೊಂದ 'ಧಂಧೆ' ಅಂದರ 'ರಿಯಲ್ ಎಸ್ಟೇಟ್'.

ಹಂಗ ನೋಡಿದ್ರ ನಮ್ಮ ಪಾಚಾಪುರಂದ 'ಹೋಮಿಯೋಪಥಿ' ಕಲತ 'ಅಲೋಪಥಿ' ಪ್ರ್ಯಾಕ್ಟೀಸ್ ಮಾಡೋ ಡಾಕ್ಟರಕಿ. ಹಿಂಗ್ಯಾಕಲೇ ಅಂದರ 'ನನ್ನ ಅಲೋಪಥಿ ಕೈ ಗುಣಾ ಛಲೋ ಅದ' ಅಂತಾನ. ಅಲ್ಲಾ, ಇವನ ಪೇಶಂಟಗಳದ್ದ 'ಕಾಲಗುಣಾ' ಛಲೋ ಇದ್ದರ ಅವರಿಗೆ ಆರಾಮ ಆಗೇ ಆಗತದ. ಅದರಾಗ ಇವನ 'ಕೈ ಗುಣಾ' ಏನ ಬಂತ ತಲಿ? ಇಂವಾ ಈ ಹೋಮಿಯೋಪಥಿ ಕಲಿಯೋದಕಿಂತ ಮೊದಲ ಎರಡ ವರ್ಷ ಮೆಕ್ಯಾನಿಕಲ್ ಇಂಜಿನಿಯರಿಂಗ್ ಮಾಡಿ 'ಪ್ರ್ಯಾಕ್ಟಿಕಲ್' ಇಷ್ಟ್ ಪಾಸಾಗಿ 'ನನಗ ಈ ಮಶೀನಗಿಂತಾ ಮನುಷ್ಯಾರ ಛಲೊ' ಅಂತ ಅನಿಸಿ ಡಾಕ್ಟರಕಿ ಲೈನ್‌ಗೆ ಬಂದಿದ್ದಾ. ಇವನ ಕಾಲ್ಗುಣಾನೋ ಇವಂಗ ಕಲಿಸದವರ ಕೈಗುಣಾನೋ ಗೊತ್ತಿಲ್ಲಾ, ಒಂದ ಹೊಡತಕ್ಕ ಹೋಮಿಯೋಪಥಿ ಮುಗಿಸಿ ಹುಬ್ಬಳ್ಳಿಗೆ ಬಂದಾ. ಮೊದಲ ಒಂದ ಆರ ತಿಂಗಳ ಇಲ್ಲೇ ಸತ್ತೂರ ಡಾಕ್ಟರ್ ಕಡೆ 'ರಿಸೆಪ್ಶನಿಸ್ಟ್ ಕಮ್ ಅಸಿಸ್ಟಂಟ್' ಅಂತ ಕೆಲಸ ಮಾಡಿದಾ. ಇವಂಗ ಅಲ್ಲೇ ನೋಡ್ರಿ ಯಾ ಗುಳಗಿಗೆ ಯಾ ಜಡ್ಡು ಹೋಗ್ತದ ಅಂತ ಗೊತ್ತಾಗಿದ್ದು. ಅಷ್ಟ ತಿಳ್ಕೊಂಡಾ, ಸತ್ತೂರ ಡಾಕ್ಟರ್ ನಾಲ್ಕ ಪೇಶಂಟ್ ಹಚಗೊಂಡಾ,

ಇಂಗ್ಲಿಷ್‌ನಾಗ ಗುಳಗಿ ಹೆಸರ ಬರೀಲಿಕ್ಕ ಕಲತಾ, ಇಲ್ಲೇನ ಸಾಲ್ಯಾಗಿನ ಗತೆ ಬರಿಬೇಕಾರ ಸ್ಪೆಲಿಂಗ್ ಕರೆಕ್ಟ್ ಇರಬೇಕು, ಇಂವಾ ಬರದದ್ದ ಎಲ್ಲಾರಿಗೂ ತಿಳಿಬೇಕ ಅಂತೇನ ಇಲ್ಲಾ. ಸಾವಕಾಶ ಸತ್ತೂರ ಡಾಕ್ಟರ್ ಕಡೆ ಬಂದ ಪೇಶಂಟ್‌ದಾಗ ಅರ್ಧಾ ಒಳಗ ಕಳಸ್ತಿದ್ದಾ ಇನ್ನ ಉಳದವರಿಗೆ ತಾನ ಚೀಟಿ ಬರದ ಕೊಟ್ಟ.

"ಇವನ ತೊಗೊ ಹೋಗರಿ, ಎಲ್ಲಾ ಆರಾಮ ಆಗ್ತದ. ಇಷ್ಟ – ಇಷ್ಟಕ್ಕೆಲ್ಲಾ ಇಷ್ಟ ದೊಡ್ಡ ಡಾಕ್ಟರ್ ಕಡೆ ಯಾಕ ಬರತೀರಿ ತಲಿ ಕೆಟ್ಟದನ?" ಅಂತ ಅವರ ದವಾಖಾನ್ಯಾಗ ಹಗರಕ ಸೈಡ್ ಪ್ರ್ಯಾಕ್ಟೀಸ್ ಶುರು ಮಾಡಿದ್ದಾ.

ಮುಂದ ಒಂದ ದಿವಸ 'ಸೈಡ್ ಪ್ರ್ಯಾಕ್ಟಿಸ್ ಸ್ಟೇಬಲ್' ಆದಮ್ಯಾಲೆ ಮನಿ ಲೈನ್‌ನಾಗ ಮೂಲ್ಯಾಗ ಇದ್ದಿದ್ದ ಸಾರ್ವಜನಿಕ ಮೂತ್ರಿ ಎಬಿಸಿಸಿ ಅದರ ಹಿಂದ ಇದ್ದ ತಮ್ಮ ಸ್ವಂತ ಜಗದಾಗ ಒಂದ ಕ್ಲಿನಿಕ್ ಮಾಡಿ ಬಿಟ್ಟಾ. ಈಗ ಆ ಓಣ್ಯಾಗ ಜನರಿಗೆ ಒತ್ತರ ಒಂದಕ್ಕ ಬಂದ್ರ ಒಂದ ಮೂತ್ರಖಾನಿ ಇಲ್ಲದಂಗ ಆಗೇದ, ಕೆಲವಬ್ಬರು ಗೊತ್ತಿಲ್ಲದವರು ಗಟ್ಟಿ ಹಿಡಕೊಂಡ ಅಲ್ಲಿ ಮಟಾ ಬಂದ ಬಿಡ್ತಾರ. ತಡಕೊಳ್ಳಿಕ್ಕೆ ಆಗಲಾರದವರು ದವಾಖಾನಿಗೆ ಬಂದ 'ಯುರಿನ್ ಟೆಸ್ಟ್' ಮಾಡಸಿದಂಗ ಮಾಡಿ ತಮ್ಮ 'ಬ್ಲಾಡರ್ ಭಾರ' ಇಳಸಿಗೊಂಡ 'ಸಂಜಿಗೆ ರಿಪೋರ್ಟ್ ಒಯ್ಯಲಿಕ್ಕೆ ಬಂದಾಗ "ರೊಕ್ಕಾ ಕೊಡತೇನ್ರಿ" ಅಂತ ಜಿಗದ ಬಿಡತಾರ. ಬಹುಶಃ ಆ ಮೂತ್ರಖಾನಿ, ದವಾಖಾನಿ ಮುಂದ ಹಂಗ ಇದ್ದಿದ್ದರ ಓಣ್ಯಾಗ ಒಂದ ನಾಲ್ಕ ಪೇಶಂಟರ ಜಾಸ್ತಿ ಆಗತಿದ್ದವೋ ಏನೊ? ಇತ್ತೀಚಿಗೆ ಅಂತೂ ಎಲ್ಲಾ ಓಣ್ಯಾಗೂ ಮೂತ್ರಖಾನಿ ಕಡಿಮಿ ದವಾಖಾನಿ ಜಾಸ್ತಿ ಆಗಲಿಕತ್ತಾವ. ಹಿಂಗಾಗಿ ಪೇಶಂಟ್ ಕಡಿಮಿ, ಡಾಕ್ಟರ್ ಜಾಸ್ತಿಯಾಗಿ ಅವರವರ ಒಳಗ ಭಾಳ ಕಾಂಪಿಟೇಶನ್ ಶುರು ಆಗೇದ, ಆದಾಯ ಕಡಿಮೆ ಆಗಲಿಕತ್ತದ. ಕೆಲವೊಮ್ಮೆ ಅಂತೂ ಆ 'ಮೆಡಿಕಲ್ ರೇಪ್' ಗಳಿಸಿದಷ್ಟು ಈ ಸಂದ್ಯಾಗಿನ ಡಾಕ್ಟರ ಗಳಸಂಗಿಲ್ಲ.

ನಮ್ಮ ಪಾಚಾಪುರಂದ 'ಕ್ಲಿನಿಕ್' ಇಂವಾ ಅನ್ನಕೊಂಡಷ್ಟ 'ಕ್ಲಿಕ್' ಆಗಲಿಲ್ಲ. ಸಾರ್ವಜನಿಕ ಮೂತ್ರಖಾನಿಗೆ ಬಂದಷ್ಟ ಮಂದಿ ದವಾಖಾನಿಗೆ ಬರಂಗಿಲ್ಲಾ ಖರೆ, ಆದರೂ ದವಾಖಾನ್ಯಾಗ ಒಂದ ಹೆಣ್ಣಾಳ ಇಡೋ ಮಟ್ಟಿಗರ ಏಳಿಗಿ ಆಗಬೇಕಿತ್ತು. ಇವನ ಕಡೆ ಬರೋ ಪೇಶಂಟ್‌ದ ಏಳಿಗಿ ಆಗಿದ್ದರ ಇವಂದು ಏಳಿಗಿ ಆಗತಿತ್ತೋ ಏನೋ? ಎಲ್ಲಾ 10 ರೂಪಾಯಿ, 20 ರೂಪಾಯಿ ಗಿರಾಕಿನ. ಏನೋ ಸ್ವಂತ ಕ್ಲಿನಿಕ್, ಅವರಪ್ಪಾ ಭಾಡಗಿ ಕೇಳಂಗಿಲ್ಲಾ ಅಂತ ನಡದಿತ್ತು.

"ನನ್ನ ಮಗಾ ಹುಬ್ಬಳ್ಳಾಗ ದೊಡ್ಡ ಡಾಕ್ಟರ್" ಅಂತ ಪಾಚಾಪುರ ಮಾಸ್ತರು ಬೆಳಗಾಂವ ನಾಡಕರ್ಣಿಯವರನ ನಂಬಿಸಿ ಅವರ ಮನಿ ಕನ್ಯಾ ತಮ್ಮ ಮನಿ ಸೊಸಿ ಮಾಡಿಕೊಂಡಿದ್ದರು. ಇವನ ನಾಡಿ ಹಿಡದ 'ಕಫಾ'ನೊ 'ಪಿತ್ತೊ' ಅಂತ ನೋಡೊದ್ರಾಗ ಆಕಿಗೆ 'ವಾಂತಿ' ಶುರು ಆಗಿತ್ತು. ನಮ್ಮ ಪಾಚಾಪುರಗ ದವಾಖಾನಿ ಹಿಂಗ ನಡದ್ರ ಬಗಿಹರಿಯಂಗಿಲ್ಲ. ಇನ್ನ ಸಂಸಾರನೂ ಬೆಳೀತದ, ಸುಮ್ಮನ ಏನರ ಸೈಡ್ ಧಂಧೆ ಮಾಡಬೇಕು ಅಂತ ತಲ್ಯಾಗ ಹೊಕ್ಕತು. ಇತ್ತೀಚಿಗೆ ಹುಬ್ಬಳ್ಳಿ ಮಾರ್ಕೆಟ್‌ನಾಗ

ಜಗಾದ್ದ ಧಾರಣಿ ಎತ್ತರಾ ಪತ್ತರಾ ಏರಿದ್ದು, ರಿಯಲ್ ಎಸ್ಟೇಟ್ ಏಜೆಂಟರು ಸಿಕ್ಕಾ-ಪಟ್ಟೆ ರೊಕ್ಕಾ ಮಾಡಕೊಳೋದು ಇದನ್ನೆಲ್ಲಾ ನೋಡಿ ಇವಂಗ ಈ 'ದೀಡ ಬೈ ಐದ ಫೀಟ್' ಪೇಶಂಟ್‌ನಾಗ ಏನ ಅದ ಮಣ್ಣ ಅಂತ ಅನಸ್ತು. ಇವನೂ ಸ್ಕ್ವೇರ್ ಫೀಟ್ ದಂಧೆಕ್ಕ 'ತಲಿ ಕೊಟ್ಟ' ಡಾಕ್ಟರಕಿಗೆ ಹಗರಕ 'ಹೆಗಲ ಕೊಡಲಿಕತ್ತಾ'. ಅದರಾಗ ಇವರಪ್ಪ ಪಾಚಾಪುರ ಮಾಸ್ತರದು ಮೊದ್ಲಿಂದ ಹುಬ್ಬಳ್ಯಾಗ ಒಂದಿಷ್ಟ ಅಲ್ಲೆ - ಇಲ್ಲೆ ಬ್ರಾಹ್ಮಣರ ಓಣ್ಯಾಗ ಸಸ್ತಾದಾಗ ತೊಗಂಡ ಇಟ್ಟಿದ್ದ ಜಗಾ ಇದ್ದವು. ಈ ಮಗಾ ಅವನ್ನ ಈಗ ಮಾರಲಿಕ್ಕ ತಗದಾ, ಹಂಗ ಸಾವಕಾಶ ತಗೊಳೋದು – ಮಾರೋದು ಶುರು ಮಾಡಿದಾ. ಡಾಕ್ಟರಕಿ ಒಳಗ ಒಂದ ವರ್ಷದಾಗ ಗಳಸೋದನ್ನ ಇದರಾಗ ಒಂದ ಡೀಲ್‌ನಾಗ ಗಳಸಲಿಕತ್ತಾ. ಮಂದಿ ನಾಡಿ ಮುಟ್ಟಿ ತಿಳ್ಕೊಳ್ಳಲಾರದಾಂವ ಜಾಗದ್ದ ನಾಡಿಮಿಡಿತಾ ಅರ್ಥ ಮಾಡ್ಕೊಂಡಾ. ಇತ್ತೀಚಿಗೆ ಬೆಂಗಳೂರಾಗೂ ರಿಯಲ್ ಎಸ್ಟೇಟ್ ವ್ಯವಹಾರಕ್ಕ ಕೈ ಹಾಕ್ಯಾನ ಅಂತ ಸುದ್ದಿ ಹಬ್ಬೇದ. ಅಂತೂ ಡಾಕ್ಟರ್ ಆಗಿ ಗಳಸಲಾರದಾಂವ ರಿಯಲ್ ಎಸ್ಟೇಟ್ ಮಾಡಿ ಗಳಿಸಲಿಕ್ಕತ್ತಾನ. ತನ್ನ ಡಾಕ್ಟರಕಿ ಡಿಗ್ರಿ ಬಿ.ಎಚ್.ಎಮ್.ಎಸ್. ಮುಂದ ಕೆ.ಎಚ್.ಬಿ., ಸಿ.ಐ.ಟಿ.ಬಿ., ಹುಡಾ, ಬಿ.ಡಿ.ಎ. ಅಂತೆಲ್ಲಾ ಬರಕೊಂಡ ವಿಸಿಟಿಂಗ್ ಕಾರ್ಡ್ ಮಾಡಸ್ಯಾನ, ಭಾಳ ಮಂದಿ ಇವೆಲ್ಲಾ ಇಂವಾ ಕಲತಿದ್ದ ಡಿಗ್ರಿ ಅಂತ ತಿಳ್ಕೊಂಡಾರ. ಪಾಪ, ಅವರಿಗೇನ ಗೊತ್ತ? ಇವೆಲ್ಲಾ ಇಂವಾ ದಲಾಲಿ ಮಾಡೊ ಸರ್ಕಾರಿ ಆಫೀಸ್ ಮತ್ತ ಲೇಔಟ್‌ದ ಹೆಸರ ಅಂತ.

ಆದರ ಒಂದ ಅಂತು ಖರೆ. ಇತ್ತೀಚಿಗೆ ಹುಬ್ಬಳ್ಳಾಗ ಜಗಾದ್ದ ರೇಟ್ ಸಿಕ್ಕಾ ಪಟ್ಟೆ – ಹುಚ್ಚಾ ಪಟ್ಟೆ ಜಾಸ್ತಿ ಆಗ್ಯಾವ. ತಿಂಗಳಿಗೆ 15 –20 ಸಾವಿರ ರೂಪಾಯಿ ದುಡಿಯೋ ಮಿಡಲ್ ಕ್ಲಾಸ್ ಮನುಷ್ಯಾ ಇವತ್ತ ಹುಬ್ಬಳ್ಯಾಗ ಪ್ಲಾಟ್ ಹಿಡಿಲಾರದಂಗ ಆಗೇದ. ಸ್ಕ್ವೇರ್ ಫೂಟ್‌ಗೆ 300 ರೂಪಾಯಿಕ್ಕ ಮೂಸ ನೋಡೋರು ಇಲ್ಲದ ಜಾಗಕ್ಕ ಇವತ್ತ ಕಡಮಿ ಕಡಮಿ ಅಂದರ ಸಾವಿರ ರೂಪಾಯಿ. ಇದಕ್ಕ ಕಾರಣ ಅಂದರ ಹುಬ್ಬಳ್ಯಾಗ ಹುಟ್ಟಿ ಬೆಳೆದ ಇವತ್ತ ಬ್ಯಾರೆ ದೊಡ್ಡ ಊರಾಗ ಸಂಪಾಗಿ ಗಳಸೋ ಮಂದಿ, ಅವರಿಗೆ ಅಲ್ಲೇ ಭೂಮಿಮ್ಯಾಲೇ ಒಂದ ಸ್ಕ್ವೇರ್ ಫೂಟ ಜಾಗಾನೂ ಸಿಗಂಗಿಲ್ಲ, ಏನಿದ್ದರೂ ಅಪಾರ್ಟ್‌ಮೆಂಟ್, ಅದೂ 50–60 ಲಕ್ಷ ಕೊಟ್ಟರ 500–600 ಸ್ಕ್ವೇರ್ ಫೂಟ ಸಿಕ್ಕರ ಭಾಳ. ಹಂತಾವರಿಗೆಲ್ಲಾ ಹುಬ್ಬಳ್ಳಿ ರೇಟ್ ಭಾಳ ಅನಸಂಗಿಲ್ಲಾ, ಹಿಂಗಾಗಿ ಒಬ್ಬಬ್ಬಾಂವಾ ಎರಡೆರಡ ಪ್ಲಾಟ್ ಹೇಳಿದ್ದ ರೇಟ್ ಕೊಟ್ಟ ಹಿಡದ ಹುಬ್ಬಳ್ಳಿ ಮಾರ್ಕೆಟ್ ಹಳ್ಳಾ ಹಿಡಿಸ್ಯಾರ. ಇದರಿಂದ ಲೋಕಲ್ ಹುಬ್ಬಳ್ಳಿ ಮಂದಿಗೆ, 'ಇಲ್ಲೇ ಹುಟ್ಟಿ-ಇಲ್ಲೇ ಸಾಯೋ' ನಮ್ಮಂತಾವರಿಗೆ ಒಂದ ಜಾಗಾ ಖರೀದಿ ಮಾಡಲಾರದಂಗ ಆಗೇದ.

ಇನ್ನ ಹುಬ್ಬಳ್ಳಿ ಆಜು-ಬಾಜು ಹೊಲದ ರೇಟ್ ಅಂತೂ ಕೇಳೋ ಹಂಗ ಇಲ್ಲಾ, ಮಾತ ಎತ್ತಿದರ ಎಕರೇಕ 20 ಲಕ್ಷದ ಮ್ಯಾಲೆ ಅಂತಾರ, ಅದೂ ಏನರ ಹಾಯವೇಕ್ಕ ಇಲ್ಲಾ ಊರಿಗೆ ಹತ್ತಿತ್ತಂದರ 50 ಲಕ್ಷದ ಕೆಳಗ ಸಿಗಂಗನ ಇಲ್ಲಾ. ಏನಿಲ್ಲಾಂದರೂ 1000–2000 ಎಕರೆ ಹೊಲಾ ಹುಬ್ಬಳ್ಳಿ ಸುತ್ತ-ಮುತ್ತಲ 'ಪಡಾ' (ಖಾಲಿ) ಬಿದ್ದದ, ಬಿತ್ತೋರಿಲ್ಲಾ

– ಬೆಳೆಯೋರ ಇಲ್ಲಾ, ಎಲ್ಲಾ ಶ್ರೀಮಂತ ಮಂದಿ, ಒಕ್ಕಲತನ ಗೊತ್ತಿಲ್ಲದವರು ಹುಬ್ಬಳ್ಳಿ ಆಜು-ಬಾಜು ಹೊಲಾ ತೊಗಂಡ 'ಇನ್ವೆಸ್ಟ್‌ಮೆಂಟ್' ಅಂತ ಇಟ್ಕೊಂಡಾರ, ಇವರ ತಾವಂತೂ ಕಮತಾ ಮಾಡಂಗಿಲ್ಲಾ, ಮಾಡೋ ರೈತನೂ ಜಾಸ್ತಿ ರೊಕ್ಕಕ್ಕ ಹೊಲಾ ಮಾರಿ ದುಡ್ಡ ತೊಗಂಡ, ಕಮತಾ ಮರತ 'ಚೈನಿ'ಗೆ ಬಿದ್ದಾನ, ಹುಬ್ಬಳ್ಳ್ಯಾಗ ನಸಿಕಲೇ ಚಹಾದ ಅಂಗಡಿ ಶುರು ಆಗೂಕ್ಕಿಂತ ಮುಂಚೆ ಇತ್ತೀಚಿಗೆ ಶೆರೆ ಅಂಗಡಿ ಶುರು ಆಗಲಿಕತ್ತಾವ, ಜನಾ ಹಾಲ ತರಲಿಕ್ಕ ಹೋದಾಗ, ವಾಕಿಂಗ್ ಹೋದಾಗ ಕುಡದ ಬರೋ ಹಂಗ ಆಗೇದ. ವರ್ಷಗಟ್ಟಲೆ ದುಡದ ಎಕರೆಕ್ಕ 10 ಸಾವಿರ ರೂಪಾಯಿ ಗಳಸೊ ರೈತಗ ಹೊಲಾ ಮಾರಿದ ಮ್ಯಾಲೆ ಲಕ್ಷಗಟ್ಟಲೆ ಬಂದದ, ಜೀವನದಾಗ ಒಮ್ಮೆನೂ ಅಷ್ಟ ರೊಕ್ಕಾ ಕಾಣಲಾರದ ರೈತರು ಇವತ್ತ ದುಂದ ವೆಚ್ಚಕ್ಕ ಬಿದ್ದಾರ. ದುಡಿಮೆ ಇಲ್ಲಾ ದುಪ್ಪಡಿ ಇಲ್ಲಾ, ಕಳೆ ಇಲ್ಲಾ – ಬೆಳೆ ಇಲ್ಲಾ, ಭೂಮಿ ತಗೊಂಡೋರಿಗೆ ಅದರ ಮಹತ್ವ ಗೊತ್ತಿಲ್ಲಾ, ಯಲ್ಲಾರೂ ಸೇರಿ ಬೆಳೆ ಬರೋ ಭೂಮಿನ ಬರಡ ಮಾಡಿ, ಹರದ ಪ್ಲಾಟ್ ಮಾಡಿ ಮಾರಾಕ ಹೊಂಟಾರ, ರೈತರಿಗೂ ಕಮತದಗಿಂತಾ ಪ್ಲಾಟ್ ಮಾಡೋದ ಭಾಳ ಫಾಯದೆ ಅನಸಲಿಕತ್ತದ, ಶ್ರೀಮಂತರಿಗೆ ಊರ ಹೊರಗ ಒಂದ 'ಫಾರಂ ಹೌಸ್' ಮಾಡೋ ಚಟಾ ಹೊಕ್ಕೇದ. ಅಲ್ಲೇನ ಸುಡಗಾಡ ಫಾರ್ಮಿಂಗೂ ಮಾಡಂಗಿಲ್ಲಾ, ಒಂದಿಷ್ಟ ಮಾವು, ತೆಂಗು, ಚಿಕ್ಕು ಹಚ್ಚಿ ವಾರಕ್ಕೊಮ್ಮೆ ದೋಸ್ತರನ್ನ ಕರಕೊಂಡ ಬಂದ ಚಟಾ ತೀರಿಸ್ಕೊಂಡ ಹೋಗೋದ ಬಿಟ್ಟರ ಅಲ್ಲೇ ಬ್ಯಾರೆ ಏನೂ ಮಾಡಂಗಿಲ್ಲ.

ಹಿಂಗ ಹೊಲಾ ಹೋಗಿ ಪ್ಲಾಟ್ ಆಗಕೋತ ಹೊಂಟ್ರ ಮುಂದ ಕಾಳು, ಕಡಿ ಎಲ್ಲಿಂದ ಬರತಾವ ಅನ್ನೋದನ್ನ ಯಾರೂ ವಿಚಾರ ಮಾಡವಲ್ಲರು. ಇತ್ತಲಾಗ ದೊಡ್ಡ-ದೊಡ್ಡ ಫ್ಯಾಕ್ಟರಿ ಮಾಲಕರೂ ಸಾವಿರಾರ ಎಕರೆ ಜಮೀನ ತೊಗಂಡ ಇಟಗೊಳ್ಳಿಕತ್ತಾರ, ಅದರಿಂದ ಊರಾಗಿನ ತುಂಡ –ತುಂಡ ಭೂಮಿಗೂ ಸಿಕ್ಕಾಪಟ್ಟೆ ರೇಟ್ ಬರಲಿಕತ್ತದ, ಈ ಜಾಗದ್ದ, ಹೊಲದ್ದು ದಲಾಲಿ ಮಾಡೋ ಮನಷ್ಯಾ ಇವತ್ತ ಕಿಸೆ ತುಂಬ ಗಳಸಲಿಕತ್ತಾನ.

ಇತ್ತೀಚಿಗ ಅಂತು ಹುಬ್ಬಳ್ಳ್ಯಾಗ ಹಜಾಮನಿಂದ ಹಿಡದು ಹಕೀಮನ ತನಕಾ ಎಲ್ಲಾರೂ ರಿಯಲ್ ಎಸ್ಟೇಟ್ ಮಾಡೋರ ಆಗ್ಯಾರ. ಹಂತಾದರಾಗ ಪಾಪ ನಮ್ಮ ಪಾಚಾಪುರನೂ ಒಬ್ಬಾಂವ. ಏನೋ ನಾಲ್ಕ ದುಡ್ಡ ಮಾಡ್ಕೊಳ್ಳಿಕತ್ತಾನ, ಮಾಡ್ಕೊಳ್ಳಿ, ಎದರಾಗ ಮಾಡ್ಕೊಂಡರ ಏನು? ಒಟ್ಟ ದುಡ್ಡ ಗಳಿಸಿದರ ಆತು. ಡಾಕ್ಟರಕಿ ಕಲತಾನ ಅಂದರ ಅದರಾಗ ಮುಂದ ಬರಬೇಕಂತ ಏನ ಇಲ್ಲಲಾ?

ಪಾಚಾಪುರ ಹಿಂಗ ಡಾಕ್ಟರಕಿ ಬಿಟ್ಟ ರಿಯಲ್ ಎಸ್ಟೇಟ್‌ನಾಗ ಧುಮುಕಿದ್ದ ನೋಡಿ ನಮ್ಮ ಇನ್ನೊಬ್ಬ ಡಾಕ್ಟರ್ ದೋಸ್ತ್ 'ಮುತಾಲಿಕ ದೇಸಾಯಿ' ತಾನೂ ಅವರಪ್ಪನ ಹಳೇ ಮನಿನ ಬೀಳಿಸಿ ತೊರವಿ ಗಲ್ಯಾಗ ಅಪಾರ್ಟ್‌ಮೆಂಟ್ ಕಟ್ಟಲಿಕ್ಕ ಹೊಂಟಾನ. ಪಾಪ ದೇಸಾಯರು ಮಗಾ ಮನಿಮುಂದ ಒಂದ ಕ್ಲಿನಿಕ್ ಮಾಡಲಿ ಅಂತ ಬಿಟ್ಟಿದ್ದ ಪಿತ್ರಾರ್ಜಿತ ಆಸ್ತಿ ಇದು. ಇವಂಗ ನೋಡಿದ್ರ ಬಿ.ಎ.ಎಮ್.ಎಸ್. ಕಲಿಯೋದ್ರಾಗ ಏಳೂ ಹನ್ನೆರಡಾಣೆ ಆಗಿತ್ತು, ಇನ್ನೆಲ್ಲಿ ಕ್ಲಿನಿಕ್ ಮಾಡೋದ ಅಂತ ಡಾಕ್ಟರಕಿ ಕಲತದ

ಸಂಕಟಕ್ಕೊ, ಅವರಪ್ಪನ ಕಾಟಕ್ಕೋ ಹೆಗ್ಗೇರಿ ಆಯುರ್ವೇದಿಕ್ಕ ಕಾಲೇಜನಾಗ 'ಲೆಕ್ಚರರ್ ಕಮ್ ಡಾಕ್ಟರ್' ಅಂತ ಫುಲ್ ಟೈಮ್ ಕೆಲಸಕ್ಕ ಸೇರಕೊಂಡಾನ, ಹಂಗ ನೋಡಿದ್ರ ಇಂವಾ ನಮ್ಮ ಇಡಿ ಹುಬ್ಬಳ್ಳ್ಯಾಗ 'ಪೈಲ್ಸ್ ಸ್ಪೆಶಲಿಸ್ಟ್' ಅಂತ ಹೆಸರ ಗಳಿಸ್ಯಾನ. 'ಪೈಲ್ಸ್' ಬಗ್ಗೆ ಭಾಳ ತಿಳಕೊಂಡಾನ, 'ಬರೇ ಬೀರ ಕುಡದರು ಬುಡಕ ಪೈಲ್ಸ್ ಬೇರ ಬಿಡತದ' ಅಂತ ಹೇಳತಿರತಾನ. ಆ ಪೈಲ್ಸ್ ಗಂಟ ಅಂತೂ ಬೆಣ್ಣ್ಯಾಗಿಂದ ಬೆಣಚಕಲ್ಲ ತಗದಂಗ ತಗಿತಾನ.

"ನೀ ಹುಂ ಅಂದರ ಟಾನ್ಸಿಲ್ಲೂ ಇಲ್ಲಿಂದ ತಗದ ತೋರಸಲೇನು" ಅಂತ ನಮಗ ಕೇಳತಿರತಾನ.

"ಲೇ, ನಿನ್ನೌನ... ನೀ ಬೇಕಾರ ಟಾನ್ಸಿಲ್ ಎಲ್ಲಿಂದರ ತಗೀ, ಆದರ ಪೈಲ್ಸ್ ಗಂಟ ಮಾತ್ರ ಬಾಯಾಗಿಂದ ತಗೀಬ್ಯಾಡಾ" ಅಂತ ಹೇಳೇನಿ.

ಈ ದೇಸಾಯರದೂ ಊರಿಗೆ ಹತ್ತಿ ಒಂದ 20 ಎಕರೆ ಕಾರವಾರ ರೋಡಿಗೆ ಹೊಲಾ ಅವ. ಅವು ಇವತ್ತಿಲ್ಲಾ ನಾಳೆ ಪ್ಲಾಟ್ ಆಗೋವ. ಅವರ ಮಗಗ ಪೇಶಂಟದ್ದ ಪೈಲ್ಸ್ ಕೀಳಲಿಕ್ಕೆ ಟೈಮ ಇಲ್ಲಾ, ಇನ್ನ ಅಂವಾ ಹೊಲದಾಗ 'ಕಳೆ' ಯಾವಾಗ ಕೀಳಬೇಕು? ಅದರಾಗ ಊರಾಗಿನ ಆಜು ಬಾಜೂ, ದೇಹಕ್ಕ 'ಹಿತಾ' ಆಗೋ ಕಾಯಿಪಲ್ಯಾ, ಉಳ್ಳಾಗಡ್ಡಿ, ಮೂಲಂಗಿ ಬೆಳೆಯೋ ಹೊಲಾ ಎಲ್ಲಾ ರೈತರ ಮಾರಿ ಪ್ಲಾಟ್ ಮಾಡಿದ ಮ್ಯಾಲೆ ಮಂದಿಗೆ ತಳದಾಗ 'ಹೀಟ್' ಜಾಸ್ತಿಯಾಗಿ ಪೈಲ್ಸ್ ಮೊಳಕಿ ಒಡೆಯೋದೂ ಸಹಜ ಆಗೇದ. ಹಿಂಗ ಹೊಲಾ ಮಾರಿ ಪ್ಲಾಟ್ / ಫ್ಯಾಕ್ಟರಿ ಮಾಡಕೋತ ಹೊಂಟರ ಒಂದ ದಿವಸ ಇಡಿ ಸಮಾಜಕ್ಕ ಪೈಲ್ಸ್ ಆಗೋದ ಅಂತು ಗ್ಯಾರಂಟಿ ಅಂತ ಅನಸ್ತದ.

ಅನ್ನಂಗ ಹುಬ್ಬಳ್ಳ್ಯಾಗ ನಿಮಗ ಏನರ 'ಇನ್ವೆಸ್ಟ್‌ಮೆಂಟ್' ಮಾಡಲಿಕ್ಕೆ ಜಗಾ ಬೇಕಂದರ, ಇಲ್ಲಾ 'ಹುಬ್ಬಳ್ಳ್ಯಾಗ ಏನ ಐತಿ ಸುಡಗಾಡು' ಅಂತ, ದೊಡ್ಡ ಊರಾಗ ಸೆಟ್ಲ್ ಆದವರದ ಯಾರದರ ಇಲ್ಲೆ ಏನರ ಜಗಾ / ಮನೆ ಮಾರೋದು ಇದ್ರ, ಹೇಳ್ರಿ ನಮ್ಮ ಪಾಚಾಪುರಗ, ಅಗದಿ ಛಲೋ ಗಿರಾಕಿ ಅವ ಅವನ ಕಡೆ, ಅಂವಾ ಏನ ಒಂದ 3 ಪರ್ಸೆಂಟ್ ತೊಗೋತಾನ ಎರಡೂ ಪಾರ್ಟಿ ಕಡೆ. ಪಾಪ, ಅವಂದು ಮನಿ, ಸಂಸಾರ, ದವಾಖಾನಿ ಎಲ್ಲಾ ಈ ರಿಯಲ್ ಎಸ್ಟೇಟ್ 'ಧಂಧೆ' ಮ್ಯಾಲೆ ನಡೀಬೇಕ ನೋಡ್ರಿ ಮತ್ತ.

§

ಡ್ಯಾಡಿ, ಯಾರೋ ಕಂಬಾರ ಅಂಕಲ್ ನಿಂಗ ಕನ್ನಡದಾಗ ಬೈಲಿಕತ್ತಾರ...

ಹೆಂತಾ ಛಲೋ ಬೆಚ್ಚಗ ಹೊಚಗೊಂಡ ಇವತ್ತ ಆರಾಮ ಎದ್ದರಾತ ಅಂತ ಮಲ್ಕೊಂಡಿದ್ದೆ, ನನ್ನ ಮಗಾ ಬಂದ, "ಡ್ಯಾಡಿ ವೇಕ್ ಅಪ್, ಯಾರೋ ಕಂಬಾರ ಅಂಕಲ್, ನಿಂಗ ಕನ್ನಡದಾಗ ಬೈಲಿಕತ್ತಾರ" ಅಂತ ಮೊಬೈಲ್ ಮುಸಕಿನಾಗ ತುರುಕಿದಾ. ನಾ ನಿದ್ದಿಗಣ್ಣಾಗ "ಹಲೋ, ಹೂ ಈಸ್ ಇಟ್?" ಅಂದೆ.

"ಲೇ ನಿನ್ನೌನ (ಮಂಗ್ಯಾನಕೆ), ಮ್ಯಾಲೆ ಏಳ, ಎಂಟಾತ, ಇನ್ನೂ ಹಾಸಿಗ್ಯಾಗ ಬಿದ್ದಿ ಏನ?" ಅಂತ ಆ ಕಡೆಯಿಂದ ನಮ್ಮ ದೋಸ್ತ ಕಂಬಾರ ಶಂಭ್ಯಾ ನಮ್ಮ ಮಾತೃ ಭಾಷಾದಾಗ ಹೊಯ್ಕೊಂಡಾ. ಅಂವಾ ಮಾತಾಡೋದ ಹೀಂಗ, ಅಗದಿ ಶುದ್ಧ ಜಾನಪದ ಭಾಷಾದಾಗ, ಹಿಂತಾ ಭಾಷಾದಾಗ ನಮ್ಮ ಆತ್ಮೀಯತೆ– ದೋಸ್ತಿ ಇರೋದ. ಹಂಗ ಏನರ ಜಾನಪದ ಬೈಗಳಕ್ಕೂ ಏನರ ಪುರಸ್ಕಾರ ಇದ್ದರ ಅದು ನಮಗ ಗ್ಯಾರಂಟಿ ಸಿಗತದ. "ಏನ್ ಮಾಡ್ಲಿಕತ್ತಾನ ನಿಮ್ಮಪ್ಪಾ, ಹು.ಸೂ. ಮಗಾ (ಬಡ್ಡಿ ಮಗಾ) ಇನ್ನೂ ಮಕ್ಕೊಂಡಾನೇನ್? ಎರಡ ಒದ್ದ ಎಬ್ಬಸ್ ದನಾ ಕಾಯೋನ್" ಅಂತ ಅಂವಾ ಅಂದದ್ದನ್ನ ನನ್ನ ಮಗಾ ಕೇಳಿ, ಪಾಪ, ನನಗ ಬೈಲಿಕತ್ತಾರ ಅಂತ ತಿಳ್ಕೊಂಡಿದ್ದಾ. ಸುಡಗಾಡ ನಮ್ಮ ಮಕ್ಕಳು ಕಲಿಯೋದ ಇಂಗ್ಲಿಷ್ ಸಾಲ್ಯಾಗ, ಇವಕ್ಕ ಕನ್ನಡಾ ಬರೋದ ದೂರ ಉಳಿತ, ಕನ್ನಡದಾಗಿಂದ ಬೈಗಳ ಸಹಿತ ತಿಳಿಯಂಗಿಲ್ಲಾ. ಏನೋ ನಾ ಮನ್ಯಾಗ ಎಲ್ಲಾರಿಗೂ ಹಿಂತಾವ ಬೈಕೋತ ಇರತೇನಿ ಅಂತ ಅವಕ್ಕ ಇವು ಬೈಗಳ ಅಂತ ಗೊತ್ತ ಆಗ್ಯಾವ. 'ಮತ್ತೇನಲೇ ಶಂಭ್ಯಾ, ನಿನ್ನೌನ (ಕತ್ತಿ ಕಾಯೋನ್), ಮುಂಜ–ಮುಂಜಾನೆ ಎದ್ದ ಎಲ್ಲಿಂದ ಫೋನ್ ಹಚ್ಚಿ" ಅಂದೆ. 'ಇಲ್ಲೇ ಬೆಂಗಳೂರಿಗೆ ಬಂದೇನ್ಲೇ ಮಗನ, ನಾಳೆ ನವೆಂಬರ 1ಕ್ಕ ನಮ್ಮ ಕಂಬಾರವರಿಗೆ ಸನ್ಮಾನ ಐತಿ. ಅದಕ್ಕ ಬಂದೇನಿ, ಅವರು ನಮ್ಮ ಪೈಕಿ, ನಿಂಗ ಗೊತ್ತೈತಲಾ?' ಅಂದಾ. "ಯಾಕಲೇ ಅವಾರ್ಡ್ ಬಂದ ಮ್ಯಾಲೆ ಕಂಬಾರವರ ನಿಮ್ಮ ಪೈಕಿ ಆದರೇನ ಮಗನ? ಇಷ್ಟ ದಿವಸ ಒಮ್ಮೆನೂ ನಿನ್ನ ಬಾಯಾಗ ಅವರ ಹೆಸರ ಕೇಳಿದ್ದಿಲ್ಲಾ, ಇಬ್ಬರದು ಅಡ್ರೆಸ್ ಒಂದ ಅಂತ ನಿಮ್ಮ ಪೈಕಿ ಆದರ ಏನಲೇ ಮಗನ?"

"ಲೇ ಖರೇಲೇ, ನಾವೂ ಹುಕ್ಕೇರಿಯವರ ಮಗನ, ಕಂಬಾರವರ ನಮಗ ದೂರಿಂದ ಹತಗಡಿ ಆಗಬೇಕ" ಅಂದಾ. ಅದು ಖರೇನೋ ಸುಳ್ಳೋ ಆ ಕಂಬಾರವರಿಗೆ ಗೊತ್ತ, ಆದರ ಒಂದ ಅಂತೂ ಖರೆ, ಕಂಬಾರವರು ನಮ್ಮೆಲ್ಲಾರ ಪೈಕಿ, ಕನ್ನಡದ ಪೈಕಿ, ಅಖಂಡ ಕರ್ನಾಟಕದ ಪೈಕಿ.

ಅಲ್ಲಾ ಇವತ್ತ ಮನ್ಯಾಗ ಮಾತೃ ಭಾಷಾದಾಗ ನಾಲ್ಕ ಮುತ್ತಿನಂತಹ ಬೈಗಳ ಬೈದರ ನಮ್ಮ ಮಕ್ಕಳಿಗೆ ಅರ್ಥ ಆಗಂಗಿಲ್ಲಲಾ, ಇದ ಭಾಳ ಕೆಟ್ಟ ಅನಸೋ ವಿಷಯ,

ಅವನೌನ. (ಅಲ್ರಿ) ಎಂಥಾ ಅರ್ಥಗರ್ಭಿತ ಬೈಗಳ ಅದಾವ ನಮ್ಮ ಭಾಷಾದಾಗ. ಅದನ್ನ ಬಿಟ್ಟ ಇಂಗ್ಲಿಷ್‌ನಾಗಿನ 'ಸಿಲ್ಲೀ, ನಾನ್ಸೆನ್ಸ್' ಬೈಗಳ ಬೈದಾಡತಾವ ನಮ್ಮ ಮಕ್ಕಳು. ಇವಕ್ಕ ಛಂದ ಕನ್ನಡದಾಗ 'ಜ್ಞಾನಪೀಠ ಪುರಸ್ಕಾರ' ಅಂತ ಎರಡ ಅಕ್ಷರ ಬರೀಲಿಕ್ಕೆ ಬರಂಗಿಲ್ಲಾ, ಹಂತಾ ಮಕ್ಕಳ ಹುಟ್ಟ್ಯಾವ. ಕನ್ನಡ ಮೊದ್ಲ ಮನಿ ಭಾಷಾ ಆಗಬೇಕ್ರಿ. ಆಡಳಿತ ಭಾಷಾ, ವ್ಯಾವಹಾರಿಕ ಭಾಷಾ ಎಲ್ಲಾ ಆಮೇಲೆ. ಮೊದ್ಲ ಮನ್ಯಾಗ ಮಕ್ಕಳಿಗೆ ಕನ್ನಡದಾಗ ಮಾತಾಡೋದ ಕೆಲಸರಿ. ಇವಕ್ಕ ಅನಸಲಿ, ಕನ್ನಡ ತಿಂದ ಉಂಡ-ಅಡ್ಡಾಡೋ ನಮ್ಮ ಮನಿ ಭಾಷಾ ಅಂತ, ಇದರಾಗ ತಪ್ಪ ಪಾಪ ಆ ಮಕ್ಕಳದ್ದಲ್ಲಾ, ನಂಬದ. ನಾವ ಎಷ್ಟ ಕನ್ನಡಾ ನಮ್ಮ ದೈನಂದಿನ ಜೀವನದಾಗ ಹಚಗೋತೇವಿ, ಅವು ಅಷ್ಟ ಹಚಗೋತಾವ, ಅದಕ್ಕ ನಾ ಹೇಳೋದ ಮೊದಲ ಕನ್ನಡ ನಮ್ಮ ಮನಿ - ಮನಿ ಒಳಗ, ಮನ - ಮನದ ಒಳಗ ನುಗ್ಗಲಿ ಅಂತ. ಖರೇ ಹೇಳ್ರಿ ನಿಮಗ ಎಷ್ಟ ಮಂದಿಗೆ ಕಂಬಾರವರ ಬಗ್ಗೆ ಅವಾರ್ಡ್ ಬರೋಕಿಂತಾ ಮೊದ್ಲ ಗೊತ್ತ ಇತ್ತ? ಹೋಗಲಿ "ಜ್ಞಾನಪೀಠ" ಅನ್ನೋದ ಒಂದ ದೊಡ್ಡ ಪುರಸ್ಕಾರ ಅನ್ನೋದರ ಗೊತ್ತಿತ್ತಾ?

ಮೊದ್ಲ ನಮ್ಮ ನಾಡು, ನುಡಿ ಮತ್ತ ನಾಡೋಜರ ಬಗ್ಗೆ ತಿಳ್ಕೋಬೇಕರಿ. ನಮಗೆಲ್ಲಾ ಕನ್ನಡಕ್ಕ ಪುರಸ್ಕಾರ ಸಿಕ್ಕಾಗ, ರಾಜ್ಯೋತ್ಸವ ಬಂದಾಗ ಮಾತ್ರ ಕನ್ನಡದ ಬಗ್ಗೆ ಕಾಳಜಿ, ಕಳಕಳಿ ಬರಬಾರದು, ಅದು ಯಾವಾಗಲೂ ಇರಬೇಕ. ಹಂಗ ಆಗಬೇಕಂದರ ಕನ್ನಡ ನಮ್ಮ ಮನ್ಯಾಗ, ಮನದಾಗ ಮತ್ತ ನಮ್ಮ ಮುತ್ತಿನಂತಹ ಮಾತನಾಗ ಇರಬೇಕ, ಬರೇ ಬೈಗಳದಾಗನೂ ಅಲ್ಲಾ. "ಲೇ ಮಗನ ಮತ್ತ ಮಲ್ಕೊಂಡಿನೋ ನಿನ್ನೌನ (ಮಂಗ್ಯಾನಕೆ). ಏಳ್, ನಾ ನಿಮ್ಮ ಮನಿ ಕಡೆ ಬರಾಕತ್ತೇನಿ, ದೀಪಾವಳಿ ಫರಾಳ ಮಾಡಿರಿಲ್ಲ ಮತ್ತ! ಎದ್ದ ತಯಾರಾಗ" ಅಂತ ಶಂಭ್ಯಾ ಆ ಕಡೆ ಇಂದ ವದರಿ ಫೋನ್ ಇಟ್ಟಾ.

§

ಸೆನ್ಸೆಕ್ಸ ಬಿತ್ತ್... ಇವನ ಶುಗರ್ ಎತ್ತ್...

ನಾಳೆ ಗಣಪತಿ ಹಬ್ಬ, ನಮ್ಮ ಎಲ್ಲಾ ಹುಬ್ಬಳ್ಳಿ ಹಳೇ ದೋಸ್ತರಿಗೆ ತಮ್ಮ ಊರು, ಅವ್ವಾ-ಅಪ್ಪಾ, ಹಳೇ ದೋಸ್ತರು, ತಮ್ಮ ಹಳೇ ಓಣಿ, ತಮ್ಮ ಮಾಜಿ ಇವೆಲ್ಲಾ ನೆನಪಾಗೋದ ಹಿಂತಾ ಹಬ್ಬ ಬಂದಾಗ ಇಲ್ಲಾ ಅವರ ಪೈಕಿ ಯಾರರ ಇಲ್ಲೇ ಗೊಟಕ್ ಅಂದಾಗ. ಇಲ್ಲಾಂದರ ಇಲ್ಲೇನ ಅದ ಹುಬ್ಬಳ್ಳ್ಯಾಗ ಮಣ್ಣು ಅಂತ ದೊಡ್ಡ - ದೊಡ್ಡ ಊರಾಗ ದೊಡ್ಡ ನೌಕರಿ ಹಿಡದ ಕಿಸೆ ತುಂಬ ಪಗಾರ, ಮ್ಯಾಲೆ ಅಪಾರ್ಟಮೆಂಟ್‌ನಾಗ ಒಂದ ಮನಿ, ಬುಡಕ ನಾಲ್ಕ ಗಾಲಿ ಕಾರು, ಬಗಲಾಗ ಒಂದ ಹೆಂಡತಿ, ಹೊರಗ ಒಂದ ಸ್ಟೆಪಣಿ (ಕಾರಿನ ಗಾಲಿಗೆ ಮತ್ತ) ಇಷ್ಟ ಕಟಗೊಂಡ ಲೈಫ್ ಒಳಗ ಸೆಟ್ಲ ಆಗೇವಿ ಅಂತ ಇದ್ದವರ ಭಾಳ ಮಂದಿ, ನಮ್ಮ ದೋಸ್ತರ ಒಳಗ ನನ್ನಂತಾ ಒಂದ ನಾಲ್ಕ-ಐದ ಮಂದಿ ದೊಡ್ಡ ಊರಾಗ ಒಂದ ದೊಡ್ಡ ನೌಕರಿ ಹಿಡಿಲಾರದ (ಸಿಗಲಾರದ), ಹುಟ್ಟಿ ಊರು, ಹಡದ ತಂದಿ -ತಾಯಿ ಅಂತ ಅವರನ್ನ ಬಿಡಲಾರದ ಇಲ್ಲೇ ಒಂದ ಕಟಗೊಂಡ, ಎರಡ ಹಡದ, ಮೂರಕ್ಕ ಇಳಿಲಾರದ - ನಾಲ್ಕಕ್ಕ ಏರಲಾರದ ಹುಬ್ಬಳ್ಳ್ಯಾಗ ನಮ್ಮ ಸರ್ವಸ್ವ ಅಂತ ಜೀವನ ನಡಸಲಿಕತ್ತೇವಿ.

ನಮ್ಮ ಹಂಗ, ನಮ್ಮ ಜೋತಿನ ಹುಬ್ಬಳ್ಳಿ ಸೆಟ್ಲಮೆಂಟ್ ಸರ್ಕಾರಿ ಸಾಲ್ಯಾಗ ಕಲತ ಇವತ್ತ ದೊಡ್ಡ ನೌಕರಿ ಹಿಡದ 'ಏನೋ ಬೆಂಗಳೂರಾಗ ಹುಟ್ಟಿ ಬೆಳೆದವರಗತೆ' "ಏನ ಕಣೋ, ಹೇಗಿದ್ದಿಯಮ್ಮಾ, ಮನೆಯಲ್ಲಿ ಎಲ್ಲಾ ಸೌಖ್ಯಾನಾ?" ಅಂತೆಲ್ಲಾ ಬುಕನಾಗ್ ಬರದಂಗ ಮಾತಾಡೋ ಭಾಳ ಮಂದಿ ಗೆಳೆಯಾರ ಒಳಗ ನಮ್ಮ ರಾಘ್ಯಾನೂ ಒಬ್ಬಾಂವ. ವರ್ಷಾ ರಾಯರ ಆರಾಧನಿಗೆ 'ಮಠದ ಹುಳಿ' ಉಣ್ಣಲಿಕ್ಕೆ ಬರೊಂವಾ ಈ ಸಲ ಬಂದಿದ್ದಿಲ್ಲಾ. ಹಂಗರ ಗಣೇಶ ಚೌತಿಗರ ಬರತಾನೊ ಇಲ್ಲೋ ಕೇಳೋಣ ಅಂತ ಫೋನ್ ಹಚ್ಚಿದೆ. ಮೂರ ಸಲ ರಿಂಗ್ ಆಗಿ ಕಟ್ ಆತು, ಯಾರೂ ಎತ್ತಲಿಲ್ಲಾ. ಅದರಾಗ ಇವತ್ತ ರಮ್ಜಾನ ಸೂಟಿ ಬ್ಯಾರೆ, ಬಹುಶಃ ಇನ್ನೂ ಹೆಂಡತಿ ಬುರಕಾದಾಗ ಮಲ್ಕೊಂಡಿರಬೇಕ ಬಿಡು ಅಂತ ಬಿಟ್ಟೆ. ಮುಂದ ಸ್ವಲ್ಪ ಹೊತ್ತಿಗೆ ಅಲ್ಲಿಂದನ ಫೋನ್ ಬಂತು, ಎತ್ತಿದರ ಅವನ ಹೆಂಡತಿ ಮಾತಾಡಿದ್ಲು,

"ಯಾಕವಾ ಎಲ್ಲಿ ಹೋಗ್ಯಾನಾ ನಿನ್ನ ಗಂಡ, ಹೆಂಡತಿ ಜೊತಿ ಮೊಬೈಲು ಮರತು ಹೋಗ್ಯಾನ ಏನ್?" ಅಂದೆ.

"ಇಲ್ಲಾರೀ ಹಾಗೇನ ಇಲ್ಲಾ, ಅವರಿಗೆ ಸ್ವಲ್ಪ ಹುಷಾರ ಇಲ್ಲಾ, ಆಸ್ಪತ್ರೆಯಲ್ಲಿ ಅಡ್ಮಿಟ್ಟ ಆಗಿದಾರೆ" ಅಂತ ಅಗ್ದಿ ಈಕಿನೂ ಬೆಂಗಳೂರ ಬಮ್ಮಸಂದ್ರದಾಗ ಹುಟ್ಟಿದವರ ಗತೆ ಕಸ್ತೂರಿ ಕನ್ನಡದಾಗ ಹೇಳಿದ್ಲು. "ಅರೇ ಏನಾತ ಒಮ್ಮಿಂದೊಮ್ಮೆಲೆ, ಒಂದ ತಿಂಗಳ ಹಿಂದ ಮಾತಾಡಿದಾಗ 'ಪಟಾಯಾ-ಮಲೇಶಿಯಾ'ಕ್ಕ ಮಸಾಜ ಮಾಡಿಸಿಗೊಳ್ಳಾಕ ಹೊಂಟೇನಿ ಅಂತಿದ್ದಾ" ಅಂದೆ.

ಇಷ್ಟ ಅಂದಿದ್ದ ತಡಾ ಸೀದಾ ಅವನ ಹೆಂಡತಿ ಬಮ್ಮಸಂದ್ರದಿಂದ ತನ್ನ ಬೈಲಹೊಂಗಲ ಮಾತೃ (ತವರಮನಿ) ಭಾಷಾಕ್ಕ ಬಂದ ಇಳದಳು.

"ಹೂಂ, ಮಾಡಿಸ್ಕೋತಾನ ಮಸಾಜ, ಮನ್ಯಾಗ ನಾ ಮಾಡಿದ್ದ ಸಾಕಾಗಲಾರದ ಊರಮಂದಿ ಕಡೆಯಲ್ಲಾ ಮಾಡಿಸ್ಕೊಂಡ, ಬಿ.ಪಿ., ಶುಗರ್ ಏರಿಸಿಕೊಂಡ ಈಗ ದವಾಖಾನ್ಯಾಗ ನರ್ಸಗೊಳ ಕಡೆ ಮಾಡಿಸಿಗೊಳ್ಳಿಕತ್ತಾನ" ಅಂತ ತನ್ನ ಬಿ.ಪಿ. ಏರಿಸಿಕೊಂಡ ಹೇಳಿದ್ಲು.

ನಾ ಒಮ್ಮಿಂದೊಮ್ಮೆಲೆ ಗಾಬರಿ ಆದೆ, ರಾಘ್ಯಾಗ ಶುಗರ್ ಇದ್ದದ್ದ ನನಗ ಗೊತ್ತಿದ್ದಿದ್ದಿಲ್ಲಾ, ಅವಂಗ ಸಿಹಿ ಕಂಡ್ರ ಮೊದ್ಲಿಂದ ಅಷ್ಟ-ಕಷ್ಟ. 'ನಂದ ಇನ್ನೂ ಉಪ್ಪು, ಖಾರಾ, ಹುಳಿ ತಿನ್ನೋ ವಯಸ್ಸು ಅಂತ' ಮನ್ಯಾಗಿಂದ ತಿಂದ ಸಾಲಲಾರದ ವಾರಕ್ಕ ಎರಡ ಸಲಾ ಹೊರಗೂ ತಿಂದ ಚಟಾ ತೀರಿಸಿಕೊಳ್ಳೋ ಮಗಾ, ಅವಂಗ ಅದ ಹೆಂಗ ಶುಗರ್ ಬಂತು? ಯಾಕ ಬಂತು? ಅಂತಾ ವಿಚಾರ ಮಾಡ್ಲಿಕತ್ತೆ, ಅವನ ಹೆಂಡತಿಗೆ ಬಂದಿದ್ದರ ಬಹುಶಃ ಎರಡನೇದ ಬಸರ ಇರಬಹುದು, ಅದಕ್ಕ ಬಂದಿರಬಹುದು ಅನ್ನೋಕಬಹುದಿತ್ತು. ಆದರ ಇವಂಗ ಯಾಕ ಬಂತು? ವಯಸ್ಸ ನೋಡಿದ್ರ ನನಕಿಂತ ಒಂದ ವರ್ಷ ಇಷ್ಟ ದೊಡ್ಡಾಂವ, ಇನ್ನ ಅವಂಗ ಜೀವನದಾಗ ಸಿಹಿ ಅಂದರ ಅವನ ಹೆಂಡತಿ ಉಪ್ಪಾ ಇಷ್ಟ ಗತಿ ಆತು ಅನಸ್ತು.

"ಅಲ್ಲವಾ ಏನ ಒಮ್ಮಿಂದೊಮ್ಮೆಲೆ ಶುಗರ್ ಬಂತು, ಸ್ವಲ್ಪ ಮನ್ಯಾಗಿನ ಪ್ರೀತಿ ಕಡಿಮೆ ಮಾಡಬೇಕಿಲ್ಲೊ."

"ಎಲ್ಲಿ ಪ್ರೀತಿ, ಅಂವಾ ನನ್ನ ಕೈಯಾಗ ಸಿಕ್ಕರ ಹೌದಲ್ಲೋ ಪ್ರೀತಿ ಮಾಡೋದು? 24 ತಾಸು ತಲ್ಯಾಗ ಆ ಸುಡಗಾಡ ಶೇರ್ ಮಾರ್ಕೇಟ್ ತುಂಬಿರತದ, ಮನ್ನೆ ಮಾರ್ಕೇಟ್ ದಬ ದಬಾ ಅಂತ ಬೀಳಲಿಕತ್ತಲಾ, ಆವಾಗ ಇವನ ಎದಿ ಡಬ -ಡಬಾ ಅಂತ ಬಡ್ಕೊಳ್ಳಿಕತ್ತು. ಅದರದ ಟೆನ್ಶನ್ ತೊಗಂಡ ಸ್ಟ್ರೆಸ್ ಮಾಡಕೊಂಡ, ಈಗ ಶುಗರ್, ಬಿ.ಪಿ. ಬಂದದ, ಮೂರ ದಿವಸ ಐ.ಸಿ.ಯು. ಒಳಗ ಹಾಕಿ ಇನ್ಸುಲಿನ್ ಕೊಟ್ಟ ಮ್ಯಾಲೆ ಸ್ವಲ್ಪ ಕಂಟ್ರೋಲ್ ಆಗೇದ" ಅಂತ ಪೂರ್ತಿ ಒಂದ ತಾಸ ಅವಂದ ಲೇಟೆಸ್ಟ್ ಶೇರ್ ಮಾರ್ಕೇಟ್ ಕಥಿ ಹೇಳಿದ್ಲು.

ಈಗ ಗೊತ್ತಾತ ನೋಡ್ರಿ ಮಗಂದ ಯಾಕ ಶುಗರ್ ಬಂದದ ಅಂತ. ಸೆನ್ಸೆಕ್ಸ್ 20 ಸಾವಿರ ಇದ್ದಾಗ ದುಡದದ್ದನ್ನೆಲ್ಲಾ ಶೇರ್ ಮಾರ್ಕೆಟ್‌ನಾಗ ಹಾಕಿ, ಹೆಂಡತಿಗೆ 'ನೀನ ಮನ್ಯಾಗ ಬಂಗಾರದಂಗ ಇದ್ದಿ' ಅಂತ ಸುಳ್ಳ ಹೇಳಿ, 'ನಿನ್ನ ಬಂಗಾರ ಮನ್ಯಾಗ ಇಟ್ಟ ಏನ ಮಾಡತಿ? ಈಗ ರೇಟ ಜಾಸ್ತಿಯಾಗೇದ' ಅಂತ ಅದನ್ನೂ ವತ್ತಿ ಇಟ್ಟ ಬಂದ ರೊಕ್ಕಾನು ಮಾರ್ಕೆಟ್‌ನಾಗ ಹಾಕಿ, ಸಾಲದ್ದಕ್ಕ ಅಪ್ಪಂದ ಎಫ್.ಡಿ. ಮುರಿಸಿ, ಅದನ್ನು ಇನ್ವೆಸ್ಟ್ ಮಾಡಿ, ಅವನ ಪೆನ್‌ಶನ್ ಎಸ್.ಐ.ಪಿ. (ಸಿಸ್ಟಿಮ್ಯಾಟಿಕ್ ಇನ್ವೆಸ್ಟ್‌ಮೆಂಟ್ ಪ್ಲ್ಯಾನ್) ಮಾಡಿ ಮಾರ್ಕೆಟ್ 25 ಸಾವಿರ ಮುಟ್ಟತದ ಅಂತ ಹಗಲ ಕನಸ ಕಾಣತ್ತಿದ್ದ, ಹೋದ ತಿಂಗಳ 20 ಸಾವಿರ ಇದ್ದಿದ್ದ ಸೆನ್ಸೆಕ್ಸ್ 16 ಸಾವಿರಕ್ಕ ಬಂದದ್ದ ತಡಾ ಇವಂದ

ಬಿ.ಪಿ. ಜಾಸ್ತಿ ಆಗಿ ಶುಗರ್ ಹುಟಗೊಂಡತು. ಇಷ್ಟ ದಿವಸ ಬಿ.ಪಿ. ಅಂದರ 'ಭಾರತ ಪೆಟ್ರೋಲಿಯಂ,' ಶುಗರ್ ಅಂದರ 'ರೇಣುಕಾ ಶುಗರ್' ಅಂತ ತಿಳಕೊಂಡಿದ್ದಾ. ಇವಂಗ ಈಗ ಗೊತ್ತಾಗಿದ್ದ ತಂದು ಸ್ವಂತ 'ಬಿ.ಪಿ.', 'ಶುಗರ' ಅದ ಅಂತ, ಮಾರ್ಕೆಟ್‌ನಾಗ 'ರೇಣುಕಾ ಶುಗರ್' ಆಲ್ ಟೈಮ್ 'ಲೊ' ಆದಾಗ ಇವಂದ ಶುಗರ್ ಲೈಫ್ ಟೈಮ್ 'ಹೈ' ಆಗಿತ್ತು. ಇವಂದ ಮೊದ್ಲಿಂದ ಶೇರ್ ಮಾರ್ಕೇಟ್ ಚಟಾ, ಹಿಂದ ಸೆನ್ಸೆಕ್ಸ್ 5000 ಇದ್ದಾಗ 10000 ರೂ. ಇನ್ವೆಸ್ಟ್ ಮಾಡಿದ್ದಾ, ಐದ ವರ್ಷದಾಗ ಆದು ಒಂದ ಲಕ್ಷ ಆಗಿತ್ತು. ಅದನ್ನು ನೋಡಿ ಇದ್ದ ಬಿದ್ದದ್ದನ್ನೆಲ್ಲಾ ಮಾರ್ಕೆಟ್‌ನಾಗ ಹಾಕೋತ್ತ ಹೊಂಟಿದ್ದಾ, ಇದರಾಗ ಎಷ್ಟ ಗಳಸ್ಯಾನೋ, ಎಷ್ಟ ಕಳಕೊಂಡಾನೋ ಆ ದೇವರಿಗೇ ಗೊತ್ತು, ಇಲ್ಲಾ ಅವನ ಬ್ರೋಕರ್‌ಗೆ ಗೊತ್ತು.

ಇತ್ತೀಚಿಗೆ ಅಂತೂ ಮಾತಾಡಿಸಿದ್ರ ಮಾರ್ಕೆಟ್ ಮೈಯಾಗ ಬಂದೋರಗತೆ ಮಾತಾಡ್ತಿದ್ದಾ. ಏನ ಸಾಮಾನ ತೊಗೊಂಡ್ರು ತಾ ಇನ್ವೆಸ್ಟ್ ಮಾಡಿದ್ದ ಕಂಪನಿದ ತೊಗೊಳೊಂವಾ. ಹೈಸ್ಕೂಲ್‌ನ್ಯಾಗ ಇದ್ದಾಗ ಅವರಪ್ಪನ ಬೀಡಿ ಕದ್ದ ಸೇದೊಂವಾ 'ಐ.ಟಿ.ಸಿ.' ಶೇರ್ ತಗೊಂಡ ಮ್ಯಾಲೆ ಐ.ಟಿ.ಸಿ. ಕಿಂಗ್ ಸೇದಲಿಕತ್ತಾ, ದಿವಸಕ್ಕ ಎರಡ ಸೇದೊಂವಾ ಇವತ್ತ 'ಐ.ಟಿ.ಸಿ.' ಶೇರ್ ರೇಟ್ ಏರಿದಾಗ ಒಂದು, ಇಳಿದಾಗ ಒಂದು ಅಂತ ಒಂದೂವರಿ ಪ್ಯಾಕಿಗೆ ಬಂದಾನ, ಮಾರ್ಕೆಟ್ ಏಳಲಿ ಬಿಡಲಿ, ದಿವಸಕ್ಕ ಇವಂಗ ದೀಡ ಪ್ಯಾಕೇಟ್ ಬೇಕ, ಮಾರ್ಕೆಟ್ ಏರಿದರ ಖುಷಿಯೊಳಗ ಜಗ್ಗತಾನ, ಇಳದರ ನಾಳೆ ಏರತದ ತಗೋ ಅಂತ ಹಚ್ಚತಾನ, ದಿನಕ್ಕ ಒಂದ ಇಪ್ಪತ್ತ ಸಲಾ 'ಲಿಪ್ಟನ್' ಚಹಾ, ರಾತ್ರಿ ಆದರ 'ಕಂಟ್ರಿ ಕ್ಲಬ್' ಡಿಮ್ ಲೈಟ್‌ನಾಗ 'ಯುನೈಟೆಡ್ ಬೆವರೆಜಿಸ್' ತೊಗಂಡ ನಾಲ್ಕ ಮಂದಿ ತನ್ನ ಹಂತಾವರನ ಕರಕೊಂಡ ಅವತ್ತಿನ ಮಾರ್ಕೆಟ್ ಅನಲೈಸಿಸ್, ನಾಳಿ ಮಾರ್ಕೆಟಿಂದ ಪ್ರೆಡಿಕ್ಶನ್ ಶುರು. ಇದ ದಿನಂಪ್ರತಿ ಆದರ ಆರೋಗ್ಯ ಹೆಂಗ ನೆಟ್ಟಗ ಇರತದ? ಇವತ್ತ ಹೆಲ್ತ್ ಹದಗೆಟ್ಟ ಎದ್ಯಾಗ ಹದಗಡ್ಲಿ ಆಗ್ಯಾವ.

ದವಾಖಾನಿಗೆ ಒಯ್ಯಬೇಕಾರ "ನನಗ 'ಅಪೋಲೋ'ದಾಗ ಅಡ್ಮಿಟ್ ಮಾಡರಿ, ನನ್ನ ಕಡೆ ಅದರ ಶೇರ್ ಅದಾವ" ಅಂದನಂತ. ಡಾಕ್ಟರಗೆ ಹೇಳಿ ತನ್ನ ಕಡೆ 'ಸನ್ ಫಾರ್ಮಾ'ದ ಶೇರ್ ಅವ ಅಂತ ಆ ಕಂಪನಿದ ಗುಳಿಗಿ ಬರಿಸಿಕೊಂಡ ನುಂಗಿದನಂತ. ಅವನ ಹೆಂಡತಿಗೆ 'ನೀ ಏನ ಕಾಳಜಿ ಮಾಡಬ್ಯಾಡಾ ನಂದ ಯುನಿಟ್ ಲಿಂಕ್ಡ್ ಹೆಲ್ತ್ ಇನ್ಶುರೆನ್ಸ್ ಅದ' ಅಂತ ಅಂದನಂತ. ಅದಕ್ಕ ಆಕಿ 'ಭಾಳ ಶಾಣ್ಯಾ ಇದ್ದಿ, ಮೊದಲ ನಿನ್ನ ಯುನಿಟ್‌ದ ಹೆಲ್ತ್ ನೋಡ್ಕೋ' ಅಂದ್ಲಂತ. ಈ ಮಗಾ ಮಾರ್ಕೆಟ್‌ನಾಗಿನ ಗೂಳಿ ಬೆನ್ನ ಹತ್ತಿ ಕರಡಿ ಕಡೆ ಕಟ್ಯಾಡಿಸಿಕೊಂಡ ಈಗ ದವಾಖಾನ್ಯಾಗ ಬಿದ್ದಾನ.

ನಾ ಭಾಳ ಸಲಾ ಹೇಳತಿದ್ದೆ, 'ಲೇ ನಿನ್ನ ಕೆಪ್ಯಾಸಿಟಿ ನೋಡ್ಕಂಡ ಇನ್ವೆಸ್ಟ್ ಮಾಡ' ಶೇರ್ ಮಾರ್ಕೆಟ್ ಅಂದರ ಜೂಜಾಟ ಇದ್ದಂಗ, ಮಾರ್ಕೆಟ್‌ನಾಗ ಟೆಂಪ್ಟ್ ಆಗಿ ಹೊಸಾ 'ಇಶ್ಯು'ಕ್ಕ ಬೆನ್ನ ಹತ್ತಬ್ಯಾಡಾ. ಮನ್ಯಾಗ ಟೆಂಪ್ಟ್ ಆಗ, ಇನ್ನೊಂದ ಇಶ್ಯುನರ ಆಗತದ. ಸಾಲಾ ಮಾಡಿ ಇನ್ವೆಸ್ಟ್ ಮಾಡಬ್ಯಾಡಾ, ನಿನ್ನ ಕಡೆ ಹೆಚಗಿ ರೊಕ್ಕ ಇದ್ದರ ಇಷ್ಟ

ಮಾಡು, 'ಪಬ್ಲಿಕ್ ಆಫರ್' ಬಿಡು 'ಪರ್‌ಸನಲ್ ಅಫೇರ್' ನೋಡ್ಕೊ, ಮಾರ್ಕೆಟ್‌ನಾಗ ಬೀಳೋದು ಬಾಳ ಸುಲಭ, ಆದರ ಎದ್ದ ಹೊರಗ ಬರೋದು ತ್ರಾಸ, ಶಾರ್ಟ್‌ಕಟ್ಟನಾಗ ಶ್ರೀಮಂತ ಆಗಲಿಕ್ಕ ಹೋಗಬ್ಯಾಡಾ, ದುಡುದು ಗಳಿಸು, ದುಡುಕಿ ಅಲ್ಲಾ, ಅಂತೆಲ್ಲಾ ಇಂವಾ ಹುಬ್ಬಳ್ಳಿಗೆ ಬಂದಾಗ ಒಮ್ಮೆ ಕೂಡಿಸಿ ಕುಡಿಸಿ ಹೇಳತಿದ್ದೆ. ಆದರ ಈ ಮಗಾ ಯಾರ ಮಾತು ಕೇಳೋಹಂಗ ಇದ್ದಿದ್ದಿಲ್ಲಾ, ಇತ್ತೀಚಿಗಂತೂ ತನ್ನ ಸೆಕ್ಸ್ ಅಂದರ ಸೆನ್ಸೆಕ್ಸ್ ಅಂತ ತಿಳ್ಕೊಂಡ ಬಿಟ್ಟಿದ್ದಾ. ಈಗ ತನ್ನ ಕಡೆ ಇದ್ದದ್ದು, ಬ್ಯಾರೆವರ ಕಡೆ ಸಾಲಾ ಮಾಡಿ ತಂದದ್ದು, ವತ್ತಿ ಇಟ್ಟ ತಂದದ್ದು ಎಲ್ಲಾ ಶೇರ್ ಮಾರ್ಕೆಟ್‌ನಾಗ ಹಾಕಿ ಕಳಕೊಂಡ ಶುಗರ್, ಬಿ.ಪಿ. ಗಳಿಸ್ಯಾನ. ಬಿ.ಪಿ. ಅನ್ನೋದು 'ಇಂಟ್ರಾ ಡೆ' ಸೆನ್ಸೆಕ್ಸ್ ಗ್ರಾಫ್ ಆಗೇದ, ಒಂದ ಸರತೆ ಏರತದ, ಒಂದ ಸರತೆ ಇಳಿತದ. ತಂದ ಇ.ಸಿ.ಜಿ. ಗ್ರಾಫ್ ನೋಡಿ 'ಮಾರ್ಕೆಟ್' ಭಾಳ 'ವೊಲಟೈಲ್' ಅದ ಅಂದನಂತ. ಡಾಕ್ಟರ ಇವಂದ ಬಿ.ಪಿ. ಹಿಂಗ 'ವೊಲಟೈಲ್' ಆಕ್ಕೋತ ಹೊಂಟರ ಒಂದ ದಿವಸ ಇಂವಾ 'ಇವಾಪೊರೇಟ್' ಆಗತಾನ ಅಂತನೂ ಹೇಳ್ಯಾರ ಅಂತ.

ಅಲ್ಲಾ ಇಷ್ಟ ಸಣ್ಣ ವಯಸ್ಸನಾಗ ಶುಗರ್, ಬಿಪಿ ಬಂದರ ಮುಂದ ಹೆಂಗ ಅಂತೀನಿ? ಇನ್ನೂ ಏನಿಲ್ಲಾ ಅಂದ್ರ 20–25 ವರ್ಷ ಬಾಳಿ ಬದುಕೊ ವಯಸ್ಸು, ಈಗಿಂದನ 'ಅದನ್ನ ತಿನ್ನಬ್ಯಾಡಾ – ಇದನ್ನ ತಿನ್ನಬ್ಯಾಡಾ' ಅಂತ ಶುರು ಆದರ ಮುಂದ ಹೊಟ್ಟಿಗೇನ್ ತಿನ್ನಬೇಕು? ತಿಳಿಲಾರದಂಗ ಆಗತದ. ಅದರಾಗ ಅವನ ಹಂಗ ಚಟಾ ಇದ್ದ ಮಂದಿಗೆ ಅಂತು ಹಿಂಗ ಆಗಿಬಿಟ್ಟರ ಸುಮ್ಮನ 'ಚಟ್ಟಾ' ಕಟಕೊಂಡ ಹೋಗೊದು ಛಲೋ ಅಂತ ಅನಸ್ತದ, ಆದರ ಇವತ್ತ ಈ ಪರಿಸ್ಥಿತಿ ತಂದಕೊಂಡವರು ನಾವ ಅನ್ನೋದನ್ನ ಮರಿಬಾರದು. 'ಹಾಸಿಗೆ ಇದ್ದಷ್ಟು ಕಾಲ ಚಾಚಗೊಂಡು' ಛಂದಾಗಿ ಸಂಸಾರ ಮಾಡಿ ಬಾಳಿ ಬದಕೋದ ಬಿಟ್ಟ, ದೊಡ್ಡ –ದೊಡ್ಡ ಕನಸ ಬೆನ್ನಹತ್ತಿ ಗಳಿಸಿಗೋತ ಹೊಂಟರ ಹೆಲ್ತ್ ಹಳ್ಳಾ ಹಿಡಿಲಾರದ ಮತ್ತೇನಾಗತದ? ಅದಕ ಅಲಾ ದೊಡ್ಡೋರು 'ಆರೋಗ್ಯವೇ ಭಾಗ್ಯ' ಅಂತ ಹೇಳಿದ್ದು. ಅದನ್ನ ಬಿಟ್ಟ, ಜೀವನದಾಗ ಇದ ದುಡಿಯೋ ವಯಸ್ಸು ಅಂತ ಕತ್ತಿ ಗತೆ ಇವತ್ತ ದುಡದರ ಮುಂದ ಅನುಭವಸೋ ವಯಸ್ಸನಾಗ ದೇಹಕ್ಕ ರೋಗ ಮುಕರಿರತಾವ, ಆವಾಗ ಅವನ್ನ ಅನುಭವಸಬೇಕು ಅಷ್ಟ, ಅದು ಅನುಭವಸಲಿಕ್ಕ ನಾವ ಅಲ್ಲಿ ಮಟಾ ಜೀವಂತ ಇದ್ದರ.

ಇವತ್ತ ನಮ್ಮೊಳಗ ನಾವ ಕಲಿಬೇಕಾರ ಇದ್ದದ್ದಕ್ಕಿಂತಾ ಜಾಸ್ತಿ ಸ್ಪರ್ಧಾತ್ಮಕ ಮನೋಭಾವ ಅದ,

"ಅಂವಾ ಕಾರ ತಗೊಂಡಾ... ನಾನು ತೊಗಬೇಕು."

"ಅಂವಾ ಬೆಂಗಳೂರಾಗ ಪ್ಲಾಟ ತೊಗೊಂಡಾ... ನಾ ಹುಬ್ಬಳ್ಳ್ಯಾಗ ಎರಡರ ತೊಗಬೇಕು."

"ಅಂವಾ ಮನಿಕಟ್ಟಲಿಕ್ಕತ್ತಾನಂತ... ನಾನು ಮುಂದಿನ ವರ್ಷ ಪ್ಲ್ಯಾನ್ ಮಾಡಬೇಕು."

"ಅವನ ಹೆಂಡತಿ ಗಟಾಯಿಸಿದ್ದ ಮಂಗಳಸೂತ್ರ ಮಾಡಿಸ್ಯಾಳ... ನಾನು ನಂದ 'ಫಟಾ' ಹೋದರೂ ಅಡ್ಡಿಯಿಲ್ಲಾ, ನನ್ನ ಹೆಂಡತಿಗೆ ಗಟಾಯಿಸಿದ್ದ ಮಂಗಳಸೂತ್ರ ಮಾಡಸಬೇಕು" ಬರೇ ಹಿಂತಾವ ನೋಡಿ ಕಲಿತೇವಿ.

'ಅಂವಾ ಎರಡ ಹಡದನಾ, ನಾನೂ ಎರಡ ಹಡಿತೇನಿ'... ಇಲ್ಲಾ, ಅದನ್ನ ಕೇಳ ಬ್ಯಾಡರಿ.

'ಅಂವಾ ಅವರ ಅವ್ವಾ-ಅಪ್ಪನ ಬೆಂಗಳೂರಾಗ ತನ್ನ ಜೊತಿನ ಕರಕೊಂಡ ಹೋಗಿ ಇಟಗೊಂಡಾನ ನಾವು ಇಟಗೋತೇವಿ' ...ಇಲ್ಲಾ.

'ನಮ್ಮ ಅವ್ವಾ-ಅಪ್ಪಗ ಬೆಂಗಳೂರ ಸೆಟ್ ಆಗಂಗಿಲ್ಲಾ, ಅವರು ಇಲ್ಲೇ ಹುಬ್ಬಳ್ಯಾಗ ಹುಟ್ಟಿ ಬೆಳೆದೋರು, ಇಲ್ಲೇ ಸಾಯೋರು.'

ಜೀವನದಾಗ ನಾವು ಯಾವುದನ್ನ ಅನುಸರಿಸಬೇಕು ಅದನ್ನ ಮಾಡಂಗಿಲ್ಲಾ. ಯಾವುದು ಬ್ಯಾಡ ಅದನ್ನ ಫಾಲೋ ಮಾಡತೇವಿ. ಈಗ ಅವಂಗ ಡಯಾಬಿಟೀಸ್ ಬಂತು ಅಂತ ನಾವು ಡಯಾಬಿಟೀಸ್ ಮಾಡ್ಕೊಳ್ಳಿಕ್ಕ ಬರತದ ಏನ? ಇಲ್ಲಾ... ಭಾಳ ಅಂದರ ನಾವು ಸಕ್ಕರಿ ತಿನ್ನೋದ ಕಡಿಮೆ ಮಾಡತೇವಿ ಅಷ್ಟ, ನಾಳೆ ನಮಗು ಶುಗರ ಬಂದ - ಗಿಂದಿತ್ತು ಅಂತ ಹೇಳಿ, ಅಲ್ಲರಿ ಇವತ್ತ ಇಷ್ಟ ಕಲತ ನಮಗ ಯಾವುದಕ್ಕ ಕಾಂಪಿಟೇಶನ್ ಮಾಡಬೇಕು, ಯಾವದಕ್ಕ ಬ್ಯಾಡಾ ಅನ್ನೋದ ತಿಳಿಲಾರದಷ್ಟು ಬುದ್ಧಿಗೇಡಿಗಳ ಯಾಕ ಆಗೇವಿ?

ಈಗಾಗಲೇ ನನ್ನ ದೊಸ್ತರಾಗ ಮೂರ ಮಂದಿ ಮ್ಯಾಲೆ ಹೋಗ್ಯಾರ, ಹಾರ್ಟ್‌ಫೇಲಾಗಿ. ಇನ್ನೊಂದ ಇಬ್ಬರಿಗೆ ನಿಂಗ ಬ್ಲಾಕ್ ಅದ ಬೈಪಾಸ್ ಮಾಡಿಸಿಗೊ ತಮ್ಮಾ ಅಂತ ಹೇಳ್ಯಾರ. ಒಬ್ಬಾಂವ ಈಗ ಒಂದ ತಿಂಗಳ ಹಿಂದ ಬೆಂಗಳೂರಾಗ ಬೈಪಾಸ್ ಮಾಡಿಸಿಕೊಂಡ ಬಂದಾನ, ಮನ್ನೆ ನನಗೂ ಅಸಿಡಿಟಿ ಆಗಿ ಎದ್ಯಾಗ ಹಿಡದಂಗ ಆದಾಗ ನಂದು ಮುಗೀತು, ಇನ್ನೇನ ಬರೆಯೋದು ಮುಗದಂಗ ಅಂತ ತಿಳ್ಕೊಂಡಿದ್ದೆ. ಆದರ ಹಂಗೇನ ಆಗಲಿಲ್ಲ.

ಏನ ಇದೆಲ್ಲಾ ಅಂತೇನಿ. ಖರೇ ಹೇಳಬೇಕಂದ್ರ ಹಿಂತಾದರ ಬಗ್ಗೆ ವಿಚಾರ ಮಾಡೋ ವಯಸ್ಸು ನಂಬದಲ್ಲಾ. ಆದರ ಇವತ್ತ ನಮ್ಮ ಹಾದಿ ತಪ್ಪಿದ್ದ ದೇಹಸ್ಥಿತಿ / ಹತೋಟಿ ಇಲ್ಲದ ಮನಸ್ಥಿತಿ ನಮಗ ಇದನ್ನ ವಿಚಾರ ಮಾಡಸ್ಲಿಕತ್ತದ. ಮನ್ಯಾಗ ನಮಗ ಇನ್ನೂ ಸಣ್ಣ-ಸಣ್ಣ ಮಕ್ಕಳ ಅವ, ನಮ್ಮನ್ನ ಕಟಕೊಂಡ ಬಂದೋಕಿ ಇನ್ನೂ ಇದ್ದಾಳ, ನಮ್ಮನ್ನ ಹಡದ ಅವ್ವಾ - ಅಪ್ಪಾ ಇದ್ದಾರ, ಇನ್ನೂ ಎಷ್ಟೋ ಹೊರಗಿನ ಜವಾಬ್ದಾರಿ ಅವ. ಹಂತಾದ ಇಷ್ಟ ಸಣ್ಣ ವಯಸ್ಸನಾಗ ದೊಡ್ಡ ಜಡ್ಡ ಬಂದ ಬಿಟ್ಟರ ಬದುಕಿನಾಗ ಹತಾಶೆ ಮನೋಭಾವನೆ ಬಂದ ಬಿಡತದ ಅಲಾ?

ಯಾಕ ಇವತ್ತ ನಾವ ಇಷ್ಟ ಮ್ಯಾಟಿರಿಯಲಿಸ್ಟಿಕ್ ಆಗೇವಿ? ಲೈಫ್ ಯಾಕ ಕಾಂಪ್ಲಿಕೇಟ್ ಮಾಡ್ಕೊಳ್ಳಿಕತ್ತೇವಿ ಅನ್ನೋದನ್ನ ವಿಚಾರ ಮಾಡಬೇಕು. ಇದ್ದದ್ದರಾಗ ಸುಖ ಪಡಬೇಕ ವಿನಾ ಕೈಲೇ ಆಗಲಾರದ್ದನ್ನ ಸಾಧಿಸಲಿಕ್ಕೆ ತಲಿ ಕೆಡಿಸಿಕೊಂಡ ತಳಾ

ಸುಟಗೋಬಾರದು. ನಾಳೆ ನಾವ ಇಲ್ಲಾ ಅಂದ್ರ ಈ ಪ್ಲಾಟ್, ಕಾರು, ಅಪಾರ್ಟ್‌ಮೆಂಟ್ ತೊಗಂಡ ಏನ ಮಾಡೋರು? ಹಾಂ ... ಹೆಂಡತಿ ಮಕ್ಕಳರ ಅನುಭವಸ್ತಾರ, ನಾವ ದುಡ್ಯೋದ ಅವರ ಸಂಬಂದ ಅಂತ ಅಂದ್ರ ಅಡ್ಡಿಯಿಲ್ಲಾ, ಆದರ ಅದನ್ನ ನೋಡಲಿಕ್ಕ ನಾವ ಇರಂಗಿಲ್ಲಾ ಅಷ್ಟ. ನಾವು ಇವತ್ತ ಇಷ್ಟ ಕಷ್ಟಾ ಪಟ್ಟ ಮಾಡೋದ ನಾಳೆ ನಾವ ಸತ್ತ ಮ್ಯಾಲೇ ಮನಿ ಮಂದಿ ಅನುಭವಸಲಿಕ್ಕಾ?

ಜೀವನಾನ ಅರ್ಥ ಮಾಡ್ಕೊಳ್ಳಲಾರದ ಅನರ್ಥ ಮಾಡ್ಕೊಂಡ ಜೀವನಾ ವ್ಯರ್ಥ ಮಾಡ್ಕೋಬಾರದು ಅಂತ ನನಗ ಅನಸ್ತದ, ಜೀವನದ 'ಫ್ಯೂಚರ್'ನಾಗ ಭಾಳ 'ಆಪ್ಶನ್' ಅವ, ಅವನ್ನೆಲ್ಲಾ ಬಿಟ್ಟ ಇವತ್ತ ನಾವು ಶೇರ್ ಮಾರ್ಕೆಟ್ 'ಫ್ಯೂಚರ್ ಅಂಡ್ ಆಪ್ಶನ್' ಒಳಗ ಸಿಕ್ಕ ಲೈಫು 'ಎಕ್ಸ್‌ಪೈರಿ' ಮಾಡ್ಕೋಬಾರದು, ಇವತ್ತ ನಮ್ಮ ಜೀವನದ ಸಣ್ಣ - ಸಣ್ಣ ಖುಶಿಗಳನ್ನೆಲ್ಲಾ ಎಸ್.ಐ.ಪಿ. (ಸಿಸ್ಟಿಮ್ಯಾಟಿಕ್ ಇನ್ವೆಸ್ಟ್‌ಮೆಂಟ್ ಪ್ಲ್ಯಾನ್) ಮಾಡಿ, ನಾಳೆ ವಯಸ್ಸಾದ ಮ್ಯಾಲೆ ಅವನ್ನ ಎಸ್.ಡಬ್ಲ್ಯು.ಪಿ. (ಸಿಸ್ಟಿಮ್ಯಾಟಿಕ್ ವಿಥಡ್ರಾವಲ್ ಪ್ಲ್ಯಾನ್) ಮಾಡ್ಕೊಂಡ ಖುಶಿಲೆ ರಾಮ- ರಾಮ ಅಂತ ನೆಮ್ಮದಿಯಿಂದ ಬದುಕಬೇಕು ಅಂತ ಅನಸ್ತದ.

ನಿಮಗ ಏನ ಅನಸ್ತದೊ ಅದನ್ನ ನೀವ ಮಾಡ್ರಿ, ಮತ್ತ ನಂದ ಪ್ರಹಸನ ಓದಿ ಟೆನ್ಶನ್ ತೊಗಂಡ ಶುಗರ್, ಬಿ.ಪಿ. ಮಾಡ್ಕೊಬ್ಯಾಡ್ರಿ ಇಷ್ಟ. ಅನ್ನಂಗ ಮಾರ್ಕೆಟ್ ತಳಾ ಮುಟ್ಟೇದರಿಪಾ. ಯಾರರ ಇನ್ವೆಸ್ಟ್ ಮಾಡೋರಿದ್ದರ ಇದ ರೈಟ್ ಟೈಮ, ಹಾಕ್ರಿ ರೊಕ್ಕಾ ವರ್ಷದಾಗ ಮತ್ತ ಸೆನ್ಸೆಕ್ಸ್ 20000 ಮುಟ್ಟಲಿಲ್ಲಾ ಅಂದ್ರ ಹೇಳ್ರಿ ನನಗ. ರೊಕ್ಕಾ, ರಿಸ್ಕ್, ಬಿ.ಪಿ., ಶುಗರ್ ಎಲ್ಲಾ ನಿಂಬದನ ಮತ್ತ.

§

ಗಂಗಾವತಿ ಗದ್ಲದಾಗ್ ಕನ್ನಡದ ಕರದಂಟ್

ಹೋದ ತಿಂಗಳ್ ನಮ್ಮ ಬೀದರ ಬಹಾದ್ದೂರ ದೇಸಾಯಿ ಹುಬ್ಬಳ್ಳಿಗೆ ಬಂದಿದ್ದಾ, ಹಂಗ ಮಾತಾಡ್ತಾ-ಮಾತಾಡ್ತಾ,

"ನಿನ್ನ ಕೆಂಡಸಂಪಿಗೆ ಒಳಗಿನ ಲೇಖನಾ ಓದಿ ನಮ್ಮ ಬೀದರನಾಗಿನ ಮಂದಿನೂ ನಿನ್ನ ಹುಬ್ಬಳ್ಳಿ ಭಾಷಾ ಕಲೀಲಿಕತ್ತಾರ, ನಿಂಗ ಬೀದರ ಜಿಲ್ಲಾ ಸಾಹಿತ್ಯ ಸಮ್ಮೇಳನದಾಗ ಮಾತಾಡಲಿಕ್ಕೆ ಕರಸಬೇಕು ಅಂತ ನನ್ನ ಒಬ್ಬರು ಕೇಳಿದರು" ಅಂದಾ.

ನಾ ಅಗದಿ ಖುಷ್ ಆಗಿಬಿಟ್ಟೆ, ನನ್ನಂತಾವರನ ಜಿಲ್ಲಾ ಸಾಹಿತ್ಯ ಸಮ್ಮೇಳನಕ್ಕ ಮಾತಾಡಲಿಕ್ಕೆ ಕರಿತಾರ ಮಂದಿ ಅಂದರ ಇದು ಸಾಹಿತ್ಯದ ಅಧೋಗತಿನೋ, ಇಲ್ಲಾ ಈ ಬೀದರ ಮಂದಿಗೆ ತಿಳಿದಿರೋ ಸಾಹಿತ್ಯ ಇಷ್ಟನೋ ಇಲ್ಲಾ ಖರೇನ ನಾ ಅಷ್ಟ ಫೇಮಸ್ ಆಗೇನೋ ಒಂದೂ ತಿಳಿಲಿಲ್ಲಾ.

ಆದ್ರೂ ಖುಷಿಲೇ "ಅದಕ್ಕ ನೀ ಏನ್ ಅಂದಿ?" ಅಂದೆ.

"ಇಲ್ಲಾ ಸಾಹೇಬರ, ಮದ್ಲ ಆ ಮಗಾ ಒಂದ ಸಾಹಿತ್ಯ ಸಮ್ಮೇಳನಕ್ಕ ಹೋಗಿ, ಸಾಹಿತ್ಯ ಸಮ್ಮೇಳನ ಹೆಂಗ ಇರತದ ಅಂತ ನೋಡ್ಯರ ಬರಲಿ ತಡೀರಿ. ಆಮೇಲೆ ಬೇಕಾರ ಬೀದರ ಸಾಹಿತ್ಯ ಸಮ್ಮೇಳನಕ್ಕ ಕರಸಿರಿ ಅಂತ ಹೇಳಿ ಕಳಿಸಿದೆ" ಅಂದಾ.

ಪಾಪಾ ಆ ಮನುಷ್ಯಾ ಅಂದರ ನನ್ನ ಸಾಹಿತ್ಯದ ಪ್ರೇಮಿ "ನೀವ ಹೆಂಗಂತೀರಿ ಹಂಗ ಆಗಲಿ ಸಾಹೇಬರ" ಅಂತ ಸುಮ್ಮನ ಹೋಗಿ ಬಿಟ್ಟನಂತ.

ನಾ ಇನ್ನೇನ ಮನಸ್ಸಿನಾಗ ಬೀದರಗೆ ವಿ.ಆರ್.ಎಲ್. ಬಸ್ ಟಿಕೇಟ್ ತಗಸಲಿಕತ್ತಿದ್ದೆ, ಒಮ್ಮಿಂದೊಮ್ಮೆಲೆ ನನ್ನ ಬಸ್ ಪಂಕ್ಚರ್ ಮಾಡಿದಾ.

ಏನೋ ನನ್ನಕಿಂತಾ ಸ್ವಲ್ಪ ಜಾಸ್ತಿ ತಿಳ್ಕೊಂಡೊಂವಾ ಅಂತ ನಾ ಇವನ್ನ ತಿಳ್ಕೊಂಡಿದ್ದ ತಪ್ಪಾತ ಅನಸ್ಲಿಕತ್ತ. ಬಹುಶಃ ಇದಕ್ಕ ಪ್ರೊಫೆಶನಲ್ ಜಲಸಿ ಅಂತಿರಬೇಕ ತೊಗೊ ಅಂತ ಸುಮ್ಮನ ನನ್ನ ಮ್ಯಾಲೆ ಮಾಡಿದ್ದ ಜೋಕಗ ನಾನ ನಕ್ಕೆ.

ಆದ್ರ ಹಂಗ ಖರೆ ವಿಚಾರ ಮಾಡಿದರ ಅಂವಾ ಹೇಳೋದು ಖರೇನ. ನನಗ ಇವತ್ತಿಗೂ ಸಾಹಿತ್ಯ ಸಮ್ಮೇಳನ ಅಂದ್ರ ಏನು? ಹೆಂಗ ಇರತದ ಅಂತ ಗೊತ್ತೂ ಇಲ್ಲಾ, ಒಮ್ಮೆನೂ ಹೋಗಿನೂ ಇಲ್ಲಾ. ಅಲ್ಲಾ ಮದ್ಲ ನನಗ ಈ ಕನ್ನಡ ಸಾಹಿತ್ಯ ಅಂದರ ಫ್ರೆಂಚ್-ಗ್ರೀಕ್ ಇದ್ದಂಗ, ಏನೋ ಇತ್ತೀಚಿಗೆ ಒಂದ ನಾಲ್ಕ ಲೇಖನಾ ಬರದೇನಿ ಅಂತ ಸಾಹಿತ್ಯದ ವಾಸನಿ ಬಡಿಲಿಕತ್ತದ. ಆತ ತೊಗೊ, ಹಂಗರ ಮುಂದಿನ ಸಲಾ ಯಾವುದರ ಸಾಹಿತ್ಯ ಸಮ್ಮೇಳನಕ್ಕ ಹೋಗಿ ಬಂದರಾತು ಅಂತ ವಿಚಾರ ಮಾಡಿದೆ. ನನಗ ಆವಾಗ ಗೊತ್ತ ಇದ್ದಿದ್ದಿಲ್ಲಾ ಮುಂದಿನ ಸರತೆ ಅಂದರ ಡಿಸೆಂಬರ್ ತಿಂಗಳದಾಗ ಸಾಹಿತ್ಯ ಸಮ್ಮೇಳನ ಬರತದ, ಅದೂ ಇಲ್ಲೆ ನಮ್ಮ ಉತ್ತರ ಕರ್ನಾಟಕದ ಗಂಗಾವತಿ ಒಳಗ ಅದ ಅಂತ.

ಮುಂದ ಒಂದ ಹದಿನೈದ ದಿವಸಕ್ಕ ನಮ್ಮ ಕೆಂಡಸಂಪಿಗೆ ಸಂಪಾದಕರು ಫೋನ್ ಮಾಡಿ, "ರ್ರೀ, ನಿಮ್ಮೂರ ಹತ್ರ ಗಂಗಾವತಿ ಒಳಗ ಈ ಸಲಾ ಅಖಿಲ ಭಾರತ ಕನ್ನಡ ಸಾಹಿತ್ಯ ಸಮ್ಮೇಳನ ಅದ, ಅಲ್ಲೇ ಹೋಗಿ ಒಂದ ಲೇಖನ ಬರದ ಕಳಸರಿ" ಅಂತ ಅಗದಿ ಏನ ಇಷ್ಟ ದಿವಸ ನಾ ಲೇಖನಾ ಬರದಿದ್ದಕ್ಕ ಪಗಾರ ಕೊಟ್ಟೋರ ಗತೆ ಹುಕುಂ ಮಾಡಿದರು. ಅಲ್ಲಾ ನಾ ಪ್ರಸ್ಥಾ-ಗಿಸ್ಥಾ, ಮಡಿ – ಮೈಲಗಿ ಅಂತ ಸುಟ್ಟ-ಸುಡಗಾಡ ಬರದರ ಯಾರ ಪಗಾರ ಕೊಡತಾರ ಬಿಡರಿ, ಆದ್ರೂ ಗಾಡಿ ಖರ್ಚರ ಕೊಡತೇನಿ ಹೋಗಿ ಬರ್ರಿ ಅಂತ ಅನ್ನಲಿಲ್ಲಾ ಅನಸ್ತು.

"ಸಂಪಾದಕರೇ, ಗಂಗಾವತಿ ನಮ್ಮೂರ ಹತ್ರ ಏನ ಇಲ್ಲಾ, ನಿಮಗ ಮಡಿಕೇರಿ ಮ್ಯಾಲಿಂದ ಇಲ್ಲಿವ ಎಲ್ಲಾ ಆಜು-ಬಾಜು ಕಾಣ್ತಾವ, ಗಂಗಾವತಿ ಇಲ್ಲಿಂದ ಮೂರ ತಾಸಿನ ದಾರಿ, ಅದೂ ಹಳಿ ಇಲ್ಲದ ಊರು. ನಂಗ ಬಸ್ಸನಾಗ ಹೊಂಟರ ವಾಂತಿ ಬ್ಯಾರೆ ಬರತದ, ಇನ್ನ ಕಾರ್ ತೊಗಂಡ ಹೋಗಬೇಕು. ದುಡ್ಡು ಯಾರ ಕೊಡೋರು?" ಅಂದೆ.

"ನೀವು ಸುಡಗಾಡ ಹೆಂಗರ ಹೋಗರಿ, ಹಿಂತಾ ಅವಕಾಶ ಜೀವನದಾಗ ಮತ್ತ ಸಿಗಂಗಿಲ್ಲಾ, ದೊಡ್ಡ-ದೊಡ್ಡ ಸಾಹಿತಿಗಳದ್ದ ಎಲ್ಲಾ ಪರಿಚಯ ಆಗ್ತದ, ಇದ ನಿಮಗೂ ಒಂದ ಅವಕಾಶ, ನೀವು ಇವತ್ತಿಲ್ಲಾ ನಾಳೆ ಅಪ್ಪಿ- ತಪ್ಪಿ ಸಾಹಿತಿ ಆಗೋರ ಮತ್ತ" ಅಂತ ನನಗ ಹವಾ ಹಾಕಿದರು.

ಆತ ತೊಗೊ ಹಂಗರ ಸಂಡೆ ಹೋದರಾತು ಅಂತ ಡಿಸೈಡ್ ಮಾಡಿದೆ. ಇತ್ತಲಾಗ ನಮ್ಮ ಬಹದ್ದೂರ ದೇಸಾಯಿನೂ ಬೀದರದಿಂದ ಗಂಗಾವತಿಗೆ ಬರೋಂವಾ ಇದ್ದಾ. ಆ ಮಗಾ ಕೆಲಸ ಮಾಡೋದ 'ಹಿಂದು' ಅನ್ನೊ ಇಂಗ್ಲಿಷ್ ಪೇಪರನಾಗ, ಇಂವಂದ ಏನ ಕನ್ನಡ ಸಾಹಿತ್ಯ ಸಮ್ಮೇಳನದಾಗ ಕೆಲಸ ಅನಸ್ತು. 'ಯಾರದೋ ರೊಕ್ಕಾ- ಯಲ್ಲಮ್ಮನ ಜಾತ್ರಿ' ಅಂತಾರಲಾ ಹಂಗ ಆ ಪೇಪರನವರು ಗಾಡಿ ಖರ್ಚ ಕೊಡತಾರಂತ ಹೊಂಟಿದ್ದನೋ ಇಲ್ಲಾ ತನಗೂ ಕನ್ನಡದ ಮ್ಯಾಲೆ ಅಭಿಮಾನ ಅದ ಅಂತ ತೋರಸಲಿಕ್ಕೆ ಹೊಂಟಿದ್ದನೋ ಆ ದೇವರಿಗೇ ಗೊತ್ತ. ಹಂಗ ಮಗಗ ಖರೆನ ಕನ್ನಡದ ಮ್ಯಾಲೆ ಅಭಿಮಾನ ಇದ್ದರ ತನ್ನ 'ಹಿಂದು' ಪೇಪರನಾಗ ಒಂದ ಪ್ಯಾರಾ ಕನ್ನಡ ಲೇಖನ ಬರಿ ಅನ್ರಿ ಹೌದಂತೇನಿ. ಇರಲಿ, ಸಾಹಿತ್ಯ ಸಮ್ಮೇಳನಕ್ಕ ಹೋಗಬೇಕಂದರ ಕನ್ನಡಾಭಿಮಾನಿ ಇರಬೇಕಂತ ಏನ ಇಲ್ಲಾ, ಒಟ್ಟ ಅವನೂ ಬರತಾನಲಾ ಛಲೋ ಆತ ತೊಗೊ ನನಗೂ ಕಂಪನಿ ಸಿಕ್ಕತು ಅಂತ ನಾನೂ ಹೊರಡಲಿಕ್ಕೆ ರೆಡಿಯಾದೆ.

ಸಾಹಿತ್ಯ ಸಮ್ಮೇಳನದ ಮೂರನೇ ದಿವಸ ಅಂದರ ರವಿವಾರ ನಾ ಗಂಗಾವತಿ ಮುಟ್ಟೋದರಾಗ 11 ಆಗಿತ್ತ. ಇಡಿ ಗಂಗಾವತಿ ಒಳಗ ಎಲ್ಲೆ ನೋಡಿದಲ್ಲೆ ಕನ್ನಡಮ್ಮನ ಧ್ವಜ ಹಾರಾಡಲಿಕತ್ತಿದ್ವು, ಗಂಗಾವತಿ ಊರಾಗಿನ ಅರ್ಧಾ ಮಂದಿ ತಮ್ಮ ಫೋಟೊ ಬ್ಯಾನರನಾಗ ಹಾಕಿಸಿಕೊಂಡ ಊರತುಂಬ 'ಕನ್ನಡ ಸಾಹಿತ್ಯ ಸಮ್ಮೇಳನಕ್ಕ ಸ್ವಾಗತ' ಅಂತ ಬರಸಿದ್ದರು. ಬಹುಶಃ ಒಬ್ಬ ಕನ್ನಡದ ಕಾಮನ್ ಮ್ಯಾನ್‌ಗೂ ಬ್ಯಾನರ್‌ನಾಗ

ಬರಲಿಕ್ಕೆ ಅವಕಾಶ ಇದ ಒಂದ ಅಂತ ಅನಸ್ತದ. ಇಡಿ ಗಂಗಾವತಿ ಊರಾಗಿನ ಗದ್ಲಾ ನೋಡಿದ್ರ ದಿಕ್ಕ ತಪ್ಪೋಹಂಗ ಇತ್ತ. ಅದರಾಗ ಈ ಜನದ ಜಾತ್ರೆಯೊಳಗ ಟ್ರಾಫಿಕ್ ಕಂಟ್ರೋಲ್ ತಪ್ಪಿ, ರೋಡ್ ಜಾಮ್ ಆಗಿ ಸಾಹಿತ್ಯ ಸಮ್ಮೇಳನ ಮುಟ್ಟೋದರಾಗ ಏಳು ಹನ್ನೆರಡಾಣೆ ಆತ. ಅಲ್ಲೇ ಸಮ್ಮೇಳನಕ್ಕ ಹೋಗಿ ನೋಡಿದರ ನಮ್ಮ ಹುಬ್ಬಳ್ಳ್ಯಾಗಿನ ಮೂರಸಾವಿರ ಮಠದ್ದು ಮತ್ತ ಧಾರವಾಡದ ಮುರಘಾ ಮಠದ್ದು ಜಾತ್ರಿ ಎರಡು ಕೂಡಿ ಒಮ್ಮೆ ನಡದಂಗ ಅನಸ್ತು. ಜನಾ ಜಂಗುಳಿ ತುಂಬಿ ನೂರಾರು ಎಕರೆ ಜಗದಾಗ ಗಾಡಿ ಇಡಲಿಕ್ಕ ಇಷ್ಟ ಅಲ್ಲಾ ಕಾಲ ಇಡಲಿಕ್ಕೂ ಜಗಾ ಇಲ್ಲದಂಗ ಆಗಿತ್ತ. ನಾ ಇಷ್ಟೊಂದ ಸಾಹಿತ್ಯ ಪ್ರೇಮಿಗಳನ್ನ ನೋಡಿ ಗಾಬರಿ ಆದೆ. ನನಗ ದಿಕ್ಕ ತೋಚದಂಗ ಆತು. ಮತ್ತ ಅದ ದೇಸಾಯಿಗೆ ಫೋನ್ ಹೊಡದೆ. ಅಂವಾ ಯಾರದೋ ಒಂದ "ಮೀಡಿಯಾ ಪಾಸ್" ಉದ್ರಿ ಇಸಗೊಂಡ ಬಂದ ನನ್ನ ಎದಿಗೆ ಚುಚ್ಚಿ ಮೀಡಿಯಾ ಸೆಂಟರ್‌ಗೆ ಕರಕೊಂಡ ಹೋದಾ. ಒಳಗ ಮೀಡಿಯಾ ಸೆಂಟರ್ ಪೂರ್ತಿ ಎ.ಸಿ. ಶೆಡ್, ಅಲ್ಲೇ ಸಮ್ಮೇಳನದಾಗ ನೋಡಿದ್ರ ಸಾಹಿತಿಗಳು ಎಡಗೈಲೆ ಚಾಮರ ಬೀಸಗೋತ ಬಿಸಲಾಗ ಬಿಸಿ ಬಿಸಿ ಕವಿಗೋಷ್ಠಿ ನಡಸ್ಯಾರ. ಇಲ್ಲೇ ಈ ಮೀಡಿಯಾದವರು ಎ.ಸಿ. ಒಳಗ ಲ್ಯಾಪ್‌ಟಾಪ್ ಹಿಡಕೊಂಡ ಹರಟಿ ಹೊಡಲಿಕತ್ತಾರ ಅನಸ್ತು. ಮೀಡಿಯಾದವರ ಅಲಾ ಸಾಹಿತ್ಯ ಸಮ್ಮೇಳನದ ನಿಜವಾದ ವಿಮರ್ಶಕರು, ಇವರ ಖುಷ್ ಇದ್ದರ ಸಾಹಿತ್ಯ ಸಮ್ಮೇಳನ ಸಕ್ಸೆಸ್, ಇವರ ಸಿಟ್ಟಿಗೆದ್ದ ಶೆಟಗೊಂಡರ ಮುಗದ ಹೋತ. ಮರದಿವಸ ಪೇಪರನಾಗ ಸಾಹಿತ್ಯ ಸಮ್ಮೇಳನದ ಇತಿಶ್ರೀ ಮಾಡಿಬಿಡತಾರ ಅಂತ ಇವರನ್ನ ಅಗದಿ ಗಂಡ ಬೀಗರ ಗತೆ ನೋಡ್ಕೊಳ್ಳಿಕತ್ತಿದ್ದರು.

ಮೀಡಿಯಾ ಸೆಂಟರ್ ಒಳಗ ಭಾಳಷ್ಟ ಕುರ್ಚಿ ಖಾಲಿ ಇದ್ದವು "ಯಾಕಪಾ ಎಲ್ಲಾ ಪತ್ರಕರ್ತರು ಸೆಶನ್‌ಗೆ ಹೋಗ್ಯಾರೇನ್?" ಅಂದೆ.

"ಇಲ್ಲಾ, ಹಂಗೇನ ನಾವ ಸೆಶನ್‌ಗೆ ಹೋಗಬೇಕಂತ ಏನ ಇಲ್ಲಾ, ಆಮೇಲೆ ನಮಗ ಪ್ರೆಸ್ ನೋಟ್ ಕೊಟ್ಟ ಕೊಡತಾರ, ನಾವ ಅದನ್ನ ಇಂಗ್ಲಿಷ್‌ನಾಗ ಟ್ರಾನ್ಸ್‌ಲೇಟ್ ಮಾಡಿ ಹಾಕ್ಕೊಂಡರ ಆತು" ಅಂತ ಖುಶಿಲೇ ಹೇಳಿದಾ. ಎಷ್ಟಂದರೂ ತಿನ್ನೋದ ಇಂಗ್ಲಿಷ್ ಪೇಪರದ್ದಲಾ ಮತ್ತ. ಮುಂದ ನನಗ ಒಂದಿಷ್ಟ ಮಂದಿ ಪತ್ರಕರ್ತರದ್ದು, ಸಾಹಿತಿಗಳದ್ದು ಪರಿಚಯ ಮಾಡಿಸಿದಾ. ಭಾಳಷ್ಟ ಮಂದಿ, 'ನೀವ ಏನ್ರಿ ಕೆಂಡಸಂಪಿಗೆ ಪ್ರಶಾಂತ ಆಡೂರ ಅಂದರ?' ಅಂತ ಖುಷಿಲೇ ಮಾತಾಡಿಸಿದ್ರು, ನಂಗು ಖುಷ್ ಆತ, ಅಡ್ಡಿಯಿಲ್ಲಾ ನಾಲ್ಕ ಮಂದಿ ನಾ ಬರದದ್ದು ಓದ್ಯಾರ ಅಂತ ಮುಂದ ಹೋದೆ. ಒಂದಿಷ್ಟ ಮಂದಿ ಪತ್ರಕರ್ತರು ಮುಂದಿನ ಸಾಲನ್ಯಾಗ ಕೂತ ಶೇಂಗಾ ಕಡ್ಲಿ ತಿನ್ನಲಿಕತ್ತಿದ್ದರು. "ಯಾಕ್ರಿ, ಹೊಟ್ಟೆ ಭಾಳ ಹಸ್ತದ ಏನ?" ಅಂತ ಅಂದೆ, "ಏ ಏನ ಇಲ್ಲರೀ... ಹಂಗ ಟೈಮ್ ಪಾಸ್‌ಗೆ ತಿನ್ನಲಿಕ್ಕತ್ತೆವಿ" ಅಂದರು. ಮುಂದಿನ ಸಾಲನ್ಯಾಗ ಕೂತವರೆಲ್ಲಾ ವಿಮರ್ಶಕರು, ಅವರಿಗೆ ಈ ಸಾಹಿತ್ಯ ಸಮ್ಮೇಳನ ಅಂದ್ರ 'ಶೇಂಗಾ– ಕಡ್ಲಿ' ಸಿಪ್ಪಿ ಸುಲದ ತಿಂದಂಗ ಇರಬೇಕು. ನಾ ಇನ್ನ ಇವರ ಜೋತಿ ಭಾಳ ಇದ್ದರ ನಂಗ ಇರೋ ಸ್ವಲ್ಪ

ಸಾಹಿತ್ಯಾಭಿಮಾನನೂ ಹೋಗಿ ಬಿಡಬಹುದು ಅಂತ ನಾ ಅಲ್ಲಿಂದ ಕಾಲಕಿತ್ತಿದೆ. ನಮ್ಮ ದೇಸಾಯಿ "ನಾ ಭೈರಪ್ಪನವರ ಭಾಷಣಾ ಇಂಗ್ಲಿಷ್‌ನಾಗ ಬರೀಬೇಕು" ಅಂತ ಅಂವಾ ಅತ್ತಲಾಗ ಹೋದಾ. ನಾ ಇತ್ತಲಾಗ ಎಕ್ಸಿಬಿಶನ್ ಮಳಿಗೆ ನೋಡಲಿಕ್ಕೆ ಹೋದೆ.

ನನಗ ಮಳಿಗೆ ಎಲ್ಲಿಂದ ನೋಡಲಿಕ್ಕ ಶುರು ಮಾಡಬೇಕು ಅನ್ನೋದ ತಿಳಿಲಿಲ್ಲಾ, ಅಷ್ಟ ಅಂಗಡಿ ಇದ್ದವು. ಎಲ್ಲಿ ನೋಡಿದಲ್ಲೆ ಜನಾನ ಜನಾ, ಅಂಗಡಿನ ಅಂಗಡಿ. ಇಲ್ಲಿ ಗದ್ಲಾ ನೋಡಿದ್ರ ನಮ್ಮ ಸಾಹಿತ್ಯ ಬಡವ ಅದ ಅಂತ ಅನ್ನಲಿಕ್ಕೆ ಸಾಧ್ಯ ಇಲ್ಲಾ ಅನಸ್ತು. ಹಿಂಗ ಮುಂದಕ ಒಂದ್ಯಾರಡ ಅಂಗಡಿ ಅಡ್ಯಾಡೋದರಾಗ ಗೊತ್ತಾಗಲಿಕತ್ತ ಎದಕ್ಕ ಇಷ್ಟ ಗದ್ದಲ ಅದ ಸಾಹಿತ್ಯ ಸಮ್ಮೇಳನದಾಗ ಅಂತ. ಇಲ್ಲೇ ಸಾಹಿತ್ಯ ಕಡಿಮೆ ಬ್ಯಾರೆ ಸಾಮಾನ ಜಾಸ್ತಿ ಮಾರಲಿಕತ್ತಿದ್ದರು. ಅಂಗಿ, ಚಡ್ಡಿ, ಕುರ್ತಾ, ಪೈಜಾಮ್ ಎಲ್ಲಾ ಇದ್ದವು. ಸಾಹಿತಿಗಳ ಏನ ಎಲ್ಲಾ ಮಾರಕೊಂಡ ಬರೆಬತ್ತಲೆ ಬಂದಿರರ್ತಾರ ಸಮ್ಮೇಳನಕ್ಕ ಅಂತ ತಿಳ್ಕೊಂಡ ಮಾರಲಿಕ್ಕ ತಂದಿರೋ ಇಲ್ಲಾ ಸಾಹಿತಿಗಳು ರಾಜಕಾರಣಿಗಳ ಗತೆ ಸಮ್ಮೇಳನದಾಗ ಹೊಡದಾಡಿ ಅರಬಿ ಹರಕೋತಾರ ಅಂತ ಮಾರಲಿಕ್ಕ ತಂದಿರೋ ಏನೋ. ಹಂಗ ಮುಂದ ಹೋದೆ, ಒಂದಿಷ್ಟ ಅಂಗಡಿ ಮುಂದ ಬರೇ ಹೆಣ್ಣ ಮಕ್ಕಳ ತುಂಬಿ ತುಳಕ್ಯಾಡ್ಲಿಕತ್ತಿದ್ದರು. ಏನಪಾ ಇದ ಒಮ್ಮಿಂದೊಮ್ಮಿಲೇ ಈ ಹೆಣ್ಣಮಕ್ಕಳಿಗೆ ಇಷ್ಟೊಂದ ಸಾಹಿತ್ಯ ಪ್ರೇಮ ಬಂತು ಅಂತ ನಾನೂ ಆಜೂ-ಬಾಜೂ ಹೆಣ್ಣ ಮಕ್ಕಳಿಗೆ ಬಡಿಸಿಗೋತ ಆ ಅಂಗಡಿ ಒಳಗ ಕಣ್ಣ ಹಾಕಿದೆ. ಅದು ನೋಡಿದ್ರ ಬಳಿ, ಹಣಗಿ, ಹೇರ್‌ಪಿನ್, ರಿಬ್ಬನ್, ಸರಾ ಮಾರೋ ಅಂಗಡಿ. ಹೋ..ಹೋ.. ಅದಕ್ಕ ಹೆಣ್ಣ ಮಕ್ಕಳ ಈ ಅಂಗಡಿಗೆ 'ಸಕ್ಕರಿಗೆ ನೊಣ' ಮುಕರಿದಂಗ ಮುಕರ್‍ಯಾರ ಅಂತ ಅಂದ್ಕೊಂಡ ಮುಂದ ಹೋದೆ. ಈ ಹೆಣ್ಣಮಕ್ಕಳ ಸಂದ್ಯಾಗಿಂದ ಹೊರಗ ಬರೋದರಾಗ ಸಾಕ-ಸಾಕಾಗಿತ್ತ. ಬಿಸಲ ಬ್ಯಾರೆ ಜಾಸ್ತಿ ಗಂಗಾವತಿ ಒಳಗ. ಎಲ್ಲೇರ ನೀರ ಬಿಡತಾರ ಏನ ಸಾಹಿತ್ಯ ಸಮ್ಮೇಳನದಾಗ ಅಂತ ವಿಚಾರ ಮಾಡೋದ್ರಾಗ ಎದರಿಗೆ ಕಬ್ಬಿನ ಹಾಲ, ಐಸ್ ಕ್ರೀಮ್, ಕಲ್ಲಂಗಡಿ ಹಣ್ಣ, ಜ್ಯೂಸ್, ಹಾಲು ಎಲ್ಲಾ ಮಾರೋ ಅಂಗಡಿ ಕಂಡವು. ಅರೇ ಸಾಹಿತಿಗಳ 'ಬಾಯಾರಕಿ' ಬಗ್ಗೆ ಭಾಳ ತಿಳ್ಕೊಂಡಾರಲಾ ಅಂತ ಖುಶಿ ಆತ. ಹಂಗ ಮತ್ತ ಬ್ಯಾರೇ ಏನರ ಬಾಯಾರಕಿ ನೀಗಸಲಿಕ್ಕೆ ಇಟ್ಟಾರಿನ ಅಂತ ನೋಡಿದೆ, ಇದ್ದಿದ್ದಿಲಾ. ಬಹುಶಃ ರಾತ್ರಿ ಸಿಗಬಹುದ ತೊಗೋ ಅಂತ ಒಂದ ಗ್ಲಾಸ್ ಕಬ್ಬಿನ ಹಾಲ ಕುಡದೆ.

ಅಷ್ಟರಾಗ ಹಿಂದಿನಿಂದ 'ಎಳನೀರ, ಎಳನೀರ' ಅಂತ ಒದರಿದ್ದ ಕೇಳಿಸ್ತ. ತಿರಗಿ ನೋಡಿದ್ರ 'ಕೃತಕ ಎಳನೀರ ಅಂತ ಒಂದ ಅಂಗಡಿ ಇತ್ತ.

"ಹಂಗ ಅಂದ್ರ ಏನೋ" ಅಂದೆ.

"ಸರ್ ಇಲ್ಲೇ ಇಷ್ಟ ಮಂದಿ ಇದ್ದಾರಲ್ಲಾ ಅವರೇನ ಒರಿಜನಲ್ ಸಾಹಿತಿಗಳಾ? ಅಲ್ಲಾ. ಎಷ್ಟ ಮಂದಿ ನಿಮ್ಮಂತಾ ಕೃತಕ ಸಾಹಿತಿಗಳು, ಕೃತಕ ಸಾಹಿತ್ಯ ಎಲ್ಲಾ ಅದ ಇಲ್ಲೋ ಇಲ್ಲೆ? ಹಂಗ ಇದು ಕೃತಕ ಎಳನೀರು" ಅಂದಾ.

"ಭಾಳ ತಿಳ್ಕೊಂಡಿ ಬಿಡ ತಮ್ಮಾ ಸಾಹಿತ್ಯ ಸಮ್ಮೇಳನದ್ದ ಬಗ್ಗೆ, ಇದ ಎಷ್ಟನೇ

ಸಾಹಿತ್ಯ ಸಮ್ಮೇಳನಾ ನಿಂದು?" ಅಂತ ಕೇಳಿದೆ.

"ಎಂಟನೇದರಿ" ಅಂದಾ.

ಹೋಗಲಿ ಬಿಡ, ಅವನ ಜೊತಿ ಏನ ಮಾತಾಡೋದ? ನನ್ನಕಿಂತಾ ಜಾಸ್ತಿ ಸಾಹಿತ್ಯ ಸಮ್ಮೇಳನ ನೋಡಿದಾಂವ ಮತ್ತ ಅದರ ಬಗ್ಗೆ ತಿಳ್ಕೊಂಡಾಂವ ಅಂತ ಸುಮ್ಮನ ಮುಂದ ಹೋದೆ. ಮುಂದಿನ ಲೈನ್ ಒಳಗ ನೋಡಿದ್ರ ಎಲ್ಲಾ ಪಬ್ಲಿಶರ್ಸ್ ಅಂಗಡಿನ ತುಂಬಿದ್ವು. ತಾವ ಪಬ್ಲಿಶ್ ಮಾಡಿ ಸೇಲ್ ಆಗಲಾರದ ಪುಸ್ತಕ ಎಲ್ಲಾ ಅವರ ಡಿಸ್ಕೌಂಟ್‌ನಾಗ ಮಾರಲಿಕತ್ತಿದ್ದರ. ಎಲ್ಲಾ 'ಹಾಫ್ ರೇಟ್, ಚೀಪ್ ರೇಟ್' ಪುಸ್ತಕ ಮತ್ತ ಸಾಹಿತ್ಯ. ನೀವ ನಂಬಂಗಿಲ್ಲಾ, 1 ರೂಪಾಯಿಕ್ಕ ಒಂದ ಪುಸ್ತಕದಿಂದ ಹಿಡದ ಎಲ್ಲಾ ಪುಸ್ತಕ ಇದ್ದವು. ಆದ್ರ ಪುಸ್ತಕ ನೋಡಿ ತಿರುವಿ ಹಾಕಿ ಹೋಗವರ ಜಾಸ್ತಿ ಇದ್ದರು. ನನಗ ಅನಸ್ತು, ನಮ್ಮ ರಾಜ್ಯದಾಗ ಓದುವರಕ್ಕಿಂತ ಬರೆಯೋರ ಜಾಸ್ತಿ, ಬರೆಯೋರಕಿಂತಾ ಪಬ್ಲಿಶರ್ಸ್ ಜಾಸ್ತಿ ಇದ್ದಾರೆನೋ ಅಂತ. ಅದರಾಗ ಈಗ ಹೊಸ್ತಾಗಿ ನಾ ಒಬ್ಬಂವಾ ಬ್ಯಾರೆ ಬರೆಯೊಂವಾ ಹುಟ್ಟೇನಿ. ಇನ್ನ ಇಲ್ಲೇ ಭಾಳೋತ್ತನಕ ನಾ ನಿಲ್ಲಬೇಕು, ನಾನು ಬರೇತೀನಿ ಅಂತ ಗೊತ್ತಾಗಿ ಎಲ್ಲರ ನಂದು ಪುಸ್ತಕ ಮಾಡತೇನಿ ಅಂತ ಬೆನ್ನ ಹತ್ತಿಗಿತ್ಯಾರ ಅಂತ ಅಲ್ಲಿಂದ ಜಾಗಾ ಖಾಲಿ ಮಾಡಿದೆ. ಹಿಂಗ ಮುಂದ ಎರಡ ಹೆಜ್ಜಿ ಹೋಗಿ ಎಡಕ್ಕ ಹೊಳ್ಳಿ ಬಲಗಡೆ ನೋಡಿದೆ. ಒಂದ ಅಂಗಡಿ ಮುಂದ ದೊಡ್ಡ-ದೊಡ್ಡ ಸಾಹಿತಿಗಳ ಫೋಟೋ ಇಟ್ಟ ಅದರ ಮುಂದ ಕಿಡ್ನಿ, ಹಾರ್ಟ್, ಮೆದುಳು ಮತ್ತೊಂದಿಷ್ಟ ಅಂಗಾಂಗ ಎಲ್ಲಾ ಇಟ್ಟಿದ್ದರು, ಇವರೇನಪಾ ಸಾಹಿತಿಗಳ ಅಂಗಾಂಗಗಳಿಗೆ ಕೈ ಹಚ್ಯಾರಲಾ ಅಂತ ಒಳಗ ಹೋಗಿ ನೋಡಿದೆ. ಅವಾ ಎಲ್ಲಾ ಸೋಪಲೆ ಮಾಡಿದ್ದ ಮೂರ್ತಿ ಮತ್ತ ಅಂಗಾಂಗಗಳು. ಅಕಸ್ಮಾತ ಜೋರ ಮಳಿ ಬಂದರ ಆ ಸಾಹಿತಿಗಳೂ, ಅವರ ಅಂಗಾಂಗಗಳೂ, ಅವರ ಸಾಹಿತ್ಯ ಎಲ್ಲಾ ತೊಯ್ಕೊಂಡ 'ಬುರಗ' ಆಗಿ ಹೋಗತಾವ ಅಷ್ಟ.

"ಅಲ್ರೀ ಈ ಮೆದುಳು, ಈ ಸಾಹಿತಿಗಳದ್ದಾ?" ಅಂತ ಕೇಳಿದೆ.

"ಏ ಇಲ್ಲರಿ, ಮೆದುಳಿಗೂ ಸಾಹಿತಿಗಳಿಗೂ ಸಂಬಂಧ ಇಲ್ಲಾ, ಇವೆಲ್ಲಾ ಮಕ್ಕಳ ವಿಜ್ಞಾನದ ಮಾಡೆಲ್‌ಗಳು" ಅಂತ ಅಂದ್ರು.

ನನಗ ಒಂದ ಸರತೇ ಮೆದುಳಿಗೂ ಸಾಹಿತಿಗಳಿಗೂ ಸಂಬಂಧ ಇಲ್ಲಾ ಅಂದಾಗ ಭಾಳ ಸಿಟ್ಟ ಬಂತು, ಆದ್ರ ನಾ ಇನ್ನೂ ಆ ಸಂಬಂಧ ಕಳಕೊಳೋ ಅಷ್ಟ ದೊಡ್ಡ ಸಾಹಿತಿ ಅಲ್ಲಾ ತೊಗೊ ಅಂತ ಸುಮ್ಮನ ಹೊರಗ ಬಂದೆ. ಮುಂದ ನೋಡತೇನಿ ಮೂರ-ನಾಲ್ಕ ಕರದಂಟ ಅಂಗಡಿ. ಅಲ್ಲಾ ಈ ಕನ್ನಡಕ್ಕೂ ಕರದಂಟಿಗೂ ಎಲ್ಲಿ ನಂಟು ಅನಸ್ತು. ಹಂಗ ನೋಡಿದ್ರ ಭಾಳ ಮಂದಿಗೆ ಕನ್ನಡಾ ಇವತ್ತ ಕರದಂಟ ಆಗೇದ ಅಂದ್ರೂ ಅಡ್ಡಿ ಇಲ್ಲಾ. ಯಾರಿಗೆ ಸೇರತದ ಅವರ ಕಡದ ತಿಂದ ತಿಂತಾರ, ಕೆಲವಬ್ಬರೂ ತಿಂದರ ಬಾಯಾಗ ಜಿಗಟ ಆಗತದ ಅಂತ ತಿನ್ನಂಗ ಇಲ್ಲಾ, ಇನ್ನ ಕೆಲವಬ್ಬರೂ ಕರದಂಟ ಬಾಯಾಗ ಇಟಗೊಂಡ ಬರೇ ಚೀಪತಾರ. ಆದ್ರ ಈ ಕನ್ನಡದ ಕರದಂಟಿನ ಕಂಪು ತಿಂದೋರಿಗೆ ಗೊತ್ತರಿ, ಸುಮ್ಮನ ಈ ಇಂಗ್ಲಿಷ್ 'ಲಾಲಿಪಾಪ್' ಚೀಪೋ ಮಂದಿ ಮಾತ

ಕೇಳಿ ಕನ್ನಡದ ಕರದಂಟ ನಾವ ಎಂದೂ ಮರಿಬಾರದು ಅಂತ ಮುಂದ ಹೋದೆ.

ಅಷ್ಟರಾಗ ಮಧ್ಯಾಹ್ನ ಮೂರ ಹೊಡದಿತ್ತ. ಇಡಿ ಗಂಗಾವತಿ ಮಂದಿ ಊಟಕ್ಕ ಸಾಹಿತ್ಯ ಸಮ್ಮೇಳನಕ್ಕ ಬಂದಿದ್ದರು. ಅದರಾಗ ಒಬ್ಬರು "ಇದ ಮೂರನೇ ದಿವಸ ನೋಡ್ರಿ. ನಾವು ಮನ್ಯಾಗ ಕುಕ್ಕರ ಸೀಟಿ ಹೊಡಸಲಾರದ್ದು" ಅಂದ್ರು. ಭಾಳ ಶಾಣ್ಯಾರಿದ್ದೀರಿ, ಹೊಟ್ಟಿ ತುಂಬ ಉಣ್ಣರಿ ಅಂತ ನಾ ಅಲ್ಲಿ ಗದ್ಲಾ ನೋಡಿ ಹೋಟೆಲ್‌ಗೆ ಹೋದೆ, ಊಟಾ ಮಾಡಿದ ಮ್ಯಾಲೆ ನನಗ ಸಾಕ ಈ ಸಾಹಿತ್ಯ ಸಮ್ಮೇಳನ ಸಡಗರ, ಮತ್ತ ಮುಂದಿನ ವರ್ಷ ಬಂದರಾತ ತೊಗೊ ಅಂತ ಸೀದಾ ಗಾಡಿ ತೊಗೊಂಡ ಹುಬ್ಬಳ್ಳಿ ಹಾದಿ ಹಿಡದೆ.

§

ಇದೇನ ರಕ್ತೋ, ಏನ್ ಸಕ್ಕರಿ ಪಾಕೊ?

ನಾಳೆ ನವೆಂಬರ್ 14ಕ್ಕ 'ವಿಶ್ವ ಮಧುಮೇಹ ದಿವಸ', ಅದರ ಸಂಬಂಧ ಒಂದ ವಾರದಿಂದ ನಮ್ಮ ದೋಸ್ತ ಬಂಕಾಪುರ ಡಾಕ್ಟರ್ ಡಯಾಬಿಟಿಸ್ ಕ್ಯಾಂಪ್ ಮಾಡಲಿಕತ್ತಾನ.

"ನೀವು ಗಂಡಾ ಹೆಂಡತಿ ಬಂದ ಪುಕ್ಕಟ ಚೆಕ್ ಮಾಡಿಸಕೊಂಡ ಹೋಗರಿ" ಅಂತ ಅಂದಿದ್ದಾ. ಹಂಗ ನೋಡಿದ್ರ ನಂಬದೇನ ಶುಗರ್ ಚೆಕ್ ಮಾಡಿಸ್ಗೊಳೋ ವಯಸ್ಸೇನಲ್ಲಾ. ಆದರೂ ಪುಕಶೆಟ್ಟೆ ಚೆಕ್ ಮಾಡಸೋದ ಅಂತ ಹೋದವಿ. ನೂರಾರ ಮಂದಿ ನಮ್ಮಂಗ ಬಂದ ಪಾಳಿ ಹಚ್ಚಿದ್ದರು. ಇಬ್ಬರು ರಕ್ತಾ ಸ್ಯಾಂಪಲ್ ಕೊಟ್ಟ ರಿಪೋರ್ಟ್‌ಗೆ ಕಾಯಕೋತ ಕೂತವಿ. ಮುಂದ ಒಂದ ತಾಸಿಗೆ ನಮ್ಮ ಬಂಕ್ಯಾ ಗಂಟ ಮಾರಿ ಹಾಕ್ಕೊಂಡ ಬಂದ.

"ಇದ ಏನಲೇ ನಿನ್ನ ಹೆಂಡತಿದು ರಕ್ತೋ, ಏನ್ ಸಕ್ಕರಿ ಪಾಕೋ? ಸಿಹಿ ಭಾಳ ತಿಂತಾಳ ಏನ?" ಅಂದಾ.

"ಎಲ್ಲಿದಲೇ ಆಕಿ ತಿನ್ನೋದ ಗಂಡನ ಜೀವಾ ಒಂದ, ಯಾಕ ಏನಾತ?" ಅಂದೆ.

"ಮತ್ತೇನ ಮಗನ ನಿನ್ನ ಹೆಂಡತಿ ಶುಗರ್ 400 ದಾಟೇದ" ಅಂದ, ನನಗ ಏಕದಮ್ ಗಾಬರಿ ಆತ. ಇರೋಕಿ ಒಬ್ಬಾಕಿ ಹೆಂಡತಿ. ಇದ ಏನ ಆತಪಾ ಅನಸ್ತು. ಆದರೂ ಒಂದ ಸಂಶಯ ಬಂದ, "ಲೇ ಬಸರ-ಗಿಸರ ಇದ್ದಾಳ ಏನ, ಚೆಕ್ ಮಾಡ ಮಗನ. ಕೆಲವೊಮ್ಮೆ ಹೆಣ್ಣ ಮಕ್ಕಳಿಗೆ ಬಸರಿದ್ದಾಗ ಶುಗರ್ ಬರತಿರತದ ಅಂತ ಕೇಳೇನಿ" ಅಂದೆ. ಅಷ್ಟರಾಗ ನನ್ನ ಹೆಂಡತಿ ಸ್ವಲ್ಪ ಸಂಭಾಳಿಸಿಗೊಂಡ, "ರ್ರೀ, ನೀವ ಸುಮ್ಮನ ಇರ್ರಿ, ನಂಗ ಆಪರೇಶನ್ ಆಗಿ ಮೂರ ವರ್ಷ ಆಗೇದ. ಮತ್ತ ಎಲ್ಲಿದ ವಿಶೇಷ?" ಅಂದ್ಲು. "ಏ, ನೀ ಹುಚ್ಚಿ ಇದ್ದಿ. ಈಗಿನ ಕಾಲದಾಗ ಆಪರೇಶನದ ಏನ್ ಗ್ಯಾರಂಟಿ? ಮತ್ತ ಆಗಿದ್ದರೂ ಆಗಿರಬಹುದ ತೊಗೊ. ದೇವರ ಇಚ್ಛೆ ಇದ್ದರ ಆಪರೇಶನರ ಎಷ್ಟ ದಿವಸ ತಡದೀತು?" ಅಂದೆ. "ಲೇ ಮಗನ, ಮದ್ಲ ಇದ್ದದ್ದ ಮಕ್ಕಳನ್ನ ಸಂಭಾಳಸು, ಹಂತಾದೇನೂ ವಿಶೇಷ ಇಲ್ಲಾ, ನಿನ್ನ ಹೆಂಡತಿಗೆ ಹೈ ಶುಗರ್ ಅದ, ನಾಳೆಯಿಂದ ಇನ್ಸೂಲಿನ್ ಶುರು ಮಾಡೋಣು, ನಾ ಯಲ್ಲಾ ಕಂಟ್ರೋಲ್ ಮಾಡತೇನಿ" ಅಂದಾ. ಇಂವಾ ಏನ್ ಕಂಟ್ರೋಲ್ ಮಾಡತಾನೋ ಏನೋ, ಇನ್ನ ಆ ದೇವರ ಗತಿ ಅನಸ್ತು. ನಮ್ಮಂಗ ಪುಕ್ಕಟೆ ಚೆಕ್ ಮಾಡಸಾಕ ಬಂದೋರೊಳಗ ಭಾಳ ಮಂದಿಗೆ ಶುಗರ್ ಅಂತ ರೀಪೋರ್ಟ್ ಬಂದಿತ್ತು. ಇವತ್ತಿನ ಒತ್ತಡದ ಜೀವನದೊಳಗ ನಾವ ಬದುಕೋ ಶೈಲಿ ಬದಲಾಗೇದ. ಹಿಂಗಾಗಿ ಶುಗರ್ ಬರಬೇಕಂದರ ವಯಸ್ಸ ಆಗಿರಬೇಕು, ಸಿಹಿ ಭಾಳ ತಿಂತಿರಬೇಕು ಅಂತ ಏನ ಇಲ್ಲಾ. ನಮ್ಮೊಳಗ ಸ್ಪರ್ಧಾತ್ಮಕ ಮನೋಭಾವ ತುಂಬಿ ತುಳಕ್ಯಾಡಿ ಸ್ಟ್ರೆಸ್, ಟೆನ್ಶನ್ ಶುರು ಆಗಿ ಸಣ್ಣ ವಯಸ್ಸನಾಗ ಶುಗರ್, ಬಿ.ಪಿ. ಅಗದಿ

ಸಹಜ ಬರಲಿಕತ್ತಾವ. ಅದರಾಗ ಜೀವನದಾಗ 'ಚಟಾ' ಬ್ಯಾರೆ ಚಟವಟಿಕೆಗಿಂತಾ ಜಾಸ್ತಿ ಆಗಿ ಆರೋಗ್ಯ ಹಳ್ಳಾ ಹಿಡದ ಹೋಗಲಿಕತ್ತದ.

ಇಷ್ಟ ದಿವಸ ಮಂದಿಗೆ ಆಗ್ತಿತ್ತ, ಆದರ ಇವತ್ತ ಮನಿಯಾಕಿಗೇ ಆತು. ಇಷ್ಟ ಸಣ್ಣ ವಯಸ್ಸಾನಾಗ ಈಕಿಗೆ ಶುಗರ್ ಬಂತು. ಅದು ಲಾಸ್ಟ್ ಸ್ಟೇಜನಾಗ ಅದ, ಏನೋ ಈಕಿ ಜೊತಿ ಇನ್ನೊಂದ 5–6 ವರ್ಷ ಹೆಂಗರ ಸಹಿಸಿಗೊಂಡ ಬಾಳಬೇಕು ಅಂತಿದ್ದೆ, ಇನ್ನ ಈಕಿಗೆ ವಯಸ್ಸ ಆದ ಮ್ಯಾಲೆ ಕಿಡ್ನಿಗೆ ಹೊಡ್ತ ಆಗಬಹುದು, ಶುಗರ್ ಇದ್ದವರಿಗೆ ಹಾರ್ಟ್ ಅಟ್ಯಾಕ್ ಆಗಿದ್ದ ಗೊತ್ತ ಆಗಂಗಿಲ್ಲ ಅಂತ, ಡೈರಕ್ಟ್ ಫೇಲ್ ಆಗತದ ಅಂತ. ಹಂಗರ ಇನ್ನ ದಿವಸಾ ರಾತ್ರಿ ತಾಸ – ತಾಸಗೊಮ್ಮೆ ಅಲಾರಾಮ್ ಇಟ್ಟ ಚೆಕ್ ಮಾಡಬೇಕು, ಸಾಧ್ಯ ಆದರ ಮುಂದಿನ ವಾರ ಈಕಿ ಮ್ಯಾಲೆ ಒಂದ ಐದ ಲಕ್ಷ ರೂಪಾಯಿದ್ದ ಇನ್ಶೂರೆನ್ಸ್ ಮಾಡಿಸಿ ಬಿಡಬೇಕು, ಹಂಗ – ಹಿಂಗ ಅಂತ ಏನೇನೋ ಕನವರಿಸಲಿಕತ್ತಿದ್ದೆ. ಯಾರೋ ಕಿವ್ಯಾಗ ಶಂಖಾ ಊದಿದಂಗ ಆತ, ಪಟಕ್ಕನ ಎಚ್ಚರ ಆತು.

"ರ್ರೀ... ಏಳ್ರಿ, ಇವತ್ತ ಬಂಕಾಪುರ ಡಾಕ್ಟರ್ ಕಡೆ ಫ್ರೀ ಚೆಕಪ್‌ಗೆ ಹೋಗೋಣ ಅಂತ ಹೇಳಿದ್ರಲಾ ಮತ್ತ, ಲಗೂನ ರೆಡಿ ಆಗರಿ" ಅಂದ್ಲು.

ಅಯ್ಯೋ ದೇವರ.... ಇಷ್ಟೊ ತನಕ ನಾ ಕಂಡದ್ದೆಲ್ಲಾ ಕನಸಿನ? ಹೆಂತಾ ಛಲೋ ಕೆಟ್ಟ ಕನಸ ಬಿದ್ದಿತ್ತು, ಬಂದ ಎಬ್ಬಿಸಿಬಿಟ್ಟಳಲಾ ಅನಸ್ತು.

'ದೇವರ ಮುಂಜಾನೆ ನಸಿಕಲೇ ಬಿದ್ದದ್ದ ಕನಸ ಖರೇ ಆಗ್ತವಂತ, ಏನ ಮಾಡತಿ ನೋಡಪಾ' ಅಂತ ಎಲ್ಲಾ ದೇವರ ಮ್ಯಾಲೆ ಭಾರಾ ಹಾಕಿ ಹಾಸಗಿ ಬಿಟ್ಟ ಎದ್ದೆ.

ನೋಡ್ರಿ, ನೀವು ನಾಳೆ 'ನವೆಂಬರ್ 14, ವಿಶ್ವ ಮಧುಮೇಹ ದಿವಸ' ಅದ, ಎಲ್ಲರ ಫ್ರೀ ಚೆಕಪ್ ಮಾಡಿಸಿಗೊಂಡ ಬಿಡ್ರಿ, ಯಾಕ ಸುಮ್ಮನ ರಿಸ್ಕ್ ತೊಗೊತೀರಿ?

§

ಮಾಮಾನ ಯಾಕ? ಕಾಕಾ ಯಾಕ ಅಲ್ಲಾ?

ಹೋದ ವಾರ ದೀಪಾವಳಿ ಫರಾಳಕ್ಕ ನಮ್ಮ ಗೆಳ್ಯಾ ತಮ್ಮ ಮನಿಗೆ ಕರದಿದ್ದಾ, ಈ ಗೆಳ್ಯಾಗ ಹೆಸರ ಅದ, ಆದರ ಈ ಸರತೆ ಯಾಕೋ ಹೆಸರ ಬರೆಯೋದ ಅಷ್ಟ ಸರಿ ಅನಸವಲ್ತು, ಯಾಕ ಅನ್ನೋದ ನಿಮಗೂ ಆಮೇಲೆ ಲೇಖನಾ ಓದತಾ ಗೊತ್ತಾಗ್ತದ. ಸರಿ, ಫರಾಳಕ್ಕ ಅವನ ಮನಿಗೆ ಒಬ್ಬನ ಹೋದೆ, ಅವನ ಮನಿಗೆ ಹೋಗಲಾರದನೂ ಭಾಳ ವರ್ಷ ಆಗಿತ್ತ. ಅವಂಗ ಈಗ ಒಂದ ಮೂರ ವರ್ಷದ ಮಗಳ ಬ್ಯಾರೆ ಇದ್ದಾಳಂತ ಒಂದ ಹತ್ತ ರೂಪಾಯಿದ ಕ್ಯಾಡಬರಿ ಚಾಕಲೇಟ್ ತೊಗೊಂಡ ಹೋದೆ. ಮನ್ಯಾಗ ಗಂಡಾ –ಹೆಂಡತಿ ಇಬ್ಬರೂ ಇದ್ದರು. ಮುಂದ ಒಂದ ಹತ್ತ ನಿಮಿಷಕ್ಕ ಅವರ ಮುದ್ದಿನ ಮಗಳು ಹೊರಗ ಆಟ ಆಡಲಿಕ್ಕ ಹೋಗಿದ್ದ ಓಡಿ ಒಳಗ ಬಂತು. ಅದನ್ನ ನೋಡಿದ್ದ ಅವರಪ್ಪ ಅಂದರ ನನ್ನ ಗೆಳ್ಯಾ "ಅಲ್ಲೆ ನೋಡಲ್ಲೆ, ಯಾರ ಬಂದಾರ, ಪ್ರಶಾಂತ ಮಾಮಾ ಬಂದಾರ" ಅಂತ ನನ್ನ ಮಗಳಿಗೆ ಪರಿಚಯ ಮಾಡಿಸಿದಾ. ನಾನು "ಬಾ ಪುಟ್ಟಿ, ಚಾಕಲೇಟ್ ಕೊಡತೇನಿ" ಅಂತ ಕರದ ಹುಡುಗಿಗೆ ಚಾಕಲೇಟ್ ಕೊಟ್ಟೆ, ಪಾಪ, ಕೂಸು ಮೊದಲೆ ಸಲಾ ನನ್ನ ನೋಡಿದ್ದ, ಸ್ವಲ್ಪ ನಾಚಗೊಂಡಿತು. "ಮಾಮಾ ಚಾಕಲೇಟ್ ಕೊಟ್ಟರೂ? ಮಾಮಾಗ ಥ್ಯಾಂಕ್ಸ್ ಹೇಳು" ಅಂತ ಅವರಪ್ಪ ಅಂದಾ. ಅವರವ್ವ ಚಾಕಲೇಟ್ ತೊಗೊಂಡ ಒಳಗ ಫ್ರಿಡ್ಜ್‌ನಾಗ ಇಟ್ಟ ಬಂದಳು. ನಾ ಅವರ ಮನ್ಯಾಗ ಒಂದ ಸ್ವಲ್ಪ ಫರಾಳ, ಒಂದ ಇಷ್ಟ ಹಾಳ ಹರಟೆ ಹೊಡದ ನಮ್ಮ ಮನಿ ದಾರಿ ಹಿಡದೆ.

ಹಿಂಗ ಮನಿಗೆ ಬರತ ಏನೇನೋ ವಿಚಾರ ಮಾಡತಾ–ಮಾಡತಾ ಸಡನ್ ಆಗಿ ನಮ್ಮ ದೋಸ್ತ "ಅಲ್ಲೇ ನೋಡಲ್ಲೆ, ಯಾರ ಬಂದಾರ, ಪ್ರಶಾಂತ ಮಾಮಾ ಬಂದಾರ" ಅಂತ ಅಂದದ್ದ ತಲ್ಯಾಗ ಬಂತು. ಅಲ್ಲಾ, ಅಂವಾ ನನಗ ತನ್ನ ಮಗಳ ಕಡೆಯಿಂದ ಮಾಮಾನ ಅಂತ ಯಾಕ ಅನಿಸಿಸಿದಾ? ಕಾಕಾ ಅಂತನೂ ಅನಸಬಹುದಿತ್ತಲಾ? ಅಂತ ವಿಚಾರ ಮಾಡಲಿಕತ್ತೆ. ಆ ಹುಡುಗಿಗೆ ಮಾಮಾ ಅಂದರ ನಾ ಅವನ ಹೆಂಡತಿಗೆ ಅಣ್ಣ ಆದಂಗ, ಅದರಾಗ ನಂಗೇನ ಅಭ್ಯಂತರ ಇಲ್ಲಾ, ಆ ಮಾತ ಬ್ಯಾರೆ. ಆದರೂ ಮಾತ ಹೇಳತೇನಿ, ನಾ 'ಮಾಮಾನ ಯಾಕ ಆಗಬೇಕು? ಕಾಕಾ ಯಾಕ ಆಗಬಾರದು?' ಯಾಕ 'ಕಾಕಾ' ಅಂದರ ಕೆಟ್ಟ, 'ಮಾಮಾ' ಅಂದರ ಇಷ್ಟ ಛೊಲೊ ಇನ? 'ಕಾಕಾ' ಅಂತ ಆ ಹುಡುಗಿ ಕಡೆ ಕರಿಸಿ ಅಂವಾ ನನ್ನ ತಮ್ಮ ಆಗಬಹುದಿತ್ತಲಾ? ಯಾಕ ಜಬರದಸ್ತಿ ನನಗ ಅಂವಾ ತನ್ನ ಹೆಂಡತಿಗೆ ಅಣ್ಣನ ಮಾಡಿದಾ?

ನಾ ಏನ ಸಲ್ಮಾನ್ ಖಾನ್? ನನ್ನ ನೋಡಿ ಅವನ ಹೆಂಡತಿ ಎಲ್ಲರ ಫಿದಾ ಆದರದ ಅನ್ನಲಿಕ್ಕೆ? ಇಲ್ಲಾ, ನಾ ಏನ ಇಮ್ರಾನ್ ಹಶ್ಮಿನಾ, ಮತ್ತೊಬ್ಬರ ಹೆಂಡತಿಗೆ ಲೈನ್ ಹೊಡದ ಪಟಾಯಿಸಲಿಕ್ಕೆ? ಅಥವಾ ಅಂವಾ ತನ್ನ ಹೆಂಡತಿ ಐಶ್ವರ್ಯಾ ರೈ ಅಂತ

ತಿಳ್ಕೊಂಡಾನಿನ ಮತ್ತ, ಮನಿಗೆ ಬಂದೋರೆಲ್ಲಾ ಎಲ್ಲರ ಆಕಿಗೆ ಲೈನ್ ಹೊಡೀತಾರ ಅನ್ನಲಿಕ್ಕೆ? ಅದ ಏನೋ ಅಂತಾರಲಾ 'ಹೆತ್ತವರಿಗೆ ಹೆಗ್ಗಣ ಮುದ್ದ' ಅಂತ, ಹಂಗ ನಾವ ಸುಡಗಾಡ ಹೆಂಗ ಇದ್ದರೂ ನಮ್ಮ- ನಮ್ಮ ಕಟಗೊಂಡಿದ್ದ ಹೆಂಡತಿ ನಮಗ ಐಶ್ವರ್ಯಾ ರೈನ, ಆ ಮಾತ ಬ್ಯಾರೆ. ಆದ್ರ ನಾ ಯಾಕ ನಮ್ಮ ಮನ್ಯಾಗಿನ ನಿರೂಪ ರಾಯ್ ಬಿಟ್ಟ ಇವನ ಐಶ್ವರ್ಯಾ ರೈಗ ಬೆನ್ನ ಹತ್ತಲಿ? ಛಂದಾಗಿ ನನ್ನ ಹೆಂಡತಿಗೆ ಲೈನ್ ಹೊಡದ ಪಟಾಯಿಸಲಿಕ್ಕೆ ನಂಗ ಲಗ್ನಾದ ಮ್ಯಾಲೆ ಹತ್ತ ವರ್ಷ ಹಿಡದದ, ಇನ್ನ ಅವನ ಹೆಂಡತಿಗೆ ನಾ ಯಾಕ ಲೈನ್ ಹೊಡಿಲಿರಿ?

ಅಲ್ಲಾ, ಇದ ದೋಸ್ತ ಕಾಲೇಜನಾಗ ಇದ್ದಾಗ ಅವರ ತಂಗಿ ಕಡೆ ರಾಖಿ ಕಟ್ಟಿಸಿದಾ, ನಾನು ಸಣ್ಣವ ಇದ್ದೆ ಅಷ್ಟ ತಿಳೀತಿದ್ದಿಲ್ಲಾ, ಹೋಗಲಿ ಬಿಡ ನಮ್ಮ ದೋಸ್ತನ ತಂಗಿ, ಸಣ್ಣ ಹುಡುಗಿ ಅಂತ ಸುಮ್ಮನ ಬಾಯಿ ಮುಚಗೊಂಡ ರಾಖಿ ಕಟ್ಟಿಸಿಕೊಂಡೆ. ಮಗಾ ಈಗ ಹೆಂಡತಿ ಕಡೆಯಿಂದನೂ ರಾಖಿ ಕಟ್ಟಸೋ ವಿಚಾರದಾಗ ಇದ್ದಾನ. ಇನ್ನೊಂದ 15 ವರ್ಷ ಬಿಟ್ಟ ಮಗಳ ವಯಸ್ಸಿಗೆ ಬಂದ ಮ್ಯಾಲೆ ಆಕಿ ಕಡೆಯಿಂದನೂ ನನಗ ರಾಖಿ ಕಟ್ಟಿಸಿದರೂ ಕಟ್ಟಿಸಿದನ. ಇಂವಾ ಏನ ರಾಖಿ – ರೊಕ್ಕದ ಸಲುವಾಗಿ ಹಿಂಗ ಮಾಡತಾನೋ, ಇಲ್ಲಾ ಇವಂಗ ಖರೇನ ನನ್ನ ಮ್ಯಾಲೆ ವಿಶ್ವಾಸ ಇಲ್ಲೋ ಅಥವಾ ಇವಂಗ ತಮ್ಮ ಮನಿ ಹೆಣ್ಣ ಮಕ್ಕಳ ಮ್ಯಾಲೇ ವಿಶ್ವಾಸ ಇಲ್ಲೋ? ಆ ದೇವರಿಗೆ ಗೊತ್ತ.

ಇದ ಅವಂದ ಒಬ್ಬಂದ ವಿಷಯಲ್ಲಾ. ನಾ ಭಾಳ ಮಂದಿ ನೋಡೇನಿ (ಅದರಾಗ ನೀವೂ ಬಂದ್ರಿ), ತಮ್ಮ ದೋಸ್ತರನ್ ಮಕ್ಕಳಿಗೆ ಪರಿಚಯ ಮಾಡಬೇಕಾರ ಮೋಸ್ಟಲೀ ಮಾಮಾನ ಅಂತ ಪರಿಚಯ ಮಾಡತಾರ. ಅಲ್ಲಾ ನಾವು ಭಾಳ ಸುಸಂಸ್ಕೃತರು, ಸಂಭಾವಿತರು, ಒಬ್ಬರಿಗೆ ಒಬ್ಬರ ಸಂಬಂಧಿಕರ ಗತೆ ತಿಳ್ಕೋತೇವಿ, ಅದೆಲ್ಲಾ ಖರೆ, ಆದ್ರ ಸಂಬಂಧದಾಗ ನಾ 'ಮಾಮಾನ ಯಾಕ? ಕಾಕಾ ಯಾಕ ಅಲ್ಲಾ?'

ನಮ್ಮ ಹಿಂದೂ ಸಂಸ್ಕೃತಿ ಒಳಗ ನಾವು 'ನಮ್ಮ ಹೆಂಡತಿ ಒಬ್ಬಾಕಿನ ಬಿಟ್ಟರ ಉಳದ ಎಲ್ಲಾ ಹೆಣ್ಣ ಮಕ್ಕಳನ್ನ ತಾಯಿ ಸ್ಥಾನದಾಗ ನೋಡತೇವಿ' ಅಂತ ಗೊತ್ತಿದ್ದ ಮ್ಯಾಲೂ 'ಮಾಮಾನ ಯಾಕ, ಕಾಕಾ ಯಾಕ ಅಲ್ಲಾ?' ಇತ್ತೀಚಿಗಂತೂ ನಾವು ಬ್ಯಾರೆಯವರ ಹೆಂಡತಿ ದೂರ ಉಳಿತು, ನಮ್ಮ ಹೆಂಡತಿನ್ನ ನಾವ 'ಹೆಂಡತಿ ಅನ್ನೊ ದೃಷ್ಟಿ'ಯಿಂದ ನೋಡೊದ ವಾರಕ್ಕೊಮ್ಮೆ ಇಲ್ಲಾ ಎರಡ ಸಲ, ಬಾಕಿ ಟೈಮ್‌ನಾಗ ಹೆಂಡತಿ ಅನ್ನೋಕಿ ನಮಗ ಕೆಲವಮ್ಮೆ ಭಾಂಡಿ ತಿಕ್ಕೊ ಬೂಬೂನ ಪಾತ್ರದಾಗ, ಕಾರ್ಪೋರೇಶನ್ ರಸ್ತೆದಾಗ ಕಸಾ ಹುಡುಗೊ ಕಮಲವ್ವನ ಅವತಾರದಾಗ, ಒಮ್ಮೊಮ್ಮೆಂತೂ ತ್ರೇತಾ ಯುಗದ ಕೈಕಯಿ, ಮಂಥರೆ, ಮತ್ತೊಮ್ಮೆ ದ್ವಾಪರ ಯುಗದ ಹಿಡಿಂಬಾ, ಪೂತನಿ ರೂಪದಾಗ ಗೋಚರಿಸತಾಳ. ಹಿಂತಾದರಾಗ ನಮಗ ನಮ್ಮ ಹೆಂಡತಿ ಜೊತಿ ಸಂಬಂಧ ಬೆಳಸೋದ ರಗಡ ಆಗೇದ, ಇನ್ನ ನಾವು ಇವನ ಹೆಂಡತಿ ತೊಗಂಡ ಏನ ಮಾಡಬೇಕು?

ಒಂದ ಕಾಲದಾಗ ನಾವ ದೋಸ್ತರೆಲ್ಲಾ ಸಾಮೂಹಿಕವಾಗಿ ಕಾಲೇಜನಾಗ

ಹುಡಿಗ್ಯಾರಿಗೆ ಲೈನ್ ಹೊಡೀತಿದ್ದವಿ, ತಲ್ಯಾಗ ತಿಳಿದದ್ದ ಕಮೆಂಟ್ ಮಾಡತಿದ್ದವಿ, ಮನಸ್ಸಿನ ಭಾವನೆಗಳನ್ನ ಖುಲ್ಲಂ-ಖುಲ್ಲಾ ಬಾಯಿಗೆ ಬಂದಂಗ ಬೊಗಳತಿದ್ದವಿ, ಆವಾಗ ಇನ್ನೂ ಯಾರದೂ ಲಗ್ನದ ವಯಸ್ಸ ಆಗಿದ್ದಿಲ್ಲಾ, ಹುಡುಗ ಬುದ್ಧಿ, ಹುಡುಗ್ಯಾರ ಹಿಂದ ಬೀಳ್ತಿತ್ತು. ಅದರಾಗ ನಾ ಸ್ವಲ್ಪ ಶಾಣ್ಯಾ ಬ್ಯಾರೆ, ಭಾರಿ ಕ್ರಿಯೇಟಿವ್ ಆಗಿ ಹುಡಗ್ಯಾರ ಮ್ಯಾಲೆ ಕೆಟ್ಟ - ಕೆಟ್ಟ ಕಮೆಂಟ್ ಕ್ರಿಯೇಟ್ ಮಾಡತಿದ್ದೆ. ಈ ಮಗಾ ಬಹುಶಾಃ ಅದನ್ನೆಲ್ಲಾ ಇನ್ನೂ ನೆನಪ ಇಟಗೊಂಡ ಏನೇನರ ಕಲ್ಪನೆ ಮಾಡ್ಕೊಳ್ಳಿಕತ್ತಾನೋ ಏನೋ? ಹಿಂಗಾಗಿ ಅವಂಗ ನನ್ನ ಮ್ಯಾಲೆ ಇವತ್ತ ಏನರ ಡೌಟ್ ಇದ್ದರೂ ಇರಬಹುದು, ಯಾರಿಗ್ಗೊತ್ತ?

ಆ ವಯಸ್ಸ ಹಂಗ ಇತ್ತ, ಕಾಲೇಜನಾಗ 'ಬರೆ ಹಲ್ಲ ಉಬ್ಬ ಇದ್ದೋಕಿ' ಆಕಿನಾಗಿ ಬಂದ ನಮಗ ಯಾರಿಗರ ಮಾತಾಡಿಸಿದರ ಸಾಕು, ನಾಲ್ಕ ಚಹಾದಾಗ ಎಂಟ ಮಂದಿಗೆ ಕುಡಿಸಿ ಪಾರ್ಟಿ ಮಾಡತಿದ್ದವಿ. ಒಂದ ವಾರ ತನಕಾ ಮನಸಿನಾಗ ಮಂಡಗಿ ತಿಂತಿದ್ದಿವಿ. ಮುಂದ ಇನ್ನೊಬ್ಬಾಕಿ ಬಂದ ನಮ್ಮನ್ನ ನೋಡಿ ಹಲ್ಲ ಕಿಸಿಯೋ ತನಕಾ ಆ 'ಕಾಲ್ಗೇಟ್' ಹುಡುಗಿದ ಕನಸ ಕಾಣತಿದ್ದವಿ. ಒಂದ ಮಾತನಾಗ ಹೇಳ್ಬೇಕಂದರ ಹುಡುಗ್ಯಾರನ ಕಂಡರ 'ಕಂಡೇನೋ ಇಲ್ಲೋ ಅನ್ನೋರಂಗ' ಮಾಡತಿದ್ದವಿ. ಒಂದಿಷ್ಟ ಮಂದಿ ಇವತ್ತು ಹಂಗ ಮಾಡತಾರ, ಆ ಮಾತ ಬ್ಯಾರೆ.

ಮುಂದ ನಾವೆಲ್ಲಾ ದೋಸ್ತರ ಕನ್ಯಾ ನೋಡಲಿಕ್ಕ ಶುರು ಮಾಡಿದಾಗ ನಮ್ಮ - ನಮ್ಮ ಕನ್ಯಾ ಹೆಂಗಿರಬೇಕು ಅಂತಾ ಚರ್ಚಾ ಮಾಡತಿದ್ದಿವಿ, ನಾ ಕನ್ಯಾ ಮುಂದಿನಿಂದ ಹೆಂಗ ಕಾಣಬೇಕು, ಹಿಂದಿನಿಂದ ಹೆಂಗ ಕಾಣಬೇಕು ಅಂತೆಲ್ಲಾ ಕ್ರಿಯೇಟಿವ್ ಆಗಿ ಸೈಡ್‌ನಿಂದ ಹೇಳ್ತಿದ್ದೆ. ಬಹುಶಃ ಅದು ಅವಂಗ ಇವತ್ತ ನೆನಪ ಆದರೂ ಆಗ್ತಿರಬಹುದು. ನನ್ನ ಆ ಕ್ರಿಯೇಟಿವಿಟಿ ನನ್ನ ಲಗ್ನ ಆದ ಮ್ಯಾಲೆ ಇನ್ನೂ ಜೀವಂತ ಅದ ಅಂತ ಅಂವಾ ತಿಳ್ಕೊಂಡರೂ ತಿಳ್ಕೊಂಡಿರಬಹುದು. ನಮ್ಮಪ್ಪ ಯಾವಾಗಲೂ ಒಂದ ಮಾತ ಹೇಳ್ತಾನ, "ಮನಿ ಹೆಂಡತಿ ಕಾಡ ಇರಬೇಕು, ಗೆಳ್ಯಾನ ಹೆಂಡತಿ ಛಂದ ಇರಬೇಕು" ಅಂತ. ಆ ಮಾತ ನೆನಿಸಿಕೊಂಡ ಇಂವಾ ಏನರ ನನಗ ಜಬರದಸ್ತಿ ತನ್ನ ಮಗಳಿಗೆ ಮಾಮಾ ಮಾಡಸಲಿಕತ್ತಾನೋ ಏನೊ? ಅಲ್ಲಾ, ಆದರ ನನ್ನ ಹೆಂಡತಿ ಏನ ಅಷ್ಟ ಕಾಡ ಇಲ್ಲ ಬಿಡರಿ. ಒಮ್ಮೆ ನೋಡಿದವರ ಇನ್ನೊಮ್ಮೆ ತಿರುಗಿ ನೋಡೊ ಹಂಗ ಇದ್ದಾಳ. ಹಂಗ ಏನರ ಯಾರರ ಎರಡೆರಡ - ಮೂರ ಮೂರ ಸಲಾ ಆಕಿನ್ನ ತಿರುಗಿ-ತಿರುಗಿ ನೋಡಿದ್ರ ನಾನು ಒಮ್ಮೆ ತಿರುಗಿ ನೋಡತೇನಿ 'ಹಂತಾದ ಏನ ಅದ ಅಂತ ಈಕಿನ್ನ ಮಂದಿ ತಿರುಗಿ-ತಿರುಗಿ ನೋಡಲಿಕ್ಕತ್ತಾರ' ಅಂತ ತಿಳ್ಕೊಳ್ಳಿಕ್ಕೆ. ಒಂದ ಟೈಮ್ ಇತ್ತ ಅವಾಗ ನಮಗ ನಮ್ಮ ಹೆಂಡತಿ ನಾಲ್ಕ ಮಂದಿ ನೋಡೊ ಹಂಗ ಇರಬೇಕು, ನೋಡಿ ಸಂಕಟಾ ಪಡೋ ಹಂಗ ಇರಬೇಕು ಅಂತ ಅನಸ್ತಿತ್ತು, ಅದು ಮದುವಿ ಆಗೋಕ್ಕಿಂತ ಮೊದಲ ಮತ್ತ ಮದುವಿ ಆದ ಹೊಸ್ತಾಗಿಂದ ಮಾತ. ಆಮೇಲೆ ಬರಬರತ ಯಾರರ ನಮ್ಮ ಹೆಂಡತಿ ಮ್ಯಾಲೆ ಕಣ್ಣ ಹಾಕಿದರ ನಮಗ ಸಂಕಟ ಆಗಲಿಕತ್ತ, ನಮಗಿಷ್ಟ ನಮ್ಮ ಹೆಂಡತಿ ಛಂದ ಕಾಣಬೇಕ ಅಂತ ಅನಸ್ಲಿಕತ್ತ. ಈಗ ಯಾರರ ನಮ್ಮ ಹೆಂಡತಿ ಮ್ಯಾಲೆ ದೃಷ್ಟಿ

ಬಿಟ್ಟರ ನಮಗ ಆಶ್ಚರ್ಯ ಆಗತದ. 'ಎರಡ ಮಕ್ಕಳಾದರೂ ನನ್ನ ಹೆಂಡತಿ ಕಡೆ ಜನಾ ನೋಡ್ತಾರಲಾ ಅಂತ ನಾವೂ ಮತ್ತೊಮ್ಮೆ ತಿರುಗಿ ಖರೇನ ಛಂದ ಕಾಣಸಲಿಕತ್ತಾಳ ಏನ ಇವತ್ತ' ಅಂತ ನೋಡೊ ಹಂಗ ಆಗೇದ.

ಹಿಂತಾದರಾಗ ನಮಗ ಯಾಕ ಬೇಕರಿ ಮತ್ತೊಬ್ಬರ ಹೆಂಡತಿ ಉಸಾಬರಿ? ಹಂಗೇನರ ಉಸಾಬರಿ ಮಾಡಿದೆ ಅಂತ ಅನ್ಕೊಳ್ರಿ, ಮನಿ ಹೆಂಡತಿ ಕಸಬರಿಗೆ ತೊಗೋತಾಳ ಇಲ್ಲೋ? ಇಷ್ಟ ಎಲ್ಲಾ ಗೊತ್ತಿದ್ರೂ ನನಗ ಮಕ್ಕಳ ಕಡೆಯಿಂದ 'ಮಾಮಾ' ಅನಸ್ತಾರಲಾ ಅದ ನನಗ ಭಾಳ ಕೆಟ್ಟ ಅನಸ್ತದ, ಹೋಗಲಿ ಅಂಕಲ್ ಅನಸಲಿ ನಡಿತದ, ಅಂಕಲ್ ಅಂದ್ರ ನಾ ಬ್ಯಾರೇ ತಿಳ್ಕೋತೀನಿ, ಅಂವಾ ಒಂದ ತಿಳ್ಕೊಂಡಿರತಾನ, ಅವನ ಹೆಂಡತಿ ಒಂದ ತಿಳ್ಕೊಂಡಿರತಾಳ. ಪಾಪ, ಆ ಮಕ್ಕಳಿಗೆ ಏನೂ ತಿಳದಿರಂಗಿಲ್ಲಾ. ಆ ಮಾತ ಬ್ಯಾರೆ. ಇಲ್ಲಾ ಒಗಟ ಹಚ್ಚಿ (ಹೆಣ್ಣ ಮಕ್ಕಳ ಇಷ್ಟ ಮತ್ತ) ಹೆಸರ ಹಿಡದ 'ಪರಶ್ಯಾ' ಅಂತ ಹೇಳಸಲಿ, ನಾ ಏನ ತಪ್ಪ ತಿಳ್ಕೊಳಂಗಿಲ್ಲಾ. ಆದರ ಯಾಕೋ ಮಾಮಾ ಬ್ಯಾಡಾ ಅನಸ್ತದ.

ಈ ಲೇಖನಾ ನೋಡಿ ಒಂದ ಹತ್ತ - ಹದಿನೈದ ಮಂದಿ ದೋಸ್ತರು ಅಂದರ ಯಾರ ತಮ್ಮ-ತಮ್ಮ ಮಕ್ಕಳ ಕಡೆಯಿಂದ ಇಷ್ಟ ದಿವಸ ನನಗ 'ಮಾಮಾ' ಅನಿಸ್ಯಾರ, ಅವರು ಈ ಕಥಿ 'ನಾ ಅವರ ಮ್ಯಾಲೆ ಬರದೇನಿ' ಅಂತ ತಿಳ್ಕೊಂಡ ನನಗ ಫೋನ್ ಮಾಡಿ ಎಣ್ಣಿ ಹಚ್ಚಿ ಹೊಯ್ಕೊಳ್ಳಿಲ್ಲಾ ಅಂದರ ಹೇಳ್ರಿ ಮತ್ತ. ಅದಕ ನಾ ಆ ದೋಸ್ತ ಯಾರು ಅಂತ ಹೆಸರು ಬರೀಲಿಕ್ಕೆ ಹೋಗಲಿಲ್ಲಾ, ಈಗ ನೋಡ್ರಿ ಎಲ್ಲಾರು ಇದ ತಮ್ಮ ಬಗ್ಗೆ ಅಂತ ತಿಳ್ಕೊಂಡಿರತಾರ. ಇಷ್ಟ ತಿಳಿಸಿ ಹೇಳಿದ ಮ್ಯಾಲೂ ಅವರೇನ ತಮ್ಮ ಮಕ್ಕಳ ಕಡೆಯಿಂದ ನನಗೇನ ಈಗ 'ಕಾಕಾ' ಅನಸಂಗಿಲ್ಲಾ. ಆ ಮಾತ ಬ್ಯಾರೆ. ಆದ್ರ ಅವರು ಇನ್ನೊಮ್ಮೆ ಯಾರಿಗರ ತಮ್ಮ ಮಕ್ಕಳ ಕಡೆಯಿಂದ 'ಮಾಮಾ' ಅನಸಬೇಕಾರ ಈ ಲೇಖನಾ ನೆನಪ ಮಾಡ್ಕೊಳ್ಳಿಲ್ಲಾ ಅಂದರ ಹೇಳ್ರಿ ನನಗ.

ನೀವು ಅಷ್ಟ ಮತ್ತ, ನಿಮ್ಮ ಮಕ್ಕಳ ಕಡೆಯಿಂದ ಯಾರಿಗರ 'ಮಾಮಾ' ಅನಸಬೇಕಾರ ಇನ್ನ ಮುಂದ ಹತ್ತ ಸಲಾ ವಿಚಾರ ಮಾಡೇ ಮಾಡ್ತೀರಿ. ನಾಳೆ ಅಕಸ್ಮಾತ ನೀವೆಲ್ಲರ ನಿಮ್ಮ ಸ್ವಂತ ಸಂಸಾರದ ಜೊತಿ ನನಗ ಭೆಟ್ಟಿ ಆದರ, ನಿಮ್ಮ ಮಕ್ಕಳ ಬಾಯಿಲೆ ನನಗ ಏನಂತ ಕರಸತಿರಿ ಅಂತ ನೀವ ವಿಚಾರ ಮಾಡ್ರಿ. ನಾ ಹೇಳೋ ಅಷ್ಟ ಹೇಳೇನಿ, ಮುಂದಿಂದ ನಿಮಗ ಬಿಟ್ಟಿದ್ದ. ಆದ್ರ ನನ್ನ ಮ್ಯಾಲೇ ಸಂಶಯ ಪಟ್ಟ ಮಾತಾಡಸೋದ ಬಿಡಬ್ಯಾಡರಿ ಇಷ್ಟ.

ಆದ್ರು ಒಂದ ಸಲಾ ವಿಚಾರ ಮಾಡರಿ 'ಮಾಮಾನ ಯಾಕ? ಕಾಕಾ ಯಾಕ ಅಲ್ಲಾ?' ಅಂತ.

§

ಒಂದು ಅಪ್ರಸ್ತುತ 'ಪ್ರಸ್ಥ'ದ ಪ್ರಸ್ತಾವನೆ

ಕರೆಕ್ಟ ಇವತ್ತಿಗೆ ಹನ್ನೊಂದ ವರ್ಷದ ಹಿಂದ ನಾ ನನ್ನ ಮೊದಲನೇ ಹನಿಮೂನಗೆ ಕೇರಳಕ್ಕ ಹೋಗೊ ತಯಾರಿ ಒಳಗ ಇದ್ದೆ. ಮುಂದ ಜೀವನದಾಗ ಎರಡ - ಮೂರ ವರ್ಷಕ್ಕೊಂದ ಹನಿಮೂನಗೆ ಹೋಗಬೇಕು ಅನ್ನೋ ವಿಚಾರದಿಂದ ಅದು ಮೊದಲನೇ ಹನಿಮೂನ್ ಅಂತ ನಾ ಅನ್ಕೊಂಡಿದ್ದೆ. ಆದರ ಈ ಹನ್ನೊಂದ ವರ್ಷದಾಗ ನಾ ಒಂದ ಹನಿಮೂನಗೆ ಹೋಗಿ ಬಂದದ್ದ ರಗಡ ಆತು ಅಂತ ಅನಿಸಿಬಿಟ್ಟದ. ಹಂಗ ಹಗಲಗಲ ಹನಿಮೂನ್‌ಗೆ ಹೋಗಬೇಕು ಅಂದರ ಒಂದು ನಮ್ಮ ತಲ್ಯಾಗ ಎರಡ - ಮೂರ ಸುಳಿ ಇರಬೇಕು (ತಲ್ಯಾಗಿನ ಒಂದ ಸುಳಿಗೆ ಒಂದ ಹೆಂಡತಿ ಇರತಾಳಂತ ಜನಾ ನಂಬತಾರ). ಇಲ್ಲಾ ನಮಗ ನಮ್ಮ ಇದ್ದ ಒಬ್ಬ ಬಾಳ ಸಂಗಾತಿ ಒಳಗ ಎರಡ - ಮೂರ ವರ್ಷಕ್ಕೊಮ್ಮೆ ಏನೇನರ ಹೊಸಾದ ಕಾಣೋ ಚಟಾ ಇರಬೇಕು. ಇಷ್ಟ ಅಲ್ಲದ ದಾಂಪತ್ಯ ಜೀವನದಾಗ ಮ್ಯಾಲಿಂದ ಮ್ಯಾಲೆ ಛಲಾ ಹಿಡದ ಅರ್ಥ ಹುಡುಕೊ ಹಟಾನೂ ಇರಬೇಕು. ಆಮೇಲೆ ನೋಡಿದವರಿಗೆ ನಮ್ಮ 'ಜೋಡಿ' ಆಗದಿ 'ಎಳೆ ದಂಪತಿಗಳ ಜೋಡಿ' ಕಂಡಂಗ ಕಾಣತೀರಬೇಕು. ಆದರ ಈಗ ಲಗ್ನಾಗಿ ಇಷ್ಟ ವರ್ಷ ಆದ ಮ್ಯಾಲೆ ದಾಂಪತ್ಯ ಜೀವನದಾಗ ಅರ್ಥ ಹುಡಕಲಿಕ್ಕ ಹೋಗಿ ಅನರ್ಥ ಯಾಕ ಮಾಡ್ಕೋಬೇಕು? 'ಹೊಸತನ' ಕಾಣೋದ ದೂರ ಉಳೀತ ಸುಮ್ಮನ 'ಆಕೀತನ'ವನ್ನ 'ನನ್ನತನ' ಅಂತ ತಿಳ್ಕೊಂಡ ಬಾಯಿ ಮುಚ್ಚಗೊಂಡ ಇದ್ದಷ್ಟ ದಿವಸ ಚೆಂದಾಗಿ ಸಂಸಾರ ಮಾಡಿದ್ರ ಸಾಕು ಅಂತೆಲ್ಲಾ ಅನಸಲಿಕತ್ತದ. ಅಲ್ಲಾ ಇದ ನನ್ನ ಅನುಭವನಾ ಮತ್ತ. ನಿಮ್ಮ-ನಿಂಬದ ನಿಮಗ ಬಿಟ್ಟಿದ್ದ. ಇನ್ನ ನಮ್ಮ ಜೋಡಿ ಅಂತೂ ಆಕಿ ಎರಡ ಹಡದ ಮ್ಯಾಲೆ, ಎಲ್ಲೆರ ಹೊರಗ ಹೊಂಟಾಗ 'ನಾ ನಮ್ಮ ಮೌಶಿ ಜೋಡಿ ಹೊಂಟಂಗ' ಕಾಣತದ ಅಂತ ಮಂದಿ ಅಂತಾರ. ಅಂದರ ನನ್ನ ಹೆಂಡತಿ ನನ್ನ ಮೌಶಿ ಕಂಡಂಗ ಕಾಣತಾಳ ಅಂತಲ್ಲಾ, ನಾ ಇನ್ನೂ ಹುಡಗ ಕಂಡಂಗ ಕಾಣತೇನಿ ಅಂತ ಅದರ ಅರ್ಥ. ಇನ್ನ ನನ್ನ ತಲ್ಯಾಗ ಇದ್ದ ಒಂದ ಸುಳಿನ ಲಗ್ನ ಆಗಿ ಹನ್ನೊಂದ ವರ್ಷದಾಗ ಇಷ್ಟ ದೊಡ್ಡದ ಆಗೇದ ಅಲಾ, ಈ ಸಂಸಾರದಾಗ ಸಿಕ್ಕ ತಲ್ಯಾಗ ಇದ್ದ ಒಂದ ನಾಲ್ಕ ಕೂದಲಾನೂ ಉದರಿ ಹೋಗ್ಯಾವ.

ಅಲ್ಲಾ, ಎಲ್ಲಾ ಬಿಟ್ಟ ನಾ ಈಗ ಯಾಕ ಹನ್ನೊಂದ ವರ್ಷದ ಹಿಂದಿನ ಹನಿಮೂನ್‌ಗೆ ಹೋದೆ ಅನ್ನಲಿಕ್ಕೆ ಏನ ಖಾಸ ಕಾರಣ ಇಲ್ಲಾ. ಹಿಂದಿನ ಒಳ್ಳೆ ದಿನಾ ನೆನಿಸಿಗೊಂಡ ಜೀವನಾದಾಗ ಮುಂದ ಬರೋ ಕಷ್ಟಾ ಎದರಸಬೇಕ ತಮ್ಮಾ ಅಂತ ತಿಳದವರ ಹೇಳ್ಯಾರಲಾ ಹಂಗ ಸುಮ್ಮನ ನೆನಿಸಿಕೊಂಡೆ ಅಷ್ಟ. ನಾ ಹನಿಮೂನ್‌ಗೆ ಹೋಗಬೇಕಾರ ನಂದ ಹಸಿ ಮೈ ಇತ್ತ. ಅಂದರ ನಾ ಗ್ರಹಸ್ಥಾಶ್ರಮಕ್ಕ ಕಾಲಿಟ್ಟ, ಬ್ರಹ್ಮಚರ್ಯಕ್ಕ ಬೈ ಹೇಳಿ ದಣೇಯಿನ ಒಂದ ವಾರ ಆಗಿತ್ತು. ಅಂದ್ರ ಮನ್ನೆ ಡಿಸೆಂಬರ್

ಒಂದಕ್ಕ ನಂದ 'ಪ್ರಸ್ಥ' ಆಗಿ ಹನ್ನೊಂದ ವರ್ಷ ಆತ. ಇನ್ನೂ ಹೆಂಗ ನೆನಪ ಇಟ್ಟಾನ ನೋಡ ಅಂತೀರಿ ಏನ? ಮೊದಲನೇ ಸಲಾರಿಪಾ, ನೆನಪ ಇಡಲಾರದ ಏನ? ಅದೇನ ಹಗಲಗಲಾ ಆಗೊದ? ಯಲ್ಲಾರು ತಮ್ಮ-ತಮ್ಮದ ನೆನಪ ಇಟಗೊಂಡಿರತಾರ.

ಹಂಗ ನೋಡಿದ್ರ ನಂದ ಮದುವಿ ಆಗಿದ್ದ ನವೆಂಬರ್ 28ಕ್ಕ, ಅದರಾಗ ನಮ್ಮಂದಿ ಒಳಗ ಮದುವಿ ಆದ ದಿವಸ ರಾತ್ರಿನ 'ಪ್ರಸ್ಥ'ದ ವ್ಯವಸ್ಥೆ ಮಾಡಿ ಬಿಡತಾರ. ದೇವರೂ – ದಿಂಡ್ರೂ ಎಲ್ಲಾ ಆಮ್ಯಾಲೆ ಇಲ್ಲಾ ಮದ್ಲ ಮಾಡಿ ಬಿಡತಾರ. ಆದರ ಯಾಕೋ ನಮ್ಮ ಮನ್ಯಾಗ 'ಪ್ರಸ್ಥ' ಮೂರ ದಿವಸ ಮುಂದ ದೂಡಿದ್ದರು (ನನ್ನ ಹೆಂಡತಿದ ಏನ ಡೇಟ್ ಇದ್ದಿದ್ದಿಲ್ಲ ಮತ್ತ). ಬಹುಶಃ ನಮ್ಮಿಬ್ಬರಿಗೂ ಹೊಂದ್ಕೊಳ್ಳಿಕ್ಕೆ ಅಂತ ಒಂದ ಮೂರ ದಿವಸ ಟೈಮ್ ಕೊಟ್ಟಿದ್ದರ ಕಾಣಸ್ತದ. ಸರಿ, ಡಿಸೆಂಬರ್ 1ಕ್ಕ 'ಪ್ರಸ್ಥ' ಫಿಕ್ಸ್ ಆತು. ನನ್ನ ಹೆಂಡತಿ ಮನೆ ಕಡೆಯಿಂದ ಒಂದಿಬ್ಬರ ಅನುಭವಸ್ಥ ಹೆಣ್ಣಮಕ್ಕಳು ನಮ್ಮ ಮನಿಗೆ 'ಪ್ರಸ್ಥ'ದ ಹಾಸಗಿ ಹಾಸಲಿಕ್ಕೆ – ಮಡಚಲಿಕ್ಕೆ ಬಂದಿದ್ದರು, ಅದರಾಗ ಒಬ್ಬರಿಗೂ ಅಂತೂ ನಾಲ್ಕ ಮೊಮ್ಮಕ್ಕಳ ಆಗಿದ್ದರು. ಅಡ್ಡಿ ಇಲ್ಲಾ ಭಾರಿ ಅನುಭವ ಇದ್ದ ಸುಪರವೈಸರ್‌ನ ಕಳಿಸ್ಯಾರ ಅನಸ್ತು. ನಂಬದ ನೋಡಿದ್ರ ಸಣ್ಣ-ಸಣ್ಣ ಬೆಡ್‌ರೂಮ್ ಇರೋ ಮನಿ, ಬೆಡ್‌ರೂಮ್‌ನಾಗ ಹೂಂಸ ಬಿಟ್ಟರ ಮುಂಚಿ ಬಾಗಲದಾಗ ಕೆಳಸತಿತ್ತು (ವಾಸನಿ ಬ್ಯಾರೆ ಬರ್ತಿತ್ತು, ಆ ಮಾತ ಬ್ಯಾರೆ). ನನಗ ಏನೋ ಒಂದ ತರಹ ಅನಸಲಿಕತ್ತಿತ್ತು. ಅದರಾಗ ನಾ ಸಾಯಿನ್ಸ್ ಕಲತಾಂವ, ಭಾಳ ಮಂದಿಗೆ ಹಿಂತಾ ವಿಷಯದೊಳಗ 'ಜ್ಞಾನ' ಕೊಟ್ಟೊಂವಾ, ಅದೆಲ್ಲಾ ಖರೆ. ಆದ್ರ ಹೇಳೋದಕ್ಕೂ ನಾವ ಸ್ವಂತ ಅನುಭವಸೋದಕ್ಕೂ ಭಾಳ ಡಿಫರೆನ್ಸ್ ಆಗ್ತದರಿ. ಆದ್ರೂ ದೇವರ ಇದ್ದಾನ ಅನ್ನೊ ಒಂದ ಧೈರ್ಯಾ ಇತ್ತ. ರಾತ್ರಿ 11.30 ಸುಮಾರಿಗೆ ಹೆಣ್ಣಮಕ್ಕಳ ಆರತಿ, ಅದು-ಇದು ಅಂತ ತಮ್ಮ ಪದ್ಧತಿ ಮಾಡಿ ಕಡಿಕೆ ನಮ್ಮ ಪದ್ಧತಿ ಮಾಡ್ಕೊಳ್ಳಿಕ್ಕೆ ನಮಗ ಒಳಗ ಬಿಟ್ಟರು.

ನನ್ನ ಹೆಂಡತಿ ಹಂತಾ ಥಂಡ್ಯಾಗ ಆರಿ ಅಂಗಾರ ಆಗಿದ್ದ ಒಂದ ವಾಟಗಾ ಹಾಲು ಕುಡಿಲಿಕ್ಕ ಕೊಟ್ಟಳು, ಅದೂ ಬೆಳ್ಳಿ ವಾಟಗಾದಾಗ. ನಮ್ಮ ಮನ್ಯಾಗ ಅಷ್ಟ ದೊಡ್ಡ ಬೆಳ್ಳಿ ವಾಟಗಾ ಇದ್ದಿದ್ದಿಲ್ಲಾ, ಬಹುಶಃ ಬೀಗರ ಕೊಟ್ಟಿರಬಹುದು ತೊಗೊ ಅಂತ ಖುಶಿಲೇ ತಣ್ಣಂದ ಹಾಲ ಕುಡದೆ. ಇವತ್ತ ಪ್ರಸ್ಥ ಅಂತ ಸ್ವಲ್ಪ ಬಿಸಿಯಾಗಿದ್ದ ರಕ್ತನೂ ತಣ್ಣಗ ಆಗಲಿಕತ್ತ. ಬಾಜೂಕ ಒಂದ ಕುಂಟೊ ಸ್ಟೂಲ್ ಮ್ಯಾಲೆ ಒಂದಿಷ್ಟ ಹಣ್ಣ ಇಟ್ಟಿದ್ದರು. ಅದರಾಗ ಮೋಸಂಬಿನ ಎದ್ದ ಕಾಣತಿದ್ದವು. ಈಗೆಲ್ಲೆ ತೊಳಿ ಸುಲದ ಮೋಸಂಬಿ ತಿನ್ನಲಿಕ್ಕೆ ಟೈಮ್ ಅದ ಬಿಡ ಅಂತ ಬಿಟ್ಟೆ. ಆದ್ರು ಜೀವನದಾಗ 'ಹಣ್ಣು-ಹೆಣ್ಣು- ಹೊನ್ನು' ಒಲ್ಲೆ ಅನ್ನಬಾರದಂತ. ಹಂತಾದರಾಗ ನನಗ ಮೂರೂ ಒಂದ ದಿವಸ ಸಿಕ್ಕಾವ ಅಂತ ಶಾಸ್ತ್ರಕ್ಕ ಒಂದ ಎರಡ ದ್ರಾಕ್ಷಿ ಹಣ್ಣ ಬಾಯಗ ಹಾಕ್ಕೊಂಡೆ.

ಸರಿ ಅಷ್ಟರಾಗ ನನ್ನ ಹೆಂಡತಿ ಅತ್ಯಾ ಬಂದ ಒಂದ ಎರಡ ಘೂಟಿನ 'ಸಮೆ' ಅಂದರ 'ದೀಪ' ಹಚ್ಚಿ ಇಟ್ಟ, ಒಂದ ಡಬ್ಬಿ ತುಪ್ಪ ಇಟ್ಟ,

"ಪ್ರಶಾಂತವರ, ರಾತ್ರಿ ಬೆಳತನಕಾ ಇದಕ್ಕ ತುಪ್ಪಾ ಹಾಕೋತಿರ್ರಿ, ದೀಪ ಒಟ್ಟ

ಶಾಂತ ಆಗಬಾರದು" ಅಂದ್ರು.

"ಯೇ. ದೀಪಾ ಯಾಕರಿ ಅತ್ಯಾ? ನಮ್ಮ ಮನ್ಯಾಗ ಜೀರೋ ಬಲ್ಬ ಅದ. ಹಂಗ ಏನರ ಕಾಣಸವಲ್ತು, ಬೆಳಕ ಬೇಕ ಅನಿಸಿದರ ಹಚ್ಚಗೋತೇವಿ" ಅಂದೆ.

"ದೀಪಾ ಹಚ್ಚೋದು ನಿಮಗ ಕಾಣಸಲಿಕ್ಕ ಅಲ್ರಿ, ಇವತ್ತ ರಾತ್ರಿ ನೀವಿಬ್ಬರೂ ಈ ದೀಪಾ ಕಾಯಬೇಕು, ಅದು ಪದ್ಧತಿ. ಇದನ್ನ ಒಟ್ಟ ಆರಲಿಕ್ಕೆ ಬಿಡಬ್ಯಾಡರಿ. ಮ್ಯಾಲಿಂದ ಮ್ಯಾಲೆ ತುಪ್ಪಾ ಹಾಕೋತ ಇರ್ರಿ" ಅಂದ್ರು. 'ಅಯ್ಯೋ ದೇವರ ನಾ ಎಲ್ಲಂತ ಲಕ್ಷ್ಯಾ ಕೊಡಲಿ?', ನಂಬದ ಪ್ರಸ್ಥ ಮುಖ್ಯನೋ ಇಲ್ಲಾ ರಾತ್ರಿ ಬೆಳತನಕಾ ದೀಪಾ ಕಾಯೋದು ಮುಖ್ಯನೋ ಒಂದೂ ತಿಳೀಲಿಲ್ಲಾ.

ಆತ, ಸುಮ್ಮನ ಇವತ್ತೊಂದ ರಾತ್ರಿ ದೊಡ್ಡವರ ಹೆಂಗ ಹೇಳ್ತಾರ ಹಂಗ ಕೇಳಿ ಕಳದರಾತ ಅಂತ ಡಿಸೈಡ್ ಮಾಡಿದೆ. ಕಡಿಕೆ ಎಲ್ಲಾರೂ ನಮ್ಮಿಬ್ಬರನ ರೂಮ್‌ನಾಗ ಬಿಟ್ಟ ಹೊರಗಿನಿಂದ ಅವರ ಬಾಗಲ ಹಾಕ್ಕೊಂಡರು, ಒಳಗಿನಿಂದ ನಾವ ಬಾಗಲ ಹಾಕ್ಕೊಂಡಿವೆ. ಸುಡಗಾಡ ನಮ್ಮ ಮನ್ಯಾಗ ಅಟ್ಯಾಚ್ಡ್ ಬೆಡ್‌ರೂಮ್ ಬ್ಯಾರೆ ಇರಲಿಲ್ಲಾ, ರಾತ್ರಿ ಹೊರಗ ಹೋಗಬೇಕ ಅನಿಸಿದರ ಏನ ಗತಿ? ಅನಸ್ತು. ಅದರಾಗ ಚಳಿಗಾಲ, ತಣ್ಣನೆ ಬೆಳ್ಳಿ ವಾಟಗಾದ ಚಿಲ್ಡ್ ಹಾಲ ಬ್ಯಾರೆ ಕುಡದೇನಿ. ನಂಗ ಏನಿಲ್ಲದ ರಾತ್ರಿ ಮೂರ ಸಲಾ ಏಳೋ ಚಟಾ ಬ್ಯಾರೆ, ರಾತ್ರಿ ಹೆಂಗ ಕಳೀಬೇಕಪಾ ಅನಸ್ತು.

ಮನ್ಯಾಗ ಬ್ಯಾರೆ ಯಾರೂ ಗಂಡಸರು ಇದ್ದಿದ್ದಿಲ್ಲಾ, ಇದ್ದ ಗಂಡಸರನೆಲ್ಲಾ ಊಟಾ ಆದ ಮ್ಯಾಲೆ ನಮ್ಮ ಮನಿ ಸಣ್ಣದಂತ ಬ್ಯಾರೆಯವರ ಮನಿಗೆ ಮಲಗಲಿಕ್ಕೆ ಕಳಸಿದ್ದರು. ಮನ್ಯಾಗ ಬರೆ ಹೆಂಗಸರ ತುಂಬಿದ್ದರು, ಬರ-ಬರತ ಹೊರಗಿನಿಂದ ಅವರ ಮುಸು-ಮುಸು ನಗೋದು, ಮಾತಾಡೋದು ಬಂದ ಆಗಲಿಕತ್ತ. ಪಾಪ, ಒಂದ ವಾರದಿಂದ ಲಗ್ನದ ಸಂಬಂಧ ದುಡದಿದ್ದರು, ಬಹುಶಃ ಅವರಿಗೆ ಇವತ್ತ ತಾಂವ ಇಷ್ಟ ದಿವಸ ದುಡದಿದ್ದ ಸಾರ್ಥಕ ಆತು ಅಂತ ಅನಸ್ತ ಕಾಣಸ್ತದ, ಕಣ್ಣ ತುಂಬ ನಿದ್ದಿ ಮಾಡಲಿಕ್ಕೆ ಶುರು ಮಾಡಿದರು. ಆದರ ಇಲ್ಲೇ ನಂದ ಇನ್ನೂ ಲಗ್ನ ಆಗಿದ್ದ ಸಾರ್ಥಕ ಆಗೋದ ಬಾಕಿ ಇತ್ತ, ದೀಪಕ್ಕ ತುಪ್ಪಾ ಹಾಕೋ ಕೆಲಸ ಚಾಲ್ತಿ ಇತ್ತ.

ಹಿಂಗ ಒಂದ ತಾಸ ಆಗಿತ್ತೋ ಏನೋ ಒಮ್ಮಿಂದೊಮ್ಮಿಲೇ 'ಫಡ್ - ಫಡ್, ಫಡಾರ್' ಅಂತ ಒಂದ ಎರಡ ನಿಮಿಷ ಕಿವಿ ಶೆಟದ ನಿಲ್ಲೊ ಹಂಗ ಜೋರ ಸಪ್ಪಳಾತು. ಅದರಾಗ ನಂಬದ ಸಿಂಗಲ್ ಇಟ್ಟಂಗಿ ಗೋಡೆ, ಎಲ್ಲೆ ಬಚ್ಚಲಮನಿ ಇಲ್ಲಾ, ಅಡಗಿ ಮನಿ ಗೋಡೆ ಬಿತ್ತೋ ಅನಕೊಂಡೆ. ಅಲ್ಲಾ ಈ ಹೌಸಿಂಗ್ ಬೋರ್ಡ್ ಮನಿ ಭಾಳ ಅದ್ರ ಇರತಾವ ಅಂತ ಗೊತ್ತಿತ್ತ, ಆದರ ಇಷ್ಟ ಅದ್ರ ಇರತಾವ ಅಂತ ಗೊತ್ತಿರಲಿಲ್ಲಾ, ಎಲ್ಲೋ ಭೂಕಂಪ ಆದರ ಎಲ್ಲೋ ಮನಿ ಬೀಳ್ತಾವ ಅಂತಾರಲ್ಲಾ ಹಂಗ ಅನಸ್ತು. ಹೊರಗ ಮಲ್ಕೊಂಡಿದ್ದ ಹೆಣ್ಣ ಮಕ್ಕಳೆಲ್ಲಾ ಚೀರಕೋತ ಎದ್ದ ಕೂತರ. "ಅಯ್ಯೋ ಏನೋ ಬಿತ್ರಿ, ತಗಡ ಬಿತ್ತೊ, ಗೋಡೆ ಬಿತ್ತೊ" ಅಂತೆಲ್ಲಾ ಮಾತಾಡಲಿಕತ್ತರು. ಪಾಪ, ಹೊರಗ ಯಾರೂ ಗಂಡಸರ ಬ್ಯಾರೆ ಇಲ್ಲಾ, ನಡರಾತ್ರಿ ಬ್ಯಾರೆ, ಇರೋಂವಾ ಒಬ್ಬ ಗಂಡಸ

ಅಂದ್ರ ನಾನ, ನಾನೂ ಹೊರಗ ಬರೋಹಂಗ ಇಲ್ಲಾ. ನಾ ಹೊರಗ ಹೋದಾಗ ದೀಪಾ ಶಾಂತ ಆದರ ಏನ ಮಾಡ್ತೀರಿ ಮತ್ತ? ಅಷ್ಟರಾಗ ಧೈರ್ಯ ಮಾಡಿ ನಮ್ಮವ್ವಾ, 'ಪ್ರಶಾಂತಾ' ಅಂದ್ಲು. ನಾ ಒಮ್ಮಿಕ್ಕಲೆ "ಏ, ನಾ ಏನ್ ಮಾಡಿಲ್ಲವಾ, ಹೊರಗ ಕಾಂಪೌಂಡ ಗೋಡೆ ಅಲ್ಲೆ ಡಬ್ಬ ಹಾಕಿದ್ದ ತಗಡ ಮ್ಯಾಲೆ ಬಿದ್ದಿರಬೇಕ ತೊಗೊ, ಸುಮ್ಮನ ಮಕ್ಕೊ" ಅಂದೆ. ಆದ್ರ ನಮ್ಮ ಅವ್ವಗ ಸಮಾಧಾನ ಆಗಲಿಲ್ಲಾ. ಆಕಿ ಕಡಿಕೆ ಹಿತ್ತಲ ಬಾಗಲ ತಗದ ನೋಡಿದ್ಲು. ಸುಡಗಾಡ ಯಾ ಗೋಡಿನೂ ಬಿದ್ದಿದ್ದಿಲ್ಲಾ. ಹುಸ್ಸೋಳೆ ಮಕ್ಕಳ ನಮ್ಮ ದೋಸ್ತರ ಒಂದ ನಾಲ್ಕ ಮಂದಿ ಬಂದ ಪಟಾಕ್ಷಿ ಸರಾ ಹಚ್ಚಿ ಓಡಿ ಹೋಗಿದ್ದರು.

ನಮ್ಮ ದೋಸ್ತರಾಗ ಯಾರದರ ಲಗ್ನಾ ಆಗಿ 'ಪ್ರಸ್ಥ' ಇದ್ದಾಗ ಅವತ್ತ ರಾತ್ರಿ ಎಲ್ಲಾರೂ ಕಾಂಟ್ರಿಬ್ಯುಶನ್ ಮಾಡಿ ಒಂದ ಸಾವಿರ ರೂಪಾಯಿದ್ದ ಪಟಾಕ್ಷಿ ಸರಾ ಹಚ್ಚೋ ಪದ್ಧತಿ ಇತ್ತ, ಮತ್ತ ಈಗ ನನ್ನ ಪಾಳೆ, ಬಿಡತಾರಿನ ಇವರ? ಏನೋ ನಂದ ಪುಣ್ಯಾ ಅಟೊಂಬಾಂಬ್ ಸರಾ ಹಚ್ಚಿಲ್ಲಾ. ಹಂಗೇನರ ಹಚ್ಚಿದ್ದರ ನಾವ ಗಂಡಾ-ಹೆಂಡತಿ ಇಬ್ಬರು 'ಪ್ರಸ್ಥ'ದ ದಿವಸ ಬೆಡ್‌ರೂಮ್ ಜೊತಿ ಹಾರಿ ಹೋಗಿರ್ತಿದ್ದವಿ, ಆ ಮಾತ ಬ್ಯಾರೆ.

ನಾ ನಮ್ಮ ದೋಸ್ತರಿಗೆ ಒಂದ ಹತ್ತ ಸಲಾ ಹೇಳಿದ್ದೆ "ಲೆ, ಲಿಂಗಾಯಿತರ ಮಂದ್ಯಾಗ ಸತ್ತಾಗ ಪಟಾಕ್ಷಿ ಹಾರಸ್ತಾರ, ನೀವು ಹುಟ್ಟಸಬೇಕಾರ ಹಾರಸ್ತೀರಲ್ಲಲೇ. ಒಂದ ಸ್ವಲ್ಪರ ತಿಳಿತೈತನ" ಅಂತ. ಆದ್ರ ಯಾರೂ ನನ್ನ ಮಾತ ಕೇಳಲಿಲ್ಲಾ. ಅದರಾಗ ಮದ್ಲ ನಮ್ಮದ ಸಣ್ಣ ಮನಿ, ಅದೂ ಕಾಲನಿ ಒಳಗ, ಬ್ಯಾರೆಯವರಿಗೂ ತ್ರಾಸ ಆಗತದ ಅಂತ ತಿಳಿಸಿ ಹೇಳಿದ್ದೆ. ಹಂಗ ನೋಡಿದ್ರ ಅವರಿಗೆ ನನ್ನ 'ಪ್ರಸ್ಥ'ದ ಡೇಟ್ ಫಿಕ್ಸ್ ಆಗಿದ್ದ ವಿಷಯ ಹೇಳಿದ್ದೆ ಇಲ್ಲಾ. ಬಹುಶಾಃ ನಮ್ಮ ಮನ್ಯಾಗಿಂದ ಯಾವಾಗೊ ಸುಳಿವು ತೊಗೊಂಡ ಇಷ್ಟ ಗದ್ಲ ಮಾಡಿ ಪಾಪ ಎಲ್ಲಾರನೂ ಎಬಿಸಿ ಇಟ್ಟರು. ಅದರಾಗ ನನ್ನ ಹೆಂಡತಿ ಮನಿ ಇಂದ ಬಂದಿದ್ದ ಅಜ್ಜಿ ಅಂತೂ ಗಾಬರಿ ಆಗಿ ಎದ್ದ ಎದಿ ಹಿಡಕೊಂಡ ಕೂತಗೊಂಡ ಬಿಟ್ಟಿತ್ತ. ಪಾಪ, ಅವರಿಗೆ ಏನರ ಹೆಚ್ಚು ಕಡಿಮಿ ಆಗಿದ್ದರ ಏನ ಗತಿ ಅಂತೇನಿ. ನನ್ನ 'ಪ್ರಸ್ಥ'ಕ್ಕ ಬಂದೋರ ಬ್ಯಾರೆ, ಹಂಗ ಏನರ ಆಗಿದ್ದರ ಮುಂದ ಎಲ್ಲಾರೂ 'ಪ್ರಶಾಂತನ ಪ್ರಸ್ಥ'ಕ್ಕ ಹೋದಾಗ ಅಜ್ಜಿ ಹೋದರು ಅಂತ ನಾ ಹೋಗೋತನಕ ಮಾತಾಡ್ತಿದ್ದರು.

ನಮ್ಮವ್ವಾ ಅತ್ಲಾಗ ಹಿತ್ತಲ ಬಾಗಲ ತಗಿಯೋದ ಒಂದ ತಡಾ ಇಡಿ ಮನಿ ತುಂಬ ಪಟಾಕ್ಷಿ ಮಕ್ಕಿನ ವಾಸನಿ ತುಂಬಿ ಬಿಡತ. ನಾ ರೂಮನಾಗ ಹಾಕಿದ್ದ ರೂಮ್ ಫ್ರೆಶ್‌ನರ್, ಮೈ ತುಂಬ ಬಡಕೊಂಡಿದ್ದ ಇಂಪೋರ್ಟೆಡ್ ಪರ್‌ಫ್ಯೂಮ್, ಡಿಯೋಡ್ರೆಂಟ್ ಎಲ್ಲಾ ಹೊಳ್ಯಾಗ ಹುಣಸಿ ಹಣ್ಣ ತೊಳದಂಗ ಆತ. ಇನ್ನ ಫ್ಯಾನ್ ಹಚ್ಚಬೇಕ ಅಂದರ ದೀಪ ಶಾಂತ ಆಗತದ, ಅದರಾಗ ನಾ 'ಪ್ರಸ್ಥ'ದ ರೂಮನಾಗ ಕಡ್ಡಿಪೆಟಗಿದ ಏನ ಕೆಲಸ ಅಂತ ಒಳಗ ಕಡ್ಡಿಪೆಟಗಿ ಬ್ಯಾರೆ ಇಟಗೊಂಡಿದ್ದಿಲ್ಲಾ. ಇನ್ನ ಹೊರಗಿನವರಿಗೆ ಕಡ್ಡಿಪೆಟಗಿ ಕೇಳಿ "ಯಾಕಪಾ ನೀ ಏನ ಈಗ ಬೆಡ್‌ರೂಮ್‌ನಾಗ ಅಟೊಂಬಾಂಬ್ ಹಚ್ಚೊಂವ ಇನ" ಅಂತ ಅಂದ ಗಿಂದಾರಂತ ಸುಮ್ಮನ ಮೂಗ ಮುಚಗೊಂಡ ದೀಪಕ್ಕ ತುಪ್ಪಾ

ಹಾಕ್ಕೋತ ಕೂತೆ. ಹೊರಗ ಪಟಾಕ್ಷಿ ಸಪ್ಪಳಕ್ಕ ಎದ್ದ ಕೂತಿದ್ದ ಹೆಣ್ಣ ಮಕ್ಕಳೆಲ್ಲಾ ನಿದ್ದಿ ಹಾರಿ ಹೋತ ಅಂತ ಎದ್ದ ನಮ್ಮ ದೋಸ್ತರಿಗೆ "ಇವರ ಹೆಣಾ ಎತ್ತಲಿ, ಸುಟ್ಟ ಬರಲಿ, ಬುದ್ಧಿ ಎಲ್ಲೆ ಇಟ್ಟಾವ. ನಡರಾತ್ರ್ಯಾಗ ಹೆಂತಾ ಪರಿ ಗಾಬರಿ ಮಾಡಿದ್ವು" ಅಂತೆಲ್ಲಾ ಬಯ್ಯಲಿಕತ್ತರು. ಆವಾಗ ಎದ್ದ ನಮ್ಮವ್ವ ಮುಂದ ಮಲಗಲೇ ಇಲ್ಲಾ, ಮುಂದ ಒಂದ ತಾಸಿಗೆ ನೀರ ಕಾಯಿಸಲಿಕ್ಕ ಇಟ್ಟು, ನಮ್ಮ ರೂಮಿನ ಬಾಗಲ ಬಡದ "ಪ್ರೇರಣಾ, ಸಾಕ ಏಳವಾ. ನೀರ ಕಾದಾವ. ನಿಮ್ಮ ಅತ್ಯಾನ ಕಡೆ ನಾಕ ತಂಬಿಗೆ ನೀರ ಹಾಕಿಸಿಗೊ" ಅಂತ ನನ್ನ ಹೆಂಡತಿನ ಒದರಿದ್ಲು. "ನಿನ್ನ ಗಂಡಗೂ ಎಬಸ, ನಿಂದ ಸ್ನಾನ ಮುಗದ ಮ್ಯಾಲೆ ನೀನ ಅವಂಗೊಂದ ಎರಡ ತಂಬಗಿ ನೀರ ಹಾಕಿ ಸ್ವಚ್ಛ ಮೈ ತೊಳಸ" ಅಂತ ನನಗ ಕೇಳೋ ಹಂಗ ಹೇಳಿದ್ಲು. ಬಹುಶಃ ಪ್ರಸ್ಥ ಮುಗದಂಗ ಆತ ಕಾಣಸ್ತದ ಅಂತ ನಾನೂ ಹಾಸಿಗೆ ಬಿಟ್ಟ ಎದ್ದೆ. ಇಡಿ ರಾತ್ರಿ ಇಷ್ಟ ಗದ್ಲ ಆದರೂ ತನಗ ಏನೂ ಸಂಬಂಧ ಇಲ್ಲದಂಗ ಇದ್ದದ್ದ ಅಂದರ 'ದೀಪ' ಒಂದ. ಮುಂಜಾನೆ ತನಕ ಅಗದಿ ಈಗ ಹಚ್ಚಿದವರ ಗತೆ 'ಶಾಂತ' ಆಗಿ ಉರಿಲಿಕತ್ತಿತ್ತ. ಮ್ಯಾಲಿಂದ ಮ್ಯಾಲೆ ತುಪ್ಪಾ ಹಾಕ್ಕೋತ ಇದ್ದೋರ ಯಾರ ಮತ್ತ?

ಇವತ್ತ ಈ ಘಟನೆ ನಡದ ಹನ್ನೊಂದ ವರ್ಷ ಆದ ಮ್ಯಾಲೆ ಈ ಒಂದ ಪ್ರಸ್ಥದ ಪ್ರಸ್ತಾವನೆ ಮಾಡಿದ್ದ ನಿಮಗ ಅಪ್ರಸ್ತುತ ಅನಸಬಹುದು. ಆದರ ನಾ ಖರೆ ಹೇಳತೇನಿ, ಇವತ್ತೂ ಗಣಪತಿ ಹಬ್ಬದಾಗ ಇಲ್ಲಾ ದೀಪಾವಳಿ ಒಳಗ ನಡರಾತ್ರ್ಯಾಗ ಯಾರರ ಪಟಾಕ್ಷಿ ಹಾರಿಸಿದರ ನಂಗ ನಂದ ಪ್ರಸ್ಥದ ರಾತ್ರಿ ನೆನಪಾಗಿ ಬಾಜೂಕ ಹೆಂಡತಿ ಇದ್ದರ ಆಕಿನ್ನ ಗಟ್ಟೆ ಹಿಡಕೊಂಡ ಮಲ್ಕೋತೇನಿ. ಪಲ್ಲಂಗ್ ಬುಡಕ ತುಪ್ಪಾ ಹಾಕಲಿಕ್ಕೆ ದೀಪ ಒಂದ ಇರಂಗಿಲ್ಲ ಇಷ್ಟ.

§

‘ಲೋಕಪಾಲ ಪುರಾಣೆ’ ಪ್ರಥಮೋಧ್ಯಾಯಃ

ಮೊನ್ನೆ ಹಂಪಿಗೆ ನಮ್ಮಜ್ಜನ ಧರ್ಮೋದಕ ಬಿಡಲಿಕ್ಕ ಹೋಗಿದ್ದೆ. ನದಿ ದಂಡಿ ಮ್ಯಾಲೆ ‘ಕಾಗಿ ಪಿಂಡ’ ರೆಡಿ ಮಾಡಿ ಕಾಗಿಗೆ ಆಹ್ವಾನ ಮಾಡಿದರು. ಅರ್ಧ ತಾಸ ಆದರೂ ಒಂದ ಕಾಗಿನೂ ಪಿಂಡದ ಹತ್ತರ ಹಾಯಲಿಲ್ಲಾ. ನಾವೆಲ್ಲಾ ಒದ್ದಿ ಪಂಚಿಲೆ ಇಂಥಾ ಥಂಡ್ಯಾಗ ಸಾಯ್ಕೋತ ಕಾಗಿ ಪಿಂಡ ಆಗೋದನ್ನ ಕಾಯಲಿಕತ್ತಿದ್ದಿವೆ. ಹೊಟ್ಟಿ ಹಸ್ತ ನಮ್ಮಪ್ಪಗ ಬಿ.ಪಿ. ನೆತ್ತಿಗೆ ಏರಲಿಕತ್ತ, ನಮ್ಮ ಅತ್ಯಾನ ಶುಗರ್ ಲೋ ಆತು. ನಮ್ಮ ಮೂರ ಮಂದಿ ಕಾಕಾಗೋಳ ಪಿಂಡದ ಮುಂದ ಹೋಗಿ ಮನಸ್ಸಿನಾಗ ನಾವ ಹಂಗ ಮಾಡತೇವಿ - ಹಿಂಗ ಮಾಡತೇವಿ ಅಂತ ಬೇಡ್ಕೊಂಡರು. ಆದ್ರೂ ಒಂದ ಕಾಗಿನೂ ಪಿಂಡದ ಹತ್ತರ ಹಾಯಲಿಲ್ಲಾ.

ಪಾಪ, ನಮ್ಮಜ್ಜ ಇತ್ತೀಚಿಗೆ ನಮ್ಮ ದೇಶದಾಗಿನ ಭ್ರಷ್ಟಾಚಾರ ನೋಡಿ ಭಾಳ ಮನಸ್ಸಿಗೆ ಹಚಗೊಂಡ ಬಿಟ್ಟಿದ್ದಾ. ‘ದೇವರ, ನಾ ಸಾಯೋದರಾಗ ನಮ್ಮ ದೇಶ ಸುಧಾರಸಲಿ, ಬ್ಲ್ಯಾಕ್ ಮನಿ ನಮ್ಮ ದೇಶಕ್ಕ ವಾಪಸ ಬರಲಿ, ಭ್ರಷ್ಟಾಚಾರ ತೊಲಗಲಿ, ಲೋಕಪಾಲ್ ಜಾರಿಗೆ ಬರಲಿ’ ಅಂತೆಲ್ಲಾ ಬಡಬಡಸ್ತಿದ್ದಾ. ಕಡಿಕೆ ಮೊನ್ನೆ ಅತ್ತಲಾಗ ಪಾರ್ಲಿಮೆಂಟ್ ಒಳಗ ಪಾರ್ಲಿಮೆಂಟರಿ ಪ್ಯಾನೆಲ್‌ನವರ ಲೋಕಪಾಲ್ ಡ್ರಾಫ್ಟ್ ಇಟ್ಟ ಮ್ಯಾಲೆ ಇಂವಾ ಇತ್ತಲಾಗ ಕಣ್ಣ ಮುಚ್ಚಿದಾ. ಜೀವನದಾಗ ಮನಿ ಮಂದಿಕಿಂತಾ ದೇಶದ ಬಗ್ಗೆ ತಲಿ ಕೆಡಿಸಿಕೊಂಡ ಸತ್ತಾ, ನಮ್ಮ ರಾಜ್ಯದಾಗಿನ ಹಗರಣ ನೋಡಿ ಹಾಸಗೀನ ಹಿಡದಿದ್ದಾ. ಭ್ರಷ್ಟಾಚಾರಕ್ಕೆಲ್ಲಾ ಲೋಕಪಾಲ್ ಮದ್ದು ಅಂತಿದ್ದಾ. ನಂಗ ಅನಸ್ತು, ಬಹುಶಃ ಈ ಲೋಕಪಾಲ್ ಬಿಲ್ ಜಾರಿಗೆ ಆಗೋಮಟಾ ಕಾಗಿ ಪಿಂಡ ಆಗಲಿಕ್ಕಿಲ್ಲಾ ಅಂತ.

ಇನ್ನ ಕಾಗಿ ಬೇಕಾರ ತಿನ್ನಲಿ, ಬ್ಯಾಡಾರ ಬಿಡ್ಲಿ ಅಂತ ಪಿಂಡಾ ಅಲ್ಲೆ ಬಿಟ್ಟ ಬಂದ್ರ ನಮ್ಮಜ್ಜನ ಆತ್ಮಕ್ಕ ತೃಪ್ತಿ ಆಗಂಗಿಲ್ಲಂತ, ಇದೇನ ವಿಚಿತ್ರಾನೋ ಏನೋ? ಇಲ್ಲೆ ನಂಬದ ಜೀವಂತ ಇದ್ದೋರದ ಆತ್ಮನ ತೃಪ್ತಿ ಇಲ್ಲಾ, ಇನ್ನ ಸತ್ತವರದ ಆತ್ಮ ತೃಪ್ತಿ ಆಗೋದ- ಬಿಡೋದು ತೊಗೊಂಡ ಏನ್ಮಾಡಬೇಕು ಅನಕೊಂಡೆ. ಆದರ ಭಟ್ಟರು, “ಹಂಗಲ್ಲ ತಮ್ಮಾ, ನಿಮ್ಮಜ್ಜಾ ಹಿರೇ ಮನುಷ್ಯಾರು, ಅವರ ಮನಸ್ಸನಾಗ ಏನ ಇತ್ತೋ ಏನೋ, ಅವರ ಆಶಾ ತೀರಸ್ತೇವಿ ಅಂತ ಎಲ್ಲಾ ಮನಿ ಮಂದಿ ಸೇರಿ ಇನ್ನೊಮ್ಮೆ ಬೇಡ್ಕೊಂಡ ಬಿಡ್ರಿ” ಅಂದರು.

ನಾ ಮತ್ತೊಮ್ಮೆ ಎಲ್ಲಾ ಮನಿ ಮಂದೀನ ಕಟಗೊಂಡ ಪಿಂಡದ ಮುಂದ ನಿಂತ ಕಾಗಿ ಅಷ್ಟ ಅಲ್ಲಾ ನಮ್ಮಜ್ಜಗೂ ಕೇಳಸೋ ಹಂಗ ಜೋರಾಗಿ ಬೇಡ್ಕೊಳ್ಳಿಕತ್ತೆ “ಅಜ್ಜಾ, ನೀ ಏನ ಚಿಂತಿ ಮಾಡಬ್ಯಾಡಾ, ನಾವ ಲೋಕಪಾಲ್ ಬಿಲ್ ಜಾರಿ ಆಗೋಮಟಾ ಬಿಂಡಗಿಲ್ಲಾ. ಬೇಕಾರ ನಾವು ಉಪವಾಸ ಮಾಡತೇವಿ. ನಮ್ಮ ರಾಜ್ಯದಾಗ ಲೋಕಾಯುಕ್ತ ವರದಿ ಜಾರಿಗೆ ಮಾಡಿ ತಪ್ಪ ಮಾಡಿದವರಿಗೆ ಮತ್ತ ಜೈಲಿಗೇ ಕಳಸ್ತೇವಿ, ಭ್ರಷ್ಟಾಚಾರದ

ವಿರುದ್ಧ ಹೋರಾಡತೇವಿ" ಅಂತೆಲ್ಲಾ ಬೇಡ್ಕೊಂಡೆ. ಆದರೂ ಒಂದ ಕಾಗಿನೂ ಹತ್ತರ ಹಾಯಲಿಲ್ಲಾ.

ನಾ ನನ್ನ ತಮ್ಮಗ ಅಂದೆ, "ಲೇ ಕಾಗಿ ಪಿಂಡ ಆಗಲಾರದಕ್ಕೂ ಅಜ್ಜನ ಆಶಾಕ್ಕೂ ಏನ ಸಂಬಂಧಿಲ್ಲಾ. ಇವತ್ತ ಬಹುಶಃ ಕಾಗಿನೂ ತಮ್ಮ ಯಾವುದೋ ಬೇಡಿಕೆ ಸಂಬಂಧ ಉಪವಾಸಕ್ಕ ಕೂತಿರಬಹುದು, ನಡೀರಿ ನಾವ ಊಟಾ ಮಾಡೋಣ" ಅಂದೆ. ಆದರ ಭಟ್ಟರು ಅದು ಹಂಗ ನಡೆಯಂಗಿಲ್ಲಾ – ಕಾಗಿ ಪಿಂಡ ಆಗಲೇಬೇಕು ಅಂದರು.

ಇದನ್ನ ನೋಡಿ ನಮ್ಮ ಎಮ್.ಎಲ್.ಎ. ಮಾಮಾಗ, ಅಂದರ ನಮ್ಮಜ್ಜನ ಅಳಿಯಾಗ ತಲಿಕೆಟ್ಟತ. 'ಲೇ, ಪಿಂಡಕ್ಕ ಬೇಡ್ಕೋಬ್ಯಾಡ್ರಿ, ಕಾಗಿಗೆ ಏನ್ ಬೇಕ್ ಕೇಳರಿ' ಅಂತ ಸೀದಾ ಕಾಗಿ ಮುಂದ ಹೋಗಿ ಅಗದಿ ವೋಟ್ ಕೇಳೋರ ಗತೆ ಕೈ ಮುಗದ ಏನೇನೋ ಆಶ್ವಾಸನೆ ಕೊಟ್ಟಾ. ಹೇಳ್ತೇನಿ, ನೋಡ– ನೋಡತ ಕಾಗಿ ಹಿಂಗ ಬಂದವು ನೋಡ್ರಿ, ಏನ್ ಒಂದ ವಾರದಿಂದ ಉಪವಾಸ ಇದ್ದವೂ ಏನೋ ಅನ್ನೋರ ಗತೆ ಪಿಂಡಕ್ಕ ಮುಕರಿಬಿಟ್ಟವು. ಅದನ್ನ ನೋಡಿ ನಮಗೆಲ್ಲಾ ನಾವ ಹೊಟ್ಟಿ ತುಂಬ ಉಂಡಂಗ ಅನಸ್ತು. ಎಲ್ಲಾರೂ ಖುಷಿಲೆ ನಮ್ಮಜ್ಜಗ ಮತ್ತೊಮ್ಮೆ ತರ್ಪಣ ಬಿಟ್ಟ ಊಟಾ ಹೊಡದವಿ. ಊಟಕ್ಕ ಕೂತಾಗ ನಮ್ಮ ಮಾಮಾಗ ಹಗರಕ ಕೇಳಿದೆ,

"ಏನ ಮಾಮಾ ಹಂತಾದ ಏನ ಅಜ್ಜಂದ ಆಶಾ ತೀರಸ್ತೇನಿ ಅಂತ ಆಶ್ವಾಸನೆ ಕೊಟ್ಟಿ?"

"ಲೇ, ಏನಿಲ್ಲಾ. ಊರ ಹೊರಗ ಒಂದ 5 ಎಕರೆ ಸರ್ಕಾರಿ ಜಗಾ 'ಡಿ' ನೋಟಿಫೈ ಮಾಡಿಸಿ ನಿಮ್ಮ ಅತ್ಯಾನ ಹೆಸರಲೆ ಮಾಡಿಸಿದ್ದೆ, ಅದನ್ನ ವಾಪಸ್ ಸರ್ಕಾರಕ್ಕ ಕೊಡತೇನಿ ಅಂತ ಅಂದೆ ಇಷ್ಟ" ಅಂದಾ. ಅಡ್ಡಿಯಿಲ್ಲಾ, ಕಡಿಕೂ ನಮ್ಮ ದೇಶದಾಗ ಲೋಕಪಾಲ್ ಹೆದರಕಿ ಶುರು ಆತ ಅಂತ ಒಂದ ತುತ್ತ ಜಾಸ್ತಿ ಉಂಡ ಕೈ ತೊಳ್ಕೊಂಡೆ.

§

ಫೆಬ್ರವರಿ 29 – ಪ್ರಪೋಸಲ್ ಡೇ

ಮುಂಜ ಮುಂಜಾನೆ ಎದ್ದ ತಯಾರ ಆಗೋ ಹೊತ್ತಿನಾಗ ನನ್ನ ಮೊಬೈಲ್ ಹೊಯ್ಕೊಳ್ಳಿಕತ್ತ, ಇನ್ನ ನಾ ಮೊಬೈಲ್ ಎತ್ತಿ ಮಾತಾಡಿದರ ನನಗ ಆಫೀಸಿಗೆ ಹೊತ್ತಾಗತದ ಅಂತ ನನ್ನ ಹೆಂಡತಿಗೆ "ಲೇ ಫೋನ್ ಎತ್ತ, ಅದು ಒದರೋದ ಕೇಳಸಂಗಿಲ್ಲೇನ" ಅಂತ ನಾ ಒದರಿ ಬಾಥ್‌ರೂಮಿಗೆ ಹೋದೆ. ಮೊದ್ಲ ನಾವ ಏಳೋದ ನಮಗ ಏಳೂ ಹನ್ನೆರಡಾಣೆ ಆಗಿರ್ತದ. ಇನ್ನ ಎಂಟು ಐವತ್ತರೊಳಗ ರೆಡಿ ಆಗಿ ಆಫೀಸಿಗೆ ಹೊಗಲಿಕ್ಕೆ ಗಡಿಬಿಡಿಲೆ ತಯಾರಾಗೊ ಹೊತ್ತಿನಾಗ ಯಾರರ ಫೋನ್ ಮಾಡಿಬಿಟ್ಟರ ಮುಗದ ಹೋತು, ನಾ ಒಂದ ಸಂಡಾಸಕ್ಕ ಹೋಗೊದು, ಇಲ್ಲಾ ದಾಡಿ ಮಾಡ್ಕೊಳೋದು, ಇಲ್ಲಾ ನಾಷ್ಟಾ ಮಾಡೋದು ಯಾವದರ ಒಂದ ಅವತ್ತ ಡ್ರಾಪ್ ಮಾಡಿದರ ಇಷ್ಟ ಕರೆಕ್ಟ ಟೈಮಿಗೆ ಆಫೀಸಿಗೆ ಹೋಗೋದು. ಹಿಂಗಾಗಿ ನಾ ವಾರದಾಗ ಒಂದ ಸರತೆ ಅಷ್ಟ ದಾಡಿ ಮಾಡ್ಕೊಂಡ ಆಫೀಸ್‌ಗೆ ಹೋಗ್ತೇನಿ. ಇನ್ನ ತಿಂಡಿ ತಿನ್ನೋದು – ಬೈಲಕಡಿಗೆ ಹೋಗೋದು ವಾರದಾಗ ಒಂದೆರಡ ಸಲಾ ಬಿಟ್ಟ-ಬಿಟ್ಟಿರತೇನಿ, ಆ ಮಾತ ಬ್ಯಾರೆ.

"ರ್ರೀ ಯಾರೋ ವೀರೇಶಂತ ನಿಮ್ಮ ಜೊತಿನ ಮಾತಾಡಬೇಕಂತ" ಅಂತ ನನ್ನ ಹೆಂಡತಿ ಮೊಬೈಲ್ ಬಾಥ್‌ರೂಮ್‌ನಾಗ ತುರಕಿದ್ಲು. ಇಂವಾ ಯಾಕ ಫೋನ್ ಮಾಡಿದ್ನಪ್ಪಾ, ಹಂಗ ಹಗಲಗಲಾ ಫೋನ್ ಮಾಡೋ ಗಿರಾಕಿನೂ ಅಲ್ಲಾ, ಏನರ ಅರ್ಜೆಂಟ್ ಕೆಲಸ ಇರಬೇಕು ಅಂತ ಫೋನ್ ತಗೊಂಡೆ.

"ಹೇಳಪಾ, ಮುಂಜ-ಮುಂಜಾನೆದ್ದ ಫೋನ್ ಮಾಡಿಯಲಾ" ಅಂದೆ.

"ಲೇ, ಇವತ್ತ ಸಂಜಿಗೆ ಗೋಕುಲ್ ಗಾರ್ಡನ್‌ಗೆ ನಿನ್ನ ಹೆಂಡತಿನ ಕರಕೊಂಡ ಬಾ, ಇವತ್ತ ನಂದ ಒಂದನೆ ಅನಿವರ್ಸರಿ, ನಾ ಪಾರ್ಟಿ ಕೊಡಲಿಕತ್ತೇನಿ" ಅಂದಾ. 'ಹೌದಾ, ಯಾರ ಜೊತಿಗೆ ಅನಿವರ್ಸರಿ' ಅನ್ನೋವಿದ್ದೆ. ಆದರ ಆಮ್ಯಾಲೆ ಹೊಳೀತ, ಅನಿವರ್ಸರಿ ಹೆಂಡತಿ ಜೊತಿಗೆ ಅಷ್ಟ ಆಗೋದ, ಹಂಗ ಹೊರಗ ಸೆಟಿಂಗ್ ಎಷ್ಟ ಇದ್ದರೂ ಅನಿವರ್ಸರಿ ಮಾಡಲಿಕ್ಕೆ ಬರಂಗಿಲ್ಲಾ ಅಂತ ಸುಮ್ಮನ, "ಆತ ತೊಗೊಪಾ, ಸಂಜಿಗೆ ಬರ್ತೇನಿ, ಎನಿ ವೇ ವಿಶ್ ಯು ವೆರಿ ಹ್ಯಾಪಿ ಫಸ್ಟ್ ಅನಿವರ್ಸರಿ" ಅಂತ ಕೆಟ್ಟ ಮಾರಿಲೆ ನನ್ನ ಹೆಂಡತಿ ಮಾರಿ ನೋಡ್ಕೋತ ಹೇಳಿ ಮೊಬೈಲ್ ಆಕಿ ಕೈಯಾಗ ಕೊಟ್ಟೆ.

ಜನಾ ಜಗತ್ತಿನಾಗ ಏನೇನ ಸೆಲೆಬ್ರೇಟ್ ಮಾಡ್ತಾರಲಾ ಅಂತ ಅನಸ್ತು, ಅಲ್ಲಾ ಅವನೌನ ಮ್ಯಾರೇಜ್ ಅನಿವರ್ಸರಿ ಏನ ಸೆಲೆಬ್ರೇಟ್ ಮಾಡೋದ? 'ಮ್ಯಾರೇಜ್ ಅನಿವರ್ಸರಿ' ಅಂದರ ಗಂಡಸರಿಗೆ 'ಶಹೀದ ದಿವಸ' ಇದ್ದಂಗ, ಒಂದ ಥರಾ ಗಂಡಂದರ ಶ್ರಾದ್ಧ ಅನ್ನರಿ. ಅಲ್ಲಾ ಇದ ನನ್ನ ಅನಿಸಿಕೆ ಬಿಡರಿ, ಕೆಲವಬ್ಬರಿಗೆ ಹಿಂತಾವನ್ನ ಸೆಲೆಬ್ರೇಟ್ ಮಾಡೋದರಾಗೂ ಮಜಾ ಬರ್ತದ. ಆ ಮಾತ ಬ್ಯಾರೆ. ಅಷ್ಟರಾಗ ನನ್ನ ಹೆಂಡತಿ

"ಅಲ್ಲರೀ ಅವರದ ಒಂದನೇ ಅನಿವರ್ಸರೀನ? ಆರ ತಿಂಗಳ ಹಿಂದ ಅವನ ಹೆಂಡತಿ ಎರಡನೇದ ಹಡದಾಗ ಇಬ್ಬರೂ ಹೋಗಿ ವಾತ್ಸಲ್ಯ ದವಾಖಾನ್ಯಾಗ ಕೂಸಿನ ಕೈಯಾಗ 100 ರೂಪಾಯಿ ಕೊಟ್ಟ ಬಂದಿಲ್ಲಾ?" ಅಂದ್ಲು. ಹೌದಲಾ, ಈಕಿ ಹೇಳೋದು ಖರೇನ ಅದ, ಅವಂಗ ಇವತ್ತ ಎರಡ ಮಕ್ಕಳ ಅವ, ಒನ್ನೇದಕ್ಕ ಎರಡ – ಎರಡುವರಿ ವರ್ಷ ಇರಬೇಕು, ಎರಡನೇದ ಒಂದ ಆರ ತಿಂಗಳ ಕೂಸ ಅದ. ಹಂಗಾದರ ಇವಂದ ಒಂದನೇ ಅನಿವರ್ಸರೀ ಹೆಂಗ? ಅಂತಾ ವಿಚಾರ ಮಾಡಲಿಕತ್ತೆ. ಅಲ್ಲಾ ನಮಗ ಯಾರಿಗೂ ಹೇಳಲಾರದ ಮತ್ತೇನರ ಇನ್ನೊಂದ ಲಗ್ನಾ ಮಾಡ್ಕೊಂಡಾನಿನ ಅಂತ ನನಗ ಸಂಕಟಾ ಆಗಲಿಕತ್ತ. ಅಷ್ಟರಾಗ ನೆನಪಾತ – ಇವತ್ತ ಫೆಬ್ರವರಿ 29 ಅಂತ. ಅವಂದ ಮದುವಿ ಆಗಿದ್ದ ಫೆಬ್ರವರಿ 29, 2008ಕ್ಕ, ಅಂದರ 'ಲೀಪ್' ವರ್ಷದಾಗ. ಹಂಗಾಗಿ ಅವಂದ ಅನಿವರ್ಸರಿ ಡೇಟ್ ಪ್ರಕಾರ ಬರೋದ 4 ವರ್ಷಕ್ಕ ಒಂದ ಸರತೆ. ಅದಕ್ಕ ಮಗಾ ಲಗ್ನದಾಗ ಊಟಾ ಮಾಡಿಸಿದಾಂವ ತಿರುಗಿ ದೋಸ್ತರಿಗೆ ಊಟಕ್ಕ ಕರದಿದ್ದ ಇವತ್ತ.

ಈ ಮಗಾ ಏನ ಪುಣ್ಯಾ ಮಾಡ್ಯಾನ ಅನಸ್ತು. ಅಲ್ಲರಿ, ನಾಲ್ಕ ವರ್ಷಕ್ಕೊಂದ ಸರತೆ ಅಷ್ಟ ಅನಿವರ್ಸರಿ ಅಂದರ ಅವನ ಹೆಂಡತಿಗೆ ಅಂವಾ ನಾಲ್ಕ ವರ್ಷಕ್ಕೊಮ್ಮೆ ಇಷ್ಟ ಅನಿವರ್ಸರಿ ಗಿಫ್ಟ್ ಕೊಡತಾನ. ಮುಂದ ಮೂರ ವರ್ಷ ಅನಿವರ್ಸಿರಿ ಚಿಂತೆನ ಇರಂಗಿಲ್ಲಾ. ಅಲ್ಲಾ, ಹಂಗ ಹೆಂಡತಿ ಇದ್ದಾಳಲಾ ಅನ್ನೋ ಚಿಂತಿ ಮುಂದ ಅನಿವರ್ಸರಿ ಚಿಂತಿ ಏನ ದೊಡ್ಡದಲ್ಲ ಬಿಡ್ರಿ, ಆದ್ರೂ ಒಂದ ಚಿಂತೆರ ನಮಕಿಂತಾ ಅವಂಗ ಕಡಿಮೆ ಅದಲಾ.

ನನಗ ಇಂವಂದ ಫೆಬ್ರವರಿ 29ಕ್ಕ ಮದುವಿ ಆಗಿದ್ದ ಭಾರಿ ವಿಶೇಷ ಅನಸ್ತು. ಹಂಗ ಫೆಬ್ರವರಿ 29ಕ್ಕ ಹುಟ್ಟಿದವರದ ಹುಟ್ಟಿದ ಹಬ್ಬನೂ ಡೇಟ್ ಪ್ರಕಾರ ನಾಲ್ಕ ವರ್ಷಕ್ಕೊಮ್ಮೆ ಅಷ್ಟ, ಹಂಗ ಯಾರರ ಫೆಬ್ರವರಿ 29ಕ್ಕ ನಮ್ಮ ಮಂದ್ಯಾಗ ಸತ್ತಾಗ ವರ್ಷಾಂತಕಾನೂ ತಿಥಿ ಬದ್ಲಿ ಡೇಟ್ ಪ್ರಕಾರ ಮಾಡೋ ಪದ್ಧತಿ ಇದ್ದರ, ಅದನ್ನು ನಾಲ್ಕ ವರ್ಷ ಬಿಟ್ಟ ಮಾಡಬೇಕಾಗತಿತ್ತು. ಮುಂದ ನಾಲ್ಕ-ನಾಲ್ಕ ವರ್ಷಕ್ಕೊಮ್ಮೆ ಅಷ್ಟ ಶ್ರಾದ್ಧಾ. ಈಗ ವರ್ಷಕ್ಕೊಮ್ಮೆ ಶ್ರಾದ್ಧಾ ಮಾಡಬೇಕಾರ ಇಷ್ಟರ ತಮ್ಮ ಅಜ್ಜಾ-ಅಜ್ಜಿ, ಅವ್ವಾ-ಅಪ್ಪನ್ನ ನೆನಸೋರು ಮುಂದ ನಾಲ್ಕ ವರ್ಷಕ್ಕೊಮ್ಮೆ ಅಷ್ಟ ಶ್ರಾದ್ಧ ಅಂದರ ಮುಂದಿನ ಶ್ರಾದ್ಧದ ಪಾಳೆ ಬರೋದರಾಗ ಇವತ್ತ ಯಾರ ಶ್ರಾದ್ಧ ಅನ್ನೋದನ್ನೂ ಮರತ ಬಿಟ್ಟಿರತಾರ. ಅಲ್ಲಾ ಹಂಗ ನಂದ ಮದುವಿ ಆಗಿದ್ದೂ 'ಲೀಪ್' ವರ್ಷ ಇದ್ದಾಗ. ಅಂದರ 2000ದಾಗ, ನಾನು ಸುಮ್ಮನ ಫೆಬ್ರವರಿ 29ಕ್ಕ ಮದುವಿ ಮಾಡ್ಕೋಬೇಕಿತ್ತು. ನನ್ನ ಹೆಂಡತಿಗೆ ವರ್ಷಾ- ವರ್ಷಾ ಎರಡೆರಡ ಹೊಸಾ ಸೈಟಿ ಕೊಡಸೋದರ ತಪ್ಪತಿತ್ತ ಅಂತ ಈಗ ಅನಸ್ತದ. ಆದ್ರ ಆಗಿದ್ದ ಆಗಿ ಹೋತ ಬಿಡ್ರಿ. ಈಗ ಭಾಳಂದ್ರ ಮುಂದಿನ ಫೆಬ್ರವರಿ 29ಕ್ಕ ಡೈವರ್ಸ್ ಕೊಡಬಹುದು ಅಷ್ಟ.

ಈ 'ಲೀಪ್ ಇಯರ್'ಕ್ಕು ನಮ್ಮ ಮಂದಿ ಅಧಿಕ ವರ್ಷಕ್ಕೂ ಹಂಗೇನ ಖಾಸ

ಸಂಬಂಧ ಇಲ್ಲಾ. ನಮ್ಮ ಅಧಿಕ ವರ್ಷ ಎರಡ-ಮೂರ ವರ್ಷಕ್ಕೊಮ್ಮೆ ನಾವ ಮಾಡಿದ್ದ ಪಾಪ ಜಾಸ್ತಿ ಆದಾಗೊಮ್ಮೆ ಬರಕೋತ ಇರತದ. ಹಿಂಗಾಗಿ ಮಂದಿ ಅಧಿಕ ಮಾಸದಾಗ ದಾನ-ಧರ್ಮ, ದೇವರು-ದಿಂಡ್ರು ಎಲ್ಲಾ ಮಾಡಿ ಗುಡಿ-ಗುಂಡಾರ ಅಡ್ಡಾಡತಾರ. ಅಧಿಕ ಮಾಸದಾಗ ಬರೋ ತಿಥಿಯೆಲ್ಲಾ ಮತ್ತ ಅದರ ಮುಂದಿನ ತಿಂಗಳ ರಿಪೀಟ್ ಆಗತಾವ. ಹಂಗ ಅಧಿಕ ಮಾಸದಾಗ ಮದುವಿ ಆದರ ಮತ್ತ ಅದು ಮುಂದಿನ ತಿಂಗಳ ಇಲ್ಲಾ ಮುಂದಿನ ಅಧಿಕ ಮಾಸದಾಗ ಏನ ರಿಪೀಟ್ ಆಗಂಗಿಲ್ಲಾ ಮತ್ತ. ಆದ್ರ ಅಧಿಕ ಮಾಸದಾಗ ಯಾರರ ಸತ್ತರ ಅವರ ಶ್ರಾದ್ಧಾ ಮಾತ್ರ ಅಧಿಕ ಬಂದಾಗ ಒಮ್ಮೆ ಎರಡೆರಡ ಸರತೆ ಮಾಡಬೇಕಾಗತದ. ಅಧಿಕ ಮಾಸದಾಗ ಮಂದಿಗೆ ಬಾಗಣಾ ಕೊಡೊ ಪದ್ಧತಿ. ಹಂಗ ಬಾಗಣಾ ಕೊಟ್ಟರ ಪುಣ್ಯಾ ಬರತದಂತ, ಪಾಪ ಏನ ಕಡಿಮೆ ಆಗಂಗಿಲ್ಲ ಮತ್ತ. ಅದ ಏನ ಬಾಗಣ ಕೊಟ್ಟರೂ 33 ಕೊಡಬೇಕಂತ. ಹಂಗ 33 ಯಾಕ ಅಂತ ನನಗೂ ಗೊತ್ತಿಲ್ಲಾ, ಬಹುಶಃ 33 ಕೋಟಿ ದೇವರ ಇದ್ದಾರಂತಲಾ ನಮ್ಮ ಪೈಕಿ, ಅದಕ್ಕ ಇದ್ದರೂ ಇರಬಹುದು. ಮತ್ತ ಅಗದಿ ಈ ಅಧಿಕ ಮಾಸ ನಮಗ ರೊಕ್ಕದ ತ್ರಾಸ ಜಾಸ್ತಿ ಇದ್ದಾಗ ಬಂದಿರತದ. ಹಿಂಗಾಗಿ ಕೆಲವೊಮ್ಮೆ ಬಾಗಣ ಕೊಡಬೇಕಾರೂ 33 ಮಂದಿ ಕಡೆ ಸಾಲಾ ಮಾಡೋ ಪ್ರಸಂಗ ಬರತದ, ಇರಲಿ. ಈ ಅಧಿಕ ಮಾಸದ ಬಗ್ಗೆ ಮತ್ತ ಅಧಿಕ ಮಾಸದಾಗ ಬರೆಯೋಣಂತ. ಈಗ ಫೆಬ್ರವರಿ 29ಕ್ಕ ಬರೋಣ. ಹಂಗ ನಿಮಗ್ಯಾರಿಗರ ಫೆಬ್ರವರಿ 29ಕ್ಕ ಮದುವಿ ಆಗಬೇಕಂದರ ಇಲ್ಲಾ ಹಡಿಬೇಕಂದರ ಈಗಿಂದ ಪ್ಲ್ಯಾನ ಮಾಡರಿ, ಫೆಬ್ರವರಿ 29 ಮತ್ತ ಬರೋದ ಇನ್ನ 2016ಕ್ಕ, ನೀವ ಈಗಿಂದ ಕನ್ಯಾ ನೋಡಲಿಕ್ಕೆ (ಲಗ್ನ ಆಗಲಾರದವರ ಮತ್ತ) ಶುರು ಮಾಡಿದರ ಅಲ್ಲಿ ಮಟಾ ಮದುವಿ ಆದರೂ ಆಗಬಹುದು, ಹಂಗ ಈಗ ಕನ್ಯಾ ಲಗು ಸಿಕ್ಕವರು ಮದುವಿ ಮಾಡ್ಕೊಂಡ ಒಂದನೇದ ತಯಾರಿ ಮಾಡೋದರಾಗ 2015 ಆಗಿ ಬಿಡತದ. ಮುಂದ 2016ಕ್ಕ ಕರೆಕ್ಟ ಫೆಬ್ರವರಿ 29ಕ್ಕ ಹಡಿಬಹುದು, ಹಂಗ ಅವತ್ತ ನಾರ್ಮಲ್ ಡಿಲೆವರಿನ ಆಗಬೇಕಂತ ಏನ ಇಲ್ಲಾ, ಕರೆಕ್ಟ ಅವತ್ತ ಸಿಜರಿನ್ ಮಾಡಿಸಿದರಾತು. ಏನ ಈಗಿನ ಹೆಣ್ಣಮಕ್ಕಳು ಬ್ಯಾನಿ ತಿಂದ ನಾರ್ಮಲ್ ಹಡೆಯೋದ ಅಷ್ಟರಾಗ ಅದ. ಈಗಿನ ಕಾಲದಾಗ ಏನ ಬ್ಯಾನಿ ತಿಂದರೂ ಗಂಡಂದರ ತಿನ್ನಬೇಕು. ನನ್ನ ಕೇಳರಿಲ್ಲಿ. ನಾ ಎರಡ ಹಡದವ ಇದ್ದೇನಿ. ಹಡದ ಮ್ಯಾಲೆ ಗಂಡಸರಿಗೆ ಇನ್ನೂ ಬ್ಯಾನಿ ಜಾಸ್ತಿ ಆಗತಾವ ಹೊರತು ಕಡಿಮೆ ಅಂತೂ ಆಗಂಗಿಲ್ಲಾ.

ಇನ್ನ ನಿಮಗ ಈ ಫೆಬ್ರವರಿ 29ರದ ಇತಿಹಾಸ ಒಂದ ಚೂರ ಹೇಳ್ಬೇಕಂದ್ರ, ಹಿಂದಕ 5ನೇ ಶತಮಾನದಾಗ ಐರ್‌ಲ್ಯಾಂಡ್, ಸ್ಕಾಟ್‌ಲ್ಯಾಂಡ್ ಒಳಗ ಯಾ ಹುಡುಗಿ ಬೇಕಾದರೂ ಫೆಬ್ರವರಿ 29ಕ್ಕ ತನ್ನ ತಲ್ಯಾಗ ತಿಳಿದಿದ್ದ ಹುಡುಗಗ ಪ್ರಪೋಸ್ ಮಾಡಬಹುದಿತ್ತ ಅಂತ, ಅಂದ್ರ ನಾಲ್ಕ ವರ್ಷಕ್ಕ ಒಂದ ಸರತೆ ಅಷ್ಟ ಹುಡುಗಿ ಮನಸ್ಸಿಗೆ ಬಂದ ಹುಡುಗನ್ನ ಪ್ರಪೋಸ್ ಮಾಡತಿದ್ಲು, ಅಲ್ಲಾ ಈಗ ನಡೀಲಿಕತ್ತಿದ್ದರ ಏನ ಮತ್ತ ಅಂತಿರೇನ? ಈಗರ ಎಲ್ಲೇ ನಾವು ಅಂದರ ಗಂಡಸರು ನಮ್ಮ ಮರ್ಜಿ

ಪ್ರಕಾರ ಹುಡುಗ್ಯಾರನ್ನ ಲಗ್ನ ಮಾಡ್ಕೊಳ್ಳಿಕತ್ತೇವಿ, ಈಗೂ ಅವರ ಮರ್ಜಿ ಮ್ಯಾಲೆ ಅಲಾ ಹುಡಗರು ಸೆಲೆಕ್ಟ್, ಸೋಲ್ಡ್ ಆಗಲಿಕತ್ತಿದ್ದು. ಇರಲಿ, ಹಂಗ ಆವಾಗ ಹುಡುಗಿ ಪ್ರಪೋಸ್ ಮಾಡಿದಾಗ ಅಕಸ್ಮಾತ ಆ ಹುಡುಗಾ ನಾ ಒಲ್ಲೆ ಅಂತ ಅಂದರ ಅಂವಾ ಆಕಿಗೆ ದಂಡಾ ಕೊಡಬೇಕಾಗ್ತಿತ್ತಂತ. ದಂಡಾ ಅಂದರ ತಾ ಒಲ್ಲೆ ಅಂದ ಹುಡುಗಿಗೆ ಒಂದ ಕಿಸ್ (ಗಲ್ಲಕ್ಕ ಮತ್ತ), ಒಂದ ಸಿಲ್ಕ್ ಗೌನ್ ಕೊಡಸಬೇಕಾಗ್ತಿತ್ತಂತ, ಹೆಂತಾ ಮಜಾ ಅಂತೀರಿನ, ನಾವು-ನೀವು ಆಗಿದ್ದರ ಒಂದ ಇಪ್ಪತ್ತ ಹುಡಿಗ್ಯಾರಿಗೆ ಅವರು ಪ್ರಪೋಸ್ ಮಾಡಿದಾಗ 'ಇಲ್ಲಾ' ಅಂದ ಇಪ್ಪತ್ತ ಕಿಸ್ ಕೊಟ್ಟ, ಗೌನ್ ಹಾಕಿ ಕಳಸ್ತಿದ್ದವಿ ಅನ್ನಬ್ಯಾಡರಿ, ಹಂಗ ನಮ್ಮ ನಸೀಬದಾಗ 20 ಕಿಸ್ ಕೊಡೋದು ಬರದಿರಬೇಕು ಅಂದರ ನಮ್ಮ ಮಾರಿಗೆ ಮೊದ್ಲ 20 ಹುಡುಗ್ಯಾರ ಪ್ರಪೋಸ್ ಮಾಡಬೇಕು, ಆಮ್ಯಾಲೆ ನಾವು ರಿಜೆಕ್ಟ್ ಮಾಡೋ ಮಾತ. ಹಂಗ ಯಾ ಹುಡುಗಿ ಬೇಕ ಆ ಹುಡುಗಿ ಪ್ರಪೋಸ್ ಮಾಡೋ ಹಂಗನೂ ಇದ್ದಿದ್ದಿಲ್ಲಾ, ಯಾರ ಪ್ರಪೋಸ್ ಮಾಡಬೇಕ ಅಂತಾರೋ ಹಂತಾ ಹುಡುಗಿ ತನ್ನ ಗೌನ್ ಒಳಗ ಕೆಂಪ / ಪಿಂಕ್ ಪೆಟಿಕೋಟ್ ಹಾಕ್ಕೊಂಡಿದ್ದರ ಅಷ್ಟ ಅದ ವ್ಯಾಲಿಡ್ ಪ್ರಪೋಸಲ್ ಆಗ್ತಿತ್ತಂತ. ಅವಾಗ ನೈಟಿ ಇದ್ದಿದ್ದಿಲ್ಲಾ, ಹಿಂಗಾಗಿ ಒಳಗ ಪೆಟಿಕೋಟ್ ಮ್ಯಾಲೆ ಗೌನ್ ಅಂತ ಎರಡೆರಡ ಹಾಕ್ಕೋತಿದ್ದರು. ಅಲ್ಲಾ ಹಂಗ ಪ್ರಪೋಸ್ ಮಾಡಲಿಕ್ಕೆ ಬಂದಾಕಿದ ಹುಡುಗುರು ಗೌನ್ ಎತ್ತೆತ್ತಿ ನೋಡತಿದ್ದರೇನೂ ಅಂತ ನನಗ ಕೇಳಬ್ಯಾಡರಿ, ನಾನು ನಿಮ್ಮಂಗ 20ನೇ ಶತಮಾನದಾಗ ಹುಟ್ಟಿದಂವಾ. ನಾ ಏನ ಯಾರದೂ ಗೌನ್ ಎತ್ತಿ ನೋಡಿಲ್ಲಾ ಮತ್ತ. ಏನೋ ಫೆಬ್ರವರಿ 29ಕ್ಕ ಹಿಂದ ಇತಿಹಾಸದಾಗ ಹೆಂತಿಂತಾ ವಿಚಾರ ನಡೀತಿದ್ವು ಅಂತ ತಿಳಿಸಿ ಹೇಳಿದೆ ಇಷ್ಟ. ಮತ್ತ ಇದ ಏನ ನಾ ಕಟ್ಟಿದ್ದ ಕಥಿ ಅಲ್ಲಾ, ಇತಿಹಾಸ ತಗದ ನೋಡ್ರಿ, ನಿಮಗೂ ಗೊತ್ತಾಗತದ ನಾ ಖರೆ ಹೇಳಲಿಕತ್ತೇನಿ ಅಂತ.

ಏನ 'ರೇರ್ ಕಸ್ಟಮ್' ಅನಸ್ತದ ಅಲಾ? ಬಹುಶಃ ಆವಾಗ ಇದ ಒಂದ ನಮೂನಿ ಹೆಣ್ಣಮಕ್ಕಳೊಳಗ ನಾಲ್ಕ ವರ್ಷಕ್ಕೊಮ್ಮೆ ಬರೋ ಡಿಸೀಸ್ ಇತ್ತ ಕಾಣಸ್ತದ. ನಾಲ್ಕ ವರ್ಷಕ್ಕೊಮ್ಮೆ ಕಂಡ – ಕಂಡ ಗಂಡಸರಿಗೆಲ್ಲಾ 'ಗಂಡಸರನ ಕಂಡೇನೂ ಇಲ್ಲೋ' ಅನ್ನೊ ಹಂಗ ಪ್ರಪೋಸ್ ಮಾಡೋದು, ಅಂವಾ ಹೂಂ ಅಂದರ ಅವನ್ನ ಕಟಕೊಂಡ ಜೀವನ ಪರ್ಯಂತ ಅವನ ಜೀವಾ ತಿನ್ನೊದು ಇಲ್ಲಾ ಅಂದರ ಒಂದ ಕಿಸ್, ಒಂದ ಗೌನ್ ಕೊಡಿಸಿಕೊಂಡ ಮತ್ತೊಬ್ಬನ ಕಡೆ ಹೋಗಿ ಮತ್ತ ಪ್ರಪೋಸ್ ಮಾಡೋದು. ಬಹುಶಃ ಅದಕ್ಕ ಈ ಸಲ ಫೆಬ್ರವರಿ 29ಕ್ಕ ಭಾಳಷ್ಟ ದೇಶದಾಗ ಇದನ್ನ 'ರೇರ್ ಡಿಸೀಸ್ ಡೇ' ಅಂತ ಆಚರಿಸಲಿಕತ್ತಾರ. ಅಂದ್ರ ಗೊತ್ತಾತಲಾ? ಹಿಂಗ ಕಂಡ ಕಂಡೋರಿಗೆ ಪ್ರಪೋಸ್ ಮಾಡೋದು ಹೆಣ್ಣ ಮಕ್ಕಳ ಒಳಗ ಇರೋ 'ರೇರ್ ಡಿಸೀಸ್' ಅಂದರ 'ಅತಿ ವಿರಳ ಜಡ್ಡು' ಅಂತ ಅರ್ಥ. ಆದರ ಅದು ಭಾಳ ಪುರಾತನ ಜಡ್ಡು ಅಂತ ನಿಮಗ ಈಗ ಗೊತ್ತಾತ ಹೌದಲ್ಲ?

ಅಲ್ಲಾ ನಮ್ಮ ಮಂದಿ ಒಳಗ ಮೊದ್ಲ ಹೆಣ್ಣ ಸಿಗೋದ ಭಾಳ 'ರೇರ್' ಆಗಿ,

ಪಾಪ ನಮ್ಮ ಎಳೆ ಹುಡಗರೆಲ್ಲಾ 'ಡಿಸೀಸ್‌ಡ್' ಆಗ್ಯಾರ. ಇನ್ನ ಕನ್ಯಾ ತಾವ ಬಂದ ಪ್ರಪೋಸ್ ಮಾಡೋದು ನಮ್ಮ ಕನಸಿನ ಮಾತ ಸೈ. ಇದೆಲ್ಲಾ ಒಂದ ಸಾವಿರಾರು ವರ್ಷದ ಹಿಂದ ಮುಗದ ಹೋದ ಕಥಿ, ನಿಮಗೂ ಗೊತ್ತಿರಲಿ ಅಂತ ಹೇಳಿದೆ ಅಷ್ಟ.

ಈಗ ಆಗಿದ್ದ ಆಗಿ ಹೋತು, ಮುಂದಿನ ಫೆಬ್ರವರಿ 29ಕ್ಕ ನೀವ ಏನ ಮಾಡೋರು ವಿಚಾರ ಮಾಡ್ರಿ, ಒಂದು ಇನ್ನೊಂದ ಹಡದರ ಹಡಿರಿ ಇಲ್ಲಾ ಮತ್ತೊಂದ ಮದುವೆರ ಆಗರಿ, ಹಂಗ ಫೆಬ್ರವರಿ 29 ಹಗಲಗಲಾ ಬರಂಗಿಲ್ಲಾ, ಅದಕ್ಕ ಹೇಳಿದೆ ಅಷ್ಟ. ಅಲ್ಲಾ, ಮತ್ತ ನಿಮಗೂ ಯಾವದರ ಹುಡಗಿ ಫೆಬ್ರವರಿ 29ಕ್ಕ ಬಂದ ಪ್ರಪೋಸ್ ಮಾಡತಾಳ ನೀವು ಆಕಿಗೆ 'ಒಲ್ಲೆ' ಅಂದ ಒಂದ ಕಿಸ್ ಕೊಟ್ಟ ಕಳಸಿದರಾತು ಅಂತ ಅನ್ಕೋಬ್ಯಾಡರಿ, ಅಕಸ್ಮಾತ ಹಂಗ ಯಾರರ ಬಂದ ಪ್ರಪೋಸ್ ಮಾಡಿದರು ಅಂತ ಅಂದರ ಸುಡಗಾಡ ಒಂದ ಕಿಸ್ ಸಂಬಂಧ ರಿಜೆಕ್ಟೂ ಮಾಡಬ್ಯಾಡರಿ, ಮದ್ಲ ಇಲ್ಲೆ ಕನ್ಯಾ ಸಿಗವಲ್ವು, ಸಿಕ್ಕಿದ್ದ ಶಿವಾ ಅಂದ ಬಿಡರಿ.

§

ಭಿಡೆ ಬಿಟ್ಟ ಬರದಿದ್ದೆ ಬರಹ

ಇದ ಏನ್ ಪ್ರಹಸನ ಅಲ್ಲ ಮತ್ತ, ಇದು ನಾ ಈ ಪುಸ್ತಕದಾಗ ಬರದದ್ದ ಪ್ರಹಸನಗಳ ಪ್ರಸವ ವೇದನೆಯ ಅನುಭವಗಳ ಒಂದ ಲೇಖನ.

ನನ್ನ ಜೀವನದಾಗ ನಾ ಕನ್ನಡದಾಗ ಬರಿತೇನಿ ಅಂತ ಎಂದೂ ಅನ್ಕೊಂಡಿದ್ದಿಲ್ಲ. ಆದರೂ ಇವತ್ತ ಒಂದ ಮಾಟನ ಛಂದನ ಪುಸ್ತಕಾ ಆಗೋ ಅಷ್ಟ ಲೇಖನ ಕನ್ನಡದಾಗ ಬರದೆ, ನೀವು ಓದಿದಿರಿ, ಬರದದ್ದ ಅಂತೂ ನನಗ ಖುಷಿ ಕೊಟ್ಟದ, ಓದಿದವರು ನೀವು ಖುಷಿ ಪಟ್ಟಿರಿ ಅಂತ ಅಂದ್ಕೊಂಡೇನಿ. ಹಂಗ ನೋಡಿದ್ರ ನಾ ಬರೀಲಿಕ್ಕೆ ಶುರುಮಾಡಿದ್ದ ಭಾರಿ ಆಕಸ್ಮಿಕ. ನನಗ ನಮ್ಮ ದೋಸ್ತರ ಯಾರರ ಕನ್ನಡದಾಗ ಬರದರು ಸಂಕಟಾಗಿ ನಾನೂ ಬರೀಬೇಕು, ನಾನೂ ಬರೀಬಹುದು ಅಂತೆಲ್ಲಾ ಅನಸ್ತಿತ್ತು. ಆದರ ಇಷ್ಟ ವರ್ಷಗಟ್ಟಲೆ ಬರೆ ಸಂಕಟಾನ ಪಟ್ಟನೆ ಹೊರತು ಬರೀಲಿಕ್ಕೆ ಪ್ರಯತ್ನ ಮಾಡಿರಲಿಲ್ಲಾ.

ಒಂದ ದಿವಸ ಮಧ್ಯಾಹ್ನ ನಾನೂ ಏನರ ಇವತ್ತ ಬರದ ಬಿಡಬೇಕು ಅಂತ ನನ್ನ ಹಿಂದಿನ ದಿವಸದ್ದ ಗ್ರಹಣದ ಅನುಭವವನ್ನ ಒಂದ ರಫ್ ಪೇಪರ್ ಮ್ಯಾಲೆ ಪೆನ್ಸಿಲ್‌ನಿಂದ ನಾಲ್ಕ ಅಕ್ಷರದಾಗ ಗೀಚಿಲಿಕತ್ತೆ. ಬರೀತಾ-ಬರೀತಾ ಎರಡ ಪೇಜ್ ತುಂಬಿ ಬಿಟ್ಟಿತು. ಅರೇ ಇಷ್ಟ ಬರದನೆಲಾ ಅಂತ ನನಗ ಆಶ್ಚರ್ಯ ಆತ, ಒಂದ ಎರಡ ಸರತೆ ನಾ ಬರದಿದ್ದನ್ನ ಓದಿ ನೋಡಿದೆ. ಏ, ಏನ್ ಅಡ್ಡಿ ಇಲ್ಲಾ ಅನಸ್ತು. ಇರಲಿ ಯಾರರ ಶಾಣ್ಯಾರಿಗ ತೋರಸೋಣ ಅಂತ ಹಾಳಿ ಹರಿಲಾರದ ಹಂಗ ಇಟಗೊಂಡೆ. ನಾ ಬರದಿದ್ದ ನನಗ ಭಾಳ ದೊಡ್ಡ ವಿಷಯ ಇರಬಹುದು. ಆದರ ಓದೋರಿಗೆ ಅದನ್ನ ಓದಲಿಕ್ಕ ಇಂಟರೆಸ್ಟ್ ಇರಬೇಕಲಾ? ಕಡಿಕೆ ನಮ್ಮ ಗ್ರೂಪ್‌ನಾಗ ಇದ್ದಿದ್ದಾರಾಗ ಭಾಳ ಶಾಣ್ಯಾ, ಅದು ಇದು ಓದ್ಕೊಂಡಾಂವ, ಸುಟ್ಟ ಸುಡಗಾಡ ತಿಳ್ಕೊಂಡಾಂವಾ ಅಂದರ ನಮ್ಮ ಬೀದರದ ಋಷಿಕೇಶ ಬಹಾದ್ದೂರ ದೇಸಾಯಿ ಒಬ್ಬನ ಅಂತ ಅವಂಗ ಫೋನ್ ಮಾಡಿ,

"ಮಗನ, ನಾನು ಕನ್ನಡದಾಗ ಒಂದ ಲೇಖನಾ ಬರದೇನಲೆ" ಅಂತ ಹೇಳಿದೆ.

"ಹೌದ, ಭಾಳ ಛಲೋ ಆತ, ನನಗ ಮೇಲ್ ಮಾಡ" ಅಂದಾ.

"ಲೇ, ನಾ ಕೈಲೇ ಬರದೇನಲೇ" ಅಂದೆ.

"ಹಂಗರ ಸ್ಕ್ಯಾನ್ ಮಾಡಿ ಕಳಿಸು" ಅಂದಾ.

"ಯಪ್ಪಾ ದೇವರ ಪೆನ್ಸಿಲ್ಲೇ ಬರದೇನಿ, ಕಚ್ಚಾ ಹಾಳ್ಯಗ, ಸ್ಕ್ಯಾನ್ ಮಾಡಲಿಕ್ಕೆ ಬರಂಗಿಲ್ಲಾ" ಅಂದೆ.

"ಭಾಳ ಶಾಣ್ಯಾ ಇದ್ದಿ, ಈಗ ಮತ್ತ ಏನ ಮಾಡೋಂವಾ" ಅಂದಾ.

"ನೀ ಫ್ರೀ ಇದ್ದರ ಓದಿ ಹೇಳ್ತೇನಿ" ಅಂದೆ.

"ನಾ ಫ್ರೀ ಇಲ್ಲಾ, ಈಗ ನಾ ಪ್ರೆಸ್ ಕ್ಲಬ್‌ಗೆ ಊಟಕ್ಕ ಹೊಂಟೇನಿ. ನೀ ರಾತ್ರಿ

ಫೋನ್ ಮಾಡ" ಅಂತ ಇಟ್ಟಾ.

ಸರಿ, ರಾತ್ರಿ ಹನ್ನೊಂದುವರಿ ಸುಮಾರ ಫೋನ್ ಮಾಡಿ, ಪಾಪ ಮಲ್ಕೊಂಡಿದ್ದ ದೇಸಾಯರನ ಎಬಿಸಿ "ಗ್ರಹಣ ಭೂಮಿ ಮ್ಯಾಲೆ, ಅದರ ಫಲಾ ನನ್ನ ರಾಶಿ ಮ್ಯಾಲೆ" ಲೇಖನಾ ಓದಿ ಹೇಳಿದೆ. ನಾ ಬರದಿದ್ದ ಕ್ಯಾಸೂವಲ್ ಆದ್ರೂ ಸೀರಿಯಸ್ ಆಗಿ ಓದಿದೆ. ಅಂವಾ ಕಾಟಾಚಾರಕ್ಕ ಕೇಳಿದ್ನೋ ಇಲ್ಲಾ ಶಿಷ್ಟಾಚಾರಕ್ಕ ಕೇಳಿದ್ನೋ ಗೊತ್ತಿಲ್ಲಾ, ಆದರ ನಾ ಓದಿದ್ದಕ್ಕ ಎಲ್ಲಾ ನಿದ್ದಿಗಣ್ಣಾಗ ಫುಲ್ ಸ್ಟಾಪ್ ಇರಲಿ ಬಿಡಲಿ, ಹೂಂ... ಹೂಂ... ಅನಕೋತ ಇದ್ದಾ. ನಾ ಪೂರ್ತಿ ಲೇಖನಾ ಓದಿದ ಮ್ಯಾಲೆ ಅಂವಾ ಎದ್ದ ಎಚ್ಚರ ಆಗಿ ಒಂದ ಮಾತ ಹೇಳಿದಾ:

"ದೋಸ್ತ, ದಿಸ್ ಆರ್ಟಿಕಲ್ ಈಸ್ ವರ್ಥ್ ಟೇಕಿಂಗ್ ಟ್ರಬಲ್ ಆಫ್ ಟೈಪಿಂಗ್" ಅಂತ ತನ್ನ ವ್ಯಾವಸಾಯಿಕ ಭಾಷಾದಾಗ ಹೇಳಿ ಮುಸಕ ಹಾಕ್ಕೊಂಡ ಮಲ್ಕೊಂಡ ಬಿಟ್ಟಾ. ಅಕಸ್ಮಾತ ಅವತ್ತ ಅವನೌನ ಅಂವಾ ಏನರ "ದೋಸ್ತ, ದಿಸ್ ಆರ್ಟಿಕಲ್ ಈಸ್ ನಾಟ್ ವರ್ಥ್, ಡೊಂಟ್ ಟೇಕ್ ಟ್ರಬಲ್ ಆಫ್ ರೈಟಿಂಗ್" ಅಂತ ಅಂದ ಬಿಟ್ಟಿದ್ದರ ನಾ ಇವತ್ತ ಇಷ್ಟ ಲೇಖನಾ ಬರಿತಿದ್ದಿದ್ದಿಲ್ಲಾ, ನಿಮಗೂ ಈ ಪುಸ್ತಕ ಓದೋ ಕಷ್ಟ ಇರತಿದ್ದಿಲ್ಲಾ. ನನ್ನ ಪ್ರಹಸನಗಳ ಗರ್ಭಪಾತ ಆಗಿ, ಲೇಖಕನ ಪಾತ್ರ ಹುಟ್ಟೋಕಿಂತ ಮೊದ್ಲ ಸತ್ತ ಹೋಗಿರತಿತ್ತ. ಆದರ ಅಂವಾ ಹಂಗ ಹೇಳಲಿಲ್ಲಾ. ಬಹುಶಃ ಅವಂಗ ನಡ ರಾತ್ರ್ಯಾಗ ಖರೆ ಹೇಳೊ ಚಟಾ ಇತ್ತ ಕಾಣಸ್ತದ, ಲೇಖನಾ ಅಡ್ಡಿಯಿಲ್ಲಾ ಅಂದಾ. ನಾನೂ ಫುಲ್ ಖುಷ್ ಆಗಿ 'ಬರಹಗಾರ' ಆಗೋ ಕನಸ ಕಾಣಲಿಕ್ಕೆ ತುಂಬ ಹೊಚಗೊಂಡ ಮಲ್ಕೊಂಡೆ. ಮುಂದ 750 ಶಬ್ದದ ಲೇಖನಾ ಕನ್ನಡದಾಗ ಟೈಪ್ ಮಾಡಲಿಕ್ಕ ಒಂದ ವಾರ ಹಿಡೀತ. "ಇನ್ನ ಮುಂದ ಏನ ಮಾಡ್ಲಿಲೇ" ಅಂತ ಮತ್ತ ದೇಸಾಯಿನ್ ಕೇಳಿದೆ. ಅಂವಾ ಒಂದ ವಾರದ ಹಿಂದ ನಿದ್ದಿಗಣ್ಣಾಗ ನನ್ನ ಲೇಖನಾ ಕೇಳಿದ್ದ, ಮರುದಿವಸ ಎದ್ದ ಮ್ಯಾಲೆ ಮರತ ಬಿಟ್ಟಿದ್ದಾ ಕಾಣಸ್ತದ. "ಯಾಕ, ಹಿಂದ ಏನ್ ಮಾಡಿದ್ದಿ?" ಅಂದಾ. ನಾ ಮತ್ತ ನನ್ನ ಲೇಖನದ ಬಗ್ಗೆ ನೆನಪ ಮಾಡಿದ ಮ್ಯಾಲೆ ಅಂವಾ, "ನೀ ಒಂದ ಕೆಲಸಾ ಮಾಡ, ಈ ಲೇಖನಾ ಕೆಂಡಸಂಪಿಗೆ ಸಂಪಾದಕರಿಗೆ ಕಳಸು. ಅವರು ಹಾಕ್ಕೊಂಡರೂ ಹಾಕ್ಕೋಬಹುದು" ಅಂದಾ. ಈ ಕೆಂಡಸಂಪಿಗೆ ಒಳಗ ಎಲ್ಲಾ ದೊಡ್ಡ-ದೊಡ್ಡ ಹೆಸರಿನ ಲೇಖಕರು, ಅದರಾಗ ಭಾಳಷ್ಟ ಮಂದಿ ಹೆಸರೂ ನಾ ಕೇಳಿದ್ದಿಲ್ಲಾ. ಎಷ್ಟೋ ಮಂದಿ ಬಗ್ಗೆ ನಂಗ ಇವತ್ತೂ ಗೊತ್ತಿಲ್ಲಾ, ಆ ದೊಡ್ಡ-ದೊಡ್ಡ ಹೆಸರಿನ ಲೇಖಕರಿಗೂ ನಾ ಯಾರಂತ ಗೊತ್ತಿಲ್ಲಾ, ಆ ಮಾತ ಬ್ಯಾರೆ.

ಸರಿ ಲೇಖನಾ ಕೆಂಡಸಂಪಿಗೆ ಸಂಪಾದಕರಿಗೆ ತಲುಪತು. ಒಂದ ಎರಡ ದಿವಸ ತನಕಾ ಅಲ್ಲಿಂದ ಏನ ಮೇಲ್ ಬರಲಿಲ್ಲ, ನನಗೂ ಒಂದ ಸ್ವಲ್ಪ ಕ್ಯೂರಿಯಾಸಿಟಿ / ಆ್ಯಂಕ್ಸೈಟಿ ಇತ್ತ ಅನ್ರಿ. ನಾ ಜೀವನದಾಗ ಒಂದನೇ ಸರತೆ ಬರದಿದ್ದ, ಮತ್ತ ಅದರಾಗ ನೋಡ್ಕೋಳಾರದ, ಸ್ವಂತ ತಿಳವಳಿಕೆಲೆ ಬರದಿದ್ದ ಬ್ಯಾರೆ. ಸರಿ, ಮೂರ ದಿವಸ ಬಿಟ್ಟ ಕೆಂಡಸಂಪಿಗೆ ಸಂಪಾದಕ ಅಬ್ದುಲ್ ರಶೀದ್ ಫೋನ್ ಮಾಡಿದರು. "ನಿಮ್ಮ ಲೇಖನ

ಚೆನ್ನಾಗಿದೆ ಪ್ರಶಾಂತ, ಪ್ರಕಟಿಸೋಣ. ನಿಮ್ಮದೊಂದು ಚೆನ್ನಾಗಿರೊ ಭಾವಚಿತ್ರ ಕಳಿಸಿ" ಅಂತ ಅಗ್ದಿ ಶುದ್ಧ ಮೈಸೂರ ಕನ್ನಡದಾಗ ಹೇಳಿದರು. ಅವರ ಜೊತಿ ಮಾತಾಡಿದ ಮ್ಯಾಲೇ ನನಗ ಅನಸ್ತು, 'ಇವರಿಗೆ ನಾ ಬರದಿದ್ದ ತಿಳದದೊ ಇಲ್ಲೋ ಅಂತ'. ಪಾಪ, ಇವರ ಮಾತಾಡೋದ ಕೇಳಿದ್ರ ಪುಸ್ತಕ ಓದದಂಗ ಆಗತದ. ಅವರ ಭಾಷಾದ ಮುಂದ ನನ್ನ ಭಾಷಾ ಬೈಗುಳ ಇದ್ದಂಗ. ಯಾಕಂದರ ನಾ ಬರದದ್ದ ಅಗದಿ ಉತ್ತರ ಕರ್ನಾಟಕದ ಖಡಕ್ ಆಡು ಭಾಷೆ ಒಳಗ (ಅದಕ್ಕ ಇತ್ತಿಚಿಗೆ ನಮ್ಮ ದೋಸ್ತರ 'ಆಡ್ಯಾನ' ಭಾಷೆ ಅಂತಾರ). ಇವರು ನನ್ನ ಕನ್ನಡ ಓದಿ ತಿಳ್ಕೊಂಡ ಪಬ್ಲಿಷ್ ಮಾಡಿದರೊ ಏನ ಋಷಿಕೇಶ ಬಹಾದ್ದೂರ ದೇಸಾಯಿ ಭಿಡೆಕ್ಕ ಮಾಡಿದರೊ ಗೊತ್ತಿಲ್ಲಾ, ಒಟ್ಟ ಲೇಖನ ಅಂತೂ ಬಂತು. ನಂಗ ಅಗದಿ 'ಜ್ಞಾನಪೀಠ' ಸಿಕ್ಕಂಗ ಆತು, ಒಂದ ಹತ್ತ ಮಂದಿಗೆ ಫೋನ್ ಮಾಡಿ, ಇಪ್ಪತ್ತ ಮಂದಿಗೆ ಮೇಲ್ ಕಳಸಿ, ಮೂವತ್ತ ಮಂದಿಗೆ ಎಸ್.ಎಮ್. ಎಸ್. ಮಾಡಿದೆ. ಅವತ್ತ 'ನನಗ ಕನ್ನಡದಾಗ ಬರೀಲಿಕ್ಕೆ ಬರಂಗಿಲ್ಲಾ' ಅನ್ನೊ ಗ್ರಹಣ ಬಿಟ್ಟತ ನೋಡ್ರಿ, ನಾ ಅನ್ಕೊಂಡೆ ಇದಕ್ಕ ಜನಾ ಬರೆಯೋದ ಅಂತಾರಿನ ಅಂತ,

"ಇದಕ್ಕ ಬರೆಯೋದ ಅಂತಾರ ಅಂದರ, ನಾ ಹಿಂತಾವ ದುನಿಯಾ ಬರೀಬಹುದಲೇ ದೇಸಾಯಿ" ಅಂದೆ.

"ಲೇ ಮಗನ, ಮದ್ಲ ಒಂದ ನಾಲ್ಕ ಲೇಖನಾ ಬರಿ. ಆಮೇಲೆ ಈ ಮಾತ ಹೇಳ" ಅಂದಾ.

ಅಷ್ಟರಾಗ "ಲೇಖನಕ್ಕೆ ಪ್ರತಿಕ್ರಿಯೆ ಚೆನ್ನಾಗಿ ಬಂದಿದೆ, ಪರ್ವಾಗಿಲ್ಲಾ, ಮತ್ತೆ ಬರೀತಾ ಇರಿ ಪ್ರಶಾಂತ" ಅಂತ ಮಡಿಕೇರಿಯಿಂದ ಅಬ್ದುಲ್ ರಶೀದ್ ಅವರ ಆಕಾಶವಾಣಿನೂ ಆತ. ನನಗೂ ಭಾರಿ ಉಮೇದಿ ಬಂತ, ಮುಂದ ನಾ ವಾರಾ ಬರದಿದ್ದ – ಬರದಿದ್ದ, ಮಂದಿ ಓದಿದ್ದ – ಓದಿದ್ದ. ಈಗ ಅವೆಲ್ಲಾ ಪ್ರಹಸನಗಳು ಪುಸ್ತಕ ಆಗಿ ನಿಮ್ಮ ಕೈಯಾಗ ಬಂದಾವ.

ಇರಲಿ, ಇಷ್ಟ ಮಂದಿ ಛಲೋ ಬರದಿ ಅಂದರು ಅಂತ ಮುಂದ 'ಇಲ್ಲಾ ಆಕಿ ಬರೋಹಂಗ ಇದ್ದಿದ್ದಿಲ್ಲಾ' ಅಂತ ಬರದ ಮನಿ ಮಂದಿ ಕಡೆ ಬಯಸ್ಕೊಂಡೆ. ಮೂರ ದಿವಸ ಮನಿ ಮಂದಿ ನನಗ ಮುಟ್ಟೋದ ದೂರ ಉಳೀತ, ಮಾತೂ ಆಡಸಲಿಲ್ಲಾ. ನನಗ್ಯಾಕ ಬೇಕಾಗಿತ್ತಪಾ ಹೆಣ್ಣ ಮಕ್ಕಳ ಉಸಾಬರಿ ಅನ್ನೊ ಹಂಗ ಆಗಿಹೋತ. ಮುಂದ 'ಬ್ರಾಹ್ಮಣರಾಗ ಕನ್ಯಾ ತೀರಿ ಹೋಗ್ಯಾವ' ಅಂತ ಏನ ಅಗದಿ ಎಲ್ಲಾ ಬ್ರಾಹ್ಮಣರ ವರಗಳ ಜವಾಬ್ದಾರಿ ನನ್ನ ಹೆಗಲ ಮ್ಯಾಲೇ ಇದ್ದೋರ ಗತೆ ಬರದೆ, ಲೇಖನದಾಗ ಸಾಫ್ಟ್‌ವೇರ್ ವರಗಳ ಬಗ್ಗೆ ಬರದೆ. ಹೊಸ್ತಾಗಿ ಲಗ್ನ ಆದೋರಿಗೆ 'ಸುಖ ಸಂಸಾರಕ್ಕ ಒಂದು ಸೂತ್ರ' ಅಂತ ಲೇಖನಾ ಬರದ ಸಂಸಾರದಾಗ ಹೆಂಗ ಮುಕ್ತಿ ಕಾಣಬೇಕು ಅಂತ ದಾರಿ ತೋರಿಸಿದೆ. ಉಳದ ಸಾದಾ ಬ್ರಾಹ್ಮಣ ವರಗಳ ಪರಿಸ್ಥಿತಿ ನೋಡಿ ಕೆಟ್ಟ ಅನಿಸಿಕೊಂಡ ನಡಕ ಒಂದ ಸರತೆ ಕುಡದ 'ಬಾರ್‌ನಾಗ ಬರೇ ನಮ್ಮ ಮಂದಿ' ಅಂತ ಬರದ ನನಗ ಭೆಟ್ಟಿ ಆದವರೆಲ್ಲಾ 'ಏನಪಾ ನೀನೂ ತೊಗೋತಿ ಏನ?' ಅಂತ ಕೇಳೋ ಹಂಗ

ಮಾಡ್ಕೊಂಡೆ. ನಾ ಜೀವನದಾಗ ಸಾಫ್ಟ್‌ವೇರ್ ಇಂಜಿನಿಯರ್ ಆಗಲಿಲ್ಲಲಾ ಅನ್ನೋ ಸಂಕಟದಾಗ ಸಾಫ್ಟ್‌ವೇರ್ ಇಂಜಿನಿಯರಕ್ಕಿಂತಾ 'ಮೆಡಿಕಲ್ ರೆಪ್' ಆಗೋದ ಛಲೋ ಅಂತ 'ಇರೊಂವ ಒಬ್ಬ ಮಗಾ, ಅವನು ಮೆಡಿಕಲ್ ರೆಪ್' ಅಂತ ಲೇಖನಾ ಬರದೆ. ಸಾಫ್ಟ್‌ವೇರ್ ಮಂದಿ ತಲಿ ಕೆಟ್ಟ ನನಗ ಹಾರ್ಡ್‌ವೇರ್ ತೊಗೊಂಡ ಹೊಡಿಯೋ ಹಂಗ ಮಾಡ್ಕೊಂಡೆ.

ಮುಂದ ಪಂಚಮಿ ಉಂಡಿ ಕೊಡ್ಲಿಕ್ಕೆ ಬಂದ ನಮ್ಮ ತಮ್ಮನ ಹೆಂಡತಿಗೆ 'ನೀ ಇನ್ನೊಂದ ಯಾವಾಗ ಹಡೀತಿವಾ?' ಅಂತ ಕೇಳಿ, ಆಕಿ ಕಡೆಯಿಂದ 'ನೀವು ಬಾಣೇಂತನ ಮಾಡ್ತೇನಿ ಅಂದ್ರ ನಾ ಇನ್ನೊಂದ ಹಡಿತೇನಿ' ಅಂತ ಅನಿಸಿಗೊಂಡ ಅದರ ಬಗ್ಗೆ ಒಂದ ಲೇಖನಾ ಬರದೆ. ಅಷ್ಟರಾಗ ಶ್ರಾವಣ ಮಾಸ ಬಂತ. ಈ ಸರತೆ 'ನಳಾ ಬಂದರ ಗೌರಿ ಕೂಡಸೋದು' ಅಂತ ಮಡಿ-ಮೈಲಿಗೆ ಬಗ್ಗೆ ಬರದ ಎಲ್ಲಾ ಕಡೆ ಏಕಾಕಾರ ಮಾಡಿದೆ. ಹಿಂತಾದರಾಗ ನಮ್ಮ ತಿಪ್ಪಕ್ಕಜ್ಜಿ ಕಾಟಾ ತಾಳಲಾರದ 'ತಾಯಿ ಬನಶಂಕರೀ... ಸಾಕಾತವಾ ಜೀವಾ... ಲಗೂನ ಕರಕೊಳವಾ' ಅಂತ ಆಕಿನ್ನ ಒಯ್ದು 'ಬನಶಂಕರಿ ವಾನಪ್ರಸ್ಥದಾಗ' ಬಿಟ್ಟ ಬಂದೆ. ನಮ್ಮ ಕಾಶಕ್ಕ ಅಜ್ಜಿ 'ಗಂಡಾ ಅನ್ನೋ ರಂಡೆ ಗಂಡ'ನ ಬಗ್ಗೆ ಬರದ ಮಂದಿ ಕಡೆ 'ರಂಡೆಗಂಡಾ, ಏನ ಅಸಂಯ್ಯ ಬರೀತಿ' ಅಂತ ಬೈಸಿಕೊಂಡೆ. ಇಷ್ಟೆಲ್ಲಾ ಬರೆಯೋದರಾಗ ಮತ್ತ ನನ್ನ ಹೆಂಡತಿದ ಡೇಟ್ ಬಂತು. ಆಕಿ ನಾ ಎಲ್ಲೆ ಕರದರೂ 'ನಂದ ಡೇಟ್ ಅದ, ನಾ ಬರೋದ ಡೌಟ್' ಅಂತಾಳಂತ ಅದರ ಬಗ್ಗೆ ಬರದು ಒಂದಿಷ್ಟ ಹೆಣ್ಣ ಮಕ್ಕಳ ಕಡೆಯಿಂದ ಕಸಬರಗಿಲೆ 'ವ್ಹಾ...ವ್ಹಾ...' ಅನಿಸಿಕೊಂಡೆ. ಜನಾ "ಅವನೌನ, ಏನ ಬರಿತಾನಲೇ. ಅವನ ಟಾಪಿಕದ ಹೆಡ್ಡಿಂಗ್ ಹೆಂಗ ಇರತಾವ ನೋಡ" ಅಂತ ಅನ್ನಲಿಕತ್ತರು. ಒಂದಿಷ್ಟ ಮಂದಿ "ಅವಂಗ 'ಅವರವ್ವಾ, ಅವರ ಅಬಚಿ ಇಲ್ಲಾಂದರ ಅವನ ಹೆಂಡತಿ' ಇಷ್ಟ ಬಿಟ್ಟರ ಬ್ಯಾರೆ ಏನರ ಗೊತ್ತ ಅದನೋ ಇಲ್ಲೊ, ಬರೆ ಅವರ ಬಗ್ಗೆನ ಬರೀತಾನಲಾ" ಅನ್ನಿಕತ್ತರು. ಅಲ್ಲರಿ, ಇನ್ನ ನಾ ನಿಮ್ಮವ್ವಾ, ನಿಮ್ಮ ಹೆಂಡತಿ ಬಗ್ಗೆ ಬರದರ ನೀವ ಸುಮ್ಮನ ಇರತೀರಿ ಏನ್? ನೀವ ಹೇಳ್ರಿ. ಹಿಂಗಾಗಿ ನಾ ಎಲ್ಲಾ ನಮ್ಮ ಮನೆಯವರ ಮ್ಯಾಲೆ ಬರದದ್ದು.

ಆದ್ರೂ ನಂಗ ಬ್ಯಾರೆನೂ ಬರೀಲಿಕ್ಕೆ ಬರತದ ಅಂತ ಕಿರಾಣಿ ಚೀಟಿ ಮ್ಯಾಲೆ ದೀಪಾವಳಿಗೆ ಒಂದ 'ಕಿರಾಣಿ ವಿಶೇಷಾಂಕ', ರಿಯಲ್ ಎಸ್ಟೇಟ್ ಧಂಥೆ ಬಗ್ಗೆ 'ಡಾ. ರಿಯಲ್ ಎಸ್ಟೇಟ್ ಪಾಚಾಪುರ' ಮತ್ತ ನನಗ ವ್ಯಾವಹಾರಿಕ ಜ್ಞಾನನೂ ಅದ ಅಂತ ತೋರಸಲಿಕ್ಕೆ 'ಸೆನ್ಸೆಕ್ಸ ಬಿತ್ತ, ಶುಗರ ಎತ್ತ' ಅಂತ ಬ್ಯಾರೆ-ಬ್ಯಾರೆ ವಿಷಯದ ಮ್ಯಾಲೆ ಲೇಖನಾನೂ ಬರದೆ. ಇಷ್ಟೆಲ್ಲಾ ಬರದೇನಿ ಅಂದ್ರ ನಾನೂ ಸಾಹಿತಿ ಇದ್ದಂಗ ಅಂತ ದೊಡ್ಡಸ್ತನ ಮಾಡಲಿಕ್ಕೆ ಭಾಡಗಿ ಕಾರ ಮಾಡ್ಕೊಂಡ ಗಂಗಾವತಿ ಸಾಹಿತ್ಯ ಸಮ್ಮೇಳನಕ್ಕ ಹೋಗಿ ಬಂದ 'ಗಂಗಾವತಿ ಗದ್ಲದಾಗ ಕನ್ನಡದ ಕರದಂಟ' ಅಂತ ಸಾಹಿತ್ಯ ಸಮ್ಮೇಳನಾನೂ ಒಂದ ಪ್ರಹಸನ ಮಾಡಿದೆ.

ಹೋದಲ್ಲೆ - ಬಂದಲ್ಲೆ ಜನಾ ತಮ್ಮ ಮಕ್ಕಳಿಗೆ "ಪ್ರಶಾಂತ ಮಾಮಾ ಎಷ್ಟ ಛಂದ

ಬರಿತಾನ ನೋಡು" ಅಂತ ಅನ್ನೊ ಹಂಗ ಆತ. ಕಡಿಕೆ ನಾ 'ಮಾಮಾನ ಯಾಕ, ಕಾಕಾ ಯಾಕ ಅಲ್ಲಾ' ಅಂತ ತಲಿ ಕೆಡಿಸಿಕೊಂಡ ಅದರ ಬಗ್ಗೆ ಒಂದ ಲೇಖನಾನೂ ಬರದ ಜನಾ ನನ್ನ ನಿಯತ್ತ ಡೌಟ್ ಮಾಡೋಹಂಗ ಆತ. ಅದರಾಗ ನನ್ನ ರಸಿಕತನ ತೋರಸಲಿಕ್ಕೆ 'ಒಂದು ಅಪ್ರಸ್ತುತ ಪ್ರಸ್ಥದ ಪ್ರಸ್ತಾವನೆ' ಅಂತ ಬ್ಯಾರೆ ಬರದ ಬಿಟ್ಟೆ. ಈಗ ನೋಡ್ರಿ, ಜನಾ ನನಗ ತಮ್ಮ ಮಕ್ಕಳ ಕಡೆ ಮಾಮಾ ಅನಸೋದ ದೂರ ಹೋತ, ಅವರ ಹೆಂಡತಿ ಜೊತಿ ಇದ್ದಾಗ ನನ್ನ ಕಂಡ್ರು ಕಾಣಲಾರದಂಗ ಹೋಗಿಬಿಡ್ತಾರ.

ಹಿಂಗ ಇವತ್ತ ನಾ ತಲ್ಯಾಗ ಬಂದಿದ್ದ ಭಿಡೆ ಬಿಟ್ಟ ಒಂದ ಹದಿನೆಂಟ - ಇಪ್ಪತ್ತ ಲೇಖನಾ ಬರದೇನಿ. ನಾ ಏನ ಕನ್ನಡದಾಗ ಭಾಳ ಓದಿದಂವಾ ಅಲ್ಲಾ. ನನ್ನ ಅನುಭವವನ್ನ, ಕಲ್ಪನೆಗಳನ್ನ, ಒಂದ ಹಿಂಡಾಲಿಯಮ್ ಪಾತ್ರೆ ಒಳಗ ಹಾಕಿ ಒಂದ ಸ್ವಲ್ಪ ಹಾಸ್ಯ ಅನ್ನೊ ಒಗ್ಗರಣಿ ಕೊಟ್ಟ ಗಿರಮಿಟ್ಟ ಮಾಡಿ ನಿಮ್ಮ ಮುಂದ ಇಟ್ಟೆ ಇಷ್ಟ. ಒಂದ ಮಾತ ಹೇಳ್ತೇನೆ "ಅವನೌನ, ನನ್ನಂತಾವ ಕನ್ನಡ ವ್ಯಾಕರಣದ ಗಂಧ ಗಾಳಿ ಗೊತ್ತಿಲ್ಲಾದಂವ, ಸಾಹಿತ್ಯದ ಪರಿಜ್ಞಾನ ಇಲ್ಲದಾಂವ, ಇಷ್ಟ ಬರದೇನಿ. ನಮ್ಮ ಖಾಂದಾನದಾಗ ಯಾರ ಜೀನ್ಸ್ ಒಳಗೂ ಸಾಹಿತ್ಯದ ಅಂಶ ಇಲ್ಲಾ, ನಾ ಒಂಥರಾ 'ಟೆಸ್ಟ್ ಟ್ಯೂಬ್' ಲೇಖಕ ಇದ್ದಂಗ. ನಾ ಇಷ್ಟ ಬರೀಬಹುದು ಅಂದರ, ನೀವು ಓದೋರು, ವಿಮರ್ಶಕರು, ನನಗಿಂತ ಜಾಸ್ತಿ ತಿಳ್ಕೊಂಡೋರು, ನಾ ಬರದಿದ್ದ ಛಲೋ-ಕೆಟ್ಟ ಅನ್ನೋ ಶಾಣ್ಯಾರು ಏನ ಬೇಕಾದ ಬರೀಬಹುದರೀ." ಯಾರ ಬೇಕಾದವರು ಭಿಡೆ ಬಿಟ್ಟ, ಮನಸ ಬಿಚ್ಚಿ, ತಲಿ ಉಪಯೋಗಿಸಿ ಏನ ಬೇಕಾದ್ದ ಬರೀಬಹುದು ಅನ್ನಲಿಕ್ಕೆ 'ನಾ ಮತ್ತ ನನ್ನ ಲೇಖನಗಳು' ಒಂದ ಜೀವಂತ ಉದಾಹರಣೆ.

ನಾವ ಬರೀಬೇಕಂದರ ಭಾಳ ದೊಡ್ಡ ಮಂದೀನ ಆದರ್ಶ ಇಟಗೊಂಡ ಅವರಂಗ ಬರಿಬೇಕು, ಇವರಂಗ ಬರೀಬೇಕು ಅಂತ ತಲಿಕೆಡಿಸಿಕೊಳ್ಳೊ ಆವಶ್ಯಕತೆ ಇಲ್ಲರಿ. 'ನೂರು ಓದುಗರ ಚಿಂತಿ ನಿನಗ್ಯಾಕ, ಬರೆಯುವ ಚಿಂತೆ ಒಂದು ನಿನಗಿರಲಿ' ಅಂತ ತಿಳದವರ (ಅಂದರ ನಾನ) ಹೇಳ್ಯಾರ. ನಾ ಏನೋ ಭಾಳ ದೊಡ್ಡ ಲೇಖಕ ಅಂತ ಈ ಮಾತ ಹೇಳಲಿಕತ್ತಿಲ್ಲಾ, ಆಮೇಲೆ ನನಗ ಭಾಳಾ ದೊಡ್ಡ ಲೇಖಕ ಆಗೋ ತಾಕತ್ತೂ ಇಲ್ಲಾ ಅನ್ನರೀ, ಆದರ ನಾ ಬರದೆ. ನನಗ ಖುಷಿ ಆತ, ಓದಿದವರಿಗೂ ಒಂದಿಷ್ಟ ಮಂದಿಗೆ ಖುಷಿ ಆಗತದ ಅಂತ ನಾ ಅನ್ಕೊಂಡೇನಿ. ನನಗೇನ ಇಷ್ಟ ವಯಸ್ಸಾದ ಮ್ಯಾಲೆ ಹೆಸರ ಗಳಿಸಬೇಕು, ಅವಾರ್ಡ್ ತೊಗೋಬೇಕು ಅಂತ ಏನ ಇಲ್ಲಾ. ಸುಮ್ಮನ ನಮ್ಮ ಖುಷಿಗೆ ನಾವ ಬರೆಯೋದ್ರಿಪಾ, ನೀವು ಖುಷಿಲೇ ಓದಿ ಛಲೋ ಇದ್ರ ಛಲೋ ಇಲ್ಲಾಂದರ ಇಲ್ಲಾ ಅಂತ ಭಿಡೆ ಬಿಟ್ಟ ಹೇಳಿ ಬಿಟ್ಟರ ಮಾತ ಮುಗದ ಹೋತ.

§

ಛಂದ ಪುಸ್ತಕ ಬಹುಮಾನ

ಪುಟ್ಟ ಪಾದದ ಗುರುತು – ಸುನಂದಾ ಪ್ರಕಾಶ ಕಡಮೆ – ₹ 120
ಈ ಕತೆಗಳ ಸಹವಾಸವೇ ಸಾಕು – ಅಲಕ ತೀರ್ಥಹಳ್ಳಿ – ₹ 60
ಹಟ್ಟಿಯೆಂಬ ಭೂಮಿಯ ತುಣುಕು – ಲೋಕೇಶ ಅಗಸನಕಟ್ಟೆ – ₹ 180
ಗೋಡೆಗೆ ಬರೆದ ನವಿಲು – ಸಂದೀಪ ನಾಯಕ – ₹ 60
ಮೊದಲ ಮಳೆಯ ಮಣ್ಣು – ಕಣಾದ ರಾಘವ – ₹ 140
ಆಟಿಕೆ – ಬಸವಣ್ಣೆಪ್ಪಾ ಕಂಬಾರ – ₹ 100
ಮಾಯಾಕೋಲಾಹಲ – ಮೌನೇಶ ಬಡಿಗೇರ – ₹ 165
ಕೇಪಿನ ಡಬ್ಬಿ – ಪದ್ಮನಾಭ ಭಟ್, ಶೇವ್ಕಾರ – ₹ 150
ಮನಸು ಅಭಿಸಾರಿಕೆ – ಶಾಂತಿ ಕೆ ಅಪ್ಪಣ್ಣ – ₹ 230
ದೇವರು ಕಚ್ಚಿದ ಸೇಬು – ದಯಾನಂದ – ₹ 140
ಧೂಪದ ಮಕ್ಕಳು – ಸ್ವಾಮಿ ಪೊನ್ನಾಚಿ – ₹ 130
ಡುಮಿಂಗ – ಶಶಿ ತರೀಕೆರೆ – ₹ 130
ಬಯಲರಸಿ ಹೊರಟವಳು – ಛಾಯಾ ಭಟ್ – ₹ 120
ಮಾಕೋನ ಏಕಾಂತ – ಕಾವ್ಯಾ ಕಡಮೆ – ₹ 130

ಕಥಾಸಂಕಲನ

ಶಕುಂತಳಾ – ಗುರುಪ್ರಸಾದ್ ಕಾಗಿನೆಲೆ – ₹ 80
ಜುಮುರು ಮಳೆ – ಸುಮಂಗಲಾ – ₹ 220
ಶಾಲಭಂಜಿಕೆ – ಡಾ. ಕೆ. ಎನ್. ಗಣೇಶಯ್ಯ – ₹ 180 (7ನೆಯ ಮುದ್ರಣ)
ಕಾರಂತಜ್ಜನಿಗೊಂದು ಪತ್ರ – ಸಚ್ಚಿದಾನಂದ ಹೆಗಡೆ – ₹ 150
ಹಕೂನ ಮಟಾಟ – ನಾಗರಾಜ ವಸ್ತಾರೆ – ₹ 80
ಕಾಲಿಟ್ಟಲ್ಲಿ ಕಾಲುದಾರಿ – ಸುಮಂಗಲಾ – ₹ 80
ಹುಲಿರಾಯ – ಕೀರ್ತಿರಾಜ್ – ₹ 80
ನಿರವಯವ – ನಾಗರಾಜ ವಸ್ತಾರೆ – ₹ 125
ಹನ್ನೊಂದನೇ ಅಡ್ಡರಸ್ತೆ – ಸುಮಂಗಲಾ – ₹ 170
ಗಾಳಿಗೆ ಮೆತ್ತಿದ ಬಣ್ಣ – ಕರ್ಕಿ ಕೃಷ್ಣಮೂರ್ತಿ – ₹ 120
ಕನ್ನಡಿ ಹರಳು – ಪದ್ಮನಾಭ ಭಟ್, ಶೇವ್ಕಾರ – ₹ 130
ಒಂದು ಚಿಟಿಕೆ ಮಣ್ಣು – ಲಕ್ಷ್ಮಣ ಬಾದಾಮಿ – ₹ 130
ಬಂಡಲ್ ಕತೆಗಳು – ಎಸ್ ಸುರೇಂದ್ರನಾಥ್ – ₹ 160
ದೇವರ ರಜಾ – ಗುರುಪ್ರಸಾದ್ ಕಾಗಿನೆಲೆ – ₹ 150
ಕಟ್ಟು ಕತೆಗಳು – ಎಸ್ ಸುರೇಂದ್ರನಾಥ್ – ₹ 210
ಮಡಿಲು (ನೀಳ್ಗತೆ) – ನಾಗರಾಜ ವಸ್ತಾರೆ – ₹ 15
ತಿರಾಮಿಸು – ಶಶಿ ತರೀಕೆರೆ – ₹ 210

ಪ್ರಬಂಧ

ಪೂರ್ವ ಪಶ್ಚಿಮ – ಎಂ. ಆರ್. ದತ್ತಾತ್ರಿ – ₹ 80
ರಾಗಿಮುದ್ದೆ – ರಘುನಾಥ ಚ. ಹ. – ₹ 120
ಕುಟ್ಟವಲಕ್ಕಿ / ಗೊಜ್ಜವಲಕ್ಕಿ – ಪ್ರಶಾಂತ ಆಡೂರ – ₹ 170 / ₹ 170
ಕಿಲಿಮಂಜಾರೋ – ಪ್ರಶಾಂತ್ ಬೀಚಿ – ₹ 80
ಮಿಸಳ್ ಭಾಜಿ – ಭಾರತಿ ಬಿ ವಿ – ₹ 190
ನೀ ಮಾಯೆಯೊಳಗೋ... – ವಿಕ್ರಮ ಹತ್ವಾರ – ₹ 120
ಸಾವೆಂಬ ಲಹರಿ – ಗುರುಪ್ರಸಾದ ಕಾಗಿನೆಲೆ – ₹ 140
ವೈದ್ಯ, ಮತ್ತೊಬ್ಬ – ಗುರುಪ್ರಸಾದ ಕಾಗಿನೆಲೆ – ₹ 120
ಅಪ್ಪನ ರ್‍ಯಾಲೀಸ್ ಸೈಕಲ್ – ದರ್ಶನ್ ಜಯಣ್ಣ – ₹ 110

ಅನುವಾದ

ದಿ ಚಾಯ್ಸ್ – ಈಡಿತ್ ಎವಾ ಎಗರ್ (ಜಯಶ್ರೀ ಭಟ್) – ₹ 280
ದೇಹವೇ ದೇಶ – ಗರಿಮಾ ಶ್ರೀವಾಸ್ತವ (ವಿಕ್ರಮ ವಿಸಾಜಿ) – ₹ 250
ಪರ್ಸೆಪೊಲಿಸ್– ಮಾರ್ಜಾನ್ ಸತ್ರಪಿ (ಪ್ರೀತಿ ನಾಗರಾಜ) – ₹ 395
ಗಾಳಿ ಪಳಗಿಸಿದ ಬಾಲಕ – ವಿಲಿಯಂ ಕಾಂಕ್ವಾಂಬಾ (ಕರುಣಾ ಬಿ ಎಸ್) – ₹ 180
ಅಮೋಸ್ ಫಾರ್ಚೂನ್ – ಎಲಿಝಬೆತ್ ಯೇಟ್ಸ್ (ಜಯಶ್ರೀ ಭಟ್) – ₹ 100
ನವ ಜೀವಗಳು – ವಿಲಿಯಂ ಡಾಲ್ರಿಂಪಲ್ (ನವೀನ ಗಂಗೋತ್ರಿ) – ₹ 250
ಮೈಕೆಲ್ ಕೆ – ಜೆ.ಎಂ. ಕುಟ್‌ಸೀ (ಸುನಿಲ್ ರಾವ್) – ₹ 170
ಲೇರಿಯೊಂಕ – ಹೆನ್ರಿ ಆರ್. ಓಲೆ ಕುಲೆಟ್ (ಪ್ರಶಾಂತ ಬೀಚಿ) – ₹ 140
ಅರೆಶತಮಾನದ ಮೌನ – ಯಾನ್ ರಫ್–ಓ'ಹರ್ನ್ (ಅರುಣ್) – ₹ 310
ಪರ್ವತದಲ್ಲಿ ಪವಾಡ – ನ್ಯಾಂಡೊ ಪರಾಡೊ (ಸಂಯುಕ್ತಾ ಪುಲಿಗಲ್) – ₹ 340
ಚಂದಿರ ಬೇಕೆಂದವನು – ಮಿಮಿ ಬೇರ್ಡ್ (ಪ್ರಜ್ಞಾ ಶಾಸ್ತ್ರಿ) – ₹ 180
ಬಂಡೂಲ – ವಿಕಿ ಕಾನ್‌ಸ್ಟಂಟೇನ್ ಕ್ರುಕ್ (ರಾಜ್ಯಶ್ರೀ ಕುಳಮರ್ವ) – ₹ 425
ರೆಬೆಲ್ ಸುಲ್ತಾನರು – ಮನು ಎಸ್ ಪಿಳ್ಳೈ (ಸಂಯುಕ್ತಾ ಪುಲಿಗಲ್) – ₹ 420
ಫಾಲೋಯಿಂಗ್ ಫಿಶ್ – ಸಮಂತ್ ಸುಬ್ರಮಣಿಯನ್ (ಸಹನಾ ಹೆಗಡೆ) – ₹ 280
ಜಗವ ಚುಂಬಿಸು – ಸುಬ್ರೊತೋ ಬಾಗ್ಚಿ (ವಂದನಾ ಪಿ ಸಿ) – ₹ 240
ಪರ್ದಾ ಅಂಡ್ ಪಾಲಿಗಮಿ – ಇಕ್ಬಾಲುನ್ನೀಸಾ ಹುಸೇನ್ (ದಾದಾಪೀರ್) – ₹ 380
ವಾಡಿವಾಸಲ್ – ಚಿ. ಸು. ಚೆಲ್ಲಪ್ಪ (ಸತ್ಯಕಿ) – ₹ 70
ನಾಲ್ಕನೇ ಎಕರೆ – ಶ್ರೀರಮಣ (ಅಜಯ್ ವರ್ಮಾ ಅಲ್ಲೂರಿ) – ₹ 100
ಮಾವೋನ ಕೊನೆಯ ನರ್ತಕ – ಲೀ ಕ್ವಿನ್‌ಶಿಂಗ್ (ಜಯಶ್ರೀ ಭಟ್) – ₹ 340
ಕೋಬಾಲ್ಟ್ ಬ್ಲೂ – ಸಚಿನ್ ಕುಂಡಲ್‌ಕರ್ (ಸಪ್ನಾ ಕಟ್ಟಿ) – ₹ 150
ವಿದ್ಯಾವಂತ ವೇಶ್ಯೆಯ ಆತ್ಮಕಥೆ – ಮಾನದಾ ದೇವಿ (ನಾಗ ಹುಬ್ಳಿ) – ₹ 240
ದಿ ಲೈಟ್‌ಹೌಸ್ ಫ್ಯಾಮಿಲಿ – ಫಿರಾತ್ ಸುನೇಲ್ (ಮಾಧುರಿ ಕುಲಕರ್ಣೀ) – ₹ 230

ವಸುಧೇಂದ್ರ

ಮನೀಷೆ – ಕತೆಗಳು – ₹ 120 (8ನೆಯ ಮುದ್ರಣ)
ಯುಗಾದಿ – ಕತೆಗಳು – ₹ 190 (9ನೆಯ ಮುದ್ರಣ)
ಚೇಳು – ಕತೆಗಳು – ₹ 120 (8ನೆಯ ಮುದ್ರಣ)
ಹಂಪಿ ಎಕ್ಸ್‌ಪ್ರೆಸ್ – ಕತೆಗಳು – ₹ 195 (9ನೆಯ ಮುದ್ರಣ)
ಮೋಹನಸ್ವಾಮಿ – ಕತೆಗಳು – ₹ 270 (7ನೆಯ ಮುದ್ರಣ)
ವಿಷಮ ಭಿನ್ನರಾಶಿ – ಕತೆಗಳು – ₹ 280 (4ನೆಯ ಮುದ್ರಣ)
ಕೋತಿಗಳು – ಪ್ರಬಂಧ – ₹ 120 (8ನೆಯ ಮುದ್ರಣ)
ನಮ್ಮಮ್ಮ ಅಂದ್ರೆ ನಂಗಿಷ್ಟ – ಪ್ರಬಂಧ – ₹ 75 (25ನೆಯ ಮುದ್ರಣ)
ರಕ್ಷಕ ಅನಾಥ – ಪ್ರಬಂಧ – ₹ 110 (5ನೆಯ ಮುದ್ರಣ)
ವರ್ಣಮಯ – ಪ್ರಬಂಧ – ₹ 225 (5ನೆಯ ಮುದ್ರಣ)
ಐದು ಪೈಸೆ ವರದಕ್ಷಿಣೆ – ಪ್ರಬಂಧ – ₹ 280 (5ನೆಯ ಮುದ್ರಣ)
ಹರಿಚಿತ್ತ ಸತ್ಯ – ಕಾದಂಬರಿ – ₹ 200 (6ನೆಯ ಮುದ್ರಣ)
ತೇಜೋ–ತುಂಗಭದ್ರಾ – ಕಾದಂಬರಿ – ₹ 450 (13ನೆಯ ಮುದ್ರಣ)
ಮಿಥುನ – ಶ್ರೀರಮಣರ ಕತೆಗಳು – ₹ 135 (8ನೆಯ ಮುದ್ರಣ)
ಎವರೆಸ್ಟ್ – ಜಾನ್ ಕ್ರಾಕೌರ್ – ₹ 420 (4ನೆಯ ಮುದ್ರಣ)

ಕಾದಂಬರಿ

ಎನ್ನ ಭವದ ಕೇಡು – ಎಸ್ ಸುರೇಂದ್ರನಾಥ್ – ₹ 75
ನ್ಯಾಸ – ಹರೀಶ ಹಾಗಲವಾಡಿ – ₹ 250
ಗುಣ – ಗುರುಪ್ರಸಾದ್ ಕಾಗಿನೆಲೆ – ₹ 150
ದ್ವೀಪವ ಬಯಸಿ – ಎಂ. ಆರ್. ದತ್ತಾತ್ರಿ – ₹ 320
ತಾರಾಬಾಯಿಯ ಪತ್ರ – ದತ್ತಾತ್ರಿ ಎಂ ಆರ್ – ₹ 160
ಅಗೆದಷ್ಟೂ ನಕ್ಷತ್ರ – ಸುಮಂಗಲಾ – ₹ 230
ಪ್ರಿಯೇ ಚಾರುಶೀಲೆ – ನಾಗರಾಜ ವಸ್ತಾರೆ – ₹ 380
ಋಷ್ಯಶೃಂಗ – ಹರೀಶ ಹಾಗಲವಾಡಿ – ₹ 125
ಅಂತು – ಪ್ರಕಾಶ ನಾಯಕ್ – ₹ 200
ಚುಕ್ಕಿ ಬೆಳಕಿನ ಜಾಡು – ಕರ್ಕಿ ಕೃಷ್ಣಮೂರ್ತಿ – ₹ 200
ಬರೀ ಎರಡು ರೆಕ್ಕೆ – ಸುನಂದಾ ಪ್ರಕಾಶ ಕಡಮೆ – ₹ 220
ದೀಪವಿರದ ದಾರಿಯಲ್ಲಿ – ಸುಶಾಂತ್ ಕೋಟ್ಯಾನ್ – ₹ 160
ದಾರಿ – ಕುಸುಮಾ ಆಯರಹಳ್ಳಿ – ₹ 395
ಬರೀ ಎರಡು ರೆಕ್ಕೆ – ಸುನಂದಾ ಪ್ರಕಾಶ ಕಡಮೆ – ₹ 260

ಕವಿತೆ

ಮದ್ಯಸಾರ – ಅಪಾರ – ₹ 90
ಪೂರ್ಣನ ಗರಿಗಳು – ಪೂರ್ಣಪ್ರಜ್ಞ – ₹ 70
ಹಲೋ ಹಲೋ ಚಂದಮಾಮ – ರಾಧೇಶ ತೋಳ್ಪಾಡಿ – ₹ 50

ಪದಚರಿತೆ

ಸರಿಗನ್ನಡಂ ಗೆಲ್ಗೆ – ಅಪಾರ – ₹ 390

ಓದಿ ಓದಿ ಮರುಳಾಗಿ!

ಛಂದ ಪುಸ್ತಕ ಬಹುಮಾನ

ಹೊಸ ಕತೆಗಾರರನ್ನು ಗುರುತಿಸುವ ಸಲುವಾಗಿ ನಮ್ಮ ಪ್ರಕಾಶನ ಸಂಸ್ಥೆಯು ಕಳೆದ ಹದಿಮೂರು ವರ್ಷಗಳಿಂದ ಕತೆಗಳ ಹಸ್ತಪ್ರತಿ ಸ್ಪರ್ಧೆಯನ್ನು ನಡೆಸುತ್ತಾ ಬಂದಿದೆ. ಈವರೆಗೆ ಒಂದೂ ಕಥಾಸಂಕಲನವನ್ನು ಪ್ರಕಟಿಸದವರು ಈ ಸ್ಪರ್ಧೆಯಲ್ಲಿ ಭಾಗವಹಿಸಬಹುದು. ಇತರ ಪ್ರಕಾರಗಳಲ್ಲಿ ಒಂದೆರಡು ಪುಸ್ತಕಗಳನ್ನು ಪ್ರಕಟ ಮಾಡಿದವರೂ ಇದರಲ್ಲಿ ಭಾಗವಹಿಸುವ ಅವಕಾಶವಿರುತ್ತದೆ. ಮೊದಲ ಸುತ್ತಿನ ಆಯ್ಕೆಯನ್ನು ಪ್ರಕಾಶನದ ಸದಸ್ಯರು ಮಾಡಿ, ಕೊನೆಯ ಆಯ್ಕೆಗಾಗಿ ಸುಮಾರು ಹತ್ತು ಹಸ್ತಪ್ರತಿಗಳನ್ನು ನಾಡಿನ ಹಿರಿಯ ಸಾಹಿತಿಗಳಿಗೆ ಒಪ್ಪಿಸುತ್ತಾರೆ. ಆಯ್ಕೆಯಾದ ಹಸ್ತಪ್ರತಿಯನ್ನು ಪುಸ್ತಕ ರೂಪದಲ್ಲಿ ಪ್ರಕಟಿಸಿ, ಪ್ರಶಸ್ತಿ ಪತ್ರ, ಫಲಕ ಹಾಗೂ ಮೂವತ್ತು ಸಾವಿರ ರೂಪಾಯಿ ಬಹುಮಾನವನ್ನು ನೀಡಲಾಗುತ್ತದೆ. ಈವರೆಗೂ ಈ ಪ್ರಶಸ್ತಿಯಲ್ಲಿ ಬಹುಮಾನ ಪಡೆದವರ ವಿವರಗಳ ಪಟ್ಟಿಯನ್ನು ಮುಂದಿನ ಪುಟದಲ್ಲಿ ನೀಡಿದ್ದೇವೆ.

ಇವರಲ್ಲಿ ಮೌನೇಶ ಬಡಿಗೇರ, ಶಾಂತಿ ಕೆ ಅಪ್ಪಣ್ಣ, ಪದ್ಮನಾಭ ಭಟ್ ಶೇವ್ಕಾರ ಮತ್ತು ಸ್ವಾಮಿ ಪೊನ್ನಾಚಿ ಅವರಿಗೆ ಕೇಂದ್ರ ಸಾಹಿತ್ಯ ಅಕಾಡೆಮಿಯ ಯುವ ಪುರಸ್ಕಾರ ದೊರೆತಿದೆ. ವಿನಯಾ, ಶಾಂತಿ ಕೆ ಅಪ್ಪಣ್ಣ ಮತ್ತು ಪದ್ಮನಾಭ ಭಟ್ ಶೇವ್ಕಾರರ ಪುಸ್ತಕಗಳಿಗೆ ಕರ್ನಾಟಕ ಸಾಹಿತ್ಯ ಅಕಾಡೆಮಿಯ ಪುಸ್ತಕ ಬಹುಮಾನ ಅಥವಾ ದತ್ತಿ ಬಹುಮಾನಗಳು ಸಂದಿವೆ. ಇನ್ನೂ ಹಲವಾರು ನಾಡಿನ ಪ್ರಮುಖ ಪ್ರಶಸ್ತಿ ಮತ್ತು ಬಹುಮಾನಗಳೂ ಈ ಕೃತಿಗಳಿಗೆ ಲಭ್ಯವಾಗಿವೆ.

ನೀವು ಈ ಸ್ಪರ್ಧೆಯಲ್ಲಿ ಭಾಗವಹಿಸಬೇಕೆ? ಹಾಗಿದ್ದರೆ ನಮ್ಮ ಮುಂದಿನ ವರ್ಷದ ಸ್ಪರ್ಧೆಯ ಆಹ್ವಾನವನ್ನು ಖ್ಯಾತ ಕನ್ನಡ ನಿಯತಕಾಲಿಕಗಳಲ್ಲಿ ಅಥವಾ ಸಾಮಾಜಿಕ ಜಾಲತಾಣಗಳಲ್ಲಿ ನಿರೀಕ್ಷಿಸಿರಿ. ಹೆಚ್ಚಿನ ವಿವರಗಳಿಗೆ 98444 22782 ಗೆ ಸಂದೇಶ ಕಳುಹಿಸಿರಿ.

ಓದಿ ಓದಿ ಮರುಳಾಗಿ!

ಛಂದ ಪುಸ್ತಕ ಬಹುಮಾನ ಪಡೆದ ಕೃತಿಗಳು

ಕತೆಗಾರರು	ಕಥಾಸಂಕಲನ	ತೀರ್ಪುಗಾರರು
ಸುನಂದಾ ಪ್ರಕಾಶ ಕಡಮೆ	ಪುಟ್ಟ ಪಾದದ ಗುರುತು	ಅಶೋಕ ಹೆಗಡೆ/ ಸುಮಂಗಲಾ
ಅಲಕ ತೀರ್ಥಹಳ್ಳಿ	ಈ ಕತೆಗಳ ಸಹವಾಸವೇ ಸಾಕು	ಕೇಶವ ಮಳಗಿ/ ಸುಮಂಗಲಾ
ಲೋಕೇಶ ಅಗಸನಕಟ್ಟೆ	ಹಟ್ಟಿಯೆಂಬ ಭೂಮಿಯ ತುಣುಕು	ಬೊಳುವಾರು ಮಹಮದ್ ಕುಂಞಿ
ವಿನಯಾ	ಊರ ಒಳಗಣ ಬಯಲು	ನೇಮಿಚಂದ್ರ
ಸಂದೀಪ ನಾಯಕ	ಗೋಡೆಗೆ ಬರೆದ ನವಿಲು	ಅಮರೇಶ ನುಗಡೋಣಿ
ಕಣಾದ ರಾಘವ	ಮೊದಲ ಮಳೆಯ ಮಣ್ಣು	ಕೆ. ಸತ್ಯನಾರಾಯಣ
ಬಸವಣ್ಣೆಪ್ಪಾ ಕಂಬಾರ	ಆಟಿಕೆ	ಕುಂ. ವೀರಭದ್ರಪ್ಪ
ಮೌನೇಶ ಬಡಿಗೇರ	ಮಾಯಾಕೋಲಾಹಲ	ಓ.ಎಲ್. ನಾಗಭೂಷಣಸ್ವಾಮಿ
ಪದ್ಮನಾಭ ಭಟ್ ಶೇವ್ಕಾರ	ಕೇಪಿನ ಡಬ್ಬಿ	ಎಂ. ಎಸ್. ಆಶಾದೇವಿ
ಶಾಂತಿ ಕೆ ಅಪ್ಪಣ್ಣ	ಮನಸು ಅಭಿಸಾರಿಕೆ	ಎಚ್.ಎಸ್. ರಾಘವೇಂದ್ರ ರಾವ್
ದಯಾನಂದ	ದೇವರು ಕಚ್ಚಿದ ಸೇಬು	ನಾ. ಡಿಸೋಜಾ
ಸ್ವಾಮಿ ಪೊನ್ನಾಚಿ	ಧೂಪದ ಮಕ್ಕಳು	ಎಂ. ಎಸ್. ಶ್ರೀರಾಮ್
ಶಶಿ ತರೀಕೆರೆ	ಡುಮಿಂಗ	ಲಲಿತಾ ಸಿದ್ಧಬಸವಯ್ಯ
ಛಾಯಾ ಭಟ್	ಬಯಲರಸಿ ಹೊರಟವಳು	ತಾರಿಣಿ ಶುಭದಾಯಿನಿ
ಕಾವ್ಯಾ ಕಡಮೆ	ಮಾಕೋನ ಏಕಾಂತ	ಟಿ.ಪಿ. ಅಶೋಕ

www.ingramcontent.com/pod-product-compliance
Lightning Source LLC
LaVergne TN
LVHW090411051026
849518LV00006B/2319
9788196724863